ಮಂದಾಕಿನಿ

ಎಸ್.ಜಿ.ಶಿವಶಂಕರ್

ಸಹೃದಯ ಓದುಗರಿಗ

ಪರಿವಿಡಿಗಳು

ಮುನ್ನುಡಿ

ಕನ್ನಡ ಸಾಹಿತ್ಯ ಇಂದು ಕಳಾಹೀನವಾಗುತ್ತಿದೆ. ದೃಷ್ಯ ಮಾಧ್ಯಮಗಳ ಮುಂದೆ, ಅದರಲ್ಲೂ ಕಿರುತೆರೆ, ಮೊಬೈಲ್ ಮಾಧ್ಯಮಗಳಾದ ವಾಟ್ಸಪ್, ಫೇಸ್ಬುಕ್ ಸಾಹಿತ್ಯ ವಲಯ ಇಂದು ದಿಕ್ಕುಗಾಣದೆ ನಿಂತಿದೆ. ವಾರಪತ್ರಿಕೆಗಳು ತಮ್ಮ ಆಕಾರ ಮತ್ತು ಆದ್ಯತೆಗಳನ್ನು ಬದಲಿಸುತ್ತಲಿವೆ. ಕಥೆ, ಕಾದಂಬರಿ, ಪ್ರಬಂಧ, ಕವನ-ಮುಂತಾದ ಸಾಹಿತ್ಯ ಪ್ರಾಕಾರಗಳಿಗೆ ಸಿಗುತ್ತಿದ್ದ ಅವಕಾಶಗಳು ಗಣನೀಯವಾಗಿ ಕಡಿಮೆಯಾಗುತ್ತಿವೆ. ಆದರೆ ಇಲೆಕ್ಟ್ರಾನಿಕ್ ಮಾಧ್ಯಮ ಮುಂಚೂಣಿಗೆ ಬರುತ್ತಿದೆ. ಇ-ಬುಕ್, ಮೊಬೈಲ್ ಅಪ್ಲಿಕೇಶನ್ನುಗಳು ಸಾಹಿತ್ಯಕ್ಕೆ ಮಾಧ್ಯಮವಾಗುತ್ತಿವೆ. ಆದರೆ ಓದುಗರು ಈ ಮಾಧ್ಯಮಕ್ಕೆ ಒಗ್ಗಿಕ್ಕೊಳ್ಳಬೇಕಾಗಲು ಸಾಕಷ್ಟು ಸಮಯ ಬೇಕಾಗುತ್ತದೆ. ಈ ಪರ್ವಕಾಲದಲ್ಲಿ ಸಾಹಿತ್ಯ ಸೊರಗುವುದಂತೂ ನಿಶ್ಚಯ.

ನೋಶನ್ ಪ್ರೆಸ್ ಈ ದಿಕ್ಕಿನಲ್ಲಿ ಒಳ್ಳೆಯ ಅವಕಾಶ. ಇದರ ಉಪಯೋಗ ಲೇಖಕರೇನೋ ಮಾಡಿಕ್ಕೊಳ್ಳಬಹುದು, ಆದರೆ ಓದುಗರು? ಈ ಮಾಧ್ಯಮವನ್ನು ಓದುಗರು ಸದುಪಯೋಗಪಡಿಸಿಕೊಂಡು ಸಾಹಿತ್ಯವನ್ನು ಪುರಸ್ಕರಿಸುವರೆ ಎಂಬ ಅನುಮಾನ ಕಾಡುತ್ತದೆ. ಈ ನನ್ನ ಅನುಮಾನ ಹುಸಿಯಾಗಲಿ, ಸಹೃದಯ ಓದುಗರು ಈ ಪ್ರಕಾಶನದ ಪುಸ್ತಕಗಳನ್ನು ಕೊಂಡು ಓದುವರು ಎಂದು ಆಶಿಸುತ್ತೇನೆ.

ಓದಿದ ಮೇಲೆ ಒಂದೆರಡು ಸಾಲು ಮೈಲ್ ಮೂಲಕ ಇಲ್ಲವೇ ವಾಟ್ಸಪ್ ಮೂಲಕ ತಿಳಿಸಿದರೆ ನನ್ನ ಸಾಹಿತ್ಯ ಸಾರ್ಥಕ ಎಂದು ಸಮಾಧಾನವಾಗುತ್ತದೆ.

ವಂದನೆಗಳೊಂದಿಗೆ

ಎಸ್.ಜಿ.ಶಿವಶಂಕರ್

ಇ-ಮೈಲ್: ಶಿವಎಸ್ಜಿ ಅಟ್ ಜಿಮೈಲ್ ಡಾಟ್ ಕಾಮ್

೯೯೦೦೦೯೩೮೮೪೧

1

ಅಧ್ಯಾಯ:

ಅಂತ ರಾಕ್ಷಸ ಮಳೆಯನ್ನು ಸೂರಜ್ ಎಂದೂ ಕಂಡಿರಲಿಲ್ಲ! ಕಬ್ಬಿಣದ ಗುಂಡುಗಳಂತೆ ಮಳೆ ಹನಿಗಳು ವ್ಯಾನಿನ ಮೇಲೆ ಟಪಟಪನೆ ಬೀಳುತ್ತಿದ್ದವು. ಅವು ವ್ಯಾನಿನ ಕವಚವನ್ನೇ ತೂತು ಮಾಡುತ್ತವೇನೋ ಎಂಬ ಭ್ರಮೆಯಾಗುತ್ತಿತ್ತು! ವ್ಯಾನಿನ ಹೆಡ್‌ಲೈಟಿನ ಬೆಳಕಿನಲ್ಲಿ ರಸ್ತೆಯಲ್ಲಿ ನೀರು ಕಾಲುವೆಯಂತೆ ಹರಿಯುತಿರುವುದು ಕಾಣಿಸುತ್ತಿತ್ತು. ಮಳೆ ಹನಿಗಳ ಶಬ್ದ ಒಂದಾದರೆ, ಎತ್ತೆತ್ತಲಿಂದಲೋ ಹರಿದುಬರುತ್ತಿದ್ದ ನೀರಿನ ಶಬ್ದ! ಎರಡು ಸಾಲು ಮರಗಳ ಮಧ್ಯದ್ದೇ ದಾರಿ ಎನ್ನುವ ನಂಬಿಕೆಯಿಂದ ಡ್ರೈವರ್ ಹುಸೇನ್ ವ್ಯಾನು ಚಲಿಸುತ್ತಿದ್ದ. ವ್ಯಾನಿನಲ್ಲಿ ಕೇಟರಿಂಗಿನ ನಾಲ್ವರು, ಸೂರಜ್ ಮತ್ತು ಡ್ರೈವರ್ ಇದ್ದರು. ವ್ಯಾನಿನ ತುಂಬಾ ಮದುವೆ ಊಟ, ತಿಂಡಿ ತಿನಿಸು ತಯಾರಿಸಲು ಬೇಕಾದ ದಿನಸಿ, ಪಾತ್ರೆ ಮುಂತಾದುವು!

ಯಾವ ಸೂಚನೆಯನ್ನೂ ಕೊಡದೆ ದಿಢೀರೆಂದು ಮಳೆ ಆವರಿಸಿಕೊಂಡಿತ್ತು. ಮುಂಗಾರಿಗೆ ಇನ್ನೂ ಒಂದು ವಾರ ಮುಂಚೆಯೇ ಸುರಿಯತೊಡಗಿತ್ತು.

"ಗಾಡಿ ಓಡಿಸೋದು ಭಾರೀ ಕಷ್ಟ ಮಾರಾಯ್ರೆ! ರಸ್ತೇನೇ ಕಾಣಿಸ್ತಿಲ್ಲ!"

ಡ್ರೈವರ್ ಹುಸೇನ್ ಗೊಣಗಿದ. ಅವನ ಮಾತು ಮಳೆಯ ಶಬ್ದದಲ್ಲಿ ಯಾರಿಗೂ ಕೇಳಿಸಿದಂತಿರಲಿಲ್ಲ.

"ವರ್ಷದ ಹಿಂದೆ ಇಂತದೇ ಮಳೇಲಿ ಇಡೀ ಕೊಡಗು ನಡುಗಿತ್ತಲ್ಲ ಮಾಚಯ್ಯ"

ಆಡಿಗೆ ಸಿಬ್ಬಂದಿಯ ಮುಖ್ಯಸ್ಥ ಮುತ್ತಯ್ಯ ನೆನಪು ಮಾಡಿಕ್ಕೊಳ್ಳುತ್ತಾ ಹೇಳಿದ.

"ಗುಡ್ಡಗಳು ಜರಿದು ಊರು, ಕೇರಿ, ಕಾಫಿ ತೋಟ ಎಲ್ಲಾ ನುಂಗಿ ನೂರಾರು ಜನರ ಜೀವ ತೆಗೆದುಬಿಟ್ಟಿತ್ತಲ್ಲ"

ಹುಸೇನ್ ಲೊಚಗುಟ್ಟಿದ.

"ದೇವರ ಮೇಲೆ ಭಾರ ಹಾಕಿಬಿಡೋಣ. ಈಗ ಗಾಡಿ ನಿಲ್ಲಿಸೋಕೂ ಆಗೊಲ್ಲ. ಮುಂದಕ್ಕೆ ಹೋಗಲೇಬೇಕು"

"ಇನ್ನೇನು ಇಪ್ಪತ್ತಿಮಿಷ, ಅಷ್ಟ್ರಲ್ಲಿ ಐನ್ಮನೆ ತಲುಪಿಬಿಡ್ತೀವಿ"

ಸೂರಜ್ ಎಲ್ಲರನ್ನೂ ಸಮಾಧಾನಿಸಿವವನಂತೆ ಹೇಳಿದ.

"ಅಲ್ಲಾ ಸ್ವಾಮಿ, ಮಳೆಗಾಲದ ಹತ್ತಿರದಲ್ಲೇ ಯಾಕೆ ಮದ್ವೆ ಇಟ್ಕೊಂಡ್ರಿ..?"

ಮಾಚಯ್ಯ ಕೇಳಿದ.

"ನಂಗೆ ಎಕ್ಸಾಮ್ ಮುಗಿದು ರಜ ಸಿಕ್ಕಿದ್ದೇ ಈಗ..ಮಳೆಗಾಲಕ್ಕೆ ಇನ್ನೂ ವಾರ ಇದೇಂತ ಇರೋವಾಗ್ಲೇ ಹೀಗಾಗುತ್ತೇಂತ ಅಂದುಕೊಂಡೇ ಇರ್ಲಿಲ್ಲ" ಸೂರಜ್ ತಪ್ಪಿತಸ್ಥನಂತೆ ನುಡಿದ.

"ಇವತ್ತಿಗೆ ಇದು ನಿಂತರೆ ಸಾಕು. ಇಲ್ಲಾಂದ್ರೆ ನಾಳೆ ಮದುವೆಗೆ ಜನ ಹೆಂಗೆ ಬಂದಾರು?"

ಇದ್ದಕ್ಕಿದ್ದಂತೆ ಎಲ್ಲ ಮುಗ್ಗರಿಸಿದರು! ಜೀವ ಬಾಯಿಗೆ ಬಂದಿತ್ತು! ಡ್ರೈವರ್ ಸಡನ್ನಾಗಿ ಬ್ರೇಕ್ ಹಾಕಿದ್ದ!

"ಏನಾಯ್ತೋ ಮಾರಾಯ? ನಾನು ಸತ್ತೇ ಹೋಗಿದ್ದೆ!"

"ಯಾರೋ ಅಡ್ಡ ಬಂದಂಗಾಯ್ತು.."

"ಈ ಮಳೇಲಿ ಯಾರಾದ್ರೂ ಹೆಂಗೆ ಬರೋಕೆ ಸಾಧ್ಯ?"

"ಯಾವ್ದೋ ಪ್ರಾಣಿ ಇರಬಹುದು" ಹುಸೇನ್ ಸಮಜಾಯಿಸಿ ಕೊಟ್ಟ.

ಸೂರಜ್ ಚಿಂತಾಕ್ರಾಂತನಾಗಿದ್ದ. ಇದ್ಯಾವುದನ್ನೂ ಅವನು ನಿರೀಕ್ಷಿಸಿಯೇ ಇರಲಿಲ್ಲ! ವರುಣ ಮುನಿದು ಕೊಡಗನ್ನು ಅಲ್ಲೋಲಕಲ್ಲೋಲ ಮಾಡಿದಾಗ ಅವನು ಮೈಸೂರಿನಲ್ಲಿ ಎಂ.ಬಿ.ಎ ಸ್ನಾತಕೋತ್ತರ ವ್ಯಾಸಂಗ ಮಾಡುತ್ತಿದ್ದ. ವರುಣನ ರುದ್ರ ನರ್ತನವನ್ನು ಓದಿ ತಿಳಿದಿದ್ದ. ಸುದ್ದಿ ತಿಳಿಯುತ್ತಲೇ ಊರಿಗೆ ವಾಪಸ್ಸಾಗಿದ್ದ. ಅತಿವೃಷ್ಟಿಗೆ ನಲುಗಿದ್ದ ಕೊಡಗಿನ ದುರವಸ್ಥೆಯನ್ನು ಕಂಡಿದ್ದ. ನೆರೆ ಪರಿಹಾರ ಕಾರ್ಯಗಳಲ್ಲಿ ಕೈಜೋಡಿಸಿದ್ದ. ಈಗದು ಹಳೆಯ ಕತೆ. ಅದನ್ನು ಮತ್ತೆ ನೆನೆಪಿಸುವಂತೆ ಮಳೆ ಸುರಿಯುತ್ತಿತ್ತು. ಮತ್ತೆ ಹಾಗಾಗದಿರಲಿ, ಇತಿಹಾಸ ಮರುಕಳಿಸದಿರಲಿ ಎಂದು ದೇವರಿಗೆ ಮನಸ್ಸಿನಲ್ಲೇ ಮೊರೆಯಿಡುತ್ತಿದ್ದ.

ಮಳೆ, ಗುಡುಗು, ಸಿಡಿಲಿನಾರ್ಭಟಕ್ಕೆ, ಮಳೆ ಹನಿಗಳು ರಾಚುತ್ತಿದ್ದ ಶಬ್ದಕ್ಕೆ, ಅಕ್ಕಪಕ್ಕದ ಮರಗಳು ಹಳೆಯ ದ್ವೇಶ ಕೆರಳಿದಂತೆ ಒಂದಕ್ಕೊಂದು ತಿಕ್ಕಾಡುತ್ತಿದ್ದ ಶಬ್ದಕ್ಕೆ ವ್ಯಾನಿನಲ್ಲಿದ್ದವರು ಆಡುತ್ತಿದ್ದ ಮಾತುಗಳು ಸರಿಯಾಗಿ ಕೇಳುತ್ತಿರಲಿಲ್ಲ. ದನಿ ಏರಿಸಿ ಮಾತಾಡಬೇಕಾಗಿತ್ತು. ಅದು ಕಿರಿಚಾಡುವಂತಾಗಿದ್ದು ಗಮನಿಸಿ, ಆ ಪ್ರಯತ್ನ ಕೈಬಿಟ್ಟು ಎಲ್ಲರೂ ಮುಂದೇನಾಗುವುದೋ ಎಂದು ಹೆದರಿ, ಸೀಟಿಗೆ ಗಟ್ಟಿಯಾಗಿ ಆತು ಕೂತಿದ್ದರು.

ಡ್ರೈವರ್ ತಾನು ಕಲಿತದ್ದೆಲ್ಲಾ ಪ್ರಯೋಗಿಸಿ ಕೊನೆಗೊಮ್ಮೆ ಐನ್‌ಮನೆಯ ಪೋರಿದಲ್ಲಿ ವ್ಯಾನು ನಿಲ್ಲಿಸಿದಾಗ ಎಲ್ಲ ನೆಮ್ಮದಿಯಿಂದ ನಿಟ್ಟುಸಿರಿಟ್ಟರು. ಕೆಲವೇ ತಿಂಗಳುಗಳ ಹಿಂದಷ್ಟೇ ನೂರಾರು ವರ್ಷಗಳ ಇತಿಹಾಸ ಹೊಂದಿದ್ದ ಆ ಐನ್‌ಮನೆಗೆ ಪೋರ್ಟಿಕೋ ಕಟ್ಟಿಸಿದ್ದರು. ಮನೆಯ ಹಿಂದೆ ಕೂಡ ವಿಶಾಲವಾಗಿ ಪೋರ್ಟಿಕೋ ರೀತಿಯಲ್ಲೇ ಛಾವಣಿ ಹಾಕಿಸಿದ್ದರು. ಹಿಂದೆಯೂ ಒಂದು ಹಳೆಯ ಸೌದೆ ಒಟ್ಟುವ ಭಾಗವಿತ್ತು. ಅದು ಅರ್ಧ ಇಟ್ಟಿಗೆ, ಇನ್ನರ್ಧ ಮರದಲ್ಲಿ ನಿರ್ಮಿಸಿತ್ತು. ಹೆಂಚಿನ ಛಾವಣಿಯನ್ನು ಹೊದ್ದಿತ್ತು. ಐನ್ಮನೆಯ ಹಿಂದೆ-ಮುಂದೆ ಪೋರ್ಟಿಕೋ ಇಲ್ಲದಿದ್ದರೆ ವ್ಯಾನಿನಿಂದ ಇಳಿದು ಮನೆಯೊಳಗೆ ಸೇರುವಲ್ಲಿ ಎಲ್ಲರೂ ಮಳೆಯಲ್ಲಿ ನೆನೆದು ಒದ್ದೆಮುದ್ದೆಯಾಗಿಬಿಡುತ್ತಿದ್ದರು.

ಅಡಿಗೆ ಸಿಬ್ಬಂದಿ ವ್ಯಾನಿನಿಂದ ಸಾಮಾನುಗಳನ್ನು ಇಳಿಸುವಾಗ ಸೂರಜ್ ಬ್ಯಾಗೊಂದನ್ನು ಕೈಯಲ್ಲಿ ಹಿಡಿದು ನೇರ ಅಕ್ಕ ಮಂದಾಕಿನಿಯನ್ನು ಅರಸಿ ಹೊರಟ.

"ಏನೂ ತೊಂದ್ರೆ ಆಗ್ಲಿಲ್ಲವೇನೋ..?"

ಮಳೆಯ ಅಬ್ಬರದಲ್ಲಿ ಕ್ಷೀಣವಾಗಿ ಕೇಳಿದ ವ್ಯಾನಿನ ಶಬ್ದಕ್ಕೆ ಬಾಗಿಲಿಗೆ ಬಂದಿದ್ದ ಸೂರಜ್ ಚಿಕ್ಕಮ್ಮ ಅನುರಾಧ ಆತಂಕದಿಂದ ಕೇಳಿದರು.

"ಭಗಂಡೇಶ್ವರನ ದಯೆ, ತೊಂದ್ರೆ ಆಗಲಿಲ್ಲ...ಅಂತೂ ಹೇಗೋ ಬಂದೆವು. ಇನ್ನೂ ಸ್ವಲ್ಪ ಹೊತ್ತು ಮಳೆಯಲ್ಲೇ ಇದ್ದಿದ್ದರೆ ಏನಾದ್ರೂ ತೊಂದ್ರೆ ಆಗುತ್ತಿತ್ತು!"

"ಸಧ್ಯ ಮಳೆ ನಿಂತರೆ ಸಾಕು. ಮದುವೆಯೊಂದು ಯಾವ ತೊಂದ್ರೇನೂ ಇಲ್ಲದೆ ಮುಗಿಲೀಂತ ದೇವರಿಗೆ ಹರಕೆ ಕಟ್ಟುತ್ತೀನಿ"

"ಮಂದಕ್ಕ ಎಲ್ಲಿ?"

"ರೂಮಲ್ಲಿರಬೇಕು. ಅವಳು ಹೇಳಿದ್ದೆಲ್ಲಾ ತಂದಿದ್ದೀಯ?"

"ತಂದಿದ್ದೀನಿ"

"ಹೋಗಿ ಮೊದ್ಲು ಕೊಡು. ನೀನಿನ್ನೂ ಬರ್ಲಿಲ್ಲ, ಮಳೆ ಬೇರೆ ಹಿಡ್ಕೊಂಡುಬಿಟ್ಟಿದೆ ಅಂತ ಆತಂಕದಲ್ಲಿದ್ದಳು"

ಒಳಗಿನ ಹಾಲ್ ಪ್ರವೇಶಿಸಿದಾಗ ತೊಟ್ಟಿಯ ಸುತ್ತ ಕುರ್ಚಿಗಳಲ್ಲಿ ಕೆಲವರು ಹಿರಿಯರು, ಸೂರಜ್ ಚಿಕ್ಕಪ್ಪ ಗಣಪತಿ ಎಲ್ಲರೂ ವಿಸ್ಕಿ ಗುಟುಕರಿಸುತ್ತಾ ಕೂತಿರುವುದು ಕಾಣಿಸಿತು. ಅವರೆದುರಿದ್ದ ಕುರ್ಚಿಯೊಂದರ ಮೇಲೆ ಒಂದು ವಿಸ್ಕಿ ಬಾಟಲು, ತಟ್ಟೆಯೊಂದರಲ್ಲಿ ಮಿಕ್ಸಚರ್ ಇತ್ತು. ಮೇಲಿನ ಹೆಂಚಿನಿಂದ ತೊಟ್ಟಿಗೆ ಧಾರಾಕಾರವಾಗಿ ಸುರಿಯುತ್ತಿದ್ದ ಮಳೆ ನೀರನ್ನೇ ಎಲ್ಲ ನೋಡುತ್ತಿದ್ದರು. ಎಲ್ಲರಲ್ಲೂ ಆತಂಕ ತುಂಬಿತ್ತು . ತೊಟ್ಟಿ ಮುಕ್ಕಾಲು ತುಂಬಿತ್ತು. ಅದರಲ್ಲಿ ಆಚೆ ಹೋಗುತ್ತಿರುವುದಕ್ಕಿಂತ ಹೆಚ್ಚಿಗೆ ನೀರು ತುಂಬುತ್ತಿತ್ತು. ನಾಳೆಯ ಮದುವೆಯ ಬಗೆಗೆ ಅವರೆಲ್ಲ ಚಿಂತೆಯಲ್ಲಿದ್ದರು.

"ಏನು ತೊಂದ್ರೆ ಆಗ್ಲಿಲ್ಲ ತಾನೆ?"

ಚಿಕ್ಕಪ್ಪನೂ ಕೇಳಿದರು.

"ದೇವರ ದಯೆ. ಏನೂ ಆಗಲಿಲ್ಲ"

ಬಹುಶಃ ಕಳೆದ ವರ್ಷದ ಮಳೆಯ ಅವಾಂತರದ ನೆನಪಿಗೆ ಒಂದಿಬ್ಬರು ಸೂರಜ್ ಮಾತಿಗೆ ಪ್ರತಿಕ್ರಿಯೆಯೋ ಎಂಬಂತೆ ನಿಟ್ಟುಸಿರಿಟ್ಟರು. ಆ ನಿಟ್ಟುಸಿರಿನಲ್ಲಿ 'ದೇವರ ದಯೆ' ಎನ್ನುವುದು ಪ್ರಶ್ನೆಯಾಗಿ, ಸಂದೇಹಗಳನ್ನು ಸೃಷ್ಟಿಸಿತ್ತು!

ಯಾವ ಕಾಲಕ್ಕೂ ಮಳೆ ನಿಲ್ಲುವಂತಿರಲಿಲ್ಲ. ವರ್ಷದ ಹಿಂದೆ ಕೊಡಗು ಜಿಲ್ಲೆಯನ್ನೇ ಅಲ್ಲೋಲಕಲ್ಲೋಲ ಮಾಡಿ ನೂರಾರು ಜನರನ್ನು ಬಲಿ ತೆಗೆದುಕೊಂಡು, ಸಾವಿರಾರು ಮನೆಗಳನ್ನು ಮುಳುಗಿಸಿ, ಕಾಫಿ ತೋಟ, ಗದ್ದೆ, ಬೆಳೆಗಳನ್ನು ನಾಶ ಮಾಡಿದ್ದ ರಣ ಮಳೆಯನ್ನು ಎಲ್ಲ ಕಂಡು ಬೆಚ್ಚಿದ್ದರು. ಈಗ ಕೂಡ ಅದನ್ನೇ ನೆನಪಿಸುವ ಮಳೆ! ಈ ಮಳೆಗೆ ಏನು ಅನಾಹುತವಾಗುವುದೋ? ಇನ್ನೂರು ವರ್ಷಕ್ಕೂ ಹಿಂದೆ ಕಟ್ಟಿದ ಈ ಐನ್‌ಮನೆ ಮಳೆಯನ್ನು ತಡೆದೀತೆ? ಎಂಬ ಪ್ರಶ್ನೆ ಎಲ್ಲರನ್ನೂ ಕಾಡುತ್ತಿತ್ತು.

ಸೂರಜ್ ಜರ್ಕಿನ್ ಮೇಲಿದ್ದ ನೀರು ಕೊಡವುತ್ತಾ ಒಳಗೆ ನಡೆದ.

ವಿಶಾಲವಾದ ಹಜಾರದಲ್ಲಿನ ಒಂದು ಪಕ್ಕದಲ್ಲಿ ಸಾಲಾಗಿ ನಾಲಕ್ಕು ರೂಮುಗಳಿದ್ದವು. ಅವುಗಳಲ್ಲಿ ಸೂರಜ್ ಅಕ್ಕ ಮಂದಾಕಿನಿ ಇದ್ದ ರೂಮಿನ ಮುಂದೆ ನಿಂತು "ಮಂದಕ್ಕಾ..?" ಕೂಗಿದ ಸೂರಜ್.

ಒಳಗಿನಿಂದ ಯಾವುದೇ ಪ್ರತಿಕ್ರಿಯೆ ಬರಲಿಲ್ಲ. ಒಂದುವೇಳೆ ಮಂದಾಕಿನಿ ಮಾತಾಡಿದ್ದರೂ ಮಳೆಯ ಶಬ್ದದಲ್ಲಿ ಅದು ಕಲೆಸಿ ಸೂರಜ್‌ಗೆ ಕೇಳಿಸುವಂತಿರಲಿಲ್ಲ.

ಇನ್ನೊಮ್ಮೆ ಅಕ್ಕನ ಹೆಸರು ಕೂಗಿ ಸೂರಜ್ ಬಾಗಿಲು ತಳ್ಳಿದ. ವರ್ಷಕ್ಕೆ ಐದಾರು ಸಲ, ಐನ್ಮನೆಯ ವಂಶಸ್ಥರು ಮದುವೆ ಮುಂತಾದ ಸಮಾರಂಭಗಳಿಗೆ ಮಾತ್ರ ಉಪಯೋಗಿಸುತ್ತಿದ್ದ ನೂರಾರು ವರ್ಷ ಹಳೆಯ ವಿಶಾಲವಾದ ಮನೆ, ಬಾಗಿಲುಗಳು ಸರಾಗವಾಗಿ ತೆರೆದು ಮುಚ್ಚಿಕ್ಕೊಳ್ಳುತ್ತಿರಲಿಲ್ಲ. ಮಂದಾಕಿನಿಯಿದ್ದ ರೂಮಿನ ಬಾಗಿಲು ಕಿರ್ರೆಂದು ಶಬ್ದ ಮಾಡುತ್ತಾ ತೆರೆಯಿತು. ಒಳಗೆ ಮಂದಾಕಿನಿ ಇರಲಿಲ್ಲ. ರೂಮಿನ ತುಂಬಾ ಮದುವೆಯ ಶಾಸ್ತ್ರಕ್ಕೆ ಬೇಕಾದ ಅನೇಕ ಸಾಮಾನುಗಳಿದ್ದವು. ಮಂದಾಕಿನಿಯ ಬಟ್ಟೆಬರೆಗಳಿದ್ದ ಸೂಟ್‌ಕೇಸು ತೆರೆದ ಸ್ಥಿತಿಯಲ್ಲಿತ್ತು. ತಾನು ತಂದಿದ್ದ ಬ್ಯಾಗನ್ನು ಮಂಚದ ಮೇಲಿಟ್ಟ ಸೂರಜ್. ಅದರಲ್ಲಿ ಮದುವೆ ಹೆಣ್ಣಿನ ಅಲಂಕಾರಕ್ಕೆ ಬೇಕಾದ ಸಾಮಾನುಗಳು, ಗಿಲೀಟಿನ ಒಡವೆಗಳಿದ್ದವು. ಮದುವೆಯಲ್ಲಿ ತಾನು ನಿಜವಾದ ಚಿನ್ನದ ಒಡವೆ ಧರಿಸುವುದಿಲ್ಲ, ಅವು ಕಳುವಾಗಬಹುದು. ಆ ಅಪಾಯ ಏಕೆ ತಂದುಕ್ಕೊಳ್ಳಬೇಕು ಎಂದು ಮಂದಾಕಿನಿ ಸೂರಜ್ ಕೈಲಿ ಮೈಸೂರಿನಿಂದ ಬೆಳ್ಳಿಯ ಒಡವೆ ಮೇಲೆ ಚಿನ್ನದ ಲೇಪ ಮಾಡಿದ್ದಂತವನ್ನು ತರಿಸಿದ್ದಳು.

ಮಂದಕ್ಕ ಬಹುಶಃ ಅಡಿಗೆ ಮನೆಯಲ್ಲಿರಬಹುದು, ಇಲ್ಲವೇ ಬಚ್ಚಲು ಮನೆಯಲ್ಲಿರಬಹುದು ಎಂದು ಸೂರಜ್ ಈಚೆ ಬಂದು ಮತ್ತೆ ಅಡಿಗೆ ಮನೆಯತ್ತ ನಡೆದ. ಅಡಿಗೆಯವರು ತಮ್ಮ ಸಾಮಾನುಗಳನ್ನು ಜೋಡಿಸಿಕ್ಕೊಳ್ಳುತ್ತಿದ್ದರು. ಸೂರಜ್ ಮತ್ತು ಮಂದಾಕಿನಿಯರ ಚಿಕ್ಕಮ್ಮ ಅನುರಾಧ ಅವರೊಂದಿಗೆ ಮಾತಾಡುತ್ತಿದ್ದರು.

"ಅಮ್ಮ, ಮಂದಕ್ಕ ರೂಮಲ್ಲಿ ಇಲ್ಲ"

ಸೂರಜ್ ಚಿಕ್ಕಮ್ಮನನ್ನು ಅಮ್ಮ ಎಂದೇ ಕರೆಯುತ್ತಿದ್ದ.

"ಇಲ್ಲೇ ಎಲ್ಲೋ ಇರ್ಬೇಕು. ನಾನು ನೋಡ್ಕೊಂಡು ಬರ್ತೀನಿ.." ಅನುರಾಧ ಆಚೆ ನಡೆದರು.

ಸೂರಜ್ ಅಡಿಗೆಯವರಿಗೆ ರಾತ್ರಿಯ ಊಟಕ್ಕೆ ಏನು ಮಾಡುತ್ತೀರೆಂದು ಕೇಳುತ್ತಾ ನಿಂತ.

"ಎಷ್ಟು ಜನಕ್ಕೆ ಮಾಡಬೇಕು? ಏನಾದ್ರೂ ಸಿಹಿ ಕೂಡ ಮಾಡಬೇಕಾ..?"

ಕೇಟರಿಂಗ್ ಸೂಪರ್‌ವೈಸರ್ ಮಾಚಯ್ಯ ಕೇಳಿದ.

"ಮೂವತ್ತು ಜನಕ್ಕೆ ಊಟ. ಒಂದೇನಾದ್ರೂ ಸಿಹಿ ಮಾಡಿ. ಶುಭ ಸಮಾರಂಭ. ಎಲ್ಲಾ ಸಂದರ್ಭಕ್ಕೂ ಸಿಹಿ ಇರಲಿ"

ಸೂರಜ್ ಊಟಕ್ಕೆ ಇರಬಹುದಾದ ಜನರನ್ನು ಲೆಕ್ಕ ಹಾಕಿ ಹೇಳಿದ.

"ಸ್ವೀಟ್ ಅಂದ್ರೆ ಸಿಂಪಲ್ಲಾಗಿರಲಾ ಇಲ್ಲ ವಿಶೇಷ ಏನಾದ್ರೂ...?"

"ಬೇಡ. ರಾತ್ರೀದು ಸಿಂಪಲ್ಲಾಗೇ ಇರಲಿ..ದೇವರಾಜು ಎಲ್ರೀ..? ಎಲ್ಲಾ ನಿಮಗೇ ಬಿಟ್ಬಿಟ್ಟಿದ್ದಾರೇನು?"

"ಸ್ವಲ್ಪ ತಡವಾಗಿ ಬರ್ತೀನಿ ಅಂದಿದ್ದರು"

"ಈ ಮಳೇಲಿ ಅವರು ಬಂದಾಗೇ?"

"ಯಾಕೆ ಹಂಗೇಳ್ತೀರಾ..?"

"ಅಚೆ ಮಳೆ ನೋಡಿದ್ರಾ..?"

"ನೋಡೋದಲ್ಲ, ಅದರ ಆರ್ಭಟ ಕೇಳಿದ್ರೆ ಗೊತ್ತಾಗುತ್ತಲ್ಲಾ ಸಾರ್. ಈ ಶಬ್ದದಿಂದ್ಲೇ ಹೇಳ್ಬಿಡಬಹುದು..ಇದು ರಣ ಮಳೆ ಅಂತಾ! ಮತ್ತೊಂದ್ಸಲ ಪ್ರವಾಹ ಬರದಿದ್ರೆ ಸಾಕು"

ಮಾಚಯ್ಯನ ಮಾತು ಮುಗಿಯುತ್ತಲೇ ಚಿಕ್ಕಮ್ಮ ತನ್ನ ಹೆಸರು ಕೂಗಿದ್ದು ಕೇಳಿಸಿತು ಸೂರಜನಿಗೆ. ದನಿಯಲ್ಲಿದ್ದ ಗಾಬರಿಗೆ ಅಚ್ಚರಿಗೊಳ್ಳುತ್ತಾ ಈಚೆ ಬಂದ.

ಚಿಕ್ಕಮ್ಮನ ಮುಖದಲ್ಲಿದ್ದ ಗಾಬರಿ ನೋಡಿ ಸೂರಜ್ ಅಚ್ಚರಿಪಟ್ಟ.

"ಏನಮ್ಮಾ..?"

"ಮಂದಾ ಕಾಣ್ತಿಲ್ಲ"

"ಕಾಣ್ತಿಲ್ಲ ಅಂದ್ರೇನಮ್ಮಾ? ಬಾತ್ರೂಮೋ...ಟಾಯ್ಲೆಟ್ಟಲ್ಲೋ ಇರಬಹುದು ನೋಡಿ"

"ಎಲ್ಲಾ ಕಡೆ ನೋಡಿದೆ"

"ಗಾಬರಿ ಮಾಡ್ಕೋಬೇಡಿ. ನಿಧಾನಕ್ಕೆ ನೋಡೋಣ. ಮಂದಕ್ಕ ಏನು ಚಿಕ್ಕ ಹುಡುಗೀನೆ? ಎಲ್ಲೋ ಇರ್ತಾಳೆ...ನಡೀರಿ ನೋಡೋಣ.."

"ಬಾ..ನೋಡೋಣ.."

ಅನುಮಾನದಿಂದಲೇ ಇಡೀ ಐನ್‌ಮನೆಯನ್ನು ಪೂರಾ ಹುಡುಕಿದರು ಸೂರಜ್ ಮತ್ತು ಅನುರಾಧ. ಮಂದಾಕಿನಿ ಎಲ್ಲೂ ಇರಲಿಲ್ಲ! ಮದುವೆಯ ಸಿದ್ಧತೆಗಾಗಿ ಬಂದಿದ್ದವರನ್ನೆಲ್ಲಾ ಕೇಳಿದರು. ಯಾರಿಗೂ ಮಂದಾಕಿನಿ ಕಂಡಿರಲಿಲ್ಲ! ಆಕೆ ಎಲ್ಲಿ ಹೋಗಿದ್ದಾಳೆಂದು ಯಾರಿಗೂ ತಿಳಿದಿರಲಿಲ್ಲ!

ಇದು ಹೇಗೆ ಸಾಧ್ಯ? ಆಚೆ ನೋಡಿದರೆ ರಣ ಮಳೆ! ಒಂದು ಹೆಜ್ಜೆ ಆಚೆ ಕಾಲಿಟ್ಟರೂ ತೋಯ್ದು ತೊಪ್ಪೆಯಾಗುತ್ತಿರುವಂತಿತ್ತು! ಮಳೆ ಹನಿಗಳು ಸಿಡಿಗುಂಡುಗಳಂತಿದ್ದವು! ಇನ್ನೆಲ್ಲಿಗೆ ಹೋದಾಳು?

ಇದ್ದಕ್ಕಿದ್ದಂತೆ ಎಲ್ಲೋ ದೂರದಲ್ಲಿ ಗುಂಡು ಹಾರಿದ ಶಬ್ದ ಕೇಳಿ ಐನ್ಮನೆಯಲ್ಲಿದ್ದವರು ಕಿವಿಯರಳಿಸಿದರು! ಈ ಮಳೆಯಲ್ಲಿ ಯಾರು ಬೇಟೆಯಾಡಲು ಸಾಧ್ಯ? ಜೊತೆಗೆ ಅದು ಸುರಕ್ಷಿತ ಅರಣ್ಯಪ್ರದೇಶ! ಸುತ್ತ ಐದು ಕಿಲೋಮೀಟರು ದೂರದಲ್ಲಿ ಎಲ್ಲೂ ಮನೆಯಿಲ್ಲ! ಜನವಸತಿ ಇಲ್ಲ! ಯಾರು ಷೂಟ್ ಮಾಡಿದ್ದಾರೆ? ಏತಕ್ಕೆ ಮಾಡಿದ್ದಾರೆ? ಅದು ಕಾಡಿನೊಳಗೇ ಹಾರಿದ ಗುಂಡು! ಶಬ್ದವನ್ನು ಅಂದಾಜು ಮಾಡಿದರೆ ಎರಡು ಕಿಲೋಮೀಟರು ಆಸುಪಾಸಿನಲ್ಲಿ ಗುಂಡು ಹಾರಿದೆ!

"ಇದೇನು ವಿಚಿತ್ರ? ಈ ಮಳೇಲಿ ಷೂಟ್ ಮಾಡಿದ ಶಬ್ದ!"

ಸೂರಜ್ ಚಿಕ್ಕಪ್ಪ ಗಣಪತಿ ತಮಗೆ ತಾನೇ ಹೇಳಿಕೊಂಡರು.

"ಈ ಸಮಯದಲ್ಲೇ ಮಂದಕ್ಕ ಕಾಣಿಸ್ತಿಲ್ಲ..?"

"ಇದೆಂತಾ ಪರಿಸ್ಥಿತಿ? ಎಲ್ಲಿ ಹೋದ್ಲೂಂತ ತಿಳ್ಕೊಳ್ಳೋದು..? ಏನಾಗಿದ್ಯೋ? ಬುಲೆಟ್ ಶಬ್ದ ಬೇರೆ ಕೇಳಿಸ್ತು!"

ಸೂರಜ್ ಚಿಕ್ಕಮ್ಮ ಅನುರಾಧರ ಕಣ್ಣುಗಳಲ್ಲಿ ನೀರು ತುಂಬಿತ್ತು! ದನಿಯಾಗಲೇ ಗದ್ಗದಿಸುತ್ತಿತ್ತು!

"ನೀನು ಏನೇನೋ ಯೋಚನೆ ಮಾಡಬೇಡ! ಅರ್ಧ ಗಂಟೆ ಹಿಂದೆ ರೂಮಲ್ಲಿ ಮಂದ ಜೊತೆ ನಾನೇ ಮಾತಾಡಿದ್ದೆ..ಆಕೆ ಎಲ್ಲೂ ಹೋಗಿರೋಕೆ ಸಾಧ್ಯವೇ ಇಲ್ಲ. ಇನ್ನೊಂದ್ಸಲ ಸರಿಯಾಗಿ ನೋಡೋಣ"

ಗಣಪತಿ ನುಡಿಯುತ್ತಲ್ಲೆ ಮನೆಯ ವಿವಿಧ ಭಾಗಗಳಲ್ಲಿ ಆಗಲೇ ಜನರು ಮಂದಾಕಿನಿಯನ್ನು ಹುಡುಕುತ್ತಿದ್ದರು. ಮಂದಾಕಿನಿ ಮಾತ್ರ ಯಾರ ಕಣ್ಣಿಗೂ ಕಂಡಿರಲಿಲ್ಲ !

"ನಡೀರಿ..ಸುತ್ತ ಮುತ್ತ ಹುಡುಕೋಣ.."

ಎಲ್ಲರೂ ಚತ್ರಿಗಳಿಗಾಗಿ ಹುಡುಕಿದರು. ನಾಲ್ಕು ಛತ್ರಿಗಳು, ಎರಡು ಟಾರ್ಚುಗಳನ್ನು ಒಟ್ಟುಗೂಡಿಸಿದರು. ಆರು ಜನ ಗಂಡಸರು ಎರಡು ತಂಡವಾಗಿ ಒಂದೊಂದು ಟಾರ್ಚು, ಎರಡೆರಡು ಛತ್ರಿ ಹಿಡಿದು ಆಚೆ ಕಾಲಿಟ್ಟರು.

ಛತ್ರಿ ನೆಪಮಾತ್ರಕ್ಕಾಗಿತ್ತು. ಆಚೆ ನಾಲ್ಕು ಹೆಜ್ಜೆ ನಡೆಯುವುದರಲ್ಲೇ ಎಲ್ಲಾ ನೆನದು ತೊಪ್ಪೆಯಾಗಿದ್ದರು. ಮೊಣಕಾಲುದ್ದ ನೀರು ಹರಿಯುತ್ತಿತ್ತು.

ಐನ್‌ಮನೆ ಎತ್ತರದಲ್ಲಿದ್ದು ಮನೆಯ ಮೇಲೆ ಬಿದ್ದ ನೀರೆಲ್ಲಾ ಸುತ್ತ ಹರಿದುಹೋಗುತ್ತಿತ್ತು! ಎಂತಾ ಮಳೆ ಬಂದರೂ ನೀರು ಐನ್ಮನೆಯ ಹೊಸಿಲ ಬಳಿ ಕೂಡ ಬರಲು ಸಾಧ್ಯವಿರಲಿಲ್ಲ.

ಒಂದು ತಂಡ ಮನೆಯ ಹಿಂಭಾಗ ಹುಡುಕ ಹೊರಟರು. ಇನ್ನೊಂದು ತಂಡ ಮನೆಯ ಮುಂದಿನ ಭಾಗ ಹುಡುಕಹೊರಟರು.

ಮದುವೆಯ ಬಗೆಗೆ, ರಾತ್ರಿ ಊಟ ತಯಾರಿಸುವ ಬಗೆಗಾಗಲೀ ಯಾರಿಗೂ ಯೋಚನೆಯೇ ಇರಲಿಲ್ಲ. ಇದ್ದಕ್ಕಿದ್ದಂತೆ ಮದುವೆ ಹೆಣ್ಣೇ ಕಾಣಿಸದಾಗಿದ್ದಳು!

ಎಲ್ಲರ ಮನಸ್ಸಿನಲ್ಲಿದ್ದುದು ಒಂದೇ ಪ್ರಶ್ನೆ. ಮಂದಾಕಿನಿ ಎಲ್ಲಿಗೆ ಹೋಗಿರಬಹುದು? ಇಂತಾ ಮಳೆಯಲ್ಲಿ ಹೇಗೆ ಹೋಗಿರಬಹುದು? ಆಕೆ ಹಾಗೆ ಹೋಗಲು ಯಾವುದೇ ಕಾರಣ ಇರಲಿಲ್ಲ! ಅವಳ ಇಷ್ಟದಂತೆಯೇ ಮದುವೆ ಏರ್ಪಾಡಾಗಿತ್ತು. ಮದುವೆಯಾಗಲಿರುವ ಅನೀಶ್ ಮತ್ತು ಮಂದಾಕಿನಿ ಪರಸ್ಪರ ಒಪ್ಪಿಯೇ ಮದುವೆಯಾಗುತ್ತಿದ್ದರು. ಮದುವೆಯ ಬಗೆಗೆ ಆಕೆಯ ಅಸಮಾಧಾನವಿರಲು ಸಾಧ್ಯವೇ ಇರಲಿಲ್ಲ! ಮಂದಾಕಿನಿ ಗಂಭೀರ ಸ್ವಭಾವದ ಹುಡುಗಿ. ಪ್ರೀತಿ, ಪ್ರೇಮ ಮುಂತಾದ ಯಾವ ಸೆಳೆತಕ್ಕೂ ಒಳಗಾಗಿರಲಿಲ್ಲ ! ಹಾಗೇನಾದರೂ ಇದ್ದಿದ್ದರೆ, ಮನೆಯವರು ಮದುವೆಗೆ ಒಪ್ಪಿಕ್ಕೊಳ್ಳದೆ ಆಕೆ ಓಡಿಹೋಗಿದ್ದಾಳೆ ಎನ್ನಬಹುದಾಗಿತ್ತು!

ಯಾರೂ ಊಹಿಸಿದ ಘಟನೆ ನಡೆದು ಹೋಗಿತ್ತು! ಐನ್‌ಮನೆಯಲ್ಲಿ ಮದುವೆಯ ಸಿದ್ಧತೆಗಾಗಿ ಬಂದಿದ್ದವರೆಲ್ಲಾ ಮೆಲುದನಿಯಲ್ಲಿ ಮಾತಾಡುತ್ತಿದ್ದರು. ತಾವು ಮಾತಾಡಿದ್ದು ಮಂದಾಕಿನಿ ಚಿಕ್ಕಮ್ಮ ಅನುರಾಧಾಗೆ ತಿಳಿಯಬಾರದೆನ್ನುವುದು ಅವರ ಮೆಲು ಮಾತಿನ ಉದ್ದೇಶ. ಅವರು ಗಟ್ಟಿಯಾಗಿ ಮಾತಾಡಿದರೂ ಆಚೆಯ ಮಳೆ ಸುರಿಯುತ್ತಿದ್ದ ಶಬ್ದ ಅವರ

ಮಾತುಗಳಿಗೆ ಫಿಲ್ಟರ್ ಹಾಕುವಷ್ಟು ಜೋರಾಗಿತ್ತು.

ಅನುರಾಧ ಆತಂಕದಿಂದ ಚಡಪಡಿಸುತ್ತಿದ್ದವರು ಕೊನೆಗೊಮ್ಮೆ ನಿರ್ಧಾರಕ್ಕೆಬಂದಂತೆ ಪೂಜೆಗೆ ತಂದಿದ್ದ ಬಿಳಿಯ ಬಟ್ಟೆಯನ್ನು ನಾಲ್ಕೈದು ತುಂಡು ಮಾಡಿ, ಅರಿಷಿಣದಲ್ಲಿ ಅದ್ದಿ ಅವುಗಳಲ್ಲಿ ನಾಣ್ಯಗಳನ್ನಿಟ್ಟು ದೇವರ ಫೋಟೋ ಮುಂದಿಟ್ಟು ತಮ್ಮ ಮನೆದೇವರಿಗೆ ಹರಕೆ ಕಟ್ಟುವ ಕ್ರಿಯೆಯಲ್ಲಿ ತಮ್ಮ ದುಗುಡವನ್ನು ವ್ಯಕ್ತಪಡಿಸಿದರು.

ಸರಿ ಸುಮಾರು ರಾತ್ರಿ ಹನ್ನೆರಡರ ಸಮಯಕ್ಕೆ ಐನ್‌ಮನೆಯ ಹಿಂದಿನ ಭಾಗ ಹುಡುಕಲು ಹೊರಟಿದ್ದವರು ಬರಿಗೈಯ್ಯಲ್ಲಿ ವಾಪಸ್ಸಾಗಿದ್ದರು. ಒಂದು ಗಂಟೆಯ ಸಮಯಕ್ಕೆ ಸೂರಜ್ ಮತ್ತು ಗಣಪತಿ ಇದ್ದ ತಂಡ ಕೂಡ ಐನ್‌ಮನೆಗೆ ವಾಪಸ್ಸಾಯಿತು! ಆ ಭಾರಿ ಮಳೆಗೆ ಉಷ್ಣಾಂಶ ಒಮ್ಮೆಲೇ ಇಳಿದು ಚಳಿ ಆವರಿಸಿತ್ತು. ಮಂದಾಕಿನಿ ಹುಡುಕಲು ಹೋದವರು ತೊಯ್ದು ತೊಪ್ಪೆಯಾಗಿ ಚಳಿಗೆ ತರಗುಟ್ಟುತ್ತಿದ್ದರು!

ಇಷ್ಟೆಲ್ಲಾ ಆದರೂ ಮಂದಾಕಿನಿಯ ಸುಳಿವೇ ಇರಲಿಲ್ಲ!!

ಏನಾಗಿರಬಹುದು? ಮಂದಾಕಿನಿ ಆಚೆ ಹೋಗಿರಬಹುದೆ? ಆ ಗುಂಡಿನ ಸದ್ದಿಗೂ ಮಂದಾಕಿನಿಗೂ ಸಂಬಂಧ ಇರಬಹುದೆ? ಯಾರೋ ಮಂದಾಕಿನಿಯನ್ನು ಷೂಟ್ ಮಾಡಿರಬಹುದೆ? ಆದರೆ ಯಾವ ಕಾರಣಕ್ಕಾಗಿ? ಅವಳ ಮೇಲೆ ಯಾರಿಗೆ ದ್ವೇಷವಿತ್ತು? ಅದಕ್ಕೆ ಕಾರಣವೇ ಇರಲಿಲ್ಲ! ತೀರಾ ಸೌಮ್ಯ ಸ್ವಭಾವದ ಹುಡುಗಿ. ಅವಳು ಯಾರ ಬಳಿಯಾದರೂ ಗಟ್ಟಿ ಧ್ವನಿಯಲ್ಲಿ ಜಗಳವಾಡಿದ್ದೇ ಇಲ್ಲ! ಅಂತವಳ ಮೇಲೆ ಯಾರಾದರೂ ದ್ವೇಷದಿಂದ ಗುಂಡು ಹಾರಿಸಿರಲು ಸಾಧ್ಯವೇ ಇರಲಿಲ್ಲ! ಮತ್ತೆ ಆ ಗುಂಡಿನ ಶಬ್ದ ಏನು? ಅದೂ ಐನ್ಮನೆಗೆ ಎರಡು ಕಿಲೋಮೀಟರುಗಳ ದೂರದಲ್ಲಿ! ಅಲ್ಲಿರುವುದು ಕಾಡು! ಕಾಡಿನಲ್ಲಿ ಬೇಟೆಯಾಡುವವರು ಗುಂಡು ಹೊಡೆದಿರಬಹುದು ಎನ್ನುವುದಾದರೆ ರಕ್ಕಸ ಮಳೆ! ಅಂತಾ ಮಳೆಯಲ್ಲಿ ಬೇಟೆಯಾಡುವುದು ಹುಚ್ಚುತನ!!

ಮಂದಾಕಿನಿ ಏನಾದರೂ ಸುಳಿವು ಬಿಟ್ಟಿದ್ದಾಳೆಯೇ ಎಂದು ಅವಳು ತಂಗಿದ್ದ ರೂಮನ್ನೆಲ್ಲಾ ಹುಡುಕಾಡಿದರು. ಎಲ್ಲಿ ಹೋಗಿರಬಹುದು? ಏನಾಗಿರಬಹುದು ಎಂಬ ಬಗ್ಗೆ ಒಂದೇ ಒಂದು ಸಣ್ಣ ಸುಳಿವೂ ಸಿಕ್ಕಲಿಲ್ಲ!

ಮಂದಾಕಿನಿ ಕಾಣೆಯಾಗಿರುವುದು ಒಂದಾದರೆ ನಾಳೆ ಬರುವ ಗಂಡಿನ ದಿಬ್ಬಣಕ್ಕೆ ಏನು ಹೇಳುವುದು ಎನ್ನುವ ಯೋಚನೆ ಕಾಡಿಸುತ್ತಿತ್ತು-ಸೂರಜ್, ಗಣಪತಿ ಮತ್ತು ಅನುರಾಧಾರನ್ನು! ಅಷ್ಟರಲ್ಲಿ ಮಂದಾಕಿನಿ ಬಂದಾಳೆಯೆ? ಹಾಗಾಗಬೇಕಾದರೆ ಪವಾಡ ನಡೆಯಬೇಕಷ್ಟೆ! ಗಣಪತಿ, ಅನುರಾಧ ಮತ್ತು ಸೂರಜ್ ಒಳಗಿನ ಕೋಣೆಯಲ್ಲಿ ಚಿಂತಾಕ್ರಾಂತರಾಗಿ ಕುಳಿತಿದ್ದರು. ಐನ್ಮನೆಗೆ ವಿದ್ಯುತ್ ಸಂಪರ್ಕ ಇರಲಿಲ್ಲವಾದ್ದರಿಂದ ರೂಮಿನ ಮಧ್ಯದಲ್ಲಿ ಒಂದು ಗ್ಯಾಸ್ ಲೈಟರ್ ಹಿಸ್ಸೆಂದು ಶಬ್ದ ಮಾಡುತ್ತಾ ಪ್ರಕಾಶಿಸುತ್ತಿತ್ತು!

ಮಳೆಯಲ್ಲಿ ತೋಯ್ದಿದ್ದ ಸೂರಜ್ ಬಟ್ಟೆ ಬದಲಿಸಿದ್ದರೂ ಮಳೆ ನೀರಿನಲ್ಲಿ ನೆನೆದಿದ್ದ ಕಾರಣಕ್ಕೆ ಆಗಾಗ್ಗೆ ಗಟ್ಟಿಯಾಗಿ ಸೀನುತ್ತಿದ್ದ.

"ನನ್ನ ರೂಮಲ್ಲಿ ವಿಕ್ಸ್ ಇದೆ. ತಗೊಂಡು ಮೂಗು, ಎದೆ ಮೇಲೆ ಹಚ್ಚಿಕೋ. ಬೆಚ್ಚಗೆ ಹೊದ್ದುಕೊಂಡು ಮಲಗು"

ಅನುರಾಧ ಅಳುಕುತ್ತ ಹೇಳಿದರು. ಇಂತಾ ಸಂದರ್ಭದಲ್ಲಿ ತನ್ನ ಮಾತು ಏನನ್ನಿಸುವುದು? ಎನ್ನುವ ಆನುಮಾನವಾಯಿತು. ಅದನ್ನು ಸೂರಜ್ ಪಾಲಿಸುವುದಿಲ್ಲ ಎನ್ನುವುದು ಗೊತ್ತಿತ್ತು.

“ಮಲಗೋದೆ..? ಮಲಗೋಕಾಗುತ್ತೇನಮ್ಮಾ? ಮಂದಕ್ಕ..?”

ಮುಂದೆ ಮಾತು ಹೊರಡಲಿಲ್ಲ! ಸೂರಜ್ ಕಣ್ಣುಗಳಿಂದ ನೀರು ಒಸರಿತು!

ಅನುರಾಧ ಬಿಕ್ಕಳಿಸಿ ಸೆರಗು ಬಾಯಿಗೆ ಒತ್ತಿ ಹಿಡಿದರು.

ಒಬ್ಬರ ದುಃಖಕ್ಕೆ ಇನ್ನೊಬ್ಬರು ಸಾಥ್ ಕೊಡುವಂತಿತ್ತು! ಮಂದಕ್ಕನ ನೂರಾರು ನೆನಪುಗಳು ಅವರ ಮನಸ್ಸಿನಲ್ಲಿ ನೆನಪಿನ ಕಾರಂಜಿಗಳಾಗಿ ಚಿಮ್ಮಿದವು!!

000

‘ಪ್ರಫುಲ್ಲ’ ಎಸ್ಟೇಟ್ ವೀರಾಜಪೇಟೆಯಿಂದ ಇಪ್ಪತ್ತು ಕಿಲೋಮೀಟರ್ ದೂರದಲ್ಲಿದ್ದ ಅತಿ ಹಳೆಯ ಕಾಫಿ ಎಸ್ಟೇಟ್. ಕಾಫಿ, ಕಿತ್ತಳೆ, ಏಲಕ್ಕಿ ಮತ್ತು ಮೆಣಸಿಗೆ ಪ್ರಸಿದ್ಧಿಯಾಗಿತ್ತು. ಬ್ರಿಟಿಷರು ಭಾರತದಲ್ಲಿ ತಳವೂರಿದಾಗ ಕೊಡಗು ಜಿಲ್ಲೆಯ ಒಬ್ಬ ಬಿಳಿಯ ಆಡಳಿತಾಧಿಕಾರಿ ನಿರ್ಮಿಸಿದ್ದ ತೋಟ. ಭಾರತಕ್ಕೆ ಸ್ವಾತಂತ್ರ್ಯ ಬಂದನಂತರ ಅವನು ಮತ್ತವನ ಪರಿವಾರ ಇಂಗ್ಲೆಂಡಿಗೆ ವಾಪಸ್ಸಾಗಲೇಬೇಕಾಗಿತ್ತು. ಆ ಸಮಯದಲ್ಲಿ ಅಲ್ಲಿ ವೀರರಾಜ ಒಡೆಯರ ಸೇನಾಧಿಕಾಯಾಗಿದ್ದ ಮುತ್ತಣ್ಣನವರಿಗೆ ವಹಿಸಿ ಅವರು ಕೊಟ್ಟಷ್ಟು ಹಣ ಪಡೆದು ನಿರ್ಗಮಿಸಿದ್ದ.

ಮುತ್ತಣ್ಣನವರ ಇಬ್ಬರು ಗಂಡು ಮಕ್ಕಳಿಗೆ ಅದು ವಂಶಪಾರಂಪರ್ಯವಾಗಿ ಬಂದಿತ್ತು. ಹಿರಿಯ ಮಗ ಚೆಂಗಪ್ಪ ತನ್ನ ಪಾಲಿನ ಎಸ್ಟೇಟನ್ನು ತಮ್ಮನಿಗೆ ಮಾರಿ ಬೆಂಗಳೂರಿನಲ್ಲಿ ನೆಲಸಿದ್ದರು. ಅಲ್ಲಿ ಮೋಜು ಮಸ್ತಿ ಮಾಡುತ್ತಾ, ಸಿನಿಮಾ ನಟಿಯೊಬ್ಬಳ ಹಿಂದೆ ಬಿದ್ದು, ಅವಳ ಆತ್ಮಹತೆಯ ಕೇಸಿನಲ್ಲಿ ಸಿಕ್ಕಿಕೊಂಡು, ಕುದುರೆ ರೇಸಿನ ಹುಚ್ಚು ಹಿಡಿಸಿಕೊಂಡು ಕೊನೆಗೆ ಎಲ್ಲಾ ಕಳೆದುಕೊಂಡು ಕೊನೆಗೊಂದು ದಿನ ಹಾರ್ಟ್‌ಅಟ್ಯಾಕಿನಿಂದ ಗತಿಸಿದ್ದರು.

ಮುತ್ತಣ್ಣನವರ ಕಿರಿಯ ಮಗ ಕಾವೇರಪ್ಪ ಎಸ್ಟೇಟನ್ನು ಅಭಿವೃದ್ಧಿಪಡಿಸಿ ಆ ಸುತ್ತಿನಲ್ಲೇ ಅತಿ ಶ್ರೀಮಂತ ಎಸ್ಟೇಟು ಎನ್ನಿಸುವಂತೆ ಮಾಡಿದ್ದರು. ಅಷ್ಟೇ ಅಲ್ಲದೆ ಕಾಫಿ ಬೋರ್ಡು ಸ್ಥಾಪನೆಯಲ್ಲಿ ಮಹತ್ತರ ಪಾತ್ರ ವಹಿಸಿ ಅದರ ಅಧ್ಯಕ್ಷರಾಗಿ ಇಪ್ಪತ್ತು ವರ್ಷ ಕಾರ್ಯನಿರ್ವಹಿಸಿದ್ದರು.

ಕಾಫಿ ಬೋರ್ಡಿನ ಕೇಂದ್ರ ಬೆಂಗಳೂರಿನಲ್ಲಿದ್ದುದರಿಂದ ಬೆಂಗಳೂರು ಮತ್ತು ವೀರಾಜಪೇಟೆ ನಡುವೆ ಅವರು ಓಡಾಡುವುದು ಅನಿವಾರ್ಯವಾಗಿತ್ತು. ಒಮ್ಮೆ ಪತ್ನಿಯೊಂದಿಗೆ ವೀರಾಜಪೇಟೆಯಿಂದ ಬೆಂಗಳೂರಿಗೆ ಪ್ರಯಾಣಿಸುವಾಗ ಭೀಕರ ಅಪಘಾತವಾಗಿತ್ತು. ಕಾರಿನಲ್ಲಿದ್ದ ಕಾವೇರಪ್ಪ, ಪತ್ನಿ ಭಾಗೀರತಿ ಮತ್ತು ಡ್ರೈವರ್ ಬಷೀರ್ ಸ್ಥಳದಲ್ಲೇ ಮರಣಹೊಂದಿದ್ದರು.

ಆ ಸಮಯದಲ್ಲಿ ಪ್ರಫುಲ್ಲ ಎಸ್ಟೇಟಿನ ಮನೆಯಲ್ಲಿದ್ದವರು ಭಾಗೀರತಿಯವರ ತಂಗಿ ಅನುರಾಧ, ಅವರ ಪತಿ ಗಣಪತಿ ಮತ್ತು ಕಾವೇರಪ್ಪನವರ ಪುಟ್ಟ ಮಕ್ಕಳು ಮಂದಾಕಿನ ಮತ್ತು ಸೂರಜ್. ಆಗಿನ್ನೂ ಮಂದಾಕಿನಿಗೆ ಆರು ವರ್ಷ ಮತ್ತು ಸೂರಜ್‌ಗೆ ನಾಲ್ಕು ವರ್ಷ. ತನ್ನಕ್ಕನ ಸಂಸಾರದ ರಕ್ಷಣೆಗೆ ಅನುರಾಧ ಮತ್ತು ಗಣಪತಿ ನಿಲ್ಲಬೇಕಾದದ್ದು ಅನಿವಾರ್ಯವಾಗಿತ್ತು! ದೊಡ್ಡಪ್ಪನಾಗಿದ್ದ ಚೆಂಗಪ್ಪನವರು ತಮ್ಮನ ಮಕ್ಕಳ ರಕ್ಷಣೆಯ

ಹೊರಲು ಮುಂದೆ ಬಂದಿದ್ದರು! ಆದರೆ ಮುಂದಾಲೋಚನೆಯೋ ಅಥವಾ ದೈವಪ್ರೇರಣೆಯೋ ಎಂಬಂತೆ ಕಾವೇರಪ್ಪನವರ ವಿಲ್ಲು ಕೂಡ ಮಕ್ಕಳನ್ನು ಅನುರಾಧಾರ ವಶಕ್ಕೆ ಕೊಟ್ಟಿತ್ತು. ಇಡೀ ಪ್ರಫುಲ್ಲ ಎಸ್ಟೇಟಿನ ಉಸ್ತುವಾರಿಯಾಗಿ ಅನುರಾಧ ಮತ್ತು ಕಾವೇರಪ್ಪ ನಿರ್ವಹಿಸಬೇಕೆಂಬ ದಾಖಲೆ ಚೆಂಗಪ್ಪನವರ ಎಸ್ಟೇಟು ಮತ್ತು ತಮ್ಮನ ಮಕ್ಕಳ ಮೇಲಿನ ಹಿಡಿತ ತಪ್ಪಿಸಿತ್ತು.

ಗಣಪತಿಯವರಿಗೆ ಕುಶಾಲನಗರದ ಹತ್ತಿರ ವಂಶಪಾರಂಪರ್ಯವಾಗಿ ಬಂದ ಹತ್ತೆಕರೆ ಕಾಫಿ ತೋಟ ಇತ್ತು. ಆದರೆ ಅದು ಪ್ರಫುಲ್ಲ ಎಸ್ಟೇಟಿಗೆ ಹೋಲಿಸಿದರೆ ಏನೇನೂ ಅಲ್ಲ. ಆದರೆ ವಿಶಯ ಅದಾಗಿರಲಿಲ್ಲ. ಅಚಾನಕ್ಕಾಗಿ ಬರಸಿಡಿಲಿನಂತೆ ಎರಗಿದ ಅಕಾಲ ಮೃತ್ಯು ತನ್ನ ಪತ್ನಿಯ ಅಕ್ಕನ ಇಬ್ಬರ ಮಕ್ಕಳನ್ನು ಅನಾಥರನ್ನಾಗಿ ಮಾಡಿದಾಗ ಅವರ ರಕ್ಷಕರಾಗಬೇಕಾಗಿಬಂದಿತ್ತು. ಅನುರಾಧ ಮತ್ತು ಗಣಪತಿ ದಂಪತಿಗಳಿಗೆ ಹಲವಾರು ವರ್ಷ ಮಕ್ಕಳಾಗಿರಲಿಲ್ಲ. ಅನುರಾಧಳಿಗೆ ಗರ್ಭಕೋಶದ ತೊಂದರೆಯಿದ್ದು. ಮಕ್ಕಳಾಗುವ ಸಾಧ್ಯತೆ ಇಲ್ಲವೆಂದು ಗೊತ್ತಾಗಿತ್ತು. ಇಂತಾ ಸಮಯದಲ್ಲೇ ಸೂರಜ್ ಮತ್ತು ಮಂದಾಕಿನಿ ಅನಾಥರಾಗಿದ್ದು, ಅವರು ದೇವರೇ ಕೊಟ್ಟ ಮಕ್ಕಳು ಎಂದು ತಿಳಿದಿದ್ದರು. ಇದರ ಜೊತೆಗೆ ಪ್ರಫುಲ್ಲ ಎಸ್ಟೇಟನ್ನು ಇತರರಿಂದ ರಕ್ಷಿಸಿ ಸೂರಜ್ ದೊಡ್ಡವನಾಗುವವರೆಗೂ ಉಳಿಸಿಕ್ಕೊಳ್ಳಬೇಕಾಗಿತ್ತು. ಸೂರಜ್ ಮತ್ತು ಮಂದಾಕಿನಿಯನ್ನು ತಮ್ಮ ಮಕ್ಕಳಂತೆ ಪ್ರೀತಿ ಎರೆದು ಬೆಳೆಸಿದ್ದರು ಅನುರಾಧ. ಬಹುತೇಕ ಅಪ್ಪ-ಅಮ್ಮನನ್ನು ಕಳೆದುಕೊಂಡಿರುವ ಭಾವನೆ ಬರದಂತೆ ಇಬ್ಬರು ಮಕ್ಕಳನ್ನೂ ಬೆಳೆಸಿದ್ದರು.

ಮಂದಾಕಿನಿಗೆ ಸೌಂದರ್ಯ ತಾಯಿಯಿಂದ ಬಳುವಳಿಯಾಗಿ ಬಂದಿತ್ತು. ಹುಣ್ಣಿಮೆಯ ಚಂದ್ರನಂತೆ ಶುಭ್ರ ಶ್ವೇತ ತ್ವಚೆ, ಬಾದಾಮಿ ಮುಖ, ನೀಳ ನಾಸಿಕ, ಬಟ್ಟಲು ಕಂಗಳು, ಮಾಟವಾದ ಮೈ, ಸದಾ ಮಂದಹಾಸ ತುಳುಕಿಸುವ ತುಟಿಗಳು ಆಕೆಯನ್ನು ಮತ್ತೆಮತ್ತೆ ತಿರುಗಿ ನೋಡುವಂತೆ ಮಾಡುತ್ತಿದ್ದವು.

ಗ್ರಾಜುಯೇಶನ್ ಮುಗಿಸಿದ್ದ ಮಂದಾಕಿನಿಗೆ ಫ್ಯಾಷನ್ ಡಿಸೈನಿಂಗ್ ಹವ್ಯಾಸವಾಗಿತ್ತು. ಅದಕ್ಕೆ ಬೆಂಗಳೂರಿನಲ್ಲಿ ಅವಕಾಶ ಸಿಕ್ಕಿತ್ತು. ಫ್ಯಾಶನ್ ಡಿಸೈನರ್ ಆಗಿ ಬೆಂಗಳೂರಿನಲ್ಲಿ ಪ್ರತಿಷ್ಠಿತ ಕಂಪೆನಿಯೊಂದರಲ್ಲಿ ಕೆಲಸ ಮಾಡುತೊಡಗಿದ್ದಳು. ನಿಜಕ್ಕೂ ಆಕೆ ಕೆಲಸ ಮಾಡಿ ಗಳಿಸಬೇಕಾದ ಅವಶ್ಯಕತೆಯೇ ಇರಲಿಲ್ಲ. ಆಕೆ ಕೆಲಸ ಮಾಡುತ್ತಿದ್ದ ಕಂಪೆನಿಯ ಆಕರ್ಷಕ ವ್ಯಕ್ತಿತ್ವದ ಮಾರ್ಕೆಟಿಂಗ್ ಎಕ್ಸಿಕ್ಯೂಟೀವ್ ಅನೀಶ್ ಮಂದಾಕಿನಿಯನ್ನು ಪ್ರೀತಿಸಿ, ತನ್ನ ಪ್ರೇಮ ನಿವೇದನೆ ಮಾಡಿದ್ದ. ಅದು ಮಂದಾಕಿನಿಗೆ ಒಪ್ಪಿಗೆಯಾಗಿ ಅದು ಮದುವೆಯ ಹಂತಕ್ಕೆ ಬಂದಿತ್ತು. ಅನೀಶ್‌ಗೆ ತನ್ನದೇ ಆದ ಸಿದ್ಧಪಡಿಸಿದ ಉಡುಪುಗಳ ಕಂಪೆನಿಯನ್ನು ಶುರು ಮಾಡುವ ಯೋಜನೆಯಿತ್ತು. ಮಂದಾಕಿನಿಯನ್ನು ಮದುವೆಯಾಗುವುದರಿಂದ ತನ್ನ ಬಿಸಿನೆಸ್ಸಿಗೆ ಸಹಾಯವಾಗುವುದು ಎಂಬ ಯೋಚನೆಯೂ ಇತ್ತು. ಆಕೆ ಶ್ರೀಮಂತ ಎಸ್ಟೇಟಿನ ಒಬ್ಬಳು ಪಾಲುದಾರಿಣಿ ಎನ್ನುವುದು ಗೊತ್ತಿತ್ತು. ಆ ಕಾರಣಕ್ಕೇ ತನ್ನನ್ನು ಒಪ್ಪಿದನೋ ಎಂಬ ಯೋಚನೆ ಕೆಲವು ಕಾಲ ಮಂದಾಕಿನಿಗಿತ್ತು. ಆ ಅನುಮಾನವನ್ನು ಅನೀಶ್ ಬಗೆಹರಿಸಿದ್ದ. ನಿನ್ನ ಆಸ್ತಿಯಲ್ಲಿ ಒಂದು ಗುಲಗಂಜಿಯೂ ಬೇಡ ಎಂದು ಅನೇಕ ಸಲ ಮಂದಾಕಿನಿಗೆ ಹೇಳಿದ್ದ. ಕೊನೆಗೊಮ್ಮೆ ಮಂದಾಕಿನಿ ಅವನನ್ನು ನಂಬಿದ್ದಳು. ಇಬ್ಬರ ಪ್ರೀತಿ ಈಗ ಮದುವೆಯ ಹಂತಕ್ಕೆ

ಬಂದಿತ್ತು.

ಅನೀಶ್ ಕೂಡ ಮೂಲತಃ ಕೊಡಗಿನವನೇ. ಆದರೆ ಹೆಚ್ಚಿನ ಆಸ್ತಿಪಾಸ್ತಿ ಇರಲಿಲ್ಲ . ಅವನ ತಂದೆ ಮಿಲಿಟರಿಯಲ್ಲಿ ಮೇಜರ್ ಆಗಿ ನಿವೃತ್ತಿ ಹೊಂದಿ ಬೆಂಗಳೂರಿನಲ್ಲಿ ನೆಲೆ ಕಂಡಿದ್ದರು. ಅನೀಶ್ ಬೆಂಗಳೂರಿನಲ್ಲೇ ಗ್ರಾಜುಯೇಶನ್ ಮುಗಿಸಿ ನಂತರ ಎರಡು ವರ್ಷ ಮುಂಬೈನಲ್ಲಿ ಎಂ.ಬಿ.ಎ ಮಾಡಿದ್ದ. ಅನೀಶ್ ತನ್ನ ತಂದೆ-ತಾಯಿಗಳಿಗೆ ಒಬ್ಬನೇ ಪುತ್ರನಾಗಿದ್ದ.

ಎಲ್ಲವೂ ಸುಸಂಗತವಾಗಿ, ಹೂವಿನ ಸರ ಎತ್ತಿದಂತೆ ನಡೆಯುತ್ತಿದ್ದಾಗ ವಿಚಿತ್ರ ಘಟನೆ ಸಂಭವಿಸಿತ್ತು!! ಯಾವ ಸುಳಿವೂ ಸಿಗದಂತೆ ಮಂದಾಕಿನಿ ಕಾಣೆಯಾಗಿದ್ದಳು!

ಆಕೆ ಒಮ್ಮೆಲೇ ಅದೃಷ್ಯಳಾಗುವುದಕ್ಕೆ ಯಾವುದೇ ಕಾರಣವನ್ನೂ ತಿಳಿಯಲಾರದೆ ಚಿಕ್ಕಮ್ಮ ಅನುರಾಧ, ಚಿಕ್ಕಪ್ಪ ಗಣಪತಿ ಮತ್ತು ಸೂರಜ್ ಕಂಗಾಲಾಗಿದ್ದರು.

ಐನ್‌ಮನೆಯಾಚೆ ರಚ್ಚೆ ಹಿಡಿದ ಮಗುವಿನಂತೆ ಮಳೆ! ಆಗಾಗ್ಗೆ ಬಿರುಗಾಳಿ! ಹೆಪ್ಪುಗಟ್ಟಿಸುವ ಚಳಿ! ಐನ್‌ಮನೆಯಲ್ಲಿದ್ದವರು ಚಳಿಗೆ ನಡುಗಿರಲಿಲ್ಲ! ಮಂದಾಕಿನಿ ಕಾಣೆಯಾಗಿರುವುದಕ್ಕೆ, ಅಪಾಯಕ್ಕೆ ಸಿಕ್ಕಿರಬಹುದು ಎನ್ನುವ ಯೋಚನೆಯಿಂದ ನಡುಗುತ್ತಿದ್ದರು!

ಮಂದಾಕಿನಿಯನ್ನು ಮಳೆಯಲ್ಲೇ ಹುಡುಕಲು ಹೋಗಿ ಸೋತಿದ್ದರು. ಮಳೆಯ ಆರ್ಭಟದ ಮುಂದೆ ಅವರ ಶೋಧನೆ ರೋಧನವಾಗಿತ್ತು!

ರಾತ್ರಿಯ ಗಳಿಗೆಗಳು ಜಾರುತ್ತಿದ್ದವು. ಅನುರಾಧ, ಗಣಪತಿ ಮತ್ತು ಸೂರಜ್ ದಿಕ್ಕು ತೋಚದೆ ಕೂತಿದ್ದರು. ಅವರ ಮುಂದಿದ್ದ ಪ್ರಶ್ನೆಗಳು: ಮಂದಾಕಿನಿ ಎಲ್ಲಿಗೆ ಹೋಗಿರಬಹುದು? ಎರಡನೆಯದು ಗುಂಡಿನ ಶಬ್ದ ಏನು? ನಾಳೆ ಬರುವ ಮದುವೆ ದಿಬ್ಬಣಕ್ಕೆ ಏನು ಹೇಳುವುದು? ಹೇಗೆ ಹೇಳುವುದು? ನಡೆದದ್ದನ್ನು ನಡೆದಂತೆ ತಿಳಿಸಿಬಿಡುವುದೇ? ಏನೆಂದು ತಿಳಿಸುವುದು? ಮಂದಾಕಿನಿ ಅಷ್ಟರೊಳಗೆ ಬಂದರೆ?

ಯೋಚನೆಗಳು ಒಂದರ ನಂತರ ಮತ್ತೊಂದು, ಒಮ್ಮೊಮ್ಮೆ ಎರಡು ಯೋಚನೆಗಳೂ ಒಟ್ಟೊಟ್ಟಿಗೆ ಬಂದು ಮೂವರನ್ನೂ ಹಣ್ಣು ಮಾಡಿದ್ದವು.

ಯಾವುದೂ ಸ್ಪಷ್ಟತೆಯಿಲ್ಲದೆ ಅಡಿಗೆಯವರು ಮಲಗಿಬಿಟ್ಟಿದ್ದರು. ಕೇಟರಿಂಗ್ ಕಂಟ್ರ್ಯಾಕ್ಟರ್ ದೇವರಾಜು ಬರಬೇಕಾಗಿದ್ದವ ಬಂದಿರಲಿಲ್ಲ. ಅಡಿಗೆಯವರಿಗೆ ನಿರ್ದೇಶನ ಕೊಡುವವರೂ ಇರಲಿಲ್ಲ. ಬಂದಿದ್ದ ನೆಂಟರು, ಎಸ್ಟೇಟಿನ ಕೆಲಸದಾಳುಗಳು-ಎಲ್ಲರೂ ದಿಕ್ಕು ಕಾಣದೆ ತಮ್ಮಲ್ಲೇ ಮೆಲುದನಿಯಲ್ಲಿ ಮಾತಾಡಿಕೊಂಡು ಮಲಗಿದ್ದರು.

ಐನ್‌ಮನೆಯಲ್ಲಿ ಎದ್ದಿದ್ದವರು ಮೂವರು ಮಾತ್ರ-ಅನುರಾಧ, ಗಣಪತಿ ಮತ್ತು ಸೂರಜ್!

ಐನ್‌ಮನೆಯ ಮುಂಬಾಗಿಲನ್ನು ಮುಚ್ಚಲೇಬೇಕಾಗಿತ್ತು. ಮಳೆ ಮತ್ತು ಚಳಿಗಾಳಿ ಅಂತ ಆತಂಕ ಸೃಷ್ಟಿ ಮಾಡಿತ್ತು. ಮಳೆ ಮತ್ತು ಗಾಳಿಯ ಶಬ್ದದ ನಡುವೆ ಇದ್ದಕ್ಕಿದ್ದಂತೆ ಐನ್‌ಮನೆಯ ಮುಂಬಾಗಿಲನ್ನು ಯಾರೋ ತಟ್ಟತೊಡಗಿದ್ದರು!

ಸೂರಜ್ ಧಿಗ್ಗನೆದ್ದ!

ಅಕ್ಕ ಮಂದಾಕಿನಿ ಬಂದಳೆ?

"ಮಂದಾ ಬಂದಳೆ.." ಅನುರಾಧ ಆತುರದಿಂದ ಕೇಳುತ್ತಾ ಬಾಗಿಲ ಬಳಿ ಧಾವಿಸಿದರು. ಮಂದಾಕಿನಿಗೆ ಏನಾದರೂ ಅಹಿತಕರವಾದದ್ದು ನಡೆದಿರಬಹುದು ಎಂದು ಗಣಪತಿಯ ಮನಸ್ಸು ಚಿತ್ರಿಸುತ್ತಿತ್ತು. ಒಂದು ಕ್ಷಣ ಸಿಡಿಲು ಬಡಿದಂತೆ ಸೆಟೆದು ಕೂತರು!

ಸೂರಜ್ ಎದೆ ಢವಗುಟ್ಟುತ್ತಿತ್ತು. ಅತುರಾತುರದಿಂದ ಒಳಬಾಗಿಲ ಹೊಸಲು ಎಡವಿದರೂ ಅದನ್ನು ಲೆಕ್ಕಿಸದೆ ಈಚೆ ಬಂದು ಬಾಗಿಲನ್ನು ತೆರೆಯಲು ಧಾವಿಸಿದ.

"ಬಾಗಿಲು ತೆಗೀರಿ..ಅಯ್ಯೋ ನಿಮ್ಮ ದಮ್ಮಯ್ಯ ಬಾಗಿಲು ತೆಗೀರಿ.."

ಹೆಂಗಸಿನ ದನಿಯೊಂದು ಬೇಡುತ್ತಿತ್ತು. ಅದು ಮಂದಾಕಿನಿಯ ದನಿಯೆ? ಆ ದನಿ ಮಳೆಯ ಶಬ್ದದೊಡನೆ ಸೇರಿದ್ದರಿಂದ ಅದು ಮಂದಾಕಿನಿಯದೇ ಎಂದು ನಿಖರವಾಗಿ ಗುರುತಿಸಲಾಗಲಿಲ್ಲ. ಆದರೂ ಅದು ಮಂದಾಕಿನಿ ಎಂದು ಸೂರಜ್ ಮನಸ್ಸು ಹೇಳುತ್ತಿತ್ತು. ಢವಗುಟ್ಟುವ ಎದೆ ಬಡಿತದೊಂದಿಗೆ, ಜೀವಬಾಯಿಗೆ ಬಂದಂತಿದ್ದ ಸೂರಜ್ ಬಾಗಿಲು ತೆರೆದ!

***

2

ಅಧ್ಯಾಯ:

ಬಂದಿರುವುದು ಮಂದಾಕಿನಿ ಎಂದು ಡವಗುಟ್ಟುವ ಎದೆಬಡಿತದೊಂದಿಗೆ ಓಡಿ ಬಂದು ಬಾಗಿಲು ತೆರೆದವನಿಗೆ ಎದುರಿಗೆ ಕಂಡಿದ್ದು ಕೇಟರಿಂಗ್ ಕಂಟ್ರ್ಯಾಕ್ಟರ್ ದೇವರಾಜ್! ಜೊತೆಗೊಂದು ಹೆಂಗಸು!

ಸೂರಜ್ ಉತ್ಸಾಹ ಜರ್ರನೆ ಇಳಿದುಹೋಯಿತು! ಮರುಕ್ಷಣ ಕೋಪದಿಂದ ಉರಿದ! ಮರುಕ್ಷಣ ಸಾವರಿಸಿಕೊಂಡ. ಕೂಗಿದ್ದು ಈ ಹೆಂಗಸೆ? ಯಾರೀಕೆ? ಈ ಅಪರಾತ್ರಿಯಲ್ಲಿ, ಇಂತಾ ಮಳೆಯಲ್ಲಿ ಬಂದ ಹೆಂಗಸು ಯಾರು?

"ಯಾಕೆ ಹಾಗೆ ಕೂಗಿದ್ದು?" ಸೂರಜ್ ಕೋಪ ಹತ್ತಿಕ್ಕಿಕ್ಕೊಳ್ಳುತ್ತಾ ಕೇಳಿದ.

"ಈ ರಣ ಮಳೇಲಿ ನಾನು ಕೂಗಿದ್ರೆ ಅನುಮಾನಪಟ್ಟು ಬಾಗಿಲು ತೆಗೀತಿರಲ್ಲಿಲ್ಲ! ಅದಕ್ಕೇ ಈಕೆಗೆ ಕೂಗೋಕೆ ಹೇಳಿದೆ"

"ಇದೇನು ತಮಾಷೆ ನಿಂದು? ಇಷ್ಟೊತ್ನಲ್ಲಿ ಬಂದು ಹೀಗಾ ಕೂಗೋದು?" ಸೂರಜ್ ಕೋಪದಿಂದ ಗುಡುಗಿದ.

"ಅಯ್ಯೋ ಸ್ವಾಮಿ ನನ್ನ ಕತೆ ನೋಡಿ" ಕಟಕಟನೆ ಸೀನುಗಳ ನಡುವೆ ಹೇಳಿದ ದೇವರಾಜ, ಮಳೆಯಲ್ಲಿ ತೋಯ್ದು ತೊಪ್ಪೆಯಾಗಿದ್ದ. ಕೈಯಲ್ಲಿ ಅವನಷ್ಟೇ ತೋಯ್ದು ನೀರು ಸುರಿಯುತ್ತಿದ್ದ ಮುದುಡಿದ ಛತ್ರಿಯಿತ್ತು. ನಡುವಯಸ್ಸಿನ ಆ ಹೆಂಗಸು ಕೂಡ ಮಳೆಯಲ್ಲಿ ನೆನೆದಿದ್ದಳು.

"ಏಳು ಗಂಟೆಗೇ ಬರ್ತಿನೀಂದಿದ್ದವ ಈಗ ಬರ್ತಿದ್ದೀಯ?" ಸೂರಜ್ ಆಕ್ಷೇಪಿಸಿದ.

"ನಿಮಗೆ ಮೊದ್ಲೇ ಹೇಳಿದ್ದೆ. ವೀರರಾಜಪೇಟೇಲಿ ಒಂದು ಕೇಟರಿಂಗ್ ಇದೇಂತ. ಅದು ಮುಗಿಸಿ ಕಾರಲ್ಲಿ ಬಂದರೆ ಈ ಪಾಟಿ ಮಳೆ"

"ಮತ್ತೆ ಕಾರೆಲ್ಲಿ? ಈ ಹೆಂಗಸು ಯಾರು?"

ಸೂರಜ್ ಆಕೆಯತ್ತ ನೋಡಿದ. ಸುಮಾರು ಮೂವತ್ತೈದು ವರ್ಷ ವಯಸ್ಸಿನ ಆಕೆ ಬಹುಶಃ ಅಡಿಗೆ ಕೆಲಸದ ಸಹಾಯಕಿ ಇರಬಹುದು ಎನ್ನಿಸಿತು.

"ಅರ್ಧ ಮೈಲಿ ದೂರದಲ್ಲಿ ಮರ ಬಿದ್ದಿದೆ ಮಾರಾಯ್ರೆ. ನಾನೊಬ್ಬನೇ ಅದನ್ನ ಹೇಗೆ ಪಕ್ಕಕ್ಕೆ ಸರಿಸಲಿ? ಯಾವುದಕ್ಕೂ ಇರಲೀಂತ ಛತ್ರಿ ತಂದಿದ್ದೆ. ಈ ರಾಕ್ಷಸ ಮಳೆಗೆ ಅದೆಲ್ಲಿ ತಡೆಯುತ್ತೆ..? ಈಕೇನ ಪಾತ್ರೆ ತೊಳೆಯೋಕೇಂತ ಕರ್ಕೊಂಡು ಬಂದೆ! ಪಾಪ ಇವಳೂ ಈ ಮಳೇಲಿ ಸಿಕ್ಕೊಂಡು ಪಡಬಾರದ ಪಾಡುಪಟ್ಟಳು"

ಛತ್ರಿ ಬಾಗಿಲಾಚೆ ಬಿಟ್ಟು ಇಬ್ಬರೂ ಒಳಗೆ ಬಂದರು.

"ಎಲ್ಲಾ ಸರಿಯಾಗಿ ಕೆಲ್ಸ ಮಾಡ್ತಿದ್ದಾರೆ ತಾನೆ ನನ್ನ ಜನ?"

"ನೀವೇ ಹೋಗಿ ಕೇಳಿ.."

"ಯಾಕೆ ಏನಾದ್ರೂ ತೊಂದರೆ ಮಾಡಿದರೆ?"

"ಮಂದಾ..?"

ಒಳಗಿಂದ ಸೂರಜ್ ಹಿಂದೆ ಬಂದ ಅನುರಾಧ ಕೇಳಿದರು.

"ಮಂದಕ್ಕ ಅಲ್ಲ..ಇವರೇ ಬಂದಿದ್ದು" ಸೂರಜ್ ಬೇಸರದಿಂದ ಹೇಳಿದ.

"ಮದುವೆ ಹೆಣ್ಣು..ಇನ್ನೂ ಬಂದಿಲ್ವೆ?" ದೇವರಾಜುಗೆ ಈ ವಿಶಯ ಏಕೆ ಬೇಕು ಎನಿಸಿತು ಸೂರಜನಿಗೆ. ದೇವರಾಜು ಮಾತಿಗೆ ಏನು ಹೇಳಬೇಕೆನ್ನುವುದು ತೋಚದೆ ಸೂರಜ್ ಚಿಕ್ಕಮ್ಮನ ಮುಖ ನೋಡಿದ.

"ನಾವೀಗಾಗಲೇ ತುಂಬಾ ತೊಂದರೇಲಿದ್ದೀವಿ. ದಯವಿಟ್ಟು ಏನೂ ಕೇಳ್ಬೇಡಿ.."

ಅನುರಾಧ ಕಣ್ಣಲ್ಲಿ ನೀರು ಕಂಡು ದೇವರಾಜು ಪೆಚ್ಚಾದ.

"ಸಾರಿ ಅಮ್ಮ. ಕೇಳಬಾರದಿತ್ತೇನೋ..? ಕ್ಷಮಿಸಿ. ನೀನು ಬಾ" ಎಂದವನೇ ಕತ್ತು ತಗ್ಗಿಸಿ ಸೀದಾ ಐನ್ಮನೆಯ ಅಡಿಗೆ ಕೋಣೆಯತ್ತ ನಡೆದ. ಆ ಹೆಂಗಸು ಅವನ ಹಿಂದೆ ನಡೆದಳು.

"ಈಗೇನ್ಮಾಡೋದು..?" ಸೂರಜ್ ಗದ್ಗದಿಸಿದ. ಧ್ವನಿ ಕಂಪಿಸುತ್ತಿತ್ತು.

"ದೇವರ ಮೇಲೆ ಭಾರ ಹಾಕೋದುಬಿಟ್ಟು ಬೇರೆ ಏನಿದೆ? ಅವನು ಏನು ದಾರಿ ತೋರಿಸ್ತಾನೋ ಗೊತ್ತಿಲ್ಲ..ಬೆಳಗಿನವರೆಗೆ ನೋಡೋಣ. ನೀನು ಹೋಗಿ ಮಲಗು. ಒಂದೆರಡು ಗಂಟೆ ನಿದ್ರೆ ಮಾಡಿದ್ರೆ ಬೆಳಿಗ್ಗೆ ಏನು ಮಾಡ್ಬೇಕೋ ನೋಡೋಣ. ಈಗ ಮಳೆ ಬಿಡೋವರೆಗೂ ಏನೊಂದೂ ಮಾಡೋಕಾಗೊಲ್ಲ.."

"ಹೇಗೆ ಮಲಗೋದು..? ಮಂದಕ್ಕ..?" ಬಿಕ್ಕಳಿಸಿದ ಸೂರಜ್.

ಒಳಗಿಂದ ಎದ್ದು ಬಂದ ಗಣಪತಿ ತಾಯಿ, ಮಗ ಇಬ್ಬರ ಕಣ್ಣಾಲಿಗಳು ತುಂಬಿರುವುದನ್ನು ಕಂಡು ಬಾಯಿ ತುದಿಗೆ ಬಂದಿದ್ದ ಮಾತು ಆಚೆ ಹೊರಡಲಿಲ್ಲ! ಸಾವರಿಸಿಕೊಂಡು ಸೂರಜ್ ಬಳಿ ನಡೆದು ಅವನ ಬೆನ್ನು ಸವರಿದರು.

"ಚಿಕ್ಕಂದಿನಲ್ಲೇ ಅಪ್ಪ, ಅಮ್ಮನ್ನ ಕಳ್ಕೊಂಡೊ! ಪುಣ್ಯಕ್ಕೆ ಅವರ ಸ್ಥಾನ ನೀವು ತುಂಬಿದಿರಿ! ಈಗ ಮಂದಕ್ಕನೂ ಇಲ್ಲವಾದರೆ ಅವಳ ಸ್ಥಾನ ಯಾರು ತುಂಬ್ತಾರೆ..?" ಸೂರಜ್ ಮಾತಿಗೆ ಅನುರಾಧ ಕಣ್ಣಿಗೆ ಸೆರಗು ಹಚ್ಚಿ ಉಕ್ಕಿಬರುತ್ತಿದ್ದ ದುಃಖವನ್ನು ತಡೆಯಲಾಗದೆ ಮಂದಾಕಿನಿ ಇದ್ದ ರೂಮಿನತ್ತ ವೇಗವಾಗಿ ಹೋದರು. ಹೆಂಡತಿಯನ್ನು ಸಮಾಧಾನಪಡಿಸಲು ಗಣಪತಿ ಹಿಂದೆಯೇ ಹೋದರು.

'ನಾಳೆ ಬೆಳಿಗ್ಗೆ ಮದುವೇಗೇಂತ ಎಲ್ಲರೂ ಬರುತ್ತಾರೆ. ಗಂಡಿನ ಕಡೆಯವರಿಗೆ ಏನು ಹೇಳೋದು? ಮಂದಕ್ಕನನ್ನು ಎಲ್ಲಿ ಹುಡುಕೋದು?' ಪ್ರಶ್ನೆಗಳು ಸೂರಜ್ ಮುಂದೆ ಭೂತನರ್ತನ ಮಾಡುತ್ತಿದ್ದವು!

000

ಕುರ್ಚಿಯಲ್ಲಿ ಕುಳಿತೇ ಅರೆಬರೆ ನಿದ್ರೆಯಲ್ಲಿದ್ದ ಗಣಪತಿಯನ್ನು ಐನ್‌ಮನೆಯ ಹಿರಿಯರೊಬ್ಬರು ಎಬ್ಬಿಸಿದರು ಹೇಳಿದರು.

"ಕಾಲ ಯಾವುದಕ್ಕೂ ಕಾಯೊಲ್ಲ, ಯಾರಿಗೂ ಕಾಯೊಲ್ಲ. ಯಾವಾಗ ಏನೇನು ಆಗಬೇಕೋ ಅದೆಲ್ಲಾ ಆಗುತ್ತೆ. ಹಾಗಂತ ನಾವು ಮನುಷ್ಯ ಪ್ರಯತ್ನ ಕೈಬಿಡೋಕಾಗೊಲ್ಲ. ಮಳೆ ಅಬ್ಬರ ಕಮ್ಮಿಯಾಗಿದೆ. ಮತ್ತೊಂದು ಸುತ್ತು ಹುಡುಕಿ. ದೇವರ ಮೇಲೆ ಭಾರ ಹಾಕೋಣ"

"ಹೌದು ಚಿಕ್ಕಪ್ಪ. ನೆನ್ನೆ ರಾತ್ರಿ ಹೋಗಿದ್ದವರು ಮತ್ತೆ ಜೊತೆಗೆ ದೇವರಾಜ್ ಕೂಡ ಹೊರಟಿದ್ದಾರೆ. ಪುಣ್ಯಕ್ಕೆ ಮಳೆ ಕೂಡ ಕಮ್ಮಿಯಗಿದೆ"

ಸೂರಜ್ ಕೂಡ ದನಿಗೂಡಿಸಿದ.

"ಸರಿ, ನಡೀರಿ.." ಗಣಪತಿ ಎದ್ದು ನಿಂತರು.

"ಲೇ..ಬೇಗ ತನ್ರೋ ಟೀನ.." ದೇವರಾಜ್ ತನ್ನ ಸಿಬ್ಬಂದಿಗೆ ಹೇಳಿದರು. ದೊಡ್ಡ ಕೆಟಲಿನಲ್ಲಿ ಟೀ ಜೊತೆಗೆ ಬಿಸ್ಕೆಟ್ ಪೆಟ್ಟಣಗಳು ಬಂದುವು.

ಬಹುತೇಕರು ರಾತ್ರಿ ಊಟ ಮಾಡಿರಲಿಲ್ಲ. ಬಿಸ್ಕೆಟ್ ಮತ್ತು ಟೀ ಆ ವಾತಾವರಣಕ್ಕೆ ಆಪ್ಯಾಯಮಾನವಾಗಿತ್ತು. ಕೆಲವರು ಎರಡನೆಯ ಸಲ ಟೀ ಕುಡಿದರು.

ರಣಚಂಡಿಯಂತಿದ್ದ ಮಳೆ ಈಗ ಶಾಂತವಾಗಿ ಸಣ್ಣಗೆ ಹೂವಿನಂತೆ ಉದುರುತ್ತಿತ್ತು. ಸುತ್ತಲಿನ ಕಾಡಿನ ಮರಗಿಡ, ನೆಲ ನೆನೆದಿದ್ದು ಉಷ್ಣಾಂಶ ಜರ್‍ರನೆ ಇಳಿದಿತ್ತು. ಈಚೆ ಬಂದವರನ್ನು ಚಳಿ ನಡುಗಿಸಿತು.

"ಹುಷಾರು ಸೂರಜ್..ಎಂತಾ ಸುದ್ದಿಯಾದರೂ ತಕ್ಷಣ ಹೇಳಿ.."

ಅನುರಾಧ ಐನ್ಮನೆಯ ಜಗುಲಿಯ ಮೇಲೆ ನಿಂತಿದ್ದರು. ಅವರ ಮಾತಿನಲ್ಲಿ ಮಂದಾಕಿನಿ ಸಿಗುವ ಬಗೆಗೆ ಭರವಸೆ ಕಮ್ಮಿಯಾದಂತಿತ್ತು!

ಹಿಂದಿನ ರಾತ್ರಿಯಂತೇ ಜನರು ಎರಡು ತಂಡಗಳಾಗಿ ಹೊರಟಿದ್ದರು. ಆದರೆ ಕಾರ್ಯವ್ಯಾಪ್ತಿ ಬದಲಿಸಿಕೊಂಡಿದ್ದರು. ಐನ್‌ಮನೆಯ ಹಿಂದೆ ಹುಡುಕಿದವರು ಈಗ ಮುಂದೆ, ಮತ್ತು ಮುಂದೆ ಹುಡುಕಿದವರು ಹಿಂದೆ ಹುಡುಕುವ ವ್ಯವಸ್ಥೆಯೊಂದಿಗೆ ಹೊರಟರು.

ಚುಮುಚುಮು ಬೆಳಕು ಆಗಷ್ಟೇ ಮೂಡುತ್ತಿತ್ತು. ಮೋಡಗಳು ಕರಗಿದ್ದರಿಂದ ಮಳೆ ನಿಲ್ಲುವ ಭರವಸೆ ಕಾಣುತ್ತಿತ್ತು.

ಎಲ್ಲರ ಕೈಯಲ್ಲಿ ದೊಡ್ಡ ದೊಣ್ಣೆಗಳಿದ್ದವು. ಇಬ್ಬರ ಕೈಯಲ್ಲಿ ರೈಫಲ್ ಕೂಡ ಇದ್ದುವು. ರೈಫಲ್ ಇದ್ದ ಒಬ್ಬರು ಒಂದೊಂದು ತಂಡದಲ್ಲಿದ್ದರು. ಕಾಡಿನಲ್ಲಿ ಹುಲಿ, ಆನೆಗಳು, ಕಾಡೆಮ್ಮೆಗಳು ಇದ್ದುದು ಎಲ್ಲರ ಅರಿವಿನಲ್ಲೂ ಇತ್ತು. ಅದಕ್ಕೆ ಮುಂಜಾಗ್ರತೆಯಾಗಿ ಎಲ್ಲ ಸಿದ್ಧತೆ ಮಾಡಿಕೊಂಡಿದ್ದರು.

ಐನ್ ಮನೆಯ ಮುಂದಿನ ಕಾಡಿನಲ್ಲಿ ಹುಡುಕ ಹೊರಟವರಿಗೆ ದಾರಿಯಲ್ಲಿ ಬಿದ್ದಿದ್ದ ಮರ ಮತ್ತು ಅದರ ಹಿಂದೆ ನಿಲ್ಲಿಸಿದ್ದ ದೇವರಾಜನ ಅಂಬಾಸಿಡರ್ ಕಾರು ಕಾಣಿಸಿತು. ಬೇರು ಕಳಚಿ ದಾರಿಗಡ್ಡವಾಗಿ ನಿಂತಿದ್ದ ಮರವನ್ನು ಸಾಹಸಪಟ್ಟು ಪಕ್ಕಕ್ಕೆ ಸರಿಸಲು ಪ್ರಯತ್ನಿಸಿದರು. ಮರ ಭಾರಿಯಾಗಿದ್ದು, ಕಾರು ಹೊಗುವಷ್ಟು ಮಾತ್ರ ದಾರಿ ಮಾಡಲು ಸಾಧ್ಯವಾಯಿತು.

"ಕಾರಿನಲ್ಲಿ ಒಂದಿಷ್ಟು ಜನ ಹೋಗೋಣ..ಉಳಿದವರು ಪಕ್ಕದಲ್ಲಿ ಹುಡುಕಲಿ" ಎಂದ ದೇವರಾಜ್. ಅಡಿಗೆಯ ಕೆಲಸದವರು ಮದುವೆಯ ಹೆಣ್ಣು ಕಾಣೆಯಾಗಿರುವ ಬಗೆಗೆ ಅವನಿಗೆ ತಿಳಿಸಿದ್ದರು. ವಿಶಯ ಗೊತ್ತಾಗುತ್ತಲೇ ಅವನು ಗಣಪತಿ ಮತ್ತು ಸೂರಜ್ ಕಂಡು ಸಾಂತ್ವನ ಹೇಳಿದ್ದ. ಈಗ ಹುಡುಕಾಟದ ಬಗೆಗೂ ಅವನು ಮುಂದಾಳಿನಂತೆ ನಿಂತಿದ್ದ.

ಸೂರಜ್ ಕಣ್ಣುಗಳು ಉರಿಯುತ್ತಿದ್ದವು. ರಾತ್ರಿ ನಿದ್ರೆಯಿಲ್ಲದುದು ಒಂದಾದರೆ, ಅಕ್ಕ ಕಾಣೆಯಾಗಿರುವ ಉದ್ವೇಗವೂ ಸೇರಿತ್ತು. ಹಿಂದಿನ ರಾತ್ರಿ ಬಿರುಮಳೆ, ಗಾಳಿಯಲ್ಲಿ ಹುಡುಕಾಟ ನಡೆಸಿ ಮಳೆಯಲ್ಲಿ ನೆನೆದು ಬರಿಗೈಯಲ್ಲಿ ಹಿಂದೆ ಬಂದಿದ್ದ!

ಮಳೆಯಲ್ಲಿ ನೆನೆದಿದ್ದ ಮರಗಿಡಗಳು, ನೀರು ಹೀರಿದ್ದ ನೆಲ, ಗಿಡ ಮರಗಳಲ್ಲಿ ಅರಳಿ ಮಳೆಯ ರಭಸಕ್ಕೆ ನೆಲಕ್ಕೆ ಉದುರಿದ್ದ ಹೂ, ಮೊಗ್ಗುಗಳೆಲ್ಲಾ ಸೇರಿ ವಿಶಿಷ್ಟ ಕಂಪು ಒಸರುತ್ತಿತ್ತು.

ಸೂರಜ್ ತಂಡದಲ್ಲಿದ್ದ ದೇವರಾಜು ಹುಡುಕಾಟದಲ್ಲಿ ಹೆಚ್ಚು ಮುತುವರ್ಜಿವಹಿಸಿದ್ದ. ಜೊತೆಯಲ್ಲಿದ್ದವರನ್ನು ಹುರಿದುಂಬಿಸುತ್ತಿದ್ದ. ಯಾವ ಅನುಮಾನಕ್ಕೂ ಅಸ್ಪದ ಕೊಡದಂತೆ ಎಲ್ಲ ಕಡೆಯೂ ಹುಡುಕುತ್ತಿದ್ದ. ಅದರಲ್ಲಿಯೂ ಪೊದೆಗಳಂತಿರುವ ಕಡೆ ಕೈಯಲ್ಲಿರುವ ದೊಣ್ಣೆಯೊಂದ ಸರಿಸಿ ನೋಡಲು ಹೇಳುತ್ತಿದ್ದ.

ಅರ್ಧ ಗಂಟೆಯ ಹುಡುಕಾಟದಲ್ಲೇ ಎಲ್ಲರ ಉತ್ಸಾಹ ಬತ್ತತೊಡಗಿತ್ತು. ಹಿಂದಿನ ರಾತ್ರಿಯೂ ಇದೇ ಕೆಲಸ ಮಾಡಿದ್ದರಿಂದ ಹುಡುಕಾಟದಲ್ಲಿ ಆಸಕ್ತಿಯಿಲ್ಲದೆ ಯಾಂತ್ರಿಕವಾಗಿ ಕೆಲಸ ಮಾಡುತ್ತಿದ್ದರು. ರಾತ್ರಿ ಸರಿಯಾಗಿ ಊಟ ಸಹ ಮಾಡಿರಲಿಲ್ಲ. ಅಂತಾ ಸ್ಥಿತಿಯಲ್ಲಿ ಅಡಿಗೆಯವರೂ ಬೇರೇನೂ ತೋಚದೆ ಬರಿ ಚಿತ್ರಾನ್ನ ಮಾಡಿದ್ದರು. ಐನ್ ಮನೆಯಲ್ಲಿ ಇಬ್ಬರು ಅಡಿಗೆಯವರು ಮಾತ್ರ ಉಳಿದಿದ್ದರು. ಅವರಿಗೆ ದೇವರಾಜ ಬರುವಾಗ 'ಹೆಚ್ಚಿಗೇನೂ ಮಾಡಬೇಡಿ, ಬರೀ ಉಪ್ಪಿಟ್ಟು ಸಾಕು. ಮದುವೆಗೆ ಜನ ಬರಬಹುದು. ಐವತ್ತು ಜನರಿಗಾಗುವಷ್ಟು ಮಾಡಿ' ಎಂದು ಹೇಳಿ ಬಂದಿದ್ದ.

ಐನ್‌ಮನೆಯ ಹಿಂಭಾಗದ ಕಾಡಿನಲ್ಲಿ ಹುಡುಕಲು ಹೋದ ತಂಡದಲ್ಲಿ ಗಣಪತಿ ಇದ್ದರು. ಆ ತಂಡ ಹುಡುಕಾಟದಲ್ಲಿ ಉತ್ಸಾಹ ಕಳೆದುಕೊಂಡಿತ್ತು. ಹಿಂದಿನ ರಾತ್ರಿ ಗುಂಡಿನ ಶಬ್ದ ಬಂದ ಜಾಡು ಹಿಡಿದು ಹುಡುಕಿದರು. ಯಾವ ಪ್ರಾಣಿಯೂ ಸತ್ತಿರಲಿಲ್ಲ. ಜನರು ಅಲ್ಲಿ ಓಡಾಡಿದ ಗುರುತೂ ಇರಲಿಲ್ಲ. ಆ ಗುಂಡಿನ ರಹಸ್ಯ ಏನಿರಬಹುದೆಂದು ಯಾರಿಗೂ ಗೊತ್ತಾಗಲಿಲ್ಲ!

ಎರಡು ಗಂಟೆಯ ಹುಡುಕಾಟ ಯಾವುದೇ ಫಲವನ್ನೂ ನೀಡಿರಲಿಲ್ಲ. ಸಮಯ ಏಳುಗಂಟೆಯಾಗುತ್ತಿತ್ತು ಮೋಡ ಸ್ವಲ್ಪ ಚೆದುರಿದಂತಾಗಿ ಸೂರ್ಯನ ಬೆಳಕು ಸ್ವಲ್ಪಸ್ವಲ್ಪ ಕಾಣಿಸತೊಡಗಿತು.

"ಇನ್ನು ಮದುವೆಗೇಂತ ಜನ ಬರೋಕೆ ಶುರು ಮಾಡ್ತಾರೆ ಅಷ್ಟರಲ್ಲಿ ಏನಾದ್ರೂ ಒಂದು ನಿರ್ಧಾರಕ್ಕೆ ಬರಬೇಕು"

ಗಣಪತಿ ತಂಡದಲ್ಲಿದ್ದವರಿಗೆ ಹೇಳಿ ಅವರನ್ನು ವಾಪಸ್ಸು ಕರೆದುಕೊಂಡು ಬಂದರು.

ಐನ್‌ಮನೆ ತಲುಪುತ್ತಲೇ ಒಬ್ಬ ಯುವಕನನ್ನು "ಬೈಕಿನಲ್ಲಿ ಹೋಗಿ ಸೂರಜ್ ಮತ್ತು ಜೊತೆಯವರನ್ನು ವಾಪಸ್ಸು ಬಾ" ಎಂದು ಹೇಳಿ ಕಳಿಸಿದರು.

0 0 0

ಐನ್ಮನೆಯ ಒಳಕೋಣೆಯಲ್ಲಿ ಸೂರಜ್, ಗಣಪತಿ, ಅನುರಾಧ ಮತ್ತು ಗಣಪತಿಯವರ ತಂದೆ ಎಂಬತ್ತು ವಯಸ್ಸಿನ ಸೋಮಯ್ಯ ಕುಳಿತಿದ್ದರು. ಮಂದಾಕಿನಿ ಈವರೆಗೂ ಸಿಗದಿರುವ ವಿಶಯ ಅವಲೋಕಿಸುತ್ತಿದ್ದರು. ಈಗಾಗಲೇ ಐನ್ಮನೆಯಲ್ಲಿದ್ದವರಿಗೆ ಮಂದಾಕಿನಿ ಕಾಣೆಯಾಗಿರುವುದರ ಬಗೆಗೆ ತಿಳಿದಿತ್ತು. ಅದು ಬಹಳ ಬೇಗ ಹೊರ ಪ್ರಪಂಚಕ್ಕೆ ಗೊತ್ತಾಗುವುದರಲ್ಲಿತ್ತು. ಅದರ ಬಗೆಗೆ ಅಲ್ಲಿದ್ದ ಉಳಿದವರಿಗೆ ಆತಂಕವಿರಲಿಲ್ಲ. ಆದರೆ ಮದುವೆಗೆಂದು ಬರುವ ಜನರಿಗೆ ಮತ್ತು ಮುಖ್ಯವಾಗಿ ಗಂಡಿನಕಡೆಯವರಿಗೆ ಆದಷ್ಟು ಬೇಗನೆ ಈ ಸುದ್ದಿ ಮುಟ್ಟಬೇಕು. ಅದಕ್ಕೆ ಏನು ಮಾಡಬೇಕು ಎನ್ನುವುದರ ಬಗೆಗೆ ಚಿಂತಿಸುತ್ತಿದ್ದರು. ಒಂದು ಕಡೆ ಮಂದಾಕಿನಿ ಕಾಣೆಯಾಗಿರುವ ಆತಂಕ, ಜೊತೆಗೆ ಮದುವೆ ನಿಲ್ಲಿಸಬೇಕಾದ ವಿಚಿತ್ರ ಸನ್ನಿವೇಶ! ಅದನ್ನು ಹೇಗೆ ಮ್ಯಾನೇಜ್ ಮಾಡುವುದು? ಹತ್ತಾರು ನಿಮಿಷಗಳ ನಂತರ ಸೋಮಯ್ಯ ಗಟ್ಟಿ ನಿರ್ಧಾರಕ್ಕೆ ಬಂದವರಂತೆ ಹೇಳಿದರು:

"ನನ್ನ ತಪ್ಪು ತಿಳಿಯಬೇಡಿ. ಈಗ ನಾವು ಪ್ರ್ಯಾಕ್ಟಿಕಲ್ಲಾಗಿ ಯೋಚನೆ ಮಾಡಬೇಕು. ಮದುವೆ ಹೆಣ್ಣು ಇನ್ನೂ ಸಿಕ್ಕಿಲ್ಲ. ಯಾವಾಗ ಎಲ್ಲಿ ಸಿಗುತ್ತಾಳೋ ಗೊತ್ತಿಲ್ಲ! ಇನ್ನು ಮದುವೆಗೇಂತ ಜನ ಬರೋದಕ್ಕೆ ಶುರು ಮಾಡ್ತಾರೆ. ಆಗ ಅನಿವಾರ್ಯವಾಗಿ ವಿಶಯ ಹೇಳಲೇಬೇಕಾಗುತ್ತೆ. ಮತ್ತೆ ಗಂಡಿನ ಕಡೆಯವರು ಅವರ ಮನೆ ಶಾಸ್ತ್ರ ಮುಗಿಸಿಕೊಂಡು ನಾಲ್ಕು ಗಂಟೆ ಹೊತ್ತಿಗೆ ಬರಬಹುದು. ಆಗ ಆಗೋ ಮುಜುಗರಾನ ತಪ್ಪಿಸಬಹುದು ಅಂತಾ ಯೋಚನೆ ಮಾಡಿ"

ಗಣಪತಿಯವರ ತಂದೆ ಸಿವಿಲ್ ಜಡ್ಜ್ ಆಗಿದ್ದವರು. ಅವರದು ತೂಕದ ಮಾತು ಎನ್ನುವುದು ಕೊಡಗು ಜಿಲ್ಲೆಯಲ್ಲಿ ಪ್ರಸಿದ್ಧಿಯಾಗಿತ್ತು. ಎಂಬತ್ತು ವರ್ಷದ ಹಿರಿಯರೂ, ಎಂತಾ ಪರಿಸ್ಥಿತಿಯಲ್ಲೂ ಸಮಚಿತ್ತ ಕಳೆದುಕ್ಕೊಳ್ಳದ ಸೋಮಯ್ಯ ಹೇಳಿದರು.

ಅನುರಾಧ, ಸೂರಜ್ ಮತ್ತು ಗಣಪತಿ ಪರಸ್ಪರ ಮುಖ ನೋಡಿಕೊಂಡರು. ಹಿರಿಯರ ಮಾತಿಗೆ ಸಮ್ಮತಿ ಎನ್ನುವ ಮುಖಭಾವ ಮೂವರಲ್ಲೂ ವ್ಯಕ್ತವಾಗಿತ್ತು .

"ನೀವೇ ಹೇಳಿ, ಇಂತಾ ಪರಿಸ್ಥಿತೀಲಿ ಬೇರೆ ಇನ್ನೇನು ಮಾಡಬಹುದು?"

"ಏನಾದರೂ ಸುಳ್ಳು ಹೇಳಬಹುದು. ಹುಡುಗಿ ಮೈಯಲ್ಲಿ ಸರಿ ಇರಲಿಲ್ಲ. ಆಸ್ಪತ್ರೆಗೆ ಕಳಿಸಿದ್ದೇವೆ ಅನ್ನಬಹುದು. ಅದನ್ನು ನಂಬಿದಂತೆ ಮಾಡಿದರೂ ಅನುಮಾನಪಡುತ್ತಾರೆ. ಜೊತೆಗೆ ಸುಳ್ಳು ಎಷ್ಟು ದಿನ ಮುಚ್ಚಿಟ್ಟುಕ್ಕೊಳ್ಳೋಕೆ ಆಗುತ್ತೆ ಅದನ್ನು ಮುಚ್ಚಿಕ್ಕೊಳ್ಳೋಕೆ ಮತ್ತೊಂದು ಸುಳ್ಳು ಹೇಳಬೇಕಾಗುತ್ತೆ. ಹೀಗೇ ಸುಳ್ಳಿಗೆ ಸುಳ್ಳು ಕೂಡಿಸುವುದರ ಬದಲು ಇದ್ದ ವಿಶಯ ಹೇಳಿಬಿಡೋದು ಸರಿ ಅಂತ ನನಗನ್ನಿಸುತ್ತೆ"

ಸೋಮಯ್ಯ ಗಂಭೀರವಾಗಿ ಹೇಳಿದರು.

ಅವರ ಮಾತು ಕಟುವಾಗಿತ್ತು, ಆದರೆ ಅದು ಸತ್ಯವಾಗಿತ್ತು! ಸತ್ಯವನ್ನು ಮುಚ್ಚಿಡೋದು ಮತ್ತಷ್ಟು ತೊಂದರೆಗೆ ದಾರಿ ಎನ್ನುವುದು ಎಲ್ಲರ ಅರಿವಿನಲ್ಲೂ ಇತ್ತು!

"ನೀನೇನು ಹೇಳ್ತೀಯ ಸೂರಜ್?" ಚಿಕ್ಕಪ್ಪ ಗಣಪತಿ ಕೇಳಿದರು.

"ಬೇರೆ ದಾರಿ ಇದೆಯೇನು?" ಚಿಕ್ಕಮ್ಮನತ್ತ ನೋಡಿದ ಸೂರಜ್.

"ನನಗೇನು ತೋಚ್ತಾ ಇಲ್ಲ. ಹಿರಿಯರು ಹೇಳಿದ ಹಾಗೆ ಮಾಡಿ" ಅವರು ಮತ್ತೆ ಕಣ್ಣಿಗೆ ಸೆರಗು ಒತ್ತಿಕೊಂಡರು. ಅವರ ಸೆರಗು ಅರ್ಧ ಕಣ್ಣೀರಿನಲ್ಲಿ ನೆನೆದಿತ್ತು.

"ಇಲ್ಲಿ ಸರಿಯಾಗಿ ನೆಟ್‌ವರ್ಕು ಸಿಕ್ತಾ ಇಲ್ಲ. ಇಲ್ಲಿಂದ ಮೈನ್ ರೋಡ್ ಕಡೆಗೆ ಹೋಗ್ತಾ ಅರ್ಧ ದಾರೀಲಿ ನೆಟ್‌ವರ್ಕ್ ಸಿಗುತ್ತೆ. ಮೈನ್ ರೋಡಲ್ಲಿ ತಿರುಗಿ ಈ ಕಡೆ ಬರೋ ದಾರೀಲಿ 'ಅನಿವಾರ್ಯ ಕಾರಣಗಳಿಂದ ಮದುವೆ ಮುಂದೂಡಲಾಗಿದೆ. ಧನ್ಯವಾದಗಳು'-ಅನ್ನೋ ಬೋರ್ಡ್ ಹಾಕಬೇಕು. ಮತ್ತು ಅಲ್ಲಿ ಒಬ್ಬರು ನಿಂತು ಒಳಗೆ ಬರುವವರಿಗೆ ಈ ಸುದ್ದಿ ಹೇಳಲಿ. ಮತ್ತೆ ಗಂಡಿನ ಕಡೆಯವರಿಗೆ ನಾನು ಈಗಲೇ ಹೊರಟು ನೆಟ್‌ವರ್ಕ್ ಸಿಕ್ಕತಕ್ಷಣ ಮೊಬೈಲಿನಲ್ಲಿ ಫೋನು ಮಾಡ್ತೀನಿ..ಇನ್ನು ತಡಮಾಡೋದು ಬೇಡ. ಸೂರಜ್ ಇಲ್ಲಿ ಏನೇನು ಮಾಡಬೇಕೋ ನೀನು ನೋಡ್ಕೋ"

ಎನ್ನುತ್ತಾ ಗಣಪತಿ ಎದ್ದು ನಿಂತರು.

ಯಾರೋ ಬಾಗಿಲ ತಟ್ಟಿದರು. ಗಣಪತಿ ಬಾಗಿಲನ್ನು ತೆರೆದರು. ಆಚೆ ದೇವರಾಜ್ ನಿಂತಿದ್ದ.

"ಏನಾದ್ರೂ ಹೊಸ ಸುದ್ದಿ ಬಂತಾ..?" ದೇವರಾಜ್ ಕೇಳಿದ.

"ಇಲ್ಲ.."

"ಛೆ..ಛೆ ಹೀಗಾಗಬಾರದಿತ್ತು. ಇವಲ್ಲಾ ನಮ್ಮ ಕೈಯ್ಯಲ್ಲಿ ಇಲ್ಲ..ಈಗ ಅಡಿಗೆ ವಿಶಯ ಏನು ಮಾಡಲಿ..?"

"ಅದನ್ನ ಸೂರಜ್ ಹೇಳ್ತಾನೆ. ನನಗೆ ಈಗೆ ಬೇರೆ ಕೆಲಸ ಇದೆ.."

ಗಣಪತಿ ಹೆಚ್ಚು ಮಾತಾಡದೆ ಆಚೆ ಹೋದರು.

0 0 0

ಇದ್ದಕ್ಕಿದ್ದಂತೆ ಮಧ್ಯಾನ್ಹ ಎರಡು ಗಂಟೆ ಸಮಯಕ್ಕೆ ಒಂದರ ಹಿಂದೆ ಒಂದರಂತೆ ಮೂರು ಕಾರುಗಳು ಬಂದು ನಿಂತವು!

ಐನ್ಮನೆಯಲ್ಲಿ ಉಳಿದಿದ್ದ ಹೆಣ್ಣಿನ ಕಡೆಯವರೆಂದರೆ ಚಿಕ್ಕಮ್ಮ ಅನುರಾಧ, ಅವರ ಮಾವ ಸೋಮಯ್ಯ, ಕೆಲ ಅಡಿಗೆಯವರು. ಮತ್ತು ಇಬ್ಬರು ಎಸ್ಟೇಟಿನ ಕೆಲಸದಾಳುಗಳು.

ಗಣಪತಿ, ಸೂರಜ್, ದೇವರಾಜ್ ಮತ್ತು ಅವನ ಸಿಬ್ಬಂದಿಯ ಇಬ್ಬರು ಮತ್ತೊಮ್ಮೆ ಮಂದಾಕಿನಿಯನ್ನು ಹುಡುಕಲು ಹೋಗಿದ್ದರು. ಬಹುತೇಕ ಎಲ್ಲರಿಗೂ ಮದುವೆ ಮುಂದೂಡಲಾಗಿದೆ ಎನ್ನುವ ಸುದ್ದಿಯನ್ನು ಮುಟ್ಟಿಸಲಾಗಿತ್ತು. ಇಷ್ಟು ಮಾಡಿದರೂ ಕೆಲವು ನೆಂಟರು ಬರುತ್ತಿದ್ದರು. ವಿಶಯ ತಿಳಿದುಕ್ಕೊಳ್ಳಲು ಪ್ರಯತ್ನಿಸುತ್ತಿದ್ದರು. ಬಂದವರು ವಿಶಯ ತಿಳಿದು ವಾಪಸ್ಸಾಗುತ್ತಿದ್ದರು. ಮಳೆ ಬಿಡುವು ಕೊಟ್ಟಿತ್ತು. ಅನುರಾಧಗೆ ತಲೆನೋವು ಶುರುವಾಗಿತ್ತು. ಮಗಳು ಕಾಣೆಯಾಗಿರುವ ದುಃಖ, ಆತಂಕ, ಹತಾಶೆಯ ನಡುವೆ ಬಂದವರಿಗೆ

ಪರಿಸ್ಥಿತಿಯನ್ನು ಹೇಳಿ ಅವರ ಸಾಂತ್ವನಕ್ಕೂ, ಕುತೂಹಲದ ಪ್ರಶ್ನೆಗಳಿಗೂ, ಸಲಹೆಗಳಿಗೂ ಕಿವಿಗೊಡಲೇಬೇಕಾಗಿತ್ತು. ಇವೆಲ್ಲ ಸೇರಿ ಅನುರಾಧ ಜರ್ಜರಿತರಾಗಿದ್ದರು.

ಇಂತಾ ಸ್ಥಿತಿಯಲ್ಲಿ ಒಟ್ಟಿಗೇ ಮೂರು ಕಾರು ಬಂದಿದ್ದು ಮತ್ತಷ್ಟು ಆತಂಕಕ್ಕೆ ಕಾರಣವಾಗಿತ್ತು. ಅದರಲ್ಲೇನಾದರೂ ಮಂದಾಕಿನಿ ಬಂದಿರಬಹುದೆ ಎನ್ನುವ ಆಶಾಕಿರಿಣವೂ ಇತ್ತು. ಆ ಕಾರಣಕ್ಕೇ ಅನುರಾಧ ಎದ್ದು ಐನ್‌ಮನೆಯ ಜಗುಲಿಗೆ ಬಂದು ನಿಂತರು.

ಕಾರಿನಿಂದ ಇಳಿದದ್ದು ಗಂಡಿನ ಕಡೆಯವರು. ಗಂಡು ಅನೀಶ್ ಸಹ ಇದ್ದ! ಆದರೆ ಯಾರ ಮುಖದಲ್ಲೂ ಸಂತೋಷವಿರಲಿಲ್ಲ.

ಎಲ್ಲ ಸರಿಯಾಗಿ ನಡೆದಿದ್ದರೆ ಮೂರು ಗಂಟೆಯ ಸಮಯಕ್ಕೆ ತಮ್ಮ ಮನೆಯಲ್ಲಿ ಶಾಸ್ತ್ರ ಮುಗಿಸಿಕೊಂಡು ಗಂಡಿನ ಕಡೆಯವರು ಐನ್‌ಮನೆಗೆ ಬರಬೇಕಿತ್ತು. ಈಗ ಎರಡು ಗಂಟೆಗೇ ಗಂಡಿನ ದಿಬ್ಬಣ ಬಂದಿತ್ತು! ಅದು ಪೂರ್ಣ ಸಂಖ್ಯೆಯಲ್ಲಿ ಅಲ್ಲ. ಮೂರು ಕಾರುಗಳಲ್ಲಿ ಒಟ್ಟು ಹತ್ತು ಜನರಿದ್ದರು. ಏಳು ಜನ ಗಂಡಸರು ಮತ್ತು ಮೂವರು ಮಹಿಳೆಯರು. ಯಾರೂ ಶುಭ ಸಂದರ್ಭಕ್ಕೆ ಸಿದ್ಧರಾಗಿ ಬಂದಿರಲಿಲ್ಲ. ಸಾಧಾರಣ ಉಡುಪಿನಲ್ಲಿ ಬಂದಿದ್ದರು. ಅಂದರೆ ಮದುವೆ ಹೆಣ್ಣು ಕಾಣೆಯಾಗಿರುವುದು ಅವರಿಗೆ ತಿಳಿದಿದೆ ಎನ್ನುವುದು ಅರ್ಥವಾಗಿತ್ತು!

ಅನೀಶ್ ತಂದೆ, ತಾಯಿ, ಅನೀಶ್ ಜೊತೆ ಐನ್ಮನೆಯತ್ತ ಕತ್ತು ತಗ್ಗಿಸಿ ಬರುವಾಗ ಅನುರಾಧರ ಎದೆಬಡಿತ ಹೆಚ್ಚಾಯಿತು. ಇವರಿಗೆ ಏನು ಹೇಳಲಿ? ಹೇಗೆ ಮಾತಾಡಲಿ..? ಪತಿಯಾಗಲೂ, ಮಗನಾಗಲೀ ಇದ್ದರೆ ಅವರೇ ಬಂದವರ ಜೊತೆ ಮುಖಾಮುಖಿಯಾಗುತ್ತಿದ್ದರು. ಈಗ ತಾವು ಇದನ್ನು ಎದುರಿಸಬೇಕಾಗಿದೆ.

ನಗುತ್ತಾ ಆರತಿಯೊಂದಿಗೆ ಸ್ವಾಗತಿಸಬೇಕಾದವರನ್ನು ಈಗ ಹತಾಶೆಯ ಮುಖದೊಂದಿಗೆ ಎದುರುಗೊಳ್ಳಬೇಕಾಗಿದೆ. ಇದೇನು ಜಗತ್ತಿನ ಈ ಪರಿ. ಒಮ್ಮೆ ಸಂತೋಷ, ಮತ್ತೊಮ್ಮೆ ದುಃಖ, ಮಗದೊಮ್ಮೆ ಕೋಪ ಇವೆಲ್ಲಾ ಏಕೆ? ಇವುಗಳಿಂದ ಮನುಷ್ಯನಿಗೆ ಬಿಡುಗಡೆಯೇ ಇಲ್ಲವೆ?

"ವಿಶಯ ಗೊತ್ತಾಯಿತು. ಐಯಾಮ್ ವೆರಿ ಸಾರಿ ಹೀಗಾಗಬಾರದಿತ್ತು!"

ಅನೀಶ್ ತಂದೆಯೇ ಕೈಮುಗಿಯುತ್ತಾ ಹೇಳಿದರು.

ಅದುವರೆಗೂ ಸ್ಥಿತಪ್ರಜ್ಞರಂತಿದ್ದ ಅನುರಾಧಳಲ್ಲಿ ದುಃಖ ಮರುಕಳಿಸಿತು. ಬಿಕ್ಕಿಬಿಕ್ಕಿ ಅಳಲು ಶುರುಮಾಡಿದರು. ಅನೀಶ್ ತಾಯಿ ಮುಂದೆ ಬಂದು ಅನುರಾಧ ಭುಜದ ಮೇಲೆ ಕೈಯಿಟ್ಟು ಹೇಳಿದರು.

"ಸಮಾಧಾನ ಮಾಡ್ಕೊಳ್ಳಿ. ಏನೂ ಆಗಿಲ್ಲ. ಹುಡುಗಿ ಎಲ್ಲೋ ಹೋಗಿರಬಹುದು. ಸ್ವಲ್ಪ ಸಮಯ ಬೇಕಷ್ಟೆ. ನಮಗೇನೂ ಬೇಜಾರಿಲ್ಲ. ಹುಡುಗಿ ಸಿಗಲಿ. ಮುಂದೆ ಎಂದಾದರೂ ಅನುಕೂಲವಾದಾಗ ಮದುವೆ ನಡೀಲಿ"

ಅವರ ಮಾತು ಸಾಂತ್ವನ ತರುವಂತಿದ್ದರೂ ಆ ಮಾತುಗಳು ಸುಳ್ಳು ಎನಿಸಿತು ಅನುರಾಧಾಗೆ. ಓಡಿಹೋದ ಹುಡುಗಿಯನ್ನು ಮತ್ತೆ ಅವರು ಮದುವೆ ಮಾಡಿಕ್ಕೊಳ್ಳುವ ಸಾಧ್ಯತೆಯಿದೆಯೆ? ಇಲ್ಲ, ಯಾರೂ ಇಷ್ಟು ದೊಡ್ಡ ಮನಸ್ಸು ಮಾಡಲಾರರು. ಇವರ ಮಾತು ಸುಮ್ಮನೆ ಒಣ ಉಪಚಾರ! ಅಪ್ಪಟ ಸುಳ್ಳು. ಮಂದಾ ಏಕೆ ಹೀಗೆ ಮಾಡಿದಳು? ಅವಳು

ಹೇಳಿದ್ದೆಲ್ಲಾ ನಡೆಯುತ್ತಿದ್ದ ಮನೆಯಲ್ಲಿ ಏಕೆ ಹೀಗೆ ಮಾಡಿದಳು? ಅಥವಾ ಯಾರಾದರೂ ಕಿಡ್ನಾಪ್ ಮಾಡಿರಬಹುದೆ?

"ಕಂಪ್ಲೈಂಟ್ ಲಾಡ್ಜ್ ಮಾಡಿದ್ದೀರ? ನಾನು ಅನೀಶ್ ಫ್ರೆಂಡ್ ಕರುಂಬಯ್ಯ ಅಂತ, ಎಸ್ಸೈ. ಈ ಏರಿಯಾ ಎಲ್ಲಾ ನನ್ನ ಸುಪರ್ದಿಗೆ ಬರುತ್ತೆ.."

ಅನೀಶ್ ಪಕ್ಕಕ್ಕೆ ಬಂದು ನಿಂತು ಹೇಳಿದ ವ್ಯಕ್ತಿಯನ್ನು ನೋಡಿದರು ಅನುರಾಧ.

ನೋಡುತ್ತಲೇ ಮಿಲಿಟರಿಯವನೋ ಇಲ್ಲಾ ಪೋಲೀಸಿನವನೋ ಎಂದು ಹೇಳಿಬಿಡುವಂತಿತ್ತು. ಗಡಸು ಮುಖ, ಕಂಬಳಿ ಹುಳುವಿನಂತ ಮೀಸೆ, ಸ್ವಲ್ಪ ದಢೂತಿ ದೇಹ, ಮುಂದಲೆಯ ಕೂದಲು ತೆಳುವಾಗಿ ಬೋಳಾಗುವ ಲಕ್ಷಣ ತೋರಿಸುತ್ತಿತ್ತು. ಅವನ ವಯಸ್ಸು ಸುಮಾರು ಮೂವತ್ತರ ಹತ್ತಿರ ಎನ್ನುವುದು ಗೋಚರಿಸುತ್ತಿತ್ತು.

"ಇಲ್ಲ. ಇದು ನೆನ್ನೆ ರಾತ್ರಿ ತಾನೆ ನಡೆದದ್ದು..ಜೊತೆಗೆ ನಮ್ಮೆಜಮಾನರು, ಮಗ ಸೂರಜ್ ಮತ್ತು ಕೆಲವು ಗಂಡಸರು ಹುಡುಕಲು ಹೋಗಿದ್ದಾರೆ. ರಾತ್ರಿ ವಿಪರೀತ ಮಳೆಯಿತ್ತು. ಕಂಪ್ಲೈಟ್ ಬಗೆಗೆ ಏನೂ ಯೋಚಿಸಿಲ್ಲ "

"ಈ ವಿಶಯದಲ್ಲಿ ತಡಮಾಡಬಾರದು. ನೇರವಾಗಿ ಮಾತಾಡೋದು ನನ್ನ ಸ್ವಭಾವ. ಇಲ್ಲಿ ಎರಡೇ ಸಾಧ್ಯತೆಗಳಿವೆ. ಹುಡುಗಿ ತಾನಾಗೇ ಹೋಗಿರಬಹುದು. ಅದರ ಹಿನ್ನೆಲೆ ಸಾಮಾನ್ಯವಾಗಿ ಲೌ ಅಫೇರ್ ಇರುತ್ತೆ. ಇಲ್ಲಾ ಆಕೆಯ ಕಿಡ್ನ್ಯಾಪ್ ಆಗಿರಬಹುದು. ಯಾವನೋ ಕಣ್ಣಿಟ್ಟಿರಬಹುದು. ಯಾವುದೇ ಆಗಿದ್ದರೂ ಅದು ನಿಮ್ಮ ಗಮನಕ್ಕೆ ಬರದೆ ಅಗಿದೆ. ಈಗ ನೀವು ಮೊದಲು ಕಂಪ್ಲೈಟ್ ಮಾಡಿ. ಇಲ್ಲಾಂದ್ರೆ ಮುಂದೆ ನಿಮಗೇ ಕಾಂಪ್ಲಿಕೇಶನ್ ಆಗಬಹುದು. ನೀವು ನಂತರ ಬಂದು ಕಂಪ್ಲೈಂಟ್ ಕೊಟ್ಟರೂ ಆಗುತ್ತೆ ಅನೀಶ್ ನನ್ನ ಫ್ರೆಂಡಾಗಿರೋದ್ರಿಂದ ನಾನೇ ಖುದ್ದು ಇನ್ವೆಸ್ಟಿಗೇಶನ್ ಮಾಡ್ತೀನಿ.."

ಕರುಂಬಯ್ಯ ಮಾತಾಡುತ್ತಿರುವಾಗ ಮಧ್ಯೆ ಎರಡು ಮೂರು ಸಲ ಅನೀಶ್ ಸ್ನೇಹಿತನ ಹೆಗಲಿನ ಮೇಲೆ ಕೈಯಿಟ್ಟು ಸುಮ್ಮನಿರು ಎಂದು ಹೇಳುತ್ತಿರುವುದನ್ನು ಅನುರಾಧಾ ಗಮನಿಸಿದ್ದರು.

"ಇಲ್ಲ ನನ್ನ ಮಗಳು ಅಂತಾವಳಲ್ಲ.."

ಅನುರಾಧ ಮಾತಿನಲ್ಲಿ ಅಸಹನೆಯಿತ್ತು.

"ಎಲ್ಲಾ ತಂದೆ-ತಯಿಗಳಿಗೂ ತಮ್ಮ ಮಗಳು ತಾವು ಹಾಕಿದ ಗೆರೆ ದಾಟೋದಿಲ್ಲ ಅಂದ್ಕೊಂಡಿರ್ತಾರೆ..ಆಮೇಲೇ ಗೊತ್ತಾಗೋದು.."

"ದಯವಿಟ್ಟು ಏನೇನೋ ಮಾತಾಡಬೇಡಿ..ನಮ್ಮ ಮಂದಾ ಬಗ್ಗೆ ನಿಮಗೆ ಏನೂ ಗೊತ್ತಿಲ್ಲ..."

ಇಷ್ಟೊತ್ತಿಗೆ ಐನ್‌ಮನೆಯೊಳಗಿದ್ದ ಕೆಲವರು ಈಚೆ ಬಂದಿದ್ದರು. ಗಣಪತಿ ತಂದೆ ಸೋಮಯ್ಯ ಕೂಡ ಹೊರಗೆ ಬಂದಿದ್ದರು.

"ಒಳಗೆ ಮಾತಾಡೋಣ ಬನ್ನಿ"

ಸೋಮಯ್ಯ ತುಸು ಕಸಿವಿಸಿಯಿಂದ ಹೇಳಿದರು.

"ನೀವೆಲ್ಲಾ ಹೋಗಿ. ನಾನು ಸ್ವಲ್ಪ ಹಿಂದೆ ಮೈನ್‌ರೋಡ್ ತನಕ ಹೋಗಿ ನೋಡ್ತೀನಿ.." ಕರುಂಬಯ್ಯ ಎಲ್ಲರನ್ನೂ ಉದ್ದೇಶಿಸಿ ಹೇಳಿದ.

"ನಾನೂ ಬರ್ತೀನಿ..ನಡಿ ಹೋಗೋಣ.." ಅನೀಶ್, ಕರುಂಬಯ್ಯನ ಭುಜದ ಮೇಲೆ ಕೈಹಾಕಿ ಹೇಳಿದ.

ಅವರಿಬ್ಬರೂ ಕಾರು ಹತ್ತಿ ಹೊರಟರು. ಕರುಂಬಯ್ಯ ಕಾರು ಒರಟಾಗಿ ರಿವರ್ಸ್ ತೆಗೆದುಕೊಂಡಿದ್ದಕ್ಕೆ ಅನುರಾಧ ಸಿಡಿಮಿಡಿಗೊಂಡರು.

"ನೀವೆಲ್ಲಾ ಒಳಗೆ ಬನ್ನಿ..?" ಅನುರಾಧ ಹೇಳಿದಾಗ ಬಂದಿದ್ದವರೆಲ್ಲಾ ಮುಖಮುಖ ನೋಡಿಕೊಂಡರು. ಏನು ಮಾಡಬೇಕೆಂದು ಅವರು ನಿರ್ಧರಿಸಿದಂತಿರಲಿಲ್ಲ. ಐನ್ಮನೆಯ ಒಳಗೆ ಹೋಗಲು ಹಿಂಜರಿಯುತ್ತಿದ್ದರು.

ಪೋಲೀಸ್ ಆದ ಮಾತ್ರಕ್ಕೆ ಹೀಗೆಲ್ಲಾ ಒರಟಾಗಿ ಮಾತಾಡೋದೆ? ಕರುಂಬಯ್ಯನ ಮುಖ ನೋಡಿದ ಕ್ಷಣದಿಂದ ಅವನ ಬಗ್ಗೆ ಅನುರಾಧಾಗೆ ಒಳ್ಳೆಯ ಅಭಿಪ್ರಾಯ ಮೂಡಿರಲಿಲ್ಲ.

0 0 0

ಅರ್ಧ ಗಂಟೆಯಲ್ಲೇ ಕರುಂಬಯ್ಯ ಮತ್ತು ಅನೀಶ್ ಐನ್ಮನೆಗೆ ಹಿಂತಿರುಗಿದರು!

ಮಂದಾಕಿನಿಯನ್ನು ಹುಡುಕಲು ಹೋದ ಸೂರಜ್ ಮತ್ತು ತಂಡ ಇನ್ನೂ ಬಂದಿರಲಿಲ್ಲ. ಗಂಡಿನ ಕಡೆಯವರಿಗೆ ಬೇಡ ಎಂದರೂ ಬಲವಂತವಾಗಿ ತಿಂಡಿ ಸರ್ವ್ ಮಾಡಿದ್ದರು.

"ನೆನ್ನೆ ರಾತ್ರಿ ಯಾರೋ ಷೂಟ್ ಮಾಡಿದ ವಿಶಯ ಯಾಕೆ ಮುಚ್ಚಿಟ್ಟಿರಿ?"

ಕರುಂಬಯ್ಯ ನೇರವಾಗಿ ಅನುರಾಧರನ್ನು ಕೇಳಿದರು.

"ನಿಮಗೆ ಯಾರು ಈ ವಿಶಯ ಹೇಳಿದ್ದು..?"

"ಯಾರಾದರೂ ಇರಲಿ..ಹೀಗೆ ವಿಶಯ ಮುಚ್ಚಿಡೋದು ಅಪರಾಧ. ಐನ್ಮನೆ ಹಿಂದಿಂದ ಶಬ್ದ ಬಂದಿದ್ದೂಂತ ಗೊತ್ತಾಯಿತು. ಈಗ ಅಲ್ಲಿಗೆ ಹೋಗ್ತಿದ್ದೀನಿ. ಇನ್ನೇನಾದರೂ ವಿಶಯ ಇದ್ದರೆ ಹೇಳಿ.."

ಕರುಂಬಯ್ಯ ಮಾತು ಮೊದಲಿಗಿಂತ ಗಡುಸಾಗಿತ್ತು.

"ಏನು ಹೇಳಬೇಕು ಏನು ಹೇಳಬಾರದು ಅನ್ನೋದು ನಮಗೆ ಚೆನ್ನಾಗಿ ಗೊತ್ತಿದೆ. ನಾವು ಮಗಳು ಕಾಣೆಯಾಗಿರುವುದರ ಬಗ್ಗೆ ವರಿ ಮಾಡ್ಕೋತಿದ್ದೀವಿ..ನಮ್ಮ ಮನಸ್ಥಿತಿ ಅರ್ಥ ಮಾಡ್ಕೊಳ್ಳಿ.."

"ಸಾರಿ..ನಾನು ಇನ್ನೊಂದು ಸಲ ರೈಫಲ್ ಸೌಂಡ ಬಂತೂಂತ ಹೇಳಿದ ಕಡೆ ನೋಡಿ ಬರ್ತೀನಿ"

ಕರುಂಬಯ್ಯ ಮತ್ತೆ ಹೊರಟ.

"ಟಿಫನ್ ಮಾಡಿ ಹೋಗಿ" ಸೋಮಯ್ಯ ಹೇಳಿದರು.

"ಇಲ್ಲಾ..ಮೊದಲು ಕೆಲಸ..ಬರ್ತೀಯಾ ಅನೀಶ್?"

"ಹೂ..ನಡಿ"

ಅನೀಶ್ ಮತ್ತು ಕರುಂಬಯ್ಯ ಮತ್ತೆ ಹೊರಟರು.

ಅವರು ಹೋದ ಹತ್ತಿಪ್ಪತ್ತು ನಿಮಿಷಕ್ಕೆ ಸೂರಜ್ ಮತ್ತು ಅವನ ಜೊತೆ ಹೋದವರೆಲ್ಲಾ ಹಿಂತಿರುಗಿದರು. ಅನುರಾಧ ಬಂದಿದ್ದವರ ಬಗೆಗೆ ಮತ್ತು ಕರುಂಬಯ್ಯ ಹೇಳಿದ, ಕೇಳಿದ ಎಲ್ಲಾ ವಿಶಯ ಹೇಳಿದರು.

"ಏನು? ಅವನು ನಮ್ಮನ್ನೇ ಅಪರಾಧಿಗಳ ತರಾ ನೋಡ್ತಿದ್ದಾನಾ..?" ಸೂರಜ್‌ಗೆ ಕೋಪ ಬಂದಿತ್ತು.

0 0 0

ಐನ್‌ಮನೆಯ ಹಿಂಭಾಗ ರಕ್ಷಿಸಲ್ಪಟ್ಟ ಅರಣ್ಯ ಪ್ರದೇಶ. ಅಲ್ಲಿಗೆ ಕಾರು ಹೋಗುವಂತ ರಸ್ತೆಯಿರಲಿಲ್ಲ. ಕಾಲುದಾರಿಯಲ್ಲಿ ನಡೆದೇ ಹೋಗಬೇಕಾಗಿತ್ತು.

ಕರುಂಬಯ್ಯ ಮತ್ತು ನವೀನ್ ಸುತ್ತ ನೋಡುತ್ತಾ ಮುಂದೆ ಸಾಗುತ್ತಿರುವಾಗ ಗಣಪತಿಯವರ ತಂಡ ಐನ್ಮನೆಗೆ ವಾಪಸ್ಸು ಬರುತ್ತಿತ್ತು. ದಾರಿಯಲ್ಲೇ ಗಣಪತಿ ಅವರನ್ನು ನಿಲ್ಲಿಸಿ ಮಾತಾಡಿದರು. ಅನೀಶ್ ಪರಿಚಯ ಅವರಿಗಾಗಲೇ ಇತ್ತು. ಕರುಂಬಯ್ಯನನ್ನು ಮಾತ್ರ ನೋಡಿರಲಿಲ್ಲ.

"ಏನಾದ್ರೂ ಸುಳಿವು ಸಿಕ್ತಾ..?"

"ಇಲ್ಲ. ಆದ್ರೆ ನೆನ್ನೆ ರಾತ್ರಿ ಬುಲೆಟ್ ಶಬ್ದ ಬಂತಲ್ಲ ಅದರ ಮಿಸ್ಟರಿ ಸಾಲ್ವಾಯಿತು..ಕಾಡು ಹಂದಿಗೇಂತ ಇಟ್ಟಿದ್ದ ಮದ್ದು ಅದು. ಮದ್ದು ಸಿಡಿದದ್ದಕ್ಕೆ ಹಂದಿ ಸತ್ತಿದೆ. ಇಲ್ಲಿನ ಕಾಡುಜನ ಮಾಡಿರೋ ಕೆಲಸ. ನಾವು ರಾತ್ರಿ ಹುಡುಕೋಕೆ ಹೋದಾಗ ಅವರು ಎಲ್ಲೋ ಬಚ್ಚಿಕ್ಕೊಂಡಿದ್ದು ಮಳೆ ಸಣ್ಣಗಾಗುತ್ತಲೇ ಹೋಗಿಬಿಟ್ಟಿದ್ದಾರೆ. ಸತ್ತ ಹಂದಿ ಅಲ್ಲೇ ಬಿದ್ದಿದೆ. ಅದನ್ನ ತಗೊಂಡು ಹೋಗೋಕೂ ಹೆದರಿದ್ದಾರೆ"

"ಓ..ಹಾಗೋ..? ಅಂತೂ ಒಂದು ವಿಶಯ ಕ್ಲಿಯರ್ ಆಯ್ತು! ಆದ್ರೂ ಪ್ರಮಾಣಿಸಿ ನೋಡಬೇಕಲ್ಲ? ನಾವು ಅದನ್ನ ನೋಡಿ ಬರ್ತೀನಿ. ಪೋಲೀಸರು ಹಾಗೇ, ಯಾವುದನ್ನೂ ಕಣ್ಣಿಂದ ನೋಡದೆ ಒಪ್ಪೋಲ್ಲ..ಎಷ್ಟು ದೂರ ಹೋಗಬೇಕು..?"

ಕರುಂಬಯ್ಯನ ವರಸೆಗೆ ಗಣಪತಿ ಕಸಿವಿಸಿಪಟ್ಟರು.

"ಒಂದರ್ಧ ಗಂಟೆ..ಈ ಕಡೆ ಹೋಗಿ.."

"ಅಲ್ಲಾ..ಮಳೇಲಿ ಮದ್ದು ಹೇಗೆ ಸಿಡೀತು..?" ಕರುಂಬಯ್ಯ ಮತ್ತೊಂದು ಅನುಮಾನ ವ್ಯಕ್ತಪಡಿಸಿದ.

"ನಿಜಕ್ಕೂ ಅದು ಗುಡಿಸಲೊಳಗೆ ಇಟ್ಟಿದ್ದು. ಅದಕ್ಕೇ ಮದ್ದು ನೆನೆದಿರಲಿಲ್ಲ. ಹಂದಿ ಗುಡಿಸಿಲೊಳಗೆ ನುಗ್ಗಿದಾಗ ಮದ್ದು ಸಿಡಿದಿದೆ. ಗುಡಿಸಲು ಕೂಡ ಅರ್ಧ ಡ್ಯಾಮೇಜ್ ಆಗಿದೆ"

"ಸರಿ, ಒಂದು ಸಲ ಕಣ್ಣಿಂದ ನೋಡಿದರೆ, ಮದ್ದಿಟ್ಟವರನ್ನೂ ಹಿಡೀಬಹುದೇನೋ? ಹೇಗೂ ಇದು ಸುರಕ್ಷಿತ ಪ್ರದೇಶ. ಇಲ್ಲಿ ಗುಡಿಸಲು ಕಟ್ಟೋದು ಬೇಟೆಯಾಡೋದು ಅಫೆನ್ಸ್. ಅದು ನಿಮಗೆ ಗೊತ್ತಲ್ಲ? ನೀವು ನಡೀರಿ, ನಾವು ಹೋಗಿ ಬರ್ತೀವಿ"

ಗಣಪತಿಯವರು ಐನ್ಮನೆಯ ಕಡೆ ನಡೆದರು. ಅನೀಶ್ ಮತ್ತು ಕರುಂಬಯ್ಯ ಗಣಪತಿ ತೋರಿಸಿದ ದಿಕ್ಕಿನಲ್ಲಿ ಮುಂದುವರಿದರು.

"ಎಂತಾ ಮನುಷ್ಯ ಇವನು? ಇಂತಾ ಸ್ಥಿತೀಲಿ ಯಾರಾದ್ರೂ ಇಷ್ಟು ಒರಟಾಗಿ ಮಾತಾಡ್ತಾರಾ..?"

ಗಣಪತಿಯವರ ಕಡೆಯ ನೆಂಟರೊಬ್ಬರು ಸಿಡಿದು ಮಾತಾಡಿದರು.

"ಪೋಲೀಸರು ಮನುಷ್ಯರಲ್ಲವೆ? ಮದುವೆಯಾಗಬೇಕಾದ ಹುಡುಗಿ ಕಾಣಿಸ್ತಿಲ್ಲ. ಆ ಚಿಂತೇಲಿ ನಾವು ಇರಬೇಕಾದರೆ ಇವನು ನಮ್ಮನ್ನ ಕ್ರಿಮಿನಲ್ಲುಗಳನ್ನು ನೋಡಿದ ಹಾಗೆ ನೋಡ್ತಾನಲ್ಲ?"

"ಕೆಲವರು ಹೀಗೇನೇ..ನಡೀರಿ ಮನೇಲೇನಾಗಿದೆಯೋ?" ಗಣಪತಿ ಮುಂದೆ ಹೆಜ್ಜೆ ಹಾಕಿದರು.

3

ಅಧ್ಯಾಯ:

ಮಂದಾಕಿನಿ ಕಾಣೆಯಾಗಿ ಎರಡು ದಿನ ಕಳೆದಿತ್ತು. ಮಳೆಯೇನೋ ನಿಂತಿತ್ತು. ಆದರೆ ಮಂದಾಕಿನಿ ಕಾಣೆಯಾಗಿರುವ ಸಂಶಯದ ಮಳೆ ನಿಂತಿರಲಿಲ್ಲ! ನೂರಾರು ಪ್ರಶ್ನೆಗಳು, ಪ್ರಶ್ನೆಗಳಾಗಿಯೇ ಉಳಿದಿದ್ದವು. ಒಂದು ಪ್ರಶ್ನೆ ಮತ್ತೊಂದು ಪ್ರಶ್ನೆಗೆ ದಾರಿ ಮಾಡುತ್ತಿತ್ತು. ಎಲ್ಲಿಂದಲೋ ಶುರುವಾಗಿ ಎಲ್ಲಿಗೋ ಹೋಗುತ್ತಿದ್ದ ಮನಸ್ಸು ಚಿತ್ರಿಸಿದ ರೂಪಗಳಿಗೆ ಹೆದರಿ ಮುದುರುತ್ತಿದ್ದರು-ಸೂರಜ್, ಅನುರಾಧ ಮತ್ತು ಗಣಪತಿ!

ಮಂದಾಕಿನಿಯ ಬಗೆಗೆ ಯಾವುದೇ ಸುಳಿವು ಸಿಕ್ಕಿರಲಿಲ್ಲ. ಕಾಡೆಲ್ಲಾ ಜಾಲಾಡಿದರೂ ಫಲಿತಾಂಶ ಶೂನ್ಯವಾಗಿತ್ತು. ಗಂಡಿನ ಕಡೆಯವರು ಸಪ್ಪೆ ಮುಖ ಹೊತ್ತು ವಾಪಸ್ಸಾಗಿದ್ದರು. ಮದುವೆಗೆ ಬಂದಿದ್ದ ಹತ್ತಿರದ ನೆಂಟರು ಖಾಲಿಯಾಗಿದ್ದರು. ಪ್ರಫುಲ್ಲ ಎಸ್ಟೇಟಿನ ಆಳುಗಳು ವಾಪಸ್ಸು ತಂತಮ್ಮ ಕೆಲಸಕ್ಕೆ ವಾಪಸ್ಸಾಗಿದ್ದರು.

ಐನ್ಮನೆ ಭಣಭಣ ಎನ್ನುತ್ತಿತ್ತು! ಶೋಕದ ವಾತಾವರಣ ಐನ್ಮನೆಯನ್ನು ಮೆಟ್ಟಿತ್ತು. ಅಲ್ಲಿ ಉಳಿದಿದ್ದವರು ಏಳು ಜನ ಮಾತ್ರ. ಸೂರಜ್, ಗಣಪತಿ, ಅನುರಾಧ, ಗಣಪತಿ ತಂದೆ ಸೋಮಯ್ಯ, ಒಬ್ಬ ಅಡುಗೆಯವನು, ಅಡುಗೆ ಸಹಾಯಕ್ಕೆ ಒಬ್ಬಳು ಹೆಂಗಸು. ದೇವರಾಜ್ ವಾಪಸ್ಸಾಗಿದ್ದ. ಬಹುತೇಕ ಅಡಿಗೆ ಪಾತ್ರೆ ಪದಾರ್ಥಗಳೆಲ್ಲಾ ಖಾಲಿಯಾಗಿದ್ದವು.

ವೀರಾಜಪೇಟೆಯ ಪೋಲೀಸ್ ಸ್ಟೇಶನ್ನಿನಲ್ಲಿ ಮಂದಾಕಿನಿ ಕಾಣೆಯಾಗಿರುವ ಬಗೆಗೆ ಕಂಪ್ಲೈಂಟ್ ಕೊಟ್ಟು ಬಂದಿದ್ದಾಗಿತ್ತು. ಇನ್ನು ಮುಂದೇನು ಎನ್ನುವುದೇ ದೊಡ್ಡ ಪ್ರಶ್ನೆಯಾಗಿತ್ತು.

ಮಂದಾಕಿನಿ ವಾಪಸ್ಸು ಬರುವವರೆಗೆ ತಾನು ಐನ್ಮನೆ ಬಿಟ್ಟು ಬರುವುದಿಲ್ಲ ಎಂದು ಅನುರಾಧ ಹಟ ಹಿಡಿದು ಕೂತಿದ್ದರು. ಅವಳೊಂದಿಗೆ ಬಂದಿದ್ದು, ಅವಳನ್ನು ಕರೆದುಕೊಂಡೇ ವಾಪಸ್ಸು ಎಸ್ಟೇಟಿಗೆ ಹೋಗೋದು ಎನ್ನುತ್ತಿದ್ದರು. ಅವರಿಗೆ ಸಮಾಧಾನ ಹೇಳುವಲ್ಲಿ ಗಣಪತಿ ಮತ್ತು ಸೂರಜ್ ಸೋತಿದ್ದರು.

ತಮ್ಮ ನೆಂಟರುಗಳು, ಸ್ನೇಹಿತರು, ಪರಿಚಯದವರು ಎಲ್ಲರಿಗೂ ಫೋನ್ ಮಾಡಿದ್ದರು..ಮಾಡುತ್ತಲೂ ಇದ್ದರು. ಅದಕ್ಕೂ ನೆಟ್‌ವರ್ಕ್ ಹುಡುಕಿಕೊಂಡು ಮೈನ್ ರೋಡಿನವರೆಗೂ ಹೋಗಬೇಕಾಗಿತ್ತು. ಫೋನು ಮಾಡುವಾಗೆಲ್ಲಾ ಅಕಸ್ಮಾತ್ ಮಂದಾಕಿನಿ

ಅವರಲ್ಲಿಗೇನಾದರೂ ಬಂದಿರಬಹುದೆ ಎನ್ನುವ ಆಶಾಭಾವನೆ ಇತ್ತು. ಅವರು ಯಾರೂ ಮಂದಾಕಿನಿಯನ್ನು ಕಂಡಿಲ್ಲ ಎನ್ನುವುದು ತಿಳಿಯುತ್ತಲೇ ಅನುರಾಧ, ಸೂರಜ್ ಇನ್ನಷ್ಟು ಖಿನ್ನರಾಗುತ್ತಿದ್ದರು.

ಮಂದಾಕಿನಿ ಕಾಣೆಯಾಗಿರುವುದಕ್ಕೆ ಏನೆಂದು ತಿಳಿಯಬೇಕು? ಗಣಪತಿ, ಸೂರಜ್, ಸೋಮಯ್ಯ ಮತ್ತು ಅನುರಾಧ ಒಟ್ಟಿಗೇ ಕೂತು ಯೋಚಿಸಿದ್ದರು.

ಕರುಂಬಯ್ಯ ಹೇಳಿದಂತೆ ಮಂದಾಕಿನಿ ತಾನೇ ಹೋಗಿರಬಹುದೆ? ಆದರೆ ಎಲ್ಲಿಗೆ? ಏಕೆ? ಅವಳು ಇಷ್ಟಪಟ್ಟ ಹುಡುಗ ಅನೀಶ್! ಮದುವೆಗೆ ಯಾರದೂ ವಿರೋಧವಿರಲಿಲ್ಲ. ಎಲ್ಲ ಸಿದ್ಧತೆ ಅಂದುಕೊಂಡಂತೆಯೇ ನಡೆದಿತ್ತು. ಎಲ್ಲಾ ಅವಳ ಇಚ್ಛೆಯಂತೆಯೇ! ಮಂದಾಕಿನಿ ಹೀಗೆ ಹೇಳದೆ ಹೋಗಲು ಕಾರಣವೇ ಇರಲಿಲ್ಲ! ಹಾಗೆ ಐನ್ಮನೆಯಿಂದ ಸುಮ್ಮನೆ ಹೋಗಲು ಸಾಧ್ಯವೂ ಇರಲ್ಲಿಲ್ಲ! ಆಚೆ ರಣಭೀಕರ ಮಳೆ ಸುರಿಯುತ್ತಿತ್ತು. ಅಂತಾ ಸ್ಥಿತಿಯಲ್ಲಿ ಆಕೆ ಆಚೆ ಹೇಗೆ ಹೋದಾಳು? ಹಾಗೆ ಹೋಗಿದ್ದರೆ ಅವಳು ಕಾರಿನಲ್ಲಿ ಹೋಗಿರಬೇಕು. ಆಂದರೆ ಯಾವುದಾದರೂ ಕಾರು ಕಾಣೆಯಾಗಬೇಕಾಗಿತ್ತು! ಎಲ್ಲ ಕಾರುಗಳು ಐನ್ಮನೆಯ ಮುಂದೆಯೇ ಇದ್ದವು! ನಡೆದು ಹೋಗುವುದಂತೂ ಸಾಧ್ಯವಿರಲಿಲ್ಲ! ಐದು ಕಿಲೋಮೀಟರು ನಡೆದು ಮೈನ್‌ರೋಡಿಗೆ ಹೋಗಿ ಅಲ್ಲಿಂದ ಬೇರೆ ಯಾವುದಾದರೂ ವಾಹನದಲ್ಲಿ ಮೈಸೂರು ಕಡೆ ಇಲ್ಲವೇ ಕೇರಳದ ಕಡೆ ಹೋಗಬೇಕು. ಆ ಮಳೆಯಲ್ಲಿ ಅದ್ಯಾವುದೂ ಸಾಧ್ಯವೇ ಇರಲಿಲ್ಲ.

ಹೋಗಲಿ ಇನ್ನು ಎರಡನೆಯ ಸಾಧ್ಯತೆಯನ್ನು ನೋಡುವುದಾದರೆ ಆಕೆಯ ಕಿಡ್ನ್ಯಾಪ್ ಆಗಿರಬೇಕು? ಆದರೆ ಯಾರು ಕಿಡ್ನ್ಯಾಪ್ ಮಾಡಿರಬಹುದು? ಐನ್ಮನೆಯಲ್ಲಿದ್ದವರು ಯಾರೂ ಆಕೆಯನ್ನು ಕಿಡ್ನ್ಯಾಪ್ ಮಾಡುವಂತವರಲ್ಲ! ಅವರೆಲ್ಲಾ ಅವಳ ಮದುವೆ ಮಾಡಲು ಬಂದವರು. ಇನ್ನು ಹೊರಗಿನಿಂದ ಯರಾದರೂ ಬಂದಿರಬಹುದು ಎಂದರೆ ಅಂತಾ ಮಳೆಯಲ್ಲಿ ಯಾರೂ ಬರಲು ಸಾಧ್ಯವಿರಲ್ಲಿಲ್ಲ! ಐನ್ಮನೆಗೆ ಬರಲು ಇದ್ದುದು ಒಂದೇ ದಿಕ್ಕಿನಲ್ಲಿ ದಾರಿ. ಅದು ಮೈನ್‌ರೋಡಿನಿಂದ ಒಳಗೆ ಬರುವುದು. ಐದು ಕಿಲೋಮೀಟರು ದೂರ ಒಳಗೆ ಬರಬೇಕು. ಐನ್ಮನೆಯ ಹಿಂದಿನ ದಾರಿ ಬರೀ ಕಾಲುದಾರಿ. ಆ ದಾರಿಯಲ್ಲಿ ವಾಹನ ಬರುವುದಾಗಲೀ ಹೋಗುವುದಾಗಲೀ ಸಾಧ್ಯವಿರಲಿಲ್ಲ. ಅಂದರೆ ಅಲ್ಲಿಂದ ಯಾರೂ ಬಂದು ಕಿಡ್ನ್ಯಾಪ್ ಮಾಡಲು ಸಾಧ್ಯವಿರಲಿಲ್ಲ. ಬಂದಿದ್ದರೆ ಮೈನ್ ರೋಡಿನಿಂದಲೇ ಬರಬೇಕು. ಎಂಟು ಗಂಟೆಯ ಹೊತ್ತಿಗೆ ಸೂರಜ್ ಮತ್ತು ಅಡಿಗೆಯವರು ಬಂದ ವ್ಯಾನು ಬಿಟ್ಟರೆ ಇನ್ಯಾವ ವಾಹನವೂ ಬಂದಿರಲಿಲ್ಲ. ಒಂದು ಗಂಟೆಯ ಸಮೀಪದಲ್ಲಿ ದೇವರಾಜ್ ಮತ್ತು ಆ ಹೆಂಗಸು ನಡೆದೇ ಬಂದಿದ್ದರು. ದೇವರಾಜ್ ಕಾರು ಮರ ಬಿದ್ದುದರಿಂದ ಐನ್ಮನೆಗೆ ಅರ್ಧ ಕಿಲೋಮೀಟರು ದೂರದಲ್ಲೇ ಉಳಿದಿತ್ತು.

ನಡುರಾತ್ರಿ ಗುಂಡು ಹಾರಿಸಿದಂತ ಶಬ್ದ ಮಂದಾಕಿನಿ ಕಾಣೆಯಾಗಿರುವುದಕ್ಕೆ ಸಂಬಂಧ ಇರಬಹುದು ಎನ್ನುವ ಅನುಮಾನ ಸೃಷ್ಟಿಸಿತ್ತು. ಆದರೆ ಅದು ಗುಂಡಿನ ಶಬ್ದವಲ್ಲದೆ ಕಾಡುಹಂದಿಯ ಬೇಟೆಗೆ ಇಟ್ಟಿದ್ದ ಮದ್ದು ಸಿಡಿದದ್ದು! ಅದನ್ನು ಪ್ರತ್ಯಕ್ಷವಾಗಿ ಕಂಡಮೇಲೆ ಆ ತಲ್ಲಣವೂ ತಣ್ಣಗಾಗಿತ್ತು.

ತಲೆಕೆಳಗಾಗಿ ಯೋಚಿಸಿದರೂ ಏನೂ ಸುಳಿವು ಸಿಗದೆ ದುಗುಡ, ಖಿನ್ನತೆ ಇನ್ನಷ್ಟು ಹೆಚ್ಚಾದುವು.

ಮಂದಾಕಿನಿ ಕಾಣೆಯಾದ ರಾತ್ರಿ ಐನ್ಮನೆಯಲಿದ್ದ ಎಲ್ಲರ ಬಗೆಗೂ ಅನುಮಾನದಿಂದ ಯೋಚಿಸಿ ನೋಡಿದ್ದರು. ಅವರುಗಳೇನಾದರೂ ಮಂದಾಕಿನಿ ಕಾಣೆಯಾಗಿರುವುದಕ್ಕೆ ಕಾರಣವಾಗಿರಬಹುದೆ ಎಂದು. ಅಂತ ಯಾರೂ ಇರಲಿಲ್ಲ, ಅಂತ ಯಾವ ಸಾಧ್ಯತೆಗಳೂ ಇರಲಿಲ್ಲ.

ಮೂರನೆಯ ದಿನ ಬೆಳಿಗ್ಗೆ ಎಸ್ಟೇಟಿನ ಒಬ್ಬ ಸೂಪರ್ವೈಸರ್ ಬಂದು ಗಣಪತಿಯವರ ಕೈಗೆ ಚೀಟಿಯೊಂದನ್ನು ಕೊಟ್ಟ.

"ಎಸ್ಟೇಟಿನ ಪಶ್ಚಿಮ ಭಾಗದಲ್ಲಿ ಒಂದು ಕಡೆ ಮಳೆ ಅನಾಹುತಕ್ಕೆ ಗುಡ್ಡ ಜರಿದಿದೆ. ದಯಮಾಡಿ ಬೇಗನೆ ಬರಬೇಕು. ಈ ಬಗ್ಗೆ ನಾನೊಬ್ಬನೇ ಏನೂ ಕ್ರಮಕೈಗೊಳ್ಳಲು ಸಾಧ್ಯವಾಗುತ್ತಿಲ್ಲ"

ಅದು ಎಸ್ಟೇಟಿನ ಮ್ಯಾನೇಜರ್ ರಾಮಯ್ಯ ಕಳಿಸಿದ್ದರು!

"ಮಂದಾಕಿನಿಯಿಲ್ಲದೆ ನಾವು ಐನ್ಮನೆ ಬಿಡಲೇಬೇಕು.."

ಗಣಪತಿಯವರು ಮಡದಿ ಮತ್ತು ಮಗನಿಗೆ ಹೇಳಿ ಅವರ ಕೈಗೆ ಚೀಟಿ ಕೊಟ್ಟರು.

ಅದೇ ಸಮಯಕ್ಕೆ ಜೀಪು ಬಂದ ಶಬ್ದವಾಯಿತು. ಯಾರಿರಬಹುದು ಎನ್ನುವ ಕುತೂಹಲದೊಂದಿಗೆ ಸೂರಜ್ ಈಚೆ ಬಂದಾಗ ಕಾಣಿಸಿದ್ದು ಜೀಪಿನಿಂದ ಈಚೆ ಇಳಿಯುತ್ತಿದ್ದ ಎಸ್ಸೈ ಕರುಂಬಯ್ಯ.

"ಇನ್ನೂ ಎಷ್ಟು ದಿನ ಇಲ್ಲಿರ್ತೀರಿ? ನೆಟ್‌ವರ್ಕೇ ಸಿಗೊಲ್ಲ. ನಿಮ್ಮನ್ನ ಹೇಗೆ ಕಾಂಟ್ಯಾಕ್ಟ್ ಮಾಡೋದೂಂತ ತಿಣುಕಾಡಿ ಕೊನೆಗೆ ನಾನೇ ಬರಬೇಕಾಯ್ತು"

ಕರುಂಬಯ್ಯ ಜೀಪಿನ ಮುಂದೆ ನಿಂತು ಹೇಳಿದರು.

"ನಮ್ಮಕ್ಕನ ಬಗ್ಗೆ ಏನಾದ್ರೂ ಕ್ಲೂ ಸಿಕ್ತಾ..?" ಸೂರಜ್ ಆತುರದಿಂದ ಕೇಳಿದ.

"ಒಂದು ಬಾಡಿ ಸಿಕ್ಕಿದೆ. ಅದು ಮೋಸ್ಟ್ಲೀ ನಿಮ್ಮಕ್ಕನದೇ ಇರಬೇಕು! ಐಡೆಂಟಿಫೈ ಮಾಡ್ಬೇಕು! ತಕ್ಷಣ ಬನ್ನಿ! ಗೌರ್ನಮೆಂಟ್ ಹಾಸ್ಪಿಟಲ್ ಮಾರ್ಚುರೀಲಿ ಬಾಡಿ ಇದೆ.."

"ಓ...ನೋ..ಮಂದಕ್ಕ ಸತ್ತಿಲ್ಲ" ಕನಲಿದ ಚೀರಿದ ಸೂರಜ್!

0 0 0

ಶವಾಗಾರದ ಉದ್ದನೆಯ ಟೇಬಲ್ಲಿನ ಮೇಲೆ ಮುಖ ಬಿಟ್ಟು ಉಳಿದ ಭಾಗವನ್ನು ಬಟ್ಟೆಯಲ್ಲಿ ಮುಚ್ಚಿದ ಶರೀರವಿತ್ತು. ಹತ್ತಿರಕ್ಕೆ ಹೋದಾಗ ಮುಖ ಪೂರ್ಣವಾಗಿ ಜಜ್ಜಿದ್ದು ಗುರುತೇ ಸಿಗದಂತಿತ್ತು!

"ಐನ್ಮನೆ ಕಡೆ ತಿರುಗೋ ರಸ್ತೆಯಿಂದ ಎರಡು ಕಿಲೋಮೀಟರು ದೂರದ ಮೈನ್ ರೋಡಿನ ಮರದ ಹಿಂದೆ ಗೋಣಿ ಚೀಲದಲ್ಲಿ ಈ ಬಾಡಿ ಸಿಕ್ಕಿತು. ಇದರಲ್ಲಿ ಈ ಒಡವೆಗಳು ಸಿಕ್ಕಿವೆ. ಯಾರೋ ಕೊಲೆ ಮಾಡಿ ಚೀಲದಲ್ಲಿ ಕಟ್ಟಿ ರೋಡಿನ ಪಕ್ಕದ ಮರದ ಹಿಂದೆ ಇಟ್ಟು ಹೋಗಿದಾರೆ"

ಒಂದು ಜಜ್ಜಿದ ಬಳೆ, ಒಂದು ಕಾಲಿಗೆ ಹಾಕುವ ಚೈನನ್ನು ಪಿಸಿಯೊಬ್ಬರು ಗಣಪತಿಯ ಕೈಗೆ ಕೊಟ್ಟರು.

"ಇವು ಮಂದಾದೇ..? ನೋಡು ಅನು"

ನಡುಗುವ ಕೈಗಳಲ್ಲಿ ಅವರಡನ್ನೂ ಹಿಡಿದು ಪರೀಕ್ಷಿಸಿದರು ಅನುರಾಧ. ಮಾರ್ಚುರಿಯ ಸಹಾಯಕನಿಗೆ ಕರುಂಬಯ್ಯ ಸನ್ನೆ ಮಾಡಿದರು. ಆತ ಶವಕ್ಕೆ ಮುಚ್ಚಿದ್ದ ಬಟ್ಟೆ ಸರಿಸಿದ.

ಅನುರಾಧ, ಸೂರಜ್, ಗಣಪತಿ ಬಾಡಿಯ ಸುತ್ತ ನಿಂತು ಹನಿಗೂಡಿದ ಕಣ್ಣುಗಳಿಂದ ಪರೀಕ್ಷಿಸಿದರು.

"ಓ..ದೇವರೇ..ಇದು ಮಂದಾಕಿನಿ ಅಂತ ಹೇಗೆ ಹೇಳೋದು..? ಏನಾದರೂ ಗುರುತಿಸಬಹುದು ಅನ್ನೋ ಕಡೆಯೆಲ್ಲಾ ಕೊಚ್ಚಿದ್ದಾರೆ ಪಾಪಿಗಳು! ಹಾಲಿನ ಮೈ ಬಣ್ಣ ಈಗ ಕಪ್ಪಾಗಿದೆ! ಇದು ಮಂದಾಕಿನಿ ಅಲ್ಲ..ಆದ್ರೆ ಈ ಬಳೆ, ಕಾಲು ಚೈನು ಮಂದಾದು.."

ಅನುರಾಧ ನಡುಗುವ ಕೈಗಳಲ್ಲಿ ಓಲೆ ಮತ್ತು ಒಂಗುರ ಹಿಡಿದು ಹೇಳಿದರು.

"ಒಡವೆ ಮಂದಾಕಿನೀದು, ಆದ್ರೆ ಶರೀರ ಅವರದ್ದಲ್ಲ ಅಂದ್ರೆ ಹೇಗೆ..? ಬಾಡಿ ಗುರುತು ಹಿಡಿಯೋಕಾಗದ ಸ್ಥಿತೀಲಿದೆ..ನಾವು ಸಿಕ್ಕಿರುವ ವಸ್ತುಗಳು, ಸಿಕ್ಕ ಜಾಗ ಇವುಗಳನ್ನ ಸಾಕ್ಷಿಯಾಗಿ ತಗೋಬೇಕಾಗುತ್ತೆ..ನೋಡಿ ಶರೀರದ ಎತ್ತರ, ಸುತ್ತಳತೆ ಬಟ್ಟೆ ಎಲ್ಲಾ ಮಿಸ್ಸಿಂಗ್ ಪರ್ಸನ್ದು ಅಂದಮೇಲೆ ಅದು ಮಂದಾಕಿನಿದೇ.."

"ನೋ..ಇದು ಸಾಧ್ಯವಿಲ್ಲ! ಇದು ನಮ್ಮಕ್ಕ ಅಲ್ಲ.."

ಸೂರಜ್ ದನಿ ಕಂಪಿಸುತ್ತಿತ್ತು.

"ದಿಸ್ ಈಸ್ ದಿ ಮಿಸ್ಸಿಂಗ್ ಪರ್ಸನ್.." ಕರುಂಬಯ್ಯ ಗಡುಸು ದನಿಯಲ್ಲಿ ಎಲ್ಲರೂ ಒಪ್ಪಲೇಬೇಕು ಎನ್ನುವ ರೀತಿಯಲ್ಲಿ ಹೇಳಿದರು.

"ಹೇಗೆ ಪ್ರೂವ್ ಮಾಡ್ತೀರಿ..?' ಸೂರಜ್ ಚಾಲೆಂಜ್ ಮಾಡಿದ.

"ಒಡವೆ, ಬಟ್ಟೆ, ಮಿಸ್ಸಿಂಗ್ ರಿಪೋರ್ಟ್ ಇನ್ನೇನು ಬೇಕು.."

"ಐಯಾಮ್ ಸಾರಿ. ಇದನ್ನ ನಾವು ಒಪ್ಪೋದಿಲ್ಲ..ಇದು ನಮ್ಮಮಗಳಲ್ಲ.." ಗಣಪತಿ ನಿಷ್ಠುರವಾಗಿದ್ದರು.

"ಅದು ಮಂದಕ್ಕಂದೇ ಬಾಡಿ ಅನ್ನಬೇಕಾದ್ರೆ ಡಿ.ಎನ್.ಎ ಟೆಸ್ಟ್ ಆಗಲಿ.." ಸೂರಜ್ ತನ್ನ ಜ್ಞಾನವನ್ನು ಉಪಯೋಗಿಸಿದ.

"ಓ..ಯೂ ಆರ್ ಎ ಎಂ.ಬಿ.ಎ ಸ್ಟೂಡೆಂಟ್! ಓಕೆ..ಆಗಬಹುದು. ಪೋಸ್ಟ್ಮಾರ್ಟಮ್ ಮಾಡುವಾಗ ಟಿಶ್ಯೂ ತೆಗೆದು ಲ್ಯಾಬಿಗೆ ಕಳಿಸ್ತೀವಿ. ಪೋಸ್ಟ್ಮಾರ್ಟಮ್ ಆದಮೇಲೆ ಬಾಡಿ ನೀವು ತಗೊಂಡು ಹೋಗಬಹುದು"

ಕರುಂಬಯ್ಯ ಗಣಪತಿಯವರಿಗೆ ಹೇಳಿದಾಗ ಸೂರಜ್ ಮರುಗಿದ. ತನ್ನ ಅಕ್ಕನದು ಎನ್ನುವ ಶರೀರಕ್ಕೆ ಈ ದುಸ್ಥಿತಿಯೆ! ಎರಡು ದಿನಗಳ ಹಿಂದೆ ರಾಜಕುಮಾರಿಯಂತಿದ್ದವಳಿಗೆ ಈ ಸ್ಥಿತಿಯೆ?

ಸೂರಜ್ ತಾಯಿಯ ಮುಖ ನೋಡಿದ. ಆಕೆ ಬಾಯಿಗೆ ಸೆರಗೊತ್ತಿಕೊಂಡು ತಾವು ಅಳುವ ಶಬ್ದವನ್ನು ಹತ್ತಿಕ್ಕಿಕ್ಕೊಳ್ಳುತ್ತಿದ್ದರು.

0 0 0

ಅದು ಮಂದಾಕಿನಿಯ ಶವ ಅಲ್ಲವೆಂದು ಒಪ್ಪದಿದ್ದರೆ ಅದನ್ನು ಅನಾಥ ಶವದಂತೆ ಹೂಳುತ್ತೇವೆ ಎಂದು ಕರುಂಬಯ್ಯ ಹೇಳಿದಾಗ ಬೇರೆ ದಾರಿ ಕಾಣದೆ ಒಲ್ಲದ ಮನಸ್ಸಿನಿಂದ ಶವವನ್ನು ಎಸ್ಟೇಟಿಗೆ ತರಬೇಕಾಗಿತ್ತು.

ಮಂದಾಕಿನ ಸತ್ತಿಲ್ಲ! ಆಕೆ ಬದುಕಿದ್ದಾಳೆ! ಯಾವುದೋ ಶವವನ್ನು ಮಂದಾಕಿನಿಯದೆಂದು ಪೋಲೀಸರು ಒಪ್ಪಿಸಿ ಕೇಸು ಮುಚ್ಚುವ ಪ್ರಯತ್ನ ಮಾಡುತ್ತಿದ್ದಾರೆ ಎನಿಸುತ್ತಿತ್ತು! ಬೇರೆ ದಾರಿ ಕಾಣದೆ ಶವವನ್ನು ಎಸ್ಟೇಟಿಗೆ ತಂದು ಮನಸ್ಸಿಲ್ಲದ ಮನಸ್ಸಿನಿಂದ ಸಂಸ್ಕಾರ ಮಾಡಲೇಬೇಕಾಯಿತು.

ಅದು ಮಂದಾಕಿನಿಯ ಶವ ಅಲ್ಲ ಎಂಬ ನಂಬಿಕೆ ಬಲವಾಗಿದ್ದರಿಂದ ಯಾರೂ ಹೆಚ್ಚು ಸಂಕಟಪಟ್ಟಿರಲಿಲ್ಲ. ಎಸ್ಟೇಟಿನ ಕೆಲಸದವರು, ಬಂಧು ಬಳಗಕ್ಕೆ ತಿಳಿಸದಿದ್ದರೂ ಎಲ್ಲ ಬಂದಿದ್ದರು. ಅನೀಶ್ ಮತ್ತವನ ತಂದೆ-ತಾಯಿ ಕೂಡ ಬಂದಿದ್ದರು! ಶವಸಂಸ್ಕಾರ ನಡೆದೇ ಹೋಗಿತ್ತು.

ವಾರದ ನಂತರ ಡಿ.ಎನ್.ಎ ಟೆಸ್ಟಿನ ಫಲಿತಾಂಶ ಬಂದಿತ್ತು-ರಸ್ತೆ ಬದಿ ಕೊಲೆಯಾಗಿ ಗೋಣಿಚೀಲದಲ್ಲಿ ಸಿಕ್ಕಿದ್ದ ಶರೀರ ಮಂದಾಕಿನಯದೇ ಎಂದು!

ಎಸ್ಟೇಟಿನಲ್ಲಿ ದುಃಖ ಭೋರ್ಗರೆದಿತ್ತು! ಡಿ.ಎನ್.ಎ ಫಲಿತಾಂಶ ನುಂಗಲಾರದ ತುತ್ತಾಗಿತ್ತು!

ಆದರೆ ಯಾವ ಪಾಪಿ ಆಕೆಯನ್ನು ಕೊಲೆ ಮಾಡಿರಬಹುದು? ಕೊಲೆಗೆ ಏನಾದರೂ ಉದ್ದೇಶ ಇರಬೇಕಲ್ಲವೆ? ಸುಮ್ಮನೆ ಯಾರಾದರೂ ಕಿಡ್ನ್ಯಾಪ್ ಮಾಡಿ ಕೊಲೆ ಮಾಡುತ್ತಾರಾ..? ಅಂತವರು ಯಾರಿರಬಹುದು? ತಮ್ಮ ಕುಟುಂಬಕ್ಕೆ ಆಗದ ಶತ್ರುಗಳು ಯಾರಿರಬಹುದು? ಅನುಮಾನಪಡುವಂತ ಯಾವ ವ್ಯಕ್ತಿಯೂ ಇರಲಿಲ್ಲ!

ಮಿಸ್ಸಿಂಗ್ ರಿಪೋರ್ಟ್ ಕೇಸು ಪೋಲೀಸು ಇಲಾಖೆಯವರ ಪ್ರಕಾರ ಯಶಸ್ವಿಯಾಗಿ ಮುಗಿದಿತ್ತು!

ಆದರೆ ಅದು ಕೊಲೆ ಮತ್ತು ಅದಕ್ಕೆ ಕಾರಣರಾದವರನ್ನು ಹುಡುಕಿ ಅವರಿಗೆ ಶಿಕ್ಷೆ ನೀಡಬೇಕೆಂದು ಮತ್ತೊಂದು ಕಂಪ್ಲೈಟನ್ನು ಸೂರಜ್ ಮತ್ತು ಗಣಪತಿ ಖುದ್ದಾಗಿ ಕರುಂಬಯ್ಯನವರ ಸ್ಟೇಶನ್ನಿನಲ್ಲಿ ದಾಖಲಿಸಿದರು. ಆ ಸಮಯದಲ್ಲಿ ಕರುಂಬಯ್ಯ ಸ್ಟೇಶನ್ನಿನಲ್ಲಿ ಇರಲಿಲ್ಲ.

ಫೋನಿನಲ್ಲಿ ಗಣಪತಿ ಕರುಂಬಯ್ಯನವರಿಗೆ ಕಂಪ್ಲೈಂಟ್ ಕೊಟ್ಟಿರುವ ವಿಶಯ ತಿಳಿಸಿ ಆದಷ್ಟು ಬೇಗನೆ ಅಪರಾಧಿ ಅಥವಾ ಅಪರಾಧಿಗಳನ್ನು ಹುಡುಕಿ ಶಿಕ್ಷಿಸಬೇಕೆಂದು ಕೇಳಿಕೊಂಡರು.

"ಕೇಸು ಮುಗಿದ ಮೇಲೆ ಮತ್ತೇನು ಉಳಿದಿದೆ? ಆಯಿತು, ಪ್ರಯತ್ನ ಮಾಡೋಣ! ಇದು ಬಹುಶಃ ಒಬ್ಬರ ಕೆಲಸವಲ್ಲ. ಕಿಡ್ನ್ಯಾಪ್ ಮತ್ತು ಕೊಲೆಯ ಹಿಂದೆ ದೊಡ್ಡದೊಂದು ಗ್ಯಾಂಗ್ ಇರಬಹುದು. ಕೇರಳದಲ್ಲಿ ಇಂತದೊಂದು ಕೇಸು ತಿಂಗಳ ಹಿಂದೆ ನಡೆದಿದೆ. ಬಹುಶಃ ಇದಕ್ಕೂ ಅದರ ಲಿಂಕ್ ಇರಬಹುದು" ಎಂದು ಉದಾಸೀನದಿಂದ ಹೇಳಿದ್ದರು ಕರುಂಬಯ್ಯ.

ಕಾಫಿ ಬೋರ್ಡಿನಲ್ಲಿ ಗಣಪತಿಯವರಿಗೂ ಹತ್ತಾರು ಜನರು ಗೊತ್ತಿದ್ದರು. ಅವರನ್ನು ಸಂಪರ್ಕಿಸಿ ಕೇಸಿಗೆ ಹೆಚ್ಚಿಗೆ ಮಹತ್ವ ಬರುವಂತೆ ಮಾಡಬಹುದೆ ಎಂಬ ಯೋಚನೆಯನ್ನು ಸೂರಜ್ ಕೆಲವು ಸಲ ಮಾಡಿದ್ದ.

ಮಂದಾಕಿನಿ ಪ್ರಸಂಗ ಇಡೀ ಕೊಡಗನ್ನು ಬೆಚ್ಚಿ ಬೀಳಿಸಿತ್ತು! ಆ ಸುತ್ತಿನ ಶ್ರೀಮಂತ ಎಸ್ಟೇಟಿನ, ಸುಸಂಸ್ಕೃತ ಮನೆಯ ಹೆಣ್ಣುಮಗಳಿಗೆ ಇಂತಾ ದುರ್ಗತಿ ಬರಬಾರದಿತ್ತು ಎಂದು ಮರುಗಿತ್ತು ಕೊಡಗು!

0 0 0

ಪ್ರಫುಲ್ಲ ಎಸ್ಟೇಟ್ ಮನೆಯ ತನ್ನ ರೂಮಿನಲ್ಲಿ ಸೂರಜ್ ಕುಳಿತಿದ್ದ. ಟೀಪಾಯ್ ಮೇಲೆ ತುಪ್ಪದ ಲೇಪನದ ನುಚ್ಚಿನುಂಡೆ, ಕಾಯಿ ಚಟ್ನಿ, ಜೇನುತುಪ್ಪದ ತಟ್ಟೆಯಿತ್ತು. ಅದನ್ನು ನಿರ್ಲಕ್ಷ ಮಾಡಿ ಹಬೆಯಾಡುವ ಕಾಫಿ ಕುಡಿಯುತ್ತ ಅಕ್ಕನ ನೆನಪಿನ ಗಾಢ ನೆನಪಲ್ಲಿ ಮುಳುಗಿದ್ದ ಸೂರಜ್‌ಗೆ ನಾಯಿಗಳು ಬೊಗಳುವುದೂ ದೂರದಲ್ಲಿ ಕಾರು ಬರುತ್ತಿರುವ ಶಬ್ದ ಕೇಳಿಸಿತು. ಆತುರವಿಲ್ಲದೆ ಸಾವಕಾಶವಾಗಿ ಕಾಫಿ ಕುಡಿಯುತ್ತಾ ಯಾರಿರಬಹುದು ಎಂದು ಯೋಚಿಸುತ್ತಿದ್ದ.

ಚಿಕ್ಕಪ್ಪ ಗಣಪತಿಯವರು ಎಸ್ಟೇಟಿನಲ್ಲಿ ಕೆಲಸಗಾರರೊಂದಿಗೆ ಗುದ್ದ ಕುಸಿದಿದ್ದ ಜಾಗಕ್ಕೆ ಹೋಗಿದ್ದರು. ಚಿಕ್ಕಮ್ಮ ಅನುರಾಧ ಒಳಗೆಲ್ಲೋ ಮನೆ ಕೆಲಸದವರೊಂದಿಗೆ ಅಡಿಗೆ ಕೆಲಸದಲ್ಲಿ ತೊಡಗಿದ್ದರು.

ಕಾಫಿಯ ಕೊನೆಯ ಗುಟುಕು ಮುಗಿಸಿ ಸೂರಜ್ ಎದ್ದು ವರಾಂಡಕ್ಕೆ ಬಂದು ಆಚೆ ನೋಡಿದ.

“ಕರಿಯ, ಕೆಂಚ..”

ಒಂದೇ ಸಮ ಬೊಗಳುತ್ತಾ ಗೇಟಿನತ್ತ ಓಡುತ್ತಿದ್ದ ನಾಯಿಗಳನ್ನು ಕರೆದ ಸೂರಜ್. ಅವನ ದನಿ ಕೇಳುತ್ತಲೇ ಓಡುತ್ತಿದ್ದ ನಾಯಿಗಳು ತಟಸ್ಥರಾಗಿ ನಿಂತಲ್ಲೇ ಮತ್ತಷ್ಟು ಉತ್ಸಾಹದಿಂದ ಬೊಗಳತೊಡಗಿದವು.

ಆಚೆ ಕೇಟರಿಂಗ್ ಕಂಟ್ರ್ಯಾಕ್ಟರ ದೇವರಾಜುವಿನ ಅಂಬಾಸಿಡರ್ ಕಾರು ಕಂಡಿತು. ಲೆಕ್ಕ ಸೆಟಲ್ ಮಾಡೋಕೆ ಬಂದಿದಾನೆ. ಚಿಕ್ಕಪ್ಪ ಇದ್ದರೆ ಚೆನ್ನಾಗಿತ್ತು. ಚಿಕ್ಕಮ್ಮನಿಗೂ ಹಣದ ವಿವರ ಗೊತ್ತಿರಬಹುದು ಎನಿಸಿ ‘ಅಮ್ಮಾ..’ ಎಂದು ಜೋರಾಗಿ ಕೂಗಿದ ಸೂರಜ್.

ದೇವರಾಜುವನ್ನು ಕಾರಿನಿಂದ ಕೆಳಗಿಳಿಯಲು ಬಿಡದೆ ಬೊಗಳುತ್ತಾ ಕುಣಿಯುತ್ತಿದ್ದವು ನಾಯಿಗಳು.

ದೇವರಾಜು ನೋಡುತ್ತಲೇ ಸೂರಜ್ ಮನಸ್ಸಿನಲ್ಲಿ ಹತ್ತಾರು ಯೋಚನೆಗಳು ಸುಳಿದವು. ಮಂದಾಕಿನಿ ಕಾಣೆಯಾದ ದಿವಸ ಅವನು ಮಧ್ಯರಾತ್ರಿ ಒಂದು ಗಂಟೆಗೆ ಬಂದು ಐನ್ಮನೆಯ ಬಾಗಿಲು ತಟ್ಟಿದ್ದ. ಮಂದಕ್ಕನ ಹುಡುಕುವ ವಿಶಯದಲ್ಲಿ ಹೆಚ್ಚಿನ ಕಾಳಜಿವಹಿಸಿದ್ದ. ಅದು ಅವನ ಸ್ವಭಾವವೋ ಇಲ್ಲಾ ಅತಿಯಾದ ನಟನೆಯೋ? ‘ಅತಿವಿನಯ ಧೂರ್ತ ಲಕ್ಷಣ’ ಎನ್ನುವ ಗಾದೆಮಾತು ನೆನಪಾಯಿತು. ಕರುಂಬಯ್ಯ ಮತ್ತು ದೇವರಾಜ್ ಇಬ್ಬರೇ ಹಲವು ಸಲ ಮಾತಾಡಿದ್ದರು. ಅವನ ಹುಡುಕಾಟದ ಉತ್ಸಾಹಕ್ಕೂ ಮಂದಕ್ಕ ಕಾಣೆಯಾಗಿರುವುದಕ್ಕೂ

ಏನಾದರೂ ಸಂಬಂಧ ಇರಬಹುದೆ? ಕರುಂಬಯ್ಯ ಕೇಸು ಮುಗಿಸಲು ಆತುರಪಟ್ಟಂತೆ ಕಾಣಿಸುತ್ತಿದೆಯಲ್ಲ? ಅದೇಕೆ? ಮಂದಕ್ಕ ಕಾಣೆಯಾಗಿದ್ದರೂ ಅನೀಶ್ ಹೆಚ್ಚು ಚಿಂತಿತನಾದಂತೆ ಕಾಣಿಸಲಿಲ್ಲವೇಕೆ? ಬಹುಶಃ ಮಂದಕ್ಕನಿಗೆ ಬರಬಹುದಾದ ಆಸ್ತಿ ಬಗೆಗೆ ಅವನಿಗೆ ಆಸಕ್ತಿಯಿತ್ತೆ? ಆ ಆಸ್ತಿ ಬರಬೇಕಾಗಿದ್ದರೆ ಮದುವೆಯಾಗಲೇಬೇಕಾಗಿತ್ತಲ್ಲವೆ? ಆನಂತರ ಮಂದಕ್ಕ ಕಾಣೆಯಾಗಿದ್ದರೆ ಆಸ್ತಿಯನ್ನು ಅವನು ಕ್ಲೈಮ್ ಮಾಡಬಹುದಾಗಿತ್ತು. ಈಗ ಮದುವೆಯೇ ಅಗಿಲ್ಲ ಅಂದರೆ ಅನೀಶ್‌ಗೆ ಅಂತ ಯಾವುದೇ ಯೋಚನೆಯೂ ಇರಲಿಲ್ಲ ಎನ್ನುವುದು ಸ್ಪಷ್ಟ! ಅವಿನಾಶ್ ಪಾತ್ರ ಇದರಲ್ಲಿ ಇಲ್ಲ ಎಂದಾಗುತ್ತಲ್ಲವೆ? ಕರುಂಬಯ್ಯ ಕೇಸು ಮುಗಿಸಲು ಅತುರವಹಿಸುವುದರ ಹಿಂದೆ ಅನೀಶ್ ಕೂಡ ಇರಬಹುದೆ? ಅನೀಶ್ ಮತ್ತು ಕರುಂಬಯ್ಯನ ಸ್ನೇಹಿತರು ಎನ್ನುವುದು ಗೊತ್ತಾಗಿತ್ತು. ಆ ಸ್ನೇಹ ಎಷ್ಟು ಗಾಢವಾದದ್ದು ಎಂದು ತಿಳಿದುಕ್ಕೊಳ್ಳಬೇಕು. ಜೊತೆಗೆ ಆತನ ಕಾರ್ಯವಿಧಾನ ಎಷ್ಟು ನಿಸ್ಪೃಹ ಎನ್ನುವುದೂ ತಿಳಿದುಕ್ಕೊಳ್ಳಬೇಕು.

ಸೂರಜ್ ಮನೆಯಾಚೆ ಬಂದು ಗಾರ್ಡನ್ ಕೆಲಸ ಮಾಡುತ್ತಿದ್ದ ಜೋಸೆಫ್ ಎನ್ನುವ ಹುಡುಗನನ್ನು ಕರೆದು ನಾಯಿಗಳನ್ನು ಕಟ್ಟುವಂತೆ ಹೇಳಿದ.

ನಾಯಿಗಳನ್ನು ಕಟ್ಟಿದ ಮೇಲೆ ದೇವರಾಜು ನಿಧಾನಕ್ಕೆ ತುಸು ಹೆದರುತ್ತಲೇ ಮೆಟ್ಟಿಲ ಬಳಿ ನಿಂತು ಸೂರಜ್ ಕಡೆ ನೋಡಿ, "ಏನು ನಾಯಿಗಳು ಸ್ವಾಮಿ?! ಎಚ್ಚರ ತಪ್ಪಿದರೆ ಸಿಗಿದು ಹಾಕಿಬಿಡ್ತವೆ! ಇವು ನಾಯಿಗಳಲ್ಲ, ತೋಳಗಳು. ಇವರಡೇ ಸಾಕು ನಿಮ್ಮ ಎಸ್ಟೇಟ್ ಕಾಯೋದಕ್ಕೆ" ಎಂದು ಮೆಚ್ಚುಗೆ ಸೂಚಿಸಿದ.

'ಆದರೂ ಅಕ್ಕನನ್ನ ಕಳೆದುಕೊಂಡೆವು' ಎನ್ನುವುದು ತುಟಿಯ ಮುಂದೆ ಬಂದರೂ ನುಂಗಿಕೊಂಡ ಸೂರಜ್.

"ಬನ್ನಿ ಒಳಗೆ. ಅಮ್ಮಾ..?" ಮತ್ತೊಮ್ಮೆ ತಾಯಿಯನ್ನು ಕೂಗಿದ.

"ಏನು ಬಂದಿದ್ದು?" ಸೂರಜ್ ಕೇಳಿದ.

"ದುಡ್ಡು ಕೇಳೋಕೆ ಬಂದಿದ್ದೀನಿ ಅಂದ್ಕೋಬೇಡಿ. ನಮ್ಮ ಹೊಟ್ಟೆ ತುಂಬಬೇಕಲ್ಲ..? ಅದಿರಲಿ..ಅದಕ್ಕೆ ಮುಂಚೆ ಸುದ್ದಿ ತಿಳಿದು ತುಂಬಾ ಬೇಜಾರಾಯ್ತು. ತುಂಬಾ ಅನ್ಯಾಯ. ಹೀಗಾಗಬಾರದಿತ್ತು"

ದೇವರಾಜು ಲೊಚಗುಟ್ಟಿದ.

"ನಮ್ಮ ಹಣೇ ಬರಹ ಯಾರೂ ತಪ್ಪಿಸೋಕಾಗೊಲ್ಲ. ಅದ್ಸರಿ ನಿಮಗೆ ವಿಶಯ ಎಲ್ಲಿ ಗೊತ್ತಾಗಿದ್ದು?"

"ಕರುಂಬಯ್ಯ ಕಡೆಯವರದ್ದು ಒಂದು ಪಾರ್ಟಿಗೆ ಕೇಟರಿಂಗಿಗೆ ಹೋಗಿದ್ದೆ. ಅಲ್ಲಿ ಬಾಡಿ ಸಿಕ್ಕಿದ್ದ ವಿಷಯ ಗೊತ್ತಾಯ್ತು. ಇದು ಯಾವುದೋ ಕೇರಳದ ಗ್ಯಾಂಗಿನ ಕೆಲಸವಂತೆ..?" ದೇವರಾಜು ಮುಂದುವರಿದು ಹೇಳಿದ.

"ಹಾಗಂತ ಕರುಂಬಯ್ಯ ಹೇಳ್ತಿದ್ದಾರೆ. ಅವರಾಗಲೇ ಕೇಸು ಮುಗಿಸಿ ಕೂತಿದ್ದರು. ಮತ್ತೆ ರೀ-ಓಪನ್ ಮಾಡಿಂತ ಕಂಪ್ಲೈಂಟ್ ಮಾಡಿದ್ದೀವಿ"

"ಏನೋ ಸ್ವಾಮಿ, ಒಳ್ಳೆಯವರಿಗೆ ಕಾಲ ಅಲ್ಲ. ಪಾಪ ಆ ಮಗು ಏನು ತಪ್ಪು ಮಾಡಿತ್ತು?"

"ಕರುಂಬಯ್ಯ ಹೇಗೆ? ಕೇಸು ಮುಗಿಸೊ ಆತುರದಲ್ಲೇ ಇದ್ದರು; ಒರಟು ಮನುಷ್ಯ ಅಲ್ಲವೆ?

"ಒರಟು ನಿಜ. ಆದ್ರೆ ಕೆಟ್ಟ ಮನುಷ್ಯ ಅಲ್ಲ"

"ಸರಿ, ನಿಮಗೆ ಹೇಗೆ ಪರಿಚಯ?"

"ಕೇಟರಿಂಗ್ ಮಾಡೋರಿಗೆ ಪರಿಚಯ ತಾನಾಗೇ ಆಗುತ್ತೆ. ಒಳ್ಳೆ ಸರ್ವೀಸ್ ಕೊಟ್ಟರೆ ಜನರ ಪರಿಚಯ ತಾನಾಗೇ ಆಗುತ್ತೆ"

ಆ ಸಮಯಕ್ಕೆ ಅನುರಾಧ ಒಳಗಿಂದ ಬಂದರು.

"ಏನು? ಅಕೌಂಟ್ ಸೆಟ್ಲ್ ಮಾಡೋಕೆ ಬಂದ್ರಾ?"

"ಹೂನಮ್ಮ. ಪೂರಾ ಸರ್ವಿಸ್ ಕೊಡೋಕೆ ದೇವರು ಅವಕಾಶ ಕೊಡಲಿಲ್ಲ. ಏನು ಮಾಡಿದ್ದೀನೋ ಅದಕ್ಕೆ ತಕ್ಕ ಹಾಗೆ ಸೆಟ್ಲ್ ಮಾಡಿ. ಪೂರಾ ಹಣ ಇಸ್ಕೊಳ್ಳೋಕೂ ಮನಸ್ಸು ಒಪ್ಪಬೇಕಲ್ಲ..?"

"ಅಗಲಿ. ಮನೆಯವರು ಆಚೆ ಹೋಗಿದ್ದಾರೆ. ಅರ್ಧ ಗಂಟೇಲಿ ಬರ್ತಾರೆ. ಇಲ್ಲೇ ಅರ್ಧ ಕಿಲೋಮೀಟರು ದೂರದಲ್ಲಿ ಎಸ್ಟೇಟ್ ಒಳಗೇ ಒಂದು ಸಣ್ಣ ಗುಡ್ಡೆ ಜರಿದಿತ್ತು. ಅಲ್ಲಿಗೆ ಹೋಗಿದಾರೆ..ನೀವು ಕಾಲಾಡಿಸ್ಕೊಂಡು ಅಲ್ಲಿಗೇ ಹೋದ್ರೂ ಸರಿ, ಅಥವಾ ಇಲ್ಲೇ ಕಾಯಬಹುದು.."

"ಇಲ್ಲಮ್ಮ, ಅಲ್ಲಿಗೇ ಹೋಗ್ತೀನಿ.."

"ಸರಿ, ಜೋಸೆಫ್..ಇವರನ್ನ ಗುಡ್ಡದ ಹತ್ರ ಕರ್ಕೊಂಡು ಹೋಗು"

"ಬನ್ನಿ ಸಾರ್" ಆಚೆ ಹೂ-ತೋಟದಲ್ಲಿ ಕೆಲಸ ಮಾಡುತ್ತಿದ್ದ ಹುಡುಗ ಕರೆದ.

ಅವರಿಬ್ಬರೂ ನಡೆದು ಹೋಗುವುದನ್ನು ನೋಡುತ್ತಾ ನಿಂತ ಸೂರಜ್.

"ಯಾಕೋ..? ತಿಂಡೀನೇ ತಿಂದಿಲ್ಲ? ಹೋಗು ಮೊದಲು ತಿಂಡಿ ತಿನ್ನು..ಹೀಗೇ ಮಾಡ್ತಿದ್ರೆ ನಿನ್ನ ಆರೋಗ್ಯಾನೂ ಹಾಳಾಗುತ್ತೆ. ಒಬ್ಬಳನಂತೂ ಕಳ್ಕೊಂಡೋ..ಇನ್ನು ನೀನೂ.." ಮಾತು ಮುಗಿಯುವ ಮುಂಚೆಯೇ ಅನುರಾಧ ಕಣ್ಣಲ್ಲಿ ನೀರು ಕಾಣಿಸಿತು.

"ಇಲ್ಲಮ್ಮಾ, ಮಂದಾಕಿನಿಯನ್ನ ನಾವು ಕಳ್ಕೊಂಡಿಲ್ಲ! ಅವಳು ಬದುಕಿದ್ದಾಳೆ! ನನ್ನ ಅಂತರಾತ್ಮ ಹೇಳ್ತಿದೆ. ಅವಳು ಬದ್ಕಿದ್ದಾಳೆ. ಅವಳನ್ನ ಎಲ್ಲಿದ್ರೂ ಹುಡುಕಿ ಕರ್ಕೊಂಡು ಬರ್ತೀನಿ..ಇಲ್ಲದಿದ್ರೆ ನಮ್ಮೆಲ್ಲರ ಬದುಕಿಗೆ ಅರ್ಥವೇ ಇಲ್ಲ"

"ನನಗೂ ಹಾಗೇ ಅನ್ನಿಸ್ತಿದೆ. ನಮಗೆ ಒಪ್ಪಿಸಿದ ಆ ಬಾಡಿ ಖಂಡಿತಾ ಮಂದಾಕಿನೀದಲ್ಲ! ಸುಮ್ಮನೆ ನಮ್ಮ ತಲೆಗೆ ಅದನ್ನ ಕಟ್ಟಿದರು. ಎಲ್ಲೋ ಏನೋ ಮೋಸ ನಡೀತಿದೆ! ಅದು ಏನೂಂತ ಗೊತ್ತಾಗ್ತಿಲ್ಲ. ಮಂದಾ ಎಲ್ಲೋ ಇದ್ದಾಳೆ! ಅವಳಿಗೆ ಏನೋ ತೊಂದರೆ ಇದೆ! ದೇವರೇ ಅವಳನ್ನ ಕಾಪಾಡಬೇಕು"

ಅನುರಾಧ ಸೂರಜ್ ಮಾತಿಗೆ ತಮ್ಮ ಅಭಿಪ್ರಾಯವನ್ನೂ ಕೂಡಿಸಿದರು.

"ಎಲ್ಲಾ ದೇವರ ಮೇಲೆ ಭಾರ ಹಾಕಿ ಕೂರೋಕಾಗೊಲ್ಲ. ನಮ್ಮ ಪ್ರಯತ್ನವನ್ನೂ ಮಾಡ್ಬೇಕು"

ಸೂರಜ್ ಗಂಭೀರವಾಗಿ ಹೇಳಿದ.

"ನಾವು ಏನು ಮಾಡೋಕೆ ಸಾಧ್ಯ?"

"ಏನು ಸಾಧ್ಯವೋ ಅದನ್ನೆಲ್ಲಾಮಾಡಬೇಕು? ಅದನ್ನ ನಾನು ಮಾಡೇ ಮಾಡ್ತೀನಿ"

"ಏನೋ ಮಾಡೋಕೆ ಹೋಗಿ ತೊಂದರೆ ಸಿಕ್ಕೋಬೇಡ. ಈಗಾಗಲೇ ಮಂದಾ ಇಲ್ಲ!"

"ಇಲ್ಲ ..ಮಂದಾ ಇದ್ದಾಳೆ"

"ಎಲ್ಲಿದ್ದಾಳೋ? ಹೇಗಿದ್ದಾಳೋ? ಎಂತಾ ದುಷ್ಟರ ಕೈಯಲ್ಲಿ ಸಿಕ್ಕಿದ್ದಾಳೋ.."

"ಅವಳು ಎಲ್ಲೇ ಇದ್ದರೂ ಬಿಡಿಸಿಕೊಂಡು ಬರ್ತೀನಿ.."

ಸೂರಜ್ ದನಿಯಲ್ಲಿದ್ದ ವಿಶ್ವಾಸಕ್ಕೆ ಅಚ್ಚರಿ ಎನಿಸಿ ಅನುರಾಧ ಮೌನಧಾರಣೆ ಮಾಡಿದರು.

0 0 0 0

ಸೂರಜ್ ಆತ್ಮವಿಶ್ವಾಸ ಹಿಮಾಲಯವಾಗಿತ್ತು! ಅದರೆ ಮುಂದುವರಿಯಲು ದಾರಿ ಕಾಣಿಸುತ್ತಿರಲಿಲ್ಲ! ಮಂದಕ್ಕ ಎಲ್ಲಿದ್ದಾಳೆ? ಅವಳನ್ನು ಹೇಗೆ ಕರೆತರಲಿ? ಅವಳೆಲ್ಲಿರುವಳೆಂದು ತಿಳಿದರೆ ವಾಪಸ್ಸು ಕರೆತರುವುದು ಕಷ್ಟವಾಗುವುದಿಲ್ಲ. ಆದರೆ ಎಲ್ಲಿರುವಳೆಂಬುದನ್ನು ಹೇಗೆ ತಿಳಿಯುವುದು? ಮಂದಾಕಿನಿ ಕಾಣೆಯಾಗಿರುವುದು ಕತ್ತಲು ತುಂಬಿದ ನಿಗೂಢತೆಯಾಗಿತ್ತು! ಮಂದಾಕಿನಿ ಕಾಣೆಯಾಗಿರುವುದು ವಿಸ್ಮಯ! ಆಕೆಯ ಶರೀರ ಸಿಕ್ಕಿತೆನ್ನುವುದು ಒಂದು ದೊಡ್ಡ ಸುಳ್ಳು! ಅದನ್ನು ನಂಬಿಸುವ ಪ್ರಯತ್ನ ವ್ಯವಸ್ಥಿತವಾಗಿ ನಡೆದಿದೆ. ಇದರ ಹಿಂದೆ ಯಾರಿದ್ದಾರೆ? ಒಬ್ಬನೋ ಇಲ್ಲಾ ಒಂದು ಸಮೂಹವೋ? ಕೇಸು ಮುಚ್ಚಲು ಆತುರ ತೋರಿದ ಕರುಂಬಯ್ಯ? ಕಾನೂನು ಪಾಲಿಸುವ ಒಂದು ಗುರುತರ ಹುದ್ದೆಯಲ್ಲಿರುವವರು ಹೀಗೆ ಮಾಡಲು ಸಾಧ್ಯವೆ? ಅದು ಅವರ ಆತ್ಮಸಾಕ್ಷಿಗೆ ವಿರುದ್ಧವಲ್ಲವೆ? ಆದರೆ ಅವರೇಕೆ ಹೀಗೆ ಮಾಡಬೇಕು? ಅದಕ್ಕೊಂದು ಮೋಟಿವ್ ಬೇಕಲ್ಲವೆ? ಆ ಮೋಟೀವ್ ಏನು? ಅವರಿಗೆ ಮಂದಾಕಿನಿ ಪರಿಚಯ ಇರಲು ಸಾಧ್ಯವಿಲ್ಲ! ಆದರೆ ಅನೀಶ್ ಅವರ ಸ್ನೇಹಿತ! ಅನೀಶ್ ಮೂಲಕ ಮಂದಾಕಿನಿಯ ಪರಿಚಯ ಕರುಂಬಯ್ಯನಿಗೆ ಆಗಿದೆಯೆ? ಆಗಿದ್ದರೆ ಏನಂತೆ? ಅನೀಶ್ ಮಂದಾಕಿನಿಯನ್ನು ಅಪಹರಿಸಿರಬಹುದೆ? ಅದಕ್ಕೇನು ಕಾರಣ? ತಾನು ಮದುವೆಯಾಗಲಿರುವ ಹುಡುಗಿಯನ್ನು ತಾನೇ ಏಕೆ ಕಿಡ್ನ್ಯಾಪ್ ಮಾಡುತ್ತಾನೆ? ಮಂದಾಕಿನಿ ಕಾಣೆಯಾಗುವ ಹಿಂದಿನ ದಿನ ಅನೀಶ್ ಅವರ ಮನೆಯಲ್ಲಿದ್ದ. ಅಲ್ಲೂ ಮದುವೆಗೆ ಸಿದ್ಧತೆ ನಡೆದಿತ್ತು! ಅನೀಶ್‌ಗೆ ಮಂದಾಕಿನಿ ಬೇಡವಾಗಿದ್ದರೆ ಮದುವೆ ನಿಲ್ಲಿಸಬಹುದಿತ್ತಲ್ಲ? ಆಕೆಯನ್ನು ಮದುವೆಯಾಗುವುದು ಬೇಡ ಎಂದು ಕಿಡ್ನ್ಯಾಪ್ ಮಾಡಿ, ಹಣಕ್ಕಾಗಿ ಬ್ಲಾಕ್‌ಮೈಲ್ ಮಾಡುವ ಪ್ಲಾನ್ ಇರಬಹುದೆ? ಆದರೆ ಈವರೆಗೆ ಯಾರೂ ಹಣದ ಬೇಡಿಕೆ ಮುಂದಿಟ್ಟಿಲ್ಲ! ಕರೆ ಮಾಡಿಲ್ಲ!

ಹತ್ತಾರು ಯೋಚನೆಗಳ ಜೊತೆಯಲ್ಲಿ ಸೂರಜ್ ಮಂದಾಕಿನಿಯ ರೂಮಿಗೆ ಬಂದ. ಅಲ್ಲೇನು ಮಾಡಬೇಕು ಎನ್ನುವ ಸ್ಪಷ್ಟತೆ ಇರಲಿಲ್ಲ. ಮನಸ್ಸಿನಲ್ಲಿ ಏನೇನೋ ಯೋಚನೆಗಳು ಕೊಳ್ಳಿದೆವ್ವಗಳಾಗಿ ಕುಣಿಯುತ್ತಿದ್ದವು. ಸೂರಜ್ ದೇಹ ಅಕ್ಕನ ರೂಮಿನಲ್ಲಿತ್ತು. ಮನಸ್ಸು ಇನ್ನೆಲ್ಲೋ ಸುಳಿಯುತ್ತಿತ್ತು. ಮನಸ್ಸನ್ನು ಎಲ್ಲ ಕಡೆಯಿಂದ ಎಳೆದು ಅಕ್ಕನ ರೂಮಿನ ಸುತ್ತ ನೋಡಿದ. ಆದರೆ ಯಾವುದರ ಮೇಲೂ ಗಮನವಿರಲಿಲ್ಲ. ಮಂದಾಕಿನಿಯ ರೂಮು ಅಚ್ಚುಕಟ್ಟಾಗಿತ್ತು. ಆಕೆ ಯಾವಾಗಲೂ ಒಪ್ಪ ಓರಣಕ್ಕೆ ಆದ್ಯತೆ ಕೊಡುತ್ತಿದ್ದಳು. ಎಲ್ಲ ವಸ್ತುಗಳೂ ಅವುಗಳ ಜಾಗಗಳಲ್ಲಿದ್ದವು. ಮೇಜಿನ ಮೇಲೆ ಒಂದು ತೆರೆದ ನೋಟ್ ಪ್ಯಾಡ್, ಅದರ ಮೇಲೆ ಪೆನ್ನು, ಟೇಬಲ್ ಲ್ಯಾಂಪ್, ಎರಡು ಪುಸ್ತಕಗಳು ಕಾಣಿಸಿದವು. ತೆರೆದ

ನೋಟ್‌ಪ್ಯಾಡು ಸ್ವಲ್ಪ ಅಸಹಜ ಎನ್ನಿಸಿತು. ಮದುವೆಗೆಂದು ಹೊರಡುವ ಮುನ್ನ ಹೀಗೆ ನೋಟ್‌ಪ್ಯಾಡು ತೆರೆದು ಹೋಗುವವಳಲ್ಲ ಮಂದಕ್ಕ. ಅದನ್ನು ಮುಚ್ಚಿ, ಪೆನ್ನನ್ನು ಸ್ಟ್ಯಾಂಡಿನಲ್ಲಿಟ್ಟು ಹೋಗುವುದು ಅವಳ ರೀತಿ. ಹೀಗೇಕೆ ಮಾಡಿರಬಹುದು?

ಕುತೂಹಲದಿಂದ ಅನೀಶ್ ನೋಟ್‌ಪ್ಯಾಡಿನ ಬಳಿಸಾರಿ ಅದನ್ನು ಕೈಗೆತ್ತಿಕೊಂಡ. ಅದರಲ್ಲಿ ಅನೇಕ ಹಾಳೆಗಳು ಹರಿದಿರುವುದು ಕಂಡಿತು. ಜೊತೆಗೆ ಮೇಲಿದ್ದ ಹಾಳೆಯ ಮೇಲೆ ಒಂದು ಮೊಬೈಲ್ ಫೋನ್ ನಂಬರಿತ್ತು. ಅದರ ಕೊನೆಯ ಅಂಕೆ ವಕ್ರವಾಗಿ ಬರೆಯಲಾಗಿತ್ತು. ಆತುರದಲ್ಲಿ ಆ ಅಂಕೆಯನ್ನು ಬರೆದಂತಿತ್ತು! ಅದಕ್ಕೇನಾದರೂ ಕಾರಣವಿರಬಹುದೆ? ಆ ನಂಬರು ಯಾರದಿರಬಹುದು? ಅದಕ್ಕೇನಾದರೂ ಮಂದಕ್ಕ ಫೋನ್ ಮಾಡಿರಬಹುದೆ? ಈ ನಂಬರಿಗೆ ಫೋನು ಮಾಡಿ ನೋಡಲೆ? ಅದಕ್ಕೆ ಮುನ್ನ ಇನ್ನೇನಾದರೂ ಸಿಕ್ಕೀತೆ ಎಂದು ಸುತ್ತ ನೋಡಿದ ಸೂರಜ್. ಟೇಬಲ್ಲಿನ ಕೆಳಗೆ ಒಂದು ವೇಸ್ಟ್‌ಪೇಪರು ಹಾಕುವ ಬುಟ್ಟಿಯಿತ್ತು. ಅದರಲ್ಲಿ ಹತ್ತಾರು ಮುದುರಿದ ಪೇಪರಿನ ಉಂಡೆಗಳಿದ್ದವು. ಅವುಗಳಲ್ಲಿ ಏನಾದರೂ ಕ್ಲೂ ಸಿಗಬಹುದೆ? ಸೂರಜ್ ಬುಟ್ಟಿಯನ್ನು ಎತ್ತಿ ಅದರಲ್ಲಿದ್ದ ಪೇಪರು ಉಂಡೆಗಳನ್ನು ಒಂದೊಂದಾಗಿ ಬಿಡಿಸಿ ನೋಡಿದ.

ಎಲ್ಲ ಪೇಪರುಗಳಲ್ಲೂ ವೃತ್ತಾಕಾರವಾಗಿ ಗೆರೆಗಳನ್ನು ಎಳೆದಿತ್ತು. ಯಾವುವೂ ಬರೆಯಲೇಬೇಕೆಂದು ಬರೆದಿರಲಿಲ್ಲ. ಏನನ್ನೋ ಯೋಚಿಸುತ್ತಿರುವಾಗ ಅನ್ಯಮನಸ್ಕತೆಯಿಂದ ಗೆರೆಗಳನ್ನು ಎಳೆದಂತಿತ್ತು. ಕೆಲವು ವಕ್ರ, ಕೆಲವು ವೃತ್ತ, ಕೆಲವು ತ್ರಿಕೋನಗಳು! ಇವಲ್ಲಾ ಏನನ್ನಾದರೂ ಸೂಚಿಸುತ್ತಿವೆಯೆ? ಇಲ್ಲಾ...ಮಂದಕ್ಕ ಏನನ್ನೋ ಯೋಚಿಸುತ್ತಿರುವಾಗ ಅನ್ಯಮನಸ್ಕತೆಯಿಂದ ಗೀಚಿರುವುವೆ? ಕೊನೆಯ ಒಂದು ಉಂಡೆ ಬಿಡಿಸಿದಾಗ ಅದರಲ್ಲಿ ಕಂಡದ್ದು ಒಂದು ಅಂಕೆ. ಅದು '500ಕೆ' ಎಂದು ತುಂಬಾ ಸಣ್ಣಗೆ ಬರೆದಿತ್ತು. 'ಕೆ' ಎನ್ನುವುದು ಮಾತ್ರ ಇಂಗ್ಲಿಷ್ ಅಕ್ಷರ. ಅದಕ್ಕೂ ನೋಟ್‌ಪ್ಯಾಡಿನ ಮೇಲಿರುವ ಫೋನ್ ನಂಬರಿಗೂ ಸಂಬಂಧವಿದೆಯೆ? ಅದಕ್ಕೂ ಮಂದಕ್ಕ ಕಾಣೆಯಾಗಿರುವುದಕ್ಕೂ ಸಂಬಂಧವಿದೆಯೆ? ಸೂರಜ್ ಯೋಚಿಸುತ್ತಲೇ ರೂಮನ್ನು ಮತ್ತೊಮ್ಮೆ ಸುತ್ತಿದ. ಇಂತ ಅನುಮಾನಕ್ಕೆ ಎಡೆಮಾಡುವ ಇನ್ನೇನಾದರೂ ಸಿಕ್ಕೀತೆ ಎಂದು. ಮಂದಕ್ಕನ ರೂಮೆಂದರೆ ಮನೆಯ ಆಳುಕಾಳುಗಳಿಗೂ, ಚಿಕ್ಕಮ್ಮ, ಚಿಕ್ಕಪ್ಪ ಎಲ್ಲರಿಗೂ ವಿಶೇಷ ಕಾಳಜಿ. ಆಕೆಯ ಅಚ್ಚುಕಟ್ಟುತನವನ್ನು ಯಾರೂ ವಿರೋಧಿಸುತ್ತಿರಲಿಲ್ಲ. ಅದಕ್ಕೆ ಚ್ಯುತಿ ಬರುವಂತೆ ಯಾರೂ ನಡೆದುಕ್ಕೊಳ್ಳುತ್ತಿರಲಿಲ್ಲ.

ಸಾಮಾನ್ಯವಾಗಿ ಸತ್ತವರ ವಸ್ತುಗಳನ್ನು ಮನೆಯಿಂದ ಆಚೆ ಹಾಕುವ ಒಂದು ಪದ್ಧತಿ ಸಮಾಜದಲ್ಲಿ ಪ್ರಚಲಿತವಾಗಿದೆ. ಅದು ಬಹುಶಃ ಸತ್ತವರ ನೆನಪನ್ನು ಮರೆಮಾಡಿಸುವ ಕ್ರಮ ಇದ್ದೀತು. ಜೊತೆಗೆ ಸತ್ತವರು ಏನಾದ್ರೂ ಖಾಯಿಲೆಯಿಂದ ಬಳಲುತ್ತಿದ್ದರೆ ಅದರಿಂದ ಮನೆಯ ಉಳಿದವರಿಗೆ ತೊಂದರೆಯಾಗಬಾರದು ಎಂದು. ಆದರೆ ಮಂದಾಕಿನಿಯ ಕಾಣೆಯಾಗಿರುವುದನ್ನು ಸಾವು ಎಂದು ನಂಬದೆ, ಆಕೆ ಮತ್ತೆ ವಾಪಸ್ಸು ಬರುತ್ತಾಳೆ ಎಂಬ ನಂಬಿಕೆಯಿಂದ ಎಲ್ಲವನ್ನೂ ಜತನದಿಂದ ಕಾಪಾಡಿದ್ದರು. ಆದರೆ ವೇಸ್ಟ್ ಪೇಪರ್ ಬುಟ್ಟಿಯಲ್ಲಿನ ಪೇಪರುಗಳನ್ನು ಏಕೆ ಆಚೆ ಹಾಕಿಲ್ಲ? ಮಂದಕ್ಕ ತನ್ನ ರೂಮನ್ನು ತಾನೇ ಸ್ವಚ್ಛ

ಮಾಡಿಕ್ಕೊಳ್ಳುತ್ತಿದ್ದಳು. ಹೆಚ್ಚಿನ ಸ್ವಚ್ಛತೆಯಿದ್ದರೆ ಮನೆ ಕೆಲಸದ ಸಾವಿತ್ರಿಯನ್ನು ಕರೆದು ತಮ್ಮ ಉಸ್ತುವಾರಿಯಲ್ಲೇ ಮಾಡಿಸುತ್ತಿದ್ದರು.

ಸೂರಜ್ ಟೇಬಲ್ ಮುಂದೆ ಕೂತು ಸ್ವಲ್ಪ ಹೊತ್ತು ಆ ಫೋನು ನಂಬರು ಮತ್ತು 500ಕೆ ಎಂದು ಬರೆದಿರುವ ಪೇಪರನ್ನು ಬಹಳ ಹೊತ್ತು ನೋಡಿದ. ವಿವಿಧ ಕೋನಗಳಿಂದ ಅವುಗಳನ್ನು ನೋಡಲು ಯತ್ನಿಸಿದ. 500ಕೆ ಎನ್ನುವುದು ಸಾಮಾನ್ಯವಾಗಿ ಕಂಪ್ಯೂಟರ್ ಬಳಸುವವರು ಉಪಯೋಗಿಸುವ ಸಂಕೇತ. 'ಕೆ' ಎಂದರೆ ಸಾವಿರ. 500ಕೆ ಎಂದರೆ 500 ಸಾವಿರ. ಅಂದರೆ ಐದು ಲಕ್ಷ. ಈ 500ಕೆ ಅನ್ನುವುದು ಐದು ಲಕ್ಷ. ಅದು ಹಣಕ್ಕೆ ಸಂಬಂಧಿಸಿದ್ದೇ ಇರಬೇಕು. ಕಂಪ್ಯೂಟರಿನ ವಿಶೇಷ ಜ್ಞಾನವೇನೂ ಮಂದಕ್ಕನಿಗೆ ಇರಲಿಲ್ಲ. ಆದರೆ ಇಂಗ್ಲಿಷಿನ 'ಕೆ' ಅಕ್ಷರ ಕಂಪ್ಯೂಟರಿನ ಸಾಮಾನ್ಯ ಜ್ಞಾನ ಇರುವವರು ಒಂದು ಸಾವಿರ ಎಂದು ಎಣಿಸುತ್ತಾರೆ. 500ಕೆ ಎನ್ನುವುದು ಐನೂರರ ಪಕ್ಕದಲ್ಲಿ ಮೂರು ಸೊನ್ನೆಗಳನ್ನು ಹಾಕಿದರೆ ಅದು ಐದು ಲಕ್ಷವಾಗುತ್ತದೆ. ಆ ಮೊತ್ತವನ್ನು ಸಂಕ್ಷಿಪ್ತವಾಗಿ 500ಕೆ ಎಂದು ಬರೆದಿರುವಂತಿದೆ. ಅದು ಬೇರೆ ಯಾರಿಗೂ ತಿಳಿಯಬಾರದು ಎಂದು ಬರೆದು, ಪೇಪರು ಹರಿದು ಉಂಡೆ ಮಾಡಿ ಬುಟ್ಟಿಯಲ್ಲಿ ಹಾಕಿದ್ದಾರೆ! ಆದರೆ ಯಾರು? ಟೇಬಲ್ಲಿನ ಮೇಲಿದ್ದ ಫೋನ್ ನಂಬರಿಗೂ ಈ 500ಕೆ ಎಂಬ ಅಂಕೆಗೂ ಸಂಬಂಧವಿರಬಹುದೆ? ಆ ಫೋನ್ ನಂಬರಿಗೆ ಫೋನ್ ಮಾಡಿ ನೋಡಿದರೆ ಹೇಗೆ? ಅದು ಯಾರೆಂದು ತಿಳಿದೀತೆ? ಈ ಯೋಚನೆಯಲ್ಲಿ ಎಷ್ಟು ಹೊತ್ತು ಅಲ್ಲಿ ಕೂತಿದ್ದೆ ಎನ್ನುವ ನೆನಪೇ ಸೂರಜನಿಗೆ ಇರಲಿಲ್ಲ!

ಆಚೆ ಚಿಕ್ಕಪ್ಪ ಮತ್ತು ದೇವರಾಜ್ ದನಿ ಕೇಳಿ ಎದ್ದು ಈಚೆ ಬಂದ. ದೇವರಾಜ್ ಬಗೆಗೆ ಸ್ವಲ್ಪ ಎಚ್ಚರಿಕೆಯಿಂದ ಇರಬೇಕೆನ್ನಿಸಿತು. ಅವನಿಗೂ ಕರುಂಬಯ್ಯನಿಗೂ ಮಾಮೂಲಿ ಕೇಟರಿಂಗ್ ಸಂಬಂಧಕ್ಕಿಂತ ಹೆಚ್ಚಿಗೆ ಏನಾದರೂ ಇರಬಹುದು. ಅದಕ್ಕೂ ಮಂದಕ್ಕ ಕಾಣೆಯಾಗಿರುವುದಕ್ಕೂ ಎಲ್ಲೋ ಒಂದು ಎಳೆ ಸುಳಿವು ಸಿಗಬಹುದು. ಆ ಎಳೆ ಸಿಕ್ಕಿದರೆ ಅದರ ಇನ್ನೊಂದು ತುದಿಯಲ್ಲಿ ಅಂಟಿಕೊಂಡ ಎಲ್ಲ ರಹಸ್ಯಗಳೂ ಈಚೆ ಬರುತ್ತವೆ ಎಂದು ಸೂರಜನ ಮನಸ್ಸಿನ ಒಂದು ಭಾಗ ಯೋಚಿಸುತ್ತಿತ್ತು.

"ಸರಿಯಪ್ಪ, ನಿನಗೆ ಲಾಸಾಗಿದೆ. ಆದರೆ ಏನು ಮಾಡೋಕಾಗುತ್ತೆ..? ಯಾವುದೂ ನಮ್ಮ ಕೈಲಿರಲಿಲ್ಲ. ಈಗ ಒಂದು ಕೆಲಸ ಮಾಡು, ನಿನ್ನ ಕಡೆವರು ಎಷ್ಟು ಜನ ಬಂದಿದ್ದರು, ಅವರಿಗೆ ನೀನು ಎಷ್ಟು ಕೂಲಿ ಕೊಡಬೇಕು ಅಂತ ಲೆಕ್ಕ ಹಾಕು, ಅದರ ಮೇಲೆ ನಿನಗೆ ಒಂದಿಪ್ಪತ್ತು ಪರ್ಸೆಂಟ್ ಕೊಟ್ಟುಬಿಡ್ತೀನಿ. ಆಯ್ತಾ..?"

ಗಣಪತಿಯವರ ಮಾತು ಕೇಳಿದರೆ ಅವರು ಬಹಳ ಹೊತ್ತಿಂದ ಈ ಬಗ್ಗೆ ಮಾತಾಡುತ್ತಾ ಬಂದಂತಿತ್ತು.

"ಇಂತಾ ಪರಿಸ್ಥಿತೀಲಿ ನಾನು ಹೆಚ್ಚಿಗೆ ಕೇಳೋಕೂ ಮನಸ್ಸು ಬರ್ತಿಲ್ಲ. ನಮಗೂ ಧರ್ಮ-ಕರ್ಮ ಇದೆ. ನನಗೆ ಕೊಡೋದು ಇಪ್ಪತ್ತೈದು ಪರ್ಸೆಂಟ್ ಮಾಡ್ಕೊಂಡ್ಬಿಡಿ. ಈಗಲೇ ನಾನು ಅದೆಲ್ಲಾ ಲೆಕ್ಕ ಹಾಕಿ ಹೇಳ್ಬಿಡ್ತೀನಿ..ಇಲ್ಲಾ ಅನ್ಬೇಡಿ ಅಯ್ಯಾ..."

ದೇವರಾಜ್ ಮಾತು ಸಮಯೋಚಿತವಾಗಿತ್ತು. ಒಂದು ಕೇಟರಿಂಗ್ ಟೀಮಿನ ಸಂಯೋಜಕನಾಗಿ ಅವನು ಕೇಳಿದ್ದು ಸರಿ ಎನ್ನಿಸಿತು ಸೂರಜನಿಗೆ. ಇದಕ್ಕೆ ಪ್ರತಿಯಾಗಿ

ಚಿಕ್ಕಪ್ಪ ಏನು ಹೇಳುತ್ತಾರೋ ಎಂಬ ಕುತೂಹಲದಿಂದ ಅಲ್ಲೇ ನಿಂತ.

"ಇಲ್ಲ ದೇವರಾಜು. ನಾನು ಹೇಳಿದ್ದು ಸರಿಯಾಗಿದೆ. ನನ್ನ ದುಡ್ಡಾಗಿದ್ರೆ ಹೂ ಅಂದ್ಬಿಡ್ತಿದ್ದೆ. ಇಲ್ಲಿ ನಂದು ಉಸ್ತುವಾರಿ ಕೆಲಸ ಅಷ್ಟೆ. ಯಜಮಾನ ನಾನಲ್ಲ. ನನ್ನ ಮಗ"

ಚಿಕ್ಕಪ್ಪನ ಮಾತು ಕೇಳಿ ಸೂರಜ್ ಅಚ್ಚರಿಗೊಂಡ. ತಾನು ಮನೆಯಲ್ಲಿರುವೆ ಎಂದು ಚಿಕ್ಕಪ್ಪ ಹೀಗೆ ಹೇಳಿದರೆ. ಇಲ್ಲಾ ಅವರು ಅಷ್ಟು ನಿಷ್ಠೆಯಿಂದ ಈ ಆಸ್ತಿಯನ್ನು ಕಾಪಾಡುತ್ತಿದ್ದಾರೆಯೆ? ಇದರಲ್ಲಿ ಯಾವುದು ನಿಜ? ಯಾವುದು ಸುಳ್ಳು?

"ಅಗೊ..ಅಲ್ಲೇ ಬಂದ್ರಲ್ಲ..? ಏನ್ಸಾರ್ ನೀವೇ ಹೇಳಿ ನನಗೂ ಒಂದುಷ್ಟು ಅನುಕೂಲ ಆಗಬೇಡವೆ?"

ದೇವರಾಜ್ ಬಾಗಿಲ ಬಳಿ ನಿಂತಿದ್ದ ಸೂರಜ್ ಕೇಳಿದ. ಆಗಷ್ಟೆ ಗಣಪತಿಯವರು ಸೂರಜ್ ಬಂದಿರುವುದನ್ನು ಗಮನಿಸಿದಂತಿತ್ತು.

"ನಿಮ್ಮ ವ್ಯವಹಾರ ನನಗೆ ಗೊತ್ತಿಲ್ಲ. ಚಿಕ್ಕಪ್ಪ ಏನು ಹೇಳ್ತಾರೋ ಅದೇ ಫೈನಲ್"

"ಏನ್ಸಾರ್ ನೀವೇನಾದ್ರೂ ಚೂರು ದುಡ್ಡು ಹೆಚ್ಚಿಗೆ ಕೊಡೋಕೆ ಹೇಳಬಹುದು ಅಂದ್ರೆ ನೀವೂ ಹೀಗನ್ನೋದಾ?"

ಗಣಪತಿಯವರು ನಸುನಗುತ್ತಾ ಸೂರಜ್ ಮುಖ ನೋಡಿದರು. ಅವರ ಮುಖದಲ್ಲಿ ಮೆಚ್ಚುಗೆಯಿತ್ತು.

"ಆಯ್ತು, ಸೂರಜ್ ಮುಂದೆ ಈ ಮಾತು ಹೇಳಿದ್ದೀಯ ಅದಕ್ಕೆ ನಾನು ಇನ್ನೂ ಎರಡು ಪರ್ಸೆಂಟ್ ಹೆಚ್ಚಿಗೆ ಕೊಡ್ತೀನಿ. ನಿನ್ನ ಖರ್ಚಿನ ಲೆಕ್ಕ ಕೊಡು. ಅದರ ಮೇಲೆ ನಿನಗೆ ಇಪ್ಪತ್ತೆರಡು ಪರ್ಸೆಂಟ್ ಹೆಚ್ಚಿಗೆ ಕೊಡ್ತೀನಿ"

"ಸರಿ ಸಾರ್, ನಿಮ್ಮ ಮಾತಿಗೆ ಎದುರಾಡೋದಿಲ್ಲ..ಹಂಗೇ ಆಗ್ಲಿ. ಮತ್ತೆ..ನೀವು ಇನ್ನೊಂದು ಕಂಪ್ಲೈಂಟ್ ಕೊಟಿದ್ದೀರಲ್ಲ? ಅದರ ವಿಶಯ ಏನು?"

"ಗೊತ್ತಿಲ್ಲ. ಅದರ ಬಗ್ಗೆ ಕರುಂಬಯ್ಯನವರ ಹತ್ರ ಮತ್ತೆ ಮಾತಾಡಿಲ್ಲ. ನಾವು ಮತ್ತೆ ಕಂಪ್ಲೈಂಟ್ ಮಾಡಿರೋದು ಅವರಿಗೆ ಖಂಡಿತಾ ಇಷ್ಟವಾಗಿರೋದಿಲ್ಲ"

ದೇವರಾಜನ ಮಾತಿಗೆ ಗಣಪತಿಯವರ ಉತ್ತರಿಸಿದರು. ಅದರಲ್ಲಿನ ಉದಾಸೀನತೆಯನ್ನು ಸೂರಜ್ ಗುರುತಿಸಿದ.

ದೇವರಾಜ್ ಮತ್ತೆ ಮಂದಾಕಿನಿಯ ವಿಶಯದಲ್ಲಿ ಮತ್ತೆ ಮೂಗು ತೂರಿಸಿದ್ದ! ಅದು ಸಹಜವಾಗಿತ್ತೋ ಇಲ್ಲಾ ಈ ಬೇಕೆಂದೇ ಕೆದಕುತ್ತಿರುವನೋ? ಗುರುತಿಸಲು ಸೂರಜ್‌ಗೆ ಸಾಧ್ಯವಾಗಲಿಲ್ಲ.

"ಸೂರಜ್, ಇವರ ಲೆಕ್ಕ ಸೆಟ್ಲ್ ಮಾಡಿ ಬರ್ತೀನಿ. ಅಲ್ಲೀವರೆಗೆ ಆ ಗುಡ್ಡದ ಹತ್ರ ಕೆಲಸ ಒಂಚೂರು ನೋಡ್ತೀಯ?"

"ಸರಿ ಚಿಕ್ಕಪ್ಪ"

ಸೂರಜ್ ಆಚೆ ನಡೆದ. ತನ್ನನ್ನೇಕೆ ಚಿಕ್ಕಪ್ಪ ಆಚೆ ಕಳಿಸಿದರು? ದೇವರಾಜ್ ಜೊತೆ ಇನ್ನೂ ಏನಾದರೂ ರಹಸ್ಯವಾಗಿ ಮಾತಾಡುವುದಿತ್ತೆ? ಅಂತ ವಿಶಯ ಯಾವುದು? ಚಿಕ್ಕಪ್ಪ ಯಾವುದೋ ರಹಸ್ಯದ ಒಂದು ಭಾಗವಾಗಿದ್ದಾರೆಯೇ?

0 0 0

ಒಂದು ಜೆಸಿಬಿ ಯಂತ್ರ ಗುಡ್ಡ ಕುಸಿದಿದ್ದ ಕಡೆ ಕೆಲಸ ಮಾಡುತ್ತಿತ್ತು. ಹತ್ತಾರು ಜನರು ಗುದ್ದಲಿ, ಪಿಕಾಸಿ ಹಿಡಿದು ಕೆಲಸದಲ್ಲಿ ತೊಡಗಿದರು. ಸೂರಜ್ ಅವರ ಕೆಲಸ ನೋಡುತ್ತಾ ಆಗೀಗ ಸಣ್ಣಪುಟ್ಟ ನಿರ್ದೇಶನ ನೀಡುತ್ತಾ ಕೆಲಸದಲ್ಲಿ ಮೈಮರೆತ. ಗಂಟೆಯ ನಂತರ ಗಣಪತಿಯವರೂ ಬಂದು ಸೇರಿಕೊಂಡರು.

"ನೀನಿನ್ನು ಮನೆಗೆ ಹೋಗು ಸೂರಜ್. ಇಲ್ಲೀದು ನಾನು ನೋಡ್ಕೋತೀನಿ"

ಮರುಮಾತಿಲ್ಲದೆ ಸೂರಜ್ ವಾಪಸ್ಸು ಮನೆ ಕಡೆ ನಡೆದ.

ಮನೆ ಸೇರಿದ ತಕ್ಷಣವೇ ಅವನಿಗೆ ನೆನಪಾದದ್ದು ಮಂದಾಕಿನಿಯ ರೂಮಿನಲ್ಲಿದ್ದ ಆ ನೋಟ್‌ಪ್ಯಾಡ್ ಮೇಲಿನ ಫೋನ್ ನಂಬರು ಮತ್ತು ಬಿಡಿಸಿದ ಪೇಪರು ಉಂಡೆಯಲ್ಲಿದ್ದ 500ಕೆ ಎನ್ನುವ ಬರಹ. ಆ ನಂಬರಿಗೆ ಫೋನ್ ಮಾಡಿ ಅದರ ರಹಸ್ಯ ಅದೇನೆಂದು ನೋಡಿಯೇಬಿಡೋಣ ಎನ್ನಿಸಿತು.

"ಸೂರಜ್, ಗುಡ್ಡದ ಹತ್ರ ಹೋಗಿದ್ಯಾ..? ತುಂಬಾ ಮಣ್ಣು ಜರಿದಿದೆಯಾ..?" ಒಳಗಿಂದ ಚಿಕ್ಕಮ್ಮ ಕೇಳಿದರು.

"ಇಲ್ಲಾ ಅಂತಾ ತೊಂದ್ರೆಯೇನೂ ಆಗಿಲ್ಲ. ಇವತ್ತು ಕೆಲಸ ಮುಗಿಯುತ್ತೆ.."

"ಊಟ ಮಾಡ್ತೀಯ?"

"ಇನ್ನೊಂದರ್ಧ ಗಂಟೆ ಬಿಟ್ಟು ಮಾಡ್ತೀನಿ. ಅಷ್ಟೊತ್ತಿಗೆ ಚಿಕ್ಕಪ್ಪನೂ ಬರ್ತಾರೆ"

ಎಂದು ಹೇಳಿದ ಸೂರಜ್ ಮತ್ತೆ ಮಂದಾಕಿನಿಯ ರೂಮು ಸೇರಿದ. ಟೇಬಲ್ಲಿನ ಬಳಿ ನಡೆದ.

ಆದರೆ...ಅಲ್ಲಿ ನೋಟ್‌ಪ್ಯಾಡಿನ ಮೇಲೆ ಫೋನ್ ನಂಬರ್ ಬರೆದಿದ್ದ ಹಾಳೆ ಇರಲಿಲ್ಲ! ಮುದುರಿದ್ದ ಉಂಡೆಯಲ್ಲಿದ್ದ 500ಕೆ ಎನ್ನುವ ಅಂಕೆಯಿದ್ದ ಪೇಪರೂ ಇರಲಿಲ್ಲ!!

ಏನಾಯಿತು? ಯಾರು ತೆಗೆದುಕೊಂಡರು? ಇಲ್ಲಾ ಅದನ್ನು ಕೆಲಸದ ಸಾವಿತ್ರಿ ಕಸಕ್ಕೆ ಹಾಕಿರಬಹುದೆ? ನೆಲದ ಮೇಲೇನಾದರೂ ಬಿದ್ದಿದೆಯಾ ಎಂದು ಹುಡುಕಿದ ಸೂರಜ್. ಅವು ಎಲ್ಲಿಯೂ ಕಾಣಲಿಲ್ಲ.

ಯಾರು ತೆಗೆದಿರಬಹುದು? ಯಾರಾದರೂ ತೆಗೆದಿದ್ದಾರೆ ಎಂದು ಅನುಮಾನಪಡಬೇಕಾದರೆ ಮನೆಯಲ್ಲಿರುವವರು ಕೇವಲ ಮೂರೇ ಜನ. ಉಳಿದವರೆಲ್ಲ ಕೆಲಸದವರು. ಆ ಪೇಪರು ಟೇಬಲ್ಲಿನ ಮೇಲಿಂದ ತೆಗೆದಿದ್ದರೆ ಚಿಕ್ಕಮ್ಮ ಇಲ್ಲಾ ಚಿಕ್ಕಪ್ಪ ತೆಗೆದುಕೊಂಡಿರಬೇಕು! ಇಬ್ಬರಲ್ಲಿ ಯಾರಿರಬಹುದು? ಇಬ್ಬರಲ್ಲಿ ಯಾರಿಗೆ ಅದು ಸಂಬಂಧಿಸಿದ್ದು? ಅದಕ್ಕಾಗಿಯೇ ಚಿಕ್ಕಪ್ಪ ತನ್ನನ್ನು ಗುಡ್ಡ ಜರಿದಿರುವ ಕಡೆಗೆ ಕಳಿಸಿದರೆ? ಮನೆಯಿಂದ ತಾನು ಆಚೆ ಹೋಗುವಾಗ ಅಲ್ಲಿದ್ದವರು ಚಿಕ್ಕಪ್ಪ, ಚಿಕ್ಕಮ್ಮ ಮತ್ತು ಸಾವಿತ್ರಿ! ಅವರಲ್ಲಿ ಯಾರಾದರೂ ಅದನ್ನು ತೆಗೆದುಕೊಂಡರೆ?! ಆದರೆ ಏಕೆ? ಅಂದರೆ ಅದಕ್ಕೂ ಮಂದಕ್ಕನ ಕಣ್ಮರೆಗೂ ಸಂಬಂಧವಿರಬಹುದು! ಅದು ಯಾವ ರೀತಿಯ ಸಂಬಂಧ? ಅರೆ..ಮನೆಯಲ್ಲಿದ್ದ ಇನ್ನೊಬ್ಬ ವ್ಯಕ್ತಿ ಎಂದರೆ ದೇವರಾಜ್! ಆದರೆ ಅವನು ಚಿಕ್ಕಪ್ಪನ ಕಣ್ಣು ತಪ್ಪಿಸಿ ಮಂದಕ್ಕನ ರೂಮಿಗೆ ಹೋಗಿ ಆ ಪೇಪರನ್ನು ತೆಗೆದುಕೊಂಡಿರಬಹುದೆ? ಆ

ಪೇಪರಿಗೂ ಅವನಿಗೂ ಏನು ಸಂಬಂಧ? ಹೌದು ಇದನ್ನು ಚಿಕ್ಕಮ್ಮನನ್ನೇಕೆ ಕೇಳಬಾರದು ಎಂಬ ಯೋಚನೆ ಬರುತ್ತಲೇ "ಅಮ್ಮಾ..?" ಎಂದು ಕೂಗುತ್ತಲೇ ಅಡಿಗೆ ಮನೆಯತ್ತ ನಡೆದ.

"ಊಟ ಮಾಡ್ತೀಯ..?"

ತನ್ನ ಮಾತಿಗೆ ಚಿಕ್ಕಮ್ಮನ ಉತ್ತರ ಕೇಳಿ ನಗು ಬಂತು! ಅಮ್ಮಂದಿರಿಗೆ ಸದಾ ಮಕ್ಕಳ ಹೊಟ್ಟೆ ತುಂಬಿಸುವ ಚಿಂತೆಯೇ ಎನ್ನಿಸಿತು.

"ಚಿಕ್ಕಪ್ಪ ಬರಲಿ ಅಂದ್ನಲ್ಲಾ..?"

"ಮತ್ತೇನು ಬೇಕಿತ್ತು ಹೇಳು..ಕಾಫಿ ಕೊಡ್ಲಾ..?"

"ಇಲ್ಲಾ..ಮಂದಕ್ಕನ ರೂಮಿಗೆ ಯಾರು ಹೋಗಿದ್ದರು?"

"ಯಾಕೆ?"

"ಅಲ್ಲಿ ಟೇಬಲ್ ಮೇಲೆ ಒಂದು ಪೇಪರಿತ್ತು. ಅದು ಈಗ ಇಲ್ಲ.."

"ಇಲ್ಲ? ಅಲ್ಲಿಗೆ ಯಾರೂ ಹೋಗಿಲ್ಲ. ಹೋಗಿದ್ರೆ ಸಾವಿತ್ರಿ ಹೋಗಿರಬೇಕು. ಸಾವಿತ್ರಿ ಹಿತ್ತಲಲ್ಲಿದ್ದಾಳೆ ಹೋಗಿ ಕೇಳು.."

ಚಿಕ್ಕಮ್ಮನ ಮುಖದ ಮೇಲಿನ ನಿರ್ಭಾವ ಮತ್ತು ಸಾದಾ ಮಾತಿನಿಂದಲೇ ಪೇಪರಿನ ವಿಶಯ ಅವರಿಗೆ ಗೊತ್ತಿಲ್ಲ ಎನ್ನುವುದು ಸ್ಪಷ್ಟವಾಗಿತ್ತು.

ಸರಿ, ಸಾವಿತ್ರಿಯನ್ನು ಕೇಳೋಣ ಎಂದು ಮನೆಯ ಹಿಂಭಾಗಕ್ಕೆ ಬಂದ ಸೂರಜ್. ಸಾವಿತ್ರಿ ಬಟ್ಟೆ ಒಗೆಯುತ್ತಿರುವುದು ಕಾಣಿಸಿತು.

ಸಾವಿತ್ರಿ ನಲವತ್ತೈದು ವರ್ಷದ ಹೆಂಗಸು. ಚಿಕ್ಕ ಹುಡುಗಿಯಾದಾಗಿನಿಂದಲೂ ಪ್ರಫುಲ್ಲ ಎಸ್ಟೇಟ್ ಮನೆಯಲ್ಲಿ ಕೆಲಸ ಮಾಡುತ್ತಿದ್ದಳು. ಇದೀಗ ಮದುವೆಯಾಗಿ ಗಂಡ ಮತ್ತು ಮಕ್ಕಳೊಂದಿಗೆ ಎಸ್ಟೇಟಿನ ಔಟ್ ಹೌಸಿನಲ್ಲಿ ವಾಸಿಸುತ್ತಿದ್ದಳು.

"ಸಾವಿತ್ರಮ್ಮ, ಮಂದಕ್ಕನ ರೂಮು ಕ್ಲೀನ್ ಮಾಡಿದ್ರಾ...?"

"ಹೂನಪ್ಪ.."

"ಅಲ್ಲಿ ಟೇಬಲ್ ಮೇಲಿದ್ದ ಎರಡು ಪೇಪರ್ ಏನಾದುವು ಗೊತ್ತಾ..?"

"ಇಲ್ವಲ್ಲ? ಟೇಬಲ್ ಮೇಲೆ ಯಾವ ಪೇಪರೂ ಇರ್ಲಿಲ್ಲ"

"ಸರಿಯಾಗಿ ಜ್ಞಾಪಿಸಿಕೊಳ್ಳಿ"

"ಅಯ್ಯೋ ಶಿವನೆ. ಅದೇನು ದೊಡ್ಡ ವಿಶಯವಾ ಮರ್ತು ಹೋಗೋಕೆ? ಚೆನ್ನಾಗಿ ಜ್ಞಾಪಕ ಇದೆ. ಟೇಬಲ್ಮೇಲೆ ಏನೂ ಇರಲ್ಲಿಲ್ಲ"

"ನೆಲದ ಮೇಲೇನಾದ್ರೂ ಬಿದ್ದಿದ್ದು ಅದನ್ನ ಎತ್ತಿ ಕಸಕ್ಕೆ ಹಾಕಿದ್ರಾ..?"

"ಅಯ್ಯೋ ಇಲ್ಲಾ ನನ್ನಪ್ಪಾ! ಇದ್ದಿದ್ರೆ ಹಂಗೆಲ್ಲಾ ಕಸಕ್ಕಾಕ್ತೀನಾ..? ಎತ್ತಿ ಮಡಗ್ತಿದ್ದೆ"

"ಮತ್ತೆ ಆ ಪೇಪರೇನಾಯ್ತು..? ಅಲ್ಲಿಗೆ ಬೇರೆ ಯಾರಾದ್ರೂ ಹೋಗಿದ್ರೇ..?"

"ನಂಗೊತ್ತಿಲ್ಲ. ಮನೆ ಎಲ್ಲಾ ಗುಡಿಸಿ ಸಾರಿಸಿದ್ದೆ. ಮಂದಮ್ಮಾರ ರೂಮು ಮಾತ್ರ ಬಾಕಿ ಇತ್ತು. ಅದನ್ನು ಮುಗಿಸಿ, ನಾನು ಬಟ್ಟೆ ಒಗೆಯೋಕೆ ಬಂದೆ"

"ಸರಿ.."

ಆ ಪೇಪರ್ ಏನಾಗಿರಬಹುದು? ಯಾರೋ ಅದನ್ನು ಎತ್ತಿಕೊಂಡಿದ್ದಾರೆ! ಅದಕ್ಕೇನು ಕಾರಣ? ಅದನ್ನು ತಾನು ನೋಡಿದೆ ಎನ್ನುವುದು ಯಾರ ಗಮನಕ್ಕೊ ಬಂದಿದೆ! ಅದು ಗೊತ್ತಾಗುತ್ತಲೇ ಅದನ್ನು ಎತ್ತಿಬಿಟ್ಟಿದ್ದಾರೆ! ಅದಕ್ಕೂ ಮಂದಕ್ಕ ಕಾಣೆಯಾಗಿರುವುದಕ್ಕೂ ಸಂಬಂಧವಿದೆ! ಇಷ್ಟು ದಿನ ಬಿಟ್ಟು ದೇವರಾಜ್ ಲೆಕ್ಕ ಚುಕ್ತಾ ಮಾಡೋಕೆ ಇವತ್ತೇ ಬಂದಿರೋದಕ್ಕೂ ಕಾರಣ ಇದೆಯೆ? ಹಾಗಾದರೆ ಆ ಕಾರಣ ಯಾವ ರೀತಿಯದು? 500ಕೆ ಅದು ದುಡ್ಡಿಗೆ ಸಂಬಂಧಿಸಿದ್ದೇ? ಅಂದರೆ ಐದು ಲಕ್ಷ ರೂಪಾಯಿ! ಅದನ್ನು ಯಾರು ಕೇಳುತ್ತಿದ್ದಾರೆ? ಏಕೆ ಕೇಳುತ್ತಿದ್ದಾರೆ? ಅದನ್ನು ಯಾರು ಯಾರಿಗೆ ಕೊಡಬೇಕು? ಈ ಮನೆಯಲ್ಲಿ ಏನೋ ನಡೆಯುತ್ತಿದೆ, ಅದಕ್ಕೂ ಮಂದಕ್ಕ ಕಾಣೆಯಾಗಿರುವುದಕ್ಕೂ ಸಂಬಂಧ ಇರಬಹುದು! ರಸ್ತೆ ಬದಿಯಲ್ಲಿ ಸಿಕ್ಕ ಶರೀರ ಮಂದಕ್ಕನದು ಅಲ್ಲವೇ ಅಲ್ಲ! ಮಂದಕ್ಕ ಬದುಕಿದ್ದಾಳೆ! ಅವಳನ್ನು ಹುಡುಕಿ ವಾಪಸ್ಸು ಕರೆದುಕೊಂಡು ಬಂದು ಅವಳ ಮದುವೆ ಮಾಡಿಸಿ ಅವಳ ಸಂಸಾರವನ್ನು ನೋಡಬೇಕು. ಅಲ್ಲಿಯವರೆಗೂ ನಾನು ವಿಶ್ರಮಿಸಬಾರದು. ಎಲ್ಲಾ ಕೆಲಸಗಳನ್ನೂ ಬದಿಗೊತ್ತಿ ಮಂದಕ್ಕನನ್ನು ಹುಡುಕಬೇಕು. ಅದಕ್ಕೇನೋ ಒಂದು ಸುಳಿವು ಸಿಕ್ಕಿತ್ತು, ಅದೀಗ ಅದೂ ಕಣ್ಮರೆಯಾಗಿದೆ. ಈಗೇನು ಮಾಡಲಿ? ಅದನ್ನು ಎಲ್ಲಿ ಹುಡುಕಲಿ? ಅದು ಕಾಣೆಯಾಗಿರಲು ಇಬ್ಬರು ಕಾರಣವಾಗಿರಬೇಕು.ಅದು ಚಿಕ್ಕಪ್ಪ ಇಲ್ಲಾ ದೇವರಾಜು! ಮನೆಯವರೆಲ್ಲರ ಕಣ್ತಪ್ಪಿಸಿ, ಮಂದಕ್ಕನ ರೂಮಿಗೆ ಅವನು ಹೋಗಿ ಆ ಪೇಪರನ್ನು ದೇವರಾಜು ಎತ್ತಿಕ್ಕೊಳ್ಳಲು ಸಾಧ್ಯವೆ? ದೇವರಾಜು ಮತ್ತು ಚಿಕ್ಕಪ್ಪ ಮಾತಾಡುತ್ತಿದ್ದುದು ಹಾಲಿನಲ್ಲಿ. ಹಾಲಿಗೆ ಹೊಂದಿಕೊಂಡಂತೆಯೇ ಬಲಭಾಗದಲ್ಲಿ ಮಂದಕ್ಕನ ರೂಮು. ಅಲ್ಲಿಗೆ ಅವನು ಹೋಗಿರಲು ಸಾಧ್ಯವೆ? ಚಿಕ್ಕಪ್ಪ ಅವನೊಂದಿಗೆ ಮಾತಾಡುತ್ತಿದ್ದರು. ಅವನ ಬಿಲ್ಲು ಚುಕ್ತಾ ಮಾಡಿರಬಹುದು. ಅವನಿಗೆ ಹಣ ಕೊಡಲು ಚಿಕ್ಕಪ್ಪ ತಮ್ಮ ಬೆಡ್ರೂಮಿನಲ್ಲಿ ಮಾಡಿಕೊಂಡಿರುವ ಆಫೀಸ್ ರೂಮಿಗೆ ಹೋಗಿರಬೇಕು. ಆಗ ಅವರ ಕಣ್ತಪ್ಪಿಸಿ ಅವನು ಮಂದಕ್ಕನ ರೂಮಿಗೆ ಹೋಗಿರಬಹುದು! ಅವನ ಮೇಲಿನ ಅನುಮಾನ ಬಿಟ್ಟರೆ ಉಳಿದದ್ದು ಚಿಕ್ಕಪ್ಪ. ಆದರೆ ಚಿಕ್ಕಪ್ಪ ಈ ಕೆಲಸ ಏಕೆ ಮಾಡುತ್ತಾರೆ? ಬಹುಶಃ ದೇವರಾಜು ಮಂದಕ್ಕನ ರೂಮಿಗೆ ಹೋಗಿದ್ದರೆ ಅದನ್ನು ಕಂಡುಹಿಡಿಯುವುದು ನನ್ನ ಕೆಲಸ! ಅವನೊಬ್ಬನೇ ಈ ಕೆಲಸ ಮಾಡಿರಲು ಸಾಧ್ಯವಿಲ್ಲ! ಅವನ ಹಿಂದೆ ಬೇರೆ ಯಾರೋ ಇದ್ದಾರೆ. ದೇವರಾಜು ಬಹುಶಃ ಅವರಿಗಾಗಿ ಕೆಲಸ ಮಾಡುತ್ತಿರಬಹುದು! ಸೂರಜ್ ಯೋಚನೆಗಳು ಹಲವು ದಿಕ್ಕಿನಲ್ಲಿ ಹರಿದಿದ್ದವು.

ಚಿಕ್ಕಪ್ಪ ಆ ಪೇಪರು ತೆಗೆದುಕೊಂಡಿದ್ದರೆ ಅದನ್ನು ಹೇಗೆ ಪತ್ತೆ ಹಚ್ಚಲಿ? ಅವರನ್ನು ಕೇಳಲು ಸಾಧ್ಯವೆ? ಕೇಳಿದರೆ ಅದು ಇಡೀ ಮನೆಯ ಶಾಂತಿಯನ್ನೇ ಕದಡಿದರೆ? ಸುಮ್ಮನಿದ್ದರೆ ಮಂದಕ್ಕನನ್ನು ಹುಡುಕುವುದು ಹೇಗೆ? ಇನ್ನು ದೇವರಾಜು? ಅವನ ಬೆನ್ನು ಬಿದ್ದು ಹೇಗೆ ತಿಳಿದುಕ್ಕೊಳ್ಳಲಿ?

ಸಾವಿತ್ರಿಗೆ ಸೋಜಿಗ. ತನ್ನ ಬಳಿ ಮಾತಾಡಿದ ನಂತರ ಸೂರಜ್ ಅಲ್ಲೇ ಮರವೊಂದಕ್ಕೆ ಒರಗಿ ಅಲ್ಲೇ ನಿಂತಿದ್ದು! ತನ್ನತ್ತಲೇ ನೋಡುತ್ತಿದ್ದರೂ ಕಣ್ಣಿನಲ್ಲಿ ಶೂನ್ಯ ದೃಷ್ಟಿಯಿತ್ತು.

“ಸ್ವಾಮೇರಾ..? ಏನು ಯೋಚ್ನೆ..?”

ಸಾವಿತ್ರಿ ನಕ್ಕು ಕೇಳಿದಳು.

"ಏನಿಲ್ಲ. ಹೀಗೇ ಏನೋ ಯೋಚನೆ..? ನೀನು ಮಂದಕ್ಕನ ರೂಮು ಕ್ಲೀನ್ ಮಾಡೋವಾಗ ದೇವರಾಜು ಇನ್ನೂ ಚಿಕ್ಕಪ್ಪನ ಹತ್ರ ಮಾತಾಡ್ತಿದ್ದರೆ?"

"ಹೂ..ಇದ್ರು..ಮಾತಾಡ್ತಿದ್ರು"

"ಯಾವಾಗ ವಾಪಸ್ಸು ಹೋದ್ರು?"

"ಗೊತ್ತಿಲ್ಲ. ನಾನು ಹಿತ್ತಿಲಿಗೆ ಬಂದೆ"

"ಅವರೇನಾದ್ರೂ ಎದ್ದು ಓಡಾಡಿದ್ದು ನೋಡಿದ್ಯಾ?"

"ಇಲ್ಲ. ನಾನು ಹಿತ್ತಿಲಿಗೆ ಬರೋಗಂಟ ಅವರಿಬ್ಬರು ಅಲ್ಲೇ ಕೂತಿದ್ದರು. ಅಕ್ಕೋರು ತೀರ್ಕೊಂಡಿದ್ದಕ್ಕೆ ನಿಮಗೆ ಶಾನೆ ಬೇಜಾರಾಗಿರಬೇಕು"

"ಹೂ.." ನಿಟ್ಟುಸಿರಿಟ್ಟು ಸೂರಜ್ ಮನೆಯೊಳಗೆ ಪ್ರವೇಶಿಸಿದ.

"ಸೂರಜ್? ಹೊಟ್ಟೆ ಹಸಿದಿದೆಯೇನೋ? ಹಂಗಿದ್ರೆ ಊಟ ಮಾಡು. ನಿಮ್ಮ ಚಿಕ್ಕಪ್ಪನ್ನ ಎಷ್ಟೊತ್ತಿಗೆ ಬರ್ತಾರೋ ಏನೋ? ನೀನ್ಯಾಕೆ ಹಸ್ಕೊಂಡಿದ್ದೀಯ?" ಎರಡನೆಯ ಸಲ ಅಡಿಗೆ ಮನೆಗೆ ಬಂದ ಸೂರಜ್‌ನನ್ನು ಅಲವತ್ತುಗೊಳ್ಳುತ್ತಾ ಕೇಳಿದರು ಅನುರಾಧ.

"ಅದಕ್ಕಲ್ಲ ನಾನು ಬಂದಿದ್ದು. ದೇವರಾಜು ಬಂದಿದ್ರಲ್ಲ ಅವರಿಗೆ ಊಟ, ಕಾಫಿ ಏನಾದ್ರೂ ಕೊಟ್ರಾ?"

"ಹೂ. ಚೆನ್ನಕ್ಕ ಬಿಸ್ಕೆಟ್ಟು, ಟೀ ಕೊಟ್ಟು ಬಂದಳು"

"ಹೂ ಬುದ್ಧಿ, ನಾನೇ ಕೊಟ್ಟು ಬಂದೆ" ಚೆನ್ನಕ್ಕ ಆ ಮಾತನ್ನು ಧೃಡೀಕರಿಸಿದಳು.

"ಯಾಕೋ..? ಏನೇನೋ ಕೇಳ್ತಿದ್ದೀಯ? ಏನಾದ್ರೂ ಹೆಚ್ಚೂ ಕಮ್ಮಿಯಾಗಿದೆಯಾ..?" ಅನುರಾಧ ಅನುಮಾನಿಸಿದರು.

"ಏನಿಲ್ಲ..ದುಡ್ಡಿಗೇನಾದ್ರೂ ತರಲೆ ಮಾಡಿದನಾಂತ ತಿಳ್ಕೊಳ್ಳೋಕೆ"

"ಅದ್ನೆಲ್ಲಾ ನಿಮ್ಮ ಚಿಕ್ಕಪ್ಪ ನೋಡ್ಕೋತಾರೆ. ನೀನು ವಾಪಸ್ಸು ಕಾಲೇಜಿಗೆ ಹೋಗೋದು ನೋಡ್ಕೋ..ಅಂದಹಾಗೆ ನಿನ್ನ ಪ್ರಾಜೆಕ್ಟು ಎಲ್ಲಿಗೆ ಬಂತು? ಹೋಗಿ ವಿಚಾರಿಸಬೇಕಾಗಿತ್ತಲ್ವಾ..?"

"ಮಂದಕ್ಕನ ವಿಶಯದಲ್ಲಿ ಹೀಗೆಲ್ಲಾ ಆಗಿರೋವಾಗ ನಾನು ಹೇಗೆ ವಾಪಸ್ಸು ಕಾಲೇಜಿಗೆ ಹೋಗಲಿ? ಪ್ರಾಜೆಕ್ಟ್ ಹೇಗೆ ಮಾಡಲಿ..?"

"ಹಾಗಂತ ಬಿಡೋಕಾಗುತ್ತಾ? ಕೊನೇ ಸೆಮೆಸ್ಟರು. ಇದು ಮುಗಿದರೆ ಎಂಬಿಎ ಮುಗಿಯುತ್ತೆ. ಇನ್ನೇನು ಒಂದು ಮೂರು ತಿಂಗಳಲ್ಲವಾ?"

"ಹೂ.." ಅನ್ಯಮನಸ್ಕನಾಗಿ ಹೂಗುಟ್ಟಿದ ಸೂರಜ್.

ಆಚೆ ಚಿಕ್ಕಪ್ಪ ಬಂದ ಶಬ್ದವಾಯಿತು.

ಚಿಕ್ಕಪ್ಪ ಆ ಪೇಪರುಗಳನ್ನು ಎತ್ತಿಕೊಂಡಿದ್ದಾರೆಯೆ? ಸೂರಜ್ ಗಾಢವಾಗಿ ಯೋಚಿಸಿದ.

4

ಅಧ್ಯಾಯ:

ಸುತ್ತ ಗಾಢ ಕತ್ತಲು. ಕತ್ತಲ ಸಮ್ರಾಜ್ಯದಲ್ಲಿ ತಡವರಿಸಿ ನಡೆಯುತ್ತಿದ್ದ ಸೂರಜ್, ಅಡಿಗಡಿಗೆ ಎಡವಿ ಬೀಳುತ್ತಿದ್ದ. ಮತ್ತೆ ಸಾವರಿಸಿಕೊಂಡು ಎದ್ದು ನಡೆಯುತ್ತಿದ್ದ. ಬಿದ್ದಾಗ ಏಟು ಬಿದ್ದ ಜಾಗಗಳನ್ನು ತಡವಿಕೊಂಡಾಗ ರಕ್ತ ಮುಟ್ಟಿದ ಅನುಭವ! ಯಾವ ದಿಕ್ಕಿನಲ್ಲಿ ಹೋಗುತ್ತಿರುವೆ? ಎಲ್ಲಿಗೆ ಹೋಗುತ್ತಿರುವೆ ಎನ್ನುವುದೇ ತಿಳಿದಿರಲಿಲ್ಲ. ಅದು ಯಾವ ಜಾಗ? ಅದೂ ತಿಳಿದಿರಲಿಲ್ಲ! ಬಹುಶಃ ಅದು ಹಳ್ಳ ದಿಣ್ಣೆಗಳಿಂದ ಕೂಡಿದ ಸ್ಥಳ! ಇಲ್ಲಿಗೇಕೆ ಬಂದಿರುವೆ? ಮುಂದೆ ಎಲ್ಲಿಗೆ ಹೋಗುತ್ತಿರುವೆ ಏನೂ ತಿಳಿಯದ ಗೊಂದಲ! ದೂರದಲ್ಲಿ ನಿಂತು ಮಂದಾಕಿನಿ ಕರೆಯುತ್ತಿದ್ದಂತಿತ್ತು. ಆಕೆ ಕಣ್ಣಿಗೆ ಕಾಣುತ್ತಿರಲಿಲ್ಲ! ಆದರೆ ದನಿ ಕೇಳುತ್ತಿತ್ತು.

'ಸೂರಜ್, ಸೂರಜ್..ನೋಡೋ ಇವರು ನನ್ನ ಹೇಗೆ ಕಟ್ಟಿ ಹಾಕಿದಾರೆ. ಬಂದು ಬಿಡಿಸೋ..' ಆಕೆ ಅರ್ತಳಾಗಿ ಕೂಗುತ್ತಿದ್ದಳು..ಕ್ಷಣಕ್ಷಣಕ್ಕೂ ಹೆಚ್ಚೆಚ್ಚು ಅರ್ತಳಾಗಿ ಬೇಡುತ್ತಿದ್ದಳು!

ಆಕೆಯ ಕೂಗಿಗೆ ಸ್ಪಂದಿಸುತ್ತಾ ಸೂರಜ್ ವೇಗವಾಗಿ ಅವಳತ್ತ ಹೋಗಲು ಹೆಜ್ಜೆಯಿಡುವಾಗ ಮತ್ತೆ ಬೀಳುತ್ತಿದ್ದ. ಮತ್ತೆಮತ್ತೆ ಕೈಗೆ ರಕ್ತ! ಹಣೆಯ ಮೇಲಿಂದ ರಕ್ತ ಹರಿಯುತ್ತಿತ್ತು. ಅದ್ಯಾವುದನ್ನೂ ಲೆಕ್ಕಿಸದೆ ಸೂರಜ್ ಮುಂದೆ ಸಾಗುತ್ತಲೇ ಇದ್ದ. ಇದ್ದಕ್ಕಿದ್ದಂತೆ ಮುಗ್ಗರಿಸಿದ! ಈ ಸಲ ನೆಲಕ್ಕೆ ಬೀಳದೆ ಯಾವುದೋ ಆಳವಾದ ಪ್ರಪಾತಕ್ಕೆ ಬೀಳುತ್ತಿರುವ ಅನುಭವ! ಎಷ್ಟು ಆಳ..? ಬೀಳುತ್ತಲೇ ಇದ್ದ! ನೆಲವೇ ಸಿಕ್ಕದಂತ ಆಳ! ಬಹುಶಃ ಪಾತಾಳವೇ ಇರಬೇಕು. ಎಷ್ಟು ಹೊತ್ತು ಕಳೆದರೂ ಇನ್ನೂ ಬೀಳುತ್ತಲೇ ಇದ್ದ! ತನ್ನನ್ನು ಯಾರಾದರೂ ಹಿಡಿದುಕ್ಕೊಳ್ಳಲೇಬೇಕು! ಇಲ್ಲದಿದ್ದರೆ ಈ ಆಳದಲ್ಲಿ ಬಿದ್ದ ತನ್ನ ಒಂದೇ ಒಂದು ಎಲುಬೂ ಉಳಿಯುವುದಿಲ್ಲ ಎನಿಸಿ ಅರ್ತನಾಗಿ ಚೀರಿದ! 'ಹೆಲ್ಪ್..ಹೆಲ್ಪ್..ಯಾರಾದ್ರೂ ರಕ್ಷಿಸಿ!' ಅವನ ಕೂಗು ಪಾತಾಳದಿಂದ ಪ್ರಧ್ವನಿಸಿತು! ಒಮ್ಮೆಲೇ ಯಾವುದೋ ಕೈ ಅವನ ಕೈಹಿಡಿಯಿತು! ಅಬ್ಬಾ ತಾನೇನೋ ಬಚಾವಾದೆ! ಬದುಕಿದೆ! ಆದರೆ ಮಂದಕ್ಕ..?

"ಸೂರಜ್, ಸೂರಜ್.."

ಯಾರೋ ಕೂಗುತ್ತಿರುವುದು ಕೇಳಿಸಿತು. ಕಣ್ಣು ಬಿಟ್ಟ ಸೂರಜ್. ಎದುರಿಗೆ ಚಿಕ್ಕಪ್ಪ ಗಣಪತಿ ನಿಂತಿದ್ದರು!

"ಏನಾಯಿತು? ಯಾಕೆ ಹಾಗೆ ಕಿರಿಚ್ಕೊಂತಿದ್ದೆ..?"

ಸೂರಜ್ ಗಡಬಡಿಸಿ ಎದ್ದು ಕೂತ. ಮುಖವೆಲ್ಲಾ ಬೆವರಿನಿಂದ ತೋಯ್ದಿತ್ತು! ಅಂದರೆ ಕನಸೆ? ತಾನು ಕಂಡಿದ್ದು ಕನಸೆ? ಅಬ್ಬಾ ಎಂತಾ ಭಯಾನಕ ಕನಸು?

"ಏನಿಲ್ಲ..? ಏನೋ ಕನಸು.."

"ತಗೋ ನೀರು ಕುಡಿ. ಏನು ಕನಸು..?"

"ಮಂದಕ್ಕ ಕನಸಲ್ಲಿ ಕಾಣಿಸಿದಳು. ತನ್ನನ್ನ ಯಾರೋ ಕಟ್ಟಿ ಹಾಕಿದಾರೆ..ಬಿಡಿಸು ಅಂತಿದ್ದಳು. ಪೂರಾ ಕತ್ತಲಲ್ಲಿ ಅವಳ ದನಿ ಮಾತ್ರ ಕೇಳಿಸುತ್ತಿತ್ತು. ಅವಳು ಮಾತ್ರ ಕಾಣಿಸುತ್ತಿರಲಿಲ್ಲ. ಅವಳನ್ನು ಬಿಡಿಸಿಕ್ಕೊಳ್ಳಲು ನಡೆಯುತ್ತಿದ್ದಾಗ ಏನೋ ಎಡವಿ ಬಿದ್ದೆ! ತೀರಾ ಆಳಕ್ಕೆ ಪ್ರಪಾತಕ್ಕೆ ಬಿದ್ದ ಹಾಗಾಯ್ತು! ಆಗಲೇ ಕೂಗಿಕೊಂಡಿದ್ದು"

"ಮಂದಾ ವಿಶಯ ತೀರಾ ಮನಸ್ಸಿಗೆ ಹಚ್ಕೊಂಡಿದ್ದೀಯ! ಸಮಾಧಾನ ಮಾಡ್ಕೋ..ಮಂದಾ ಸತ್ತಿಲ್ಲ..ಕಷ್ಟದಲ್ಲಿ ಸಿಕ್ಕಿಕೊಂಡಿದ್ದಾಳೆ ಅಂತ ನನಗೂ ಎಷ್ಟೋ ಸಲ ಅನ್ನಿಸಿದೆ. ಆದರೆ ಆ ಬಾಡಿ, ಆ ಡಿ.ಎನ್.ಎ ರಿಸಲ್ಟು?"

ಸೂರಜ್ ಮಾತು ಮುಂದುವರಿಸುವ ಇಚ್ಛೆ ತೋರಿಸದೆ ಮೌನದಿಂದಿದ್ದ!

"ನನಗೂ ಏನೂ ತೋಚ್ತಾ ಇಲ್ಲ! ಎಲ್ಲಾ ಕನ್ಫೂಶನ್! ನೀನು ಸಮಾಧಾನ ಮಾಡ್ಕೋ..ನಾಳೆ ನಾನು ಬೆಂಗ್ಳೂರಿಗೆ ಹೋಗಬೇಕು..ನೀನು ಕಿರಿಚಿದ್ದು ಕೇಳಿ ಎದ್ದು ಬಂದೆ"

"ಅಂತಾದ್ದೇನೂ ಆಗಿಲ್ಲ. ಕನಸು ಅಷ್ಟೆ..ನೀವು ಹೋಗಿ..ಎಷ್ಟೊತ್ತಿಗೆ ಹೊರಡ್ತೀರಿ..?"

"ಬೆಳಿಗ್ಗೆ ಆರಕ್ಕೆ.."

"ಹೋಗಿ ಮಲಕ್ಕೊಳ್ಳಿ ಚಿಕ್ಕಪ್ಪ..ನಾನು ಸ್ವಲ್ಪ ಹೊತ್ತು ಯಾವ್ದಾದ್ರೂ ಪುಸ್ತಕ ಓದಿ ಮಲಕ್ಕೋತೀನಿ. ಕನಸಿನ ಗುಂಗು ಸ್ವಲ್ಪ ಮರೆಯಾಗಬೇಕು"

"ಧೈರ್ಯವಾಗಿರು..ನಾನು ಇರೋತನಕ ನೀನು ಯಾವುದನ್ನೂ ತಲೆಗೆ ಹಚ್ಕೋಬೇಡ.."

"ತ್ಯಾಂಕ್ಸ್ ಚಿಕ್ಕಪ್ಪ"

ಗಣಪತಿ ಸೂರಜ್ ಭುಜ ತಟ್ಟಿ ಹೊರಟರು.

ಮಂಚದ ಮೇಲಿನ ದಿಂಬಿಗೆ ಒರಗಿಕೊಂಡು ಸೂರಜ್ ಯೋಚಿಸಿದ. ಏನೀ ಕನಸಿನ ಅರ್ಥ? ಕನಸುಗಳಿಗೆ ಅರ್ಥವಿರುತ್ತೆಯೆ? ಕನಸುಗಳು ಭವಿಷ್ಯದಲ್ಲಾಗುವುದರ ಮುನ್ಸೂಚನೆ ಕೊಡುತ್ತವೆಯೆ? ಇದಕ್ಕೆ ವೈಜ್ಞಾನಿಕವಾದ ಸಾಕ್ಷಿ-ಪುರಾವೆಗಳಿವೆಯೆ? ಮಂದಕ್ಕ ಬದುಕಿದ್ದಾಳೆ ಎಂದು ಕನಸು ಸೂಚಿಸುತ್ತಿದೆಯೆ? ಆಕೆ ಎಲ್ಲೋ ದುಷ್ಟರ ಕೈಯಲ್ಲಿ ಸಿಕ್ಕಿದ್ದಾಳೆ ಅಂತ ಕನಸು ಸೂಚಿಸುತ್ತಿದೆಯೆ..? ಅಂತಾ ದುಷ್ಟರು ಯಾರು? ಅವರು ನಮ್ಮ ಸಂಸಾರಕ್ಕೆ ಆಗದವರೆ? ಯಾರು ಈ ಕೆಲಸ ಮಾಡಿರಬಹುದು?

ಎದ್ದು ರೂಮಿನಲ್ಲಿ ಸ್ವಲ್ಪ ಅಡ್ಡಾಡಿದ. ಗೋಡೆಯ ಮೇಲಿನ ಗಡಿಯಾರ ರಾತ್ರಿ ಒಂದು ಗಂಟೆಯನ್ನು ತೋರಿಸುತ್ತಿತ್ತು. ಚಿಕ್ಕಪ್ಪ ಹೋಗಲು ಇನ್ನು ಐದು ಗಂಟೆ ಸಮಯವಿದೆ. ಚಿಕ್ಕಪ್ಪ ಬೆಂಗಳೂರಿಗೆ ಹೋದರೆ ತಾನು ಅವರ ರೂಮನ್ನು ಹುಡುಕಬಹುದು! ಅಲ್ಲಿ ಆ ಚೀಟಿ

ಸಿಕ್ಕಬಹುದೆ? ಆ ಫೋನ್ ನಂಬರಿಗೆ ಫೋನು ಮಾಡಿದರೆ ಮಂದಕ್ಕನ ಬಗೆಗೆ ಏನಾದರೂ ಸುಳಿವು ಸಿಗಬಹುದು! ಚಿಕ್ಕಪ್ಪ ಬೆಂಗಳೂರಿಗೆ ಏಕೆ ಹೋಗುತ್ತಿದ್ದಾರೆ? ಬಹುಶಃ ಕಾಫಿ ಬೋರ್ಡಿನ ಮೀಟಿಂಗೇ? ಇಲ್ಲ ಬೇರಾನಾದರೂ ಇದ್ದೀತೆ? ಅದು ಆ 500ಕೆ ಎಂಬ ಅಂಕೆಗೆ ಸಂಬಂಧಿಸಿರಬಹುದೆ?

ಚಿಕ್ಕಪ್ಪ ಹೋಗುತ್ತಿರುವುದು ಒಳ್ಳೆಯದೇ ಎರಡು ರಹಸ್ಯಗಳು ತಿಳಿಯಾಗಬಹುದು. ಒಂದು ಆ 500ಕೆ ಮತ್ತು ಫೋನ್ ನಂಬರಿನ ವಿಶಯ. ಎರಡನೆಯದು ತಾನು ಚಿಕ್ಕಪ್ಪನಿಗೆ ಹೇಳದೆ ದೇವರಾಜು ಭೇಟಿ ಮಾಡಿ ಕೆಲವು ಪ್ರಶ್ನೆಗಳನ್ನು ಕೇಳಿ ಅವನು ಏನು ಹೇಳುತ್ತಾನೋ ತಿಳಿದುಕ್ಕೊಳ್ಳಬಹುದು. ಅವನಿಗೂ ಕರುಂಬಯ್ಯನಿಗೂ ಇರುವ ಸಂಬಂಧ ಮತ್ತು ಮಂದಕ್ಕ ಕಾಣೆಯಾದ ದಿನ ರಾತ್ರಿ ಒಂದು ಗಂಟೆಗೆ ಬಂದಿದ್ದಕ್ಕೂ, ಹುಡುಕುವಾಗ ಮುತುವರ್ಜಿ ವಹಿಸಿದ್ದಕ್ಕೂ ತಾಳೆ ಹಾಕಬಹುದು. ಎಲ್ಲವನ್ನೂ ಸೂಕ್ಷ್ಮವಾಗಿ ತಿಳಿದುಕ್ಕೊಳ್ಳಬೇಕು.

ಇದರ ಮಧ್ಯೆ ಕಾಲೇಜಿನ ವಿಶಯ ಬೇರೆ ಅಡ್ಡ ಬಂತಲ್ಲ? ಇನ್ನೊಂದು ಸೆಮೆಸ್ಟರ್ ಬಾಕಿ ಇರುವಾಗಲೇ ಇದೆಲ್ಲಾ ಆಗಬೇಕೆ? ಇನ್ನು ಮೂರು ತಿಂಗಳು ಪ್ರಾಜೆಕ್ಟ್ ಮುಗಿಸಿದರೆ ಎಂ.ಬಿಎ ಪದವಿ ತನ್ನದಾಗಲಿದೆ. ಅದನ್ನು ಮಾಡಲು ಹೊರಟರೆ ಮಂದಕ್ಕನನ್ನು ಹುಡುಕುವ ಕೆಲಸ ಅರ್ಧಕ್ಕೆ ನಿಂತ ಹಾಗೆ ಆಗುತ್ತೆ. ಕರುಂಬಯ್ಯನನ್ನು ನೆಚ್ಚಿ ಕೂರಲು ಆಗುವುದಿಲ್ಲ. ಚಿಕ್ಕಪ್ಪ ಏಕಾಂಗಿಯಾಗಿ ಮಂದಕ್ಕನ ವಿಶಯದಲ್ಲಿ ಮುನ್ನುಗ್ಗುವುದು ಅನುಮಾನ. ಪ್ರಯತ್ನವನ್ನೇನೊ ಮಾಡುತ್ತಾರೆ..ಆದರೆ ತೀವ್ರತೆಯಿಂದ ಮಾಡಲಾರರು.

ಕನಸಿನ ನೆನಪು, ಚಿಕ್ಕಪ್ಪ ಬೆಂಗಳೂರಿಗೆ ಹೋಗುವ ವಿಶಯಗಳನ್ನು ಯೋಚಿಸುತ್ತಲೇ ಸೂರಜ್ ಮತ್ತೆ ನಿದ್ರಿಸಲು ಪ್ರಯತ್ನಿಸಿದ.

0 0 0

ಬೆಳಿಗ್ಗೆ ಕಣ್ಣು ಬಿಟ್ಟಾಗ ಕಣ್ಣುಗಳು ಉರಿಯುತ್ತಿರುವ ಅನುಭವ. ಹಿಂದಿನ ರಾತ್ರಿಯ ಕನಸು ನೆನಪಾಯಿತು. ಚಿಕ್ಕಪ್ಪ ಬಂದಿದ್ದು, ಬೆಳಿಗ್ಗೆ ಬೆಂಗಳೂರಿಗೆ ಹೋಗುತ್ತಿರುವೆ ಎಂದಿದ್ದು, ಅದಕ್ಕೂ ಹಿಂದಿನ ಆ ಪೇಪರು, ಆ ಅಂಕೆ, ಅದು ತಾನು ಗುಡ್ಡದ ಬಳಿ ಹೋಗಿ ಬರುವಷ್ಟರಲ್ಲಿ ಕಾಣಯಾಗಿದ್ದು-ಎಲ್ಲ ನೆನಪಾಯಿತು. ಹಾಸಿಗೆಯಿಂದೇಳಲು ಮನಸ್ಸೇ ಬರಲಿಲ್ಲ. ಸುತ್ತ ನೋಡಿದ. ಹಾಸಿಗೆ ಪಕ್ಕದಲ್ಲಿದ್ದ ಟೇಬಲ್ ಮೇಲೆ ಕಾಫಿಯ ಕಪ್ಪಿತ್ತು. ಅದಕ್ಕೆ ಸಾಸರ್ ಮುಚ್ಚಿತ್ತು. ಯಾವಾಗಲೋ ಚೆನ್ನಕ್ಕನೋ ಇಲ್ಲಾ ಅಮ್ಮನೋ ಬಂದು ಅದನ್ನಲ್ಲಿಟ್ಟು ಹೋಗಿರಬಹುದು. ಗಡಿಯಾರ ನೋಡಿಕೊಂಡ. ಏಳುಗಂಟೆ. ಚುಮುಚುಮು ಚಳಿ. ಮತ್ತೆ ರಗ್ಗು ಹೊದ್ದು ಮಲಗಿಬಿಡೋಣ ಎನ್ನಿಸಿತು. ಹಾಗೆ ಮಲಗಿದರೆ ಆತ್ಮವಂಚನೆ ಮಾಡಿಕೊಂಡಂತೆ ಎನಿಸಿ, ಎದ್ದು ಬಚ್ಚಲುಮನೆ ಕಡೆ ಹೊರಟ.

ವಾಪಸ್ಸು ಬಂದಾಗ ಟೇಬಲ್ಲಿನ ಮೇಲೆ ಹಬೆಯಾಡುತ್ತಿದ್ದ ಕಾಫಿಯಿತ್ತು. ತಾನು ಎದ್ದುದನ್ನು ಗಮನಿಸಿ ಕಾಫಿ ತಂದಿಟ್ಟಿರುವುದು ಗಮನಕ್ಕೆ ಬಂತು. ಹಾಸಿಗೆಯಲ್ಲಿ ಕೂತು ಕಾಫಿ ಹೀರುತ್ತಾ ಯೋಚಿಸಿದ. ಅಮ್ಮನ ಗಮನಕ್ಕೆ ಬರದಂತೆ ಚಿಕ್ಕಪ್ಪನ ಪರ್ಸನಲ್ ವಸ್ತುಗಳನ್ನು ಹುಡುಕಬೇಕು. ಆ ಪೇಪರು, ಆ ಫೋನ್ ನಂಬರು ಮುಖ್ಯ! ಅದನ್ನು ಹುಡಿಕಿದರೆ ರಹಸ್ಯಕ್ಕೆ ಒಂದು ಬೀಗದ ಕೈ ಸಿಕ್ಕಿದಂತೆ. ಅಷ್ಟು ಬೇಗನೆ ಅದು ಹೇಗೆ ಕಾಣೆಯಾಯಿತು?

"ಬೇಗ ಸ್ನಾನ ಮಾಡಿ ಬರ್ಬೇಕಂತೆ ಅಮ್ಮಾವ್ರು ಹೇಳಿದ್ರು. ಇವತ್ತು ನಾಗರಪೂಜೆಗೆ ಅಮ್ಮಾವ್ರು ಹುತ್ತ ಪೂಜೆ ಮಾಡೋಕೆ ಹೋಗಬೇಕು. ಅಷ್ಟ್ರಲ್ಲಿ ನೀವು ಸ್ನಾನ ಮಾಡಿ ತಿಂಡಿ ತಿನ್ನಬೇಕಂತೆ"

ಚೆನ್ನಕ್ಕ ಬಂದು ಹೇಳಿದರು.

ತಕ್ಷಣ ಕಾಫಿಯನ್ನು ಒಂದೇ ಗುಟುಕಿಗೆ ಹೀರಿ ಸೂರಜ್ ಎದ್ದು ನಿಂತ. ಇದಕ್ಕಿಂತ ಪ್ರಶಸ್ತವಾದ ಸಮಯ ಮತ್ತೆ ಸಿಕ್ಕುವುದಿಲ್ಲ. ಅಮ್ಮ ಹುತ್ತದ ಪೂಜೆಗೆ ಹೋಗುತ್ತಲೇ ತಾನು ಚಿಕ್ಕಪ್ಪನ ಖಾಸಗಿ ರೂಮಿಗೆ ಹೋಗಿ ಅಲ್ಲಿ ಆ ಪೇಪರನ್ನು ಹುಡುಕಬಹುದು.

ಆತುರದಲ್ಲಿ ಬಟ್ಟೆಗಳನ್ನು ಹಿಡಿದುಕೊಂಡು ಸ್ನಾನಕ್ಕೆ ಹೊರಟ.

"ಇವತ್ಯಾಕೆ ಇಷ್ಟು ತಡವಾಗಿ ಎದ್ದೆ? ರಾತ್ರಿ ಏನೋ ಕನಸಿಗೆ ಹೆದರಿದ್ದೆಯಂತೆ. ನಿಮ್ಮ ಚಿಕ್ಕಪ್ಪ ಹೇಳಿದ್ರು"

ಸ್ನಾನ ಮುಗಿಸಿ ಬಂದ ಸೂರಜ್‌ನನ್ನು ಅನುರಾಧ ಕೇಳಿದರು.

"ಹೌದಮ್ಮ. ಏನೇನೋ ಯೋಚನೆಗಳು..ನಾನು ತಿಂಡಿ ತಿನ್ನೋವರೆಗೂ ನೀವು ಕಾಯಬೇಕಾಗಿಲ್ಲ. ಪೂಜೆಗೆ ಹೋಗೋ ಆಗಿದ್ರೆ ಹೋಗಿ ಬನ್ನಿ. ಚೆನ್ನಕ್ಕ ಇರ್ತಾರಲ್ಲ? ನನಗೆ ಬೇಕಾದ್ದು ಮಾಡಿಕೊಡ್ತಾರೆ"

ಸೂರಜ್ ತನ್ನ ಮಾತಿಂದ ಅಮ್ಮನಿಗೆ ಏನಾದರೂ ಅನುಮಾನ ಬರಬಹುದೆ ಎಂದು ಅನುಮಾನಿಸುತ್ತಲೇ ಹೇಳಿದ.

"ಅಂತಾ ಅರ್ಜೆಂಟೇನೂ ಇಲ್ಲ. ಉಪವಾಸದಲ್ಲಿ ಪೂಜೆ ಮಾಡ್ಬೇಕಲ್ಲಾ ಅದಕ್ಕೆ ಅಷ್ಟೆ. ಏನೂ ಯೋಚನೆ ಇಲ್ಲ. ನನಗೆ ಅಭ್ಯಾಸ ಇದೆ.."

ಅನುರಾಧ ಮಾತಿಗೆ ಸೂರಜ್ ಅಳುಕಿತು. ಉಪವಾಸದಲ್ಲಿ ಪೂಜೆ ಮಾಡಬೇಕೆನ್ನುವುದು ಅನುಕಂಪವನ್ನು ಮೀಟಿತು.

"ತುಂಬಾ ಹೊತ್ತು ಖಾಲಿ ಹೊಟ್ಟೇಲಿರಬೇಡಿ. ಬೇಗನೆ ಪೂಜೆ ಮುಗಿಸಿ ಬನ್ನಿ"

"ಆಯ್ತು ಕಣೊ.." ಅನುರಾಧ ನಕ್ಕರು

0 0 0

ಪೂಜಾ ಸಾಮಾನುಗಳೊಂದಿಗೆ ಅನುರಾಧ ಆಚೆ ಕಾಲಿಡುತ್ತಲೇ ಗಣಪತಿಯವರ ಖಾಸಗಿ ರೂಮು ಸೇರಿದ ಸೂರಜ್. ಗಣಪತಿ ಮತ್ತು ಅನುರಾಧ ಮಲಗುತ್ತಿದ್ದ ಬೆಡ್ ರೂಮಿಗೆ ಹೊಂದಿಕೊಂಡಂತ ಒಂದು ಸಣ್ಣ ರೂಮನ್ನು ಅವರು ತಮ್ಮ ಖಾಸಗೀ ಆಫೀಸ್ ರೂಮಿನಂತೆ ಉಪಯೋಗಿಸುತ್ತಿದ್ದರು. ಒಂದು ಟೇಬಲ್ಲು, ಎರಡು ಕುರ್ಚಿಗಳು, ಒಂದು ಫೈಲಿಂಗ್ ಕ್ಯಾಬಿನೆಟ್ಟು, ಒಂದು ಬುಕ್ ಷೆಲ್ಫು, ಮೂಲೆಯಲ್ಲೊಂದು ರೂಮ್ ಹೀಟರು, ಗೋಡೆಯ ಮೇಲೆ ಒಂದೆರಡು ಪೈಟಿಂಗುಗಳು-ಇವಿಷ್ಟು ಅಲ್ಲಿ ಕಂಡಿದ್ದು. ಸೂರಜ್ ಮೊದಲು ಗಮನ ಹರಿಸಿದ್ದು ಟೇಬಲ್ಲಿನ ಮೇಲಿನ ವಸ್ತುಗಳ ಮೇಲೆ. ಒಂದೆರಡು ಪುಸ್ತಕಗಳು, ಒಂದು ನೋಟ್ ಪ್ಯಾಡು, ಪೆನ್ನು ಅಲ್ಲಿ ಹರಡಿಕೊಂಡಿದ್ದವು. ರೂಮಿನಲ್ಲಿ ಸಾಕಷ್ಟು ಒಪ್ಪ-ಓರಣ ಕಾಣಿಸುತ್ತಿತ್ತು. ಅದನ್ನು ಅನುರಾಧ ಚೊಕ್ಕಟವಾಗಿಡುತ್ತಿದ್ದರು ಎನ್ನುವುದನ್ನು ಸೂರಜ್ ತಿಳಿದಿದ್ದ.

ಮೇಜಿನ ಮೇಲಿದ್ದ ನೋಟ್‌ಪ್ಯಾಡು ಮಂದಾಕಿನಿಯ ರೂಮಿನಲ್ಲಿ ಕಂಡಿದ್ದ ನೋಟ್‌ಪ್ಯಾಡಿನಂತೆಯೇ ಇತ್ತು. ಬಹುಶಃ ಗಣಪತಿಯವರು ಎಸ್ಟೇಟಿನ ಆಫೀಸಿಗೆಂದು ತರಿಸಿದ ನೋಟ್‌ಪ್ಯಾಡುಗಳಲ್ಲಿ ಕೆಲವು ಮಂದಕ್ಕನಿಗೆ ಕೊಟ್ಟಿರಬಹುದು ಎಂದು ಸೂರಜ್ ತರ್ಕಿಸಿದ. ಮೇಜಿನ ಮೇಲಿದ್ದ ಎರಡು ಪುಸ್ತಕಗಳಲ್ಲಿ ಒಂದು ಭಗವದ್ಗೀತೆ, ಇನ್ನೊಂದು ಒಂದು ಇಂಗ್ಲಿಷ್ ಕಾದಂಬರಿ. ಅವೆಲ್ಲಾ ಮಂದಕ್ಕನ ಕಲೆಕ್ಷನ್ನಿನಲ್ಲಿದ್ದುದು. ಗಣಪತಿಯವರಿಗೆ ಸಾಹಿತ್ಯದಲ್ಲೇನೂ ಆಸಕ್ತಿಯಿರಲಿಲ್ಲ. ಅದನ್ನು ಮಂದಕ್ಕನ ರೂಮಿನಿಂದ ತಂದಿರಬಹುದು ಎನ್ನಿಸಿತು. ಪೇಜುಗಳನ್ನು ತಿರುವಿ ನೋಡಿದ ಸೂರಜ್. ಅದು ಹೆಚ್ಚಿಗೆ ಓದಿದ ಪುಸ್ತಕದಂತೆ ಕಾಣಿಸಲಿಲ್ಲ. ಅಂದರೆ ಅದನ್ನು ಇತ್ತೀಚೆಗೆ ಮಂದಕ್ಕನ ರೂಮಿಂದ ತಂದಿದ್ದಂತೆ ಇತ್ತು.

ಸೂರಜ್ ಫೈಲ್ ಕ್ಯಾಬಿನೆಟ್ ತೆರೆದ. ಹತ್ತಾರು ಫೈಲುಗಳನ್ನು ಒಂದರ ಪಕ್ಕದಲ್ಲಿ ಒಂದರಂತೆ ಜೋಡಿಸಿತ್ತು. ಅದರಲ್ಲಿ ಯಾವ ಫೈಲು ತೆಗೆದು ನೋಡಲಿ? ಅದರಲ್ಲಿ ಏನು ಸಿಕ್ಕೀತು? ತಾನು ಹುಡುಕುತ್ತಿರುವ ಒಂದು ಶೀಟ್ ಪೇಪರಿಗಾಗಿ ಈ ಫೈಲುಗಳನ್ನೇಕೆ ತೆಗೆದು ನೋಡಲಿ? ಅದನ್ನು ಚಿಕ್ಕಪ್ಪ ಫೈಲಿನಲ್ಲಿ ಜೋಡಿಸಿರಲು ಸಾಧ್ಯವಿಲ್ಲ. ಆ ಪೇಪರು ನಿಜಕ್ಕೂ ಮಹತ್ವದ್ದು, ರಹಸ್ಯವಾದದ್ದು ಎಂದಾದರೆ ಹೀಗೆ ಫೈಲುಗಳಲ್ಲಿ ಜೋಡಿಸಿರುವುದಿಲ್ಲ. ಜೊತೆಗೆ ಆ ಪೇಪರನ್ನು ತಾನು ನೋಡಿದೆ, ಗಮನಿಸಿದೆ ಎಂಬ ಕಾರಣಕ್ಕೆ ಅದನ್ನು ಎಲ್ಲಿಯಾದರೂ ಬಚ್ಚಿಟ್ಟಿರಬಹುದು! ಇಲ್ಲದಿದ್ದರೆ ಅದು ಮಂದಕ್ಕನ ರೂಮಿನಲ್ಲೇ ಇರುತ್ತಿತ್ತು. ಆ ಗೌಪ್ಯತೆಗೆ ಅಡ್ಡಿಯಾಯಿತು ಎನ್ನುವ ಕಾರಣಕ್ಕೆ ಆ ಪೇಪರನ್ನು ಎತ್ತಿಕೊಂಡಿರುವುದು. ಅದು ಯಾವುದಾದರೂ ರಹಸ್ಯ ಸ್ಥಳದಲ್ಲೇ ಇರಬೇಕು! ಅಂತ ಸ್ಥಳ ಯಾವುದಿದ್ದೀತು? ಚಿಕ್ಕಪ್ಪನ ಬೀರು? ಲಾಕರ್? ಇರಬಹುದು!

ಸೂರಜ್ ಚಿಕ್ಕಪ್ಪನ ಬಟ್ಟೆಗಳಿದ್ದ ವಾರ್ಡ್‌ರೋಬ್ ಹುಡುಕಿದ. ನಂತರ ಅವರ ಲಾಕರ್ ತೆಗೆದ. ಇಡೀ ರೂಮು ಹುಡುಕಿದರೂ ಎಲ್ಲೂ ಆ ಪೇಪರಿನ ಸುಳಿವೇ ಇರಲಿಲ್ಲ.

ಆಗಲೇ ಸೂರಜ್‌ಗೆ ತಾನು ರೂಮು ಪ್ರವೇಶಿಸಿ ಅರ್ಧಗಂಟೆಯಾಗಿದೆ ಎನ್ನುವುದು ಅರಿವಾಯಿತು. ಚಿಕ್ಕಮ್ಮ ವಾಪಸ್ಸು ಬರುವ ಸಮಯವಾಗಿತ್ತು. ಅವರು ಬಂದಾಗ ತಾನು ಇಲ್ಲಿದ್ದರೆ ಅವರ ಅನುಮಾನಕ್ಕೆ ಕಾರಣವಾಗುತ್ತದೆ! ಹಿಂದೆಂದೂ ಆ ರೂಮು ಪ್ರವೇಸಿಸಲು ಅಥವಾ ಅಲ್ಲಿ ಇರಲು ಯಾವುದೇ ಅಳುಕು ಇರಲಿಲ್ಲ! ಆದರೆ ಇಂದು ತಾನೇನೋ ಚಿಕ್ಕಮ್ಮನಿಗೆ ಇಷ್ಟವಾಗದ್ದು ಮಾಡುತ್ತಿರುವೆ ಎನ್ನುವ ಅಳುಕು ಮೂಡಿತು. ತನಗೆ ಬೇಕಾದದ್ದು ಸಿಗದೆ, ನಿರಾಶೆಯಿಂದ ಈಚೆ ಬಂದು ಹಾಲಿನಲ್ಲಿ ಕೂತ.

ಹತ್ತು ನಿಮಿಷದಲ್ಲೇ ಚಿಕ್ಕಮ್ಮ ವಾಪಸ್ಸು ಬಂದರು. ಸೂರಜ್ ನೋಡಿ ನಸುನಗುತ್ತಾ ಅವನ ಹಣೆಗೆ ಭಸ್ಮ ಇಟ್ಟು, ಕೈಗೆ ಪ್ರಸಾದ ಇತ್ತರು.

"ಸರಿಯಾಗಿ ತಿಂಡಿ ತಿಂದೆಯೇನೊ? ಪೂಜೆ ಬೇಗ ಮುಗಿಸಿಬಿಟ್ಟೆ"

ಅನುರಾಧ ಮಾತಿಗೆ ಸೂರಜ್ ನಕ್ಕ.

"ನನ್ನ ಹೊಟ್ಟೆ ಬಗ್ಗೆ ಯೋಚನೆ ಮಾಡೋದು ಯಾವತ್ತು ಬಿಡ್ತೀಯಮ್ಮ? ನಾನಿನ್ನೂ ಚಿಕ್ಕ ಮಗುವೆ? ನನಗೆ ಬೇಕಾದ್ದು, ಬೇಕಾಗುವಷ್ಟು ನಾನು ತಿಂದೇ ತಿನ್ತೀನಿ..ಈಗ ನೀನು ತಿಂಡಿ ತಿನ್ನು ಹೋಗು"

ಅನ್ನುತ್ತಾ ಆಕೆಯ ಬೆನ್ನು ಮೇಲೆ ಕೈಯಿಟ್ಟು ಮನೆಯ ಒಳಮುಖವಾಗಿ ಮೆಲ್ಲಗೆ ತಳ್ಳಿದ.

"ಅಮ್ಮಾ, ಚಿಕ್ಕಪ್ಪ ಬೆಂಗಳೂರಿಗೆ ಯಾವ ಕೆಲಸದ ಮೇಲೆ ಹೋಗಿದ್ದಾರೆ ಗೊತ್ತೆ?"

"ಇಲ್ಲಾ. ಅವರ ವ್ಯವಹಾರದ ಬಗ್ಗೆ ನಾನು ತಲೆಕೆಡಿಸಿಕ್ಕೊಳ್ಳೋಕೆ ಹೋಗೊಲ್ಲ. ನಂದೇ ನನಗೆ ಸಾಕಷ್ಟಿದೆ. ಯಾಕೆ ಕೇಳ್ತಿದ್ದೀಯ?"

"ಏನೂ ಇಲ್ಲ ಸುಮ್ಮನೆ ಕೇಳಿದೆ ಅಷ್ಟೆ"

ಅಷ್ಟರಲ್ಲಿ ಆಚೆ ಮುಕುಂದ ಎನ್ನುವ ಎಸ್ಟೇಟ್ ಆಫೀಸಿನಲ್ಲಿ ಕೆಲಸ ಮಾಡುವ ಹುಡುಗನ ದನಿ ಕೇಳಿಸಿತು.

"ಅಮ್ಮಾ, ಕಾಫಿ ರೆಡಿಯಾಗಿದ್ರೆ ತರೋಕೆ ಹೇಳಿದ್ರು ಮ್ಯಾನೇಜರು.." ಅನುರಾಧರನ್ನು ಕೇಳಿದ.

"ಚೆನ್ನಕ್ಕ ? ಮುಕುಂದ ಬಂದಿದಾನೆ.." ಎಂದು ಕೂಗುತ್ತಾ ಒಳಗೆ ಹೋದರು ಅನುರಾಧ.

"ಆಫೀಸಲ್ಲಿ ಎಲ್ಲಾ ಬಂದಿದಾರೇನು?" ಸುಮ್ಮನೆ ಮಾತಿಗಾಗಿ ಕೇಳಿದ ಸೂರಜ್.

ಚೆನ್ನಕ್ಕ ಒಳಗಿಂದ ಒಂದು ದೊಡ್ಡ ಥರ್ಮೋಫ್ಲಾಸ್ಕ್ ತಂದು ಮುಕುಂದನ ಕೈಗಿಟ್ಟರು. ಆಫೀಸಿನಲ್ಲಿ ಕೆಲಸ ಮಾಡುವವರಿಗೆ ಬೆಳಿಗ್ಗೆ ಮತ್ತು ಸಂಜೆ ಎರಡು ಸಲ ಕಾಫಿ, ಟೀಯನ್ನು ಮನೆಯಿಂದಲೇ ಕಳಿಸುವ ವ್ಯವಸ್ಥೆ ಸೂರಜ್‌ಗೆ ಗೊತ್ತಿತ್ತು.

ಮುಕುಂದ ವಾಪಸ್ಸು ಹೋಗುತ್ತಿರುವಾಗ ಸೂರಜ್ ಯೋಚಿಸಿದ. ತಾನು ಮಂದಕ್ಕನ ರೂಮಿನಲ್ಲಿ ಕಂಡ ಪೇಪರಿನಲ್ಲಿದ್ದ 500ಕೆ ಎನ್ನುವ ಬರಹ ಹಣಕ್ಕೆ ಸಂಬಧಿಸಿದ್ದೇ ಆದರೆ ಅದರ ಉಲ್ಲೇಖ ಆಫೀಸಿನ ಲೆಕ್ಕದಲ್ಲಿ ಇದ್ದೇ ಇರುತ್ತದೆ! ಅಷ್ಟು ಹಣ ಖಂಡಿತಾ ಚಿಕ್ಕಪ್ಪ ಲೆಕ್ಕವಿಲ್ಲದೆ ಕ್ಯಾಶ್ ಇಟ್ಟುಕೊಂಡಿರುವುದಿಲ್ಲ. ಅದನ್ನು ಬ್ಯಾಂಕಿನಿಂದ ಡ್ರಾ ಮಾಡಿಸಿರುತ್ತಾರೆ. ಅದರ ಉಲ್ಲೇಖ ಲೆಕ್ಕಪತ್ರದಲ್ಲಿ ಇದ್ದೇ ಇರುತ್ತದೆ. ತಾನು ಆಫೀಸಿನಲ್ಲಿ ಈ ಮಾಹಿತಿಗಾಗಿ ಏಕೆ ಹುಡುಕಬಾರದು ಎನ್ನಿಸಿತು. ತಕ್ಷಣ ಕಾರ್ಯಪ್ರವೃತ್ತನಾದ.

"ಅಮ್ಮ, ನಾನು ಆಫೀಸ್ ಕಡೆ ಹೋಗಿಬರ್ತೀನಿ.." ಎಂದು ಕೂಗಿ ಹೇಳಿ ಉತ್ತರಕ್ಕೂ ಕಾಯದೆ ಆಚೆ ನಡೆದ.

ಮನೆಯಿಂದ ನೂರಡಿ ನಡೆದರೆ ಮನೆಯ ನೇರಕ್ಕೆ ಎಸ್ಟೇಟಿನ ಅಫೀಸು. ಅರವತ್ತಡಿ ಅಗಲ ಮತ್ತು ನಲವತ್ತಡಿ ಉದ್ದದ ವಿಸ್ತೀರ್ಣದಲ್ಲಿ ಕಟ್ಟಿದ ಆರ್.ಸಿ.ಸಿ ಕಟ್ಟಡ. ಮೊದಲಿಗೆ ಹೆಂಚಿನ ಭಾವಣಿಯಿದ್ದು, ಅದನ್ನು ಮೂರು ವರ್ಷದ ಕೆಳಗಷ್ಟೇ ಆರ್.ಸಿ.ಸಿಗೆ ಪರಿವರ್ತಿಸಿದ್ದರು ಗಣಪತಿ.

ಕಟ್ಟಡದ ಮೊದಲ ರೂಮೇ ವಿಶಾಲವಾದದ್ದು. ಆಫೀಸಿನಲ್ಲಿ ಐದು ಜನ ಕೆಲಸ ಮಾಡುತ್ತಿದ್ದರು. ಮುಕುಂದ ಅಲ್ಲಿಯ ಆಫೀಸ್ ಬಾಯ್. ಮ್ಯಾನೇಜರ್ ರಾಮಯ್ಯ ಅರವತ್ತು ವರ್ಷದ ಹಿರಿಯರು. ಇಬ್ಬರು ಅಕೌಂಟೆಂಟುಗಳು, ಒಬ್ಬರು ಗುಮಾಸ್ತರು. ರಾಮಯ್ಯ ತುಂಬಾ ವರ್ಷದಿಂದ ಎಸ್ಟೇಟಿನ ಆಫೀಸಿನಲ್ಲಿ ಕೆಲಸ ಮಾಡುತ್ತಿದ್ದರು. ಅಕೌಂಟ್ ಕೆಲಸ ಮಾಡುತ್ತಿದ್ದ ಒಬ್ಬರು ಮಾತ್ರ ಬಿಕಾಂ ಮಾಡಿದವರು. ಇನ್ನೊಬ್ಬರು ಅಕೌಂಟ್ಸ್ ಜ್ಞಾನವನ್ನು ಅನುಭವದಿಂದ ಗಳಿಸಿದ ಐವತ್ತು ವರ್ಷದ ವೆಂಕಟೇಶ್ ಎನ್ನುವವರು. ಗುಮಾಸ್ತರಾಗಿ ಕೆಲಸ ಮಾಡುತ್ತಿದ್ದವರು ಸತೀಶ್ ಎನ್ನುವವರು.

ಮ್ಯಾನೇಜರಿಗೆ ಒಂದು ಕ್ಯಾಬಿನ್ ಇತ್ತು. ಇನ್ನುಳಿದವರು ಹೊರಗೆ ಕುಳಿತಿದ್ದರು. ಕಾಫಿ ತಂದಿದ್ದ ಮುಕುಂದ ಎಲ್ಲರಿಗೂ ಸರಬರಾಜು ಮಾಡುತ್ತಿದ್ದ.

"ನಮಸ್ಕಾರ ಚಿಕ್ಕ ಯಜಮಾನ್ರೆ"

ಸೂರಜ್ ನೋಡುತ್ತಲೇ ವೆಂಕಟೇಶ್ ಎದ್ದು ನಮಸ್ಕಾರ ಮಾಡಿದರು. ಅವರನ್ನು ಉಳಿದವರು ಅನುಕರಿಸಿದರು.

"ಅರೆ, ಕುತ್ಕೊಳ್ಳಿ. ನಿಮ್ಮ ಕೆಲಸ ನೋಡ್ಕೊಳ್ಳಿ. ಸುಮ್ಮನೆ ಬಂದೆ ಅಷ್ಟೆ"

ಸೂರಜ್ ದನಿ ಕೇಳುತ್ತಲೇ ಮ್ಯಾನೇಜರ್ ರಾಮಯ್ಯ ಕ್ಯಾಬಿನ್ನಿನಿಂದ ಈಚೆ ಬಂದು ನಮಸ್ಕಾರ ಮಾಡಿದರು.

"ನೋಡಿ, ನಾನು ನಿಮ್ಮೆಲ್ಲರಿಗಿಂತಾ ಚಿಕ್ಕವನು. ನನಗೆ ನೀವು ನಮಸ್ಕಾರ ಮಾಡಬೇಕಾಗಿಲ್ಲ"

"ಹಾಗಂದ್ರೆ ಹೇಗೆ? ನೀವು ನಮ್ಮ ಧಣಿಗಳು.."

"ಅದೆಲ್ಲಾ ಹಳೆ ಕಾಲದ ನಂಬಿಕೆಗಳು. ನೀವು ಕೆಲಸ ಮಾಡುತ್ತೀರಿ. ಅದಕ್ಕೆ ಪ್ರತಿಫಲ ಪಡೆಯುತ್ತೀರಿ..ಹಾಗೆಲ್ಲಾ ಧಣಿ, ಗಣಿ ಅಂತ ಹೇಳಿದ್ರೆ ನನಗೆ ಮುಜುಗರವಾಗುತ್ತೆ"

ಸೂರಜ್ ಸಂಕೋಚದಿಂದ ನುಡಿದ. ರಾಮಯ್ಯನವರು ನಮಸ್ಕಾರ ಮಾಡಿದ್ದು ಅವನಿಗೆ ಹಿಂಸೆಯಾಗಿತ್ತು.

"ಕಾಲ ಹೊಸದಾಗಿರಬಹುದು. ಆದರೆ ನಮ್ಮ ರೀತಿನೀತಿಗಳು ಹೊಸವಾಗೋದಕ್ಕೆ ಸಾಧ್ಯವಿಲ್ಲ. ಸಂಬಂಧಗಳು ಅವೇ ಅಲ್ಲವೆ..?" ರಾಮಯ್ಯ ಮತ್ತೆ ಹೇಳಿದರು.

"ಅದಿರಲಿ ಬಿಡಿ. ನಾನು ಸುಮ್ಮನೆ ಬಂದೆ..ನೀವು ನಿಮ್ಮ ಕೆಲಸಗಳನ್ನು ಮಾಡಿ. ನಾನು ನಿಮ್ಮ ಕೆಲಸದ ವಿಧಾನ ಅಷ್ಟೇ ನೋಡ್ತೀನಿ..ಪರಿಚಯ ಮಾಡ್ಕೊಳ್ಳೋದಕ್ಕೆ ಅಷ್ಟೆ ಬಂದಿರೋದು. ವ್ಯವಹಾರ ಅರ್ಥಮಾಡ್ಕೊಳ್ಳೋದಕ್ಕೆ ಬಂದಿದೀನಿ. ನಾನಿಲ್ಲಿದ್ದೀನೆ ಅನ್ನೋದನ್ನ ಮರೆತು ನಿಮ್ಮ ಕೆಲಸ ಮಾಡಿ"

"ಸರಿ. ಏನಾದ್ರೂ ಬೇಕನ್ನಿಸಿದರೆ ಕೇಳಿ.."

ರಾಮಯ್ಯ ವಾಪಸ್ಸು ತಮ್ಮ ಕ್ಯಾಬಿನ್ನಿಗೂ ಹೋಗಲಾರದೆ, ಅಲ್ಲಿ ನಿಲ್ಲಲೂ ಆಗದೆ ಚಡಪಡಿಸುತ್ತಿದ್ದರು.

"ನಾನು, ನಿಮ್ಮನ್ನೂ ಸೇರಿಸೇ ಹೇಳಿದ್ದು.."

ಸೂರಜ್ ರಾಮಯ್ಯನವರಿಗೆ ಹೇಳಿದ ನಂತರ ರಾಮಯ್ಯ ತಮ್ಮ ಕ್ಯಾಬಿನ್ನಿಗೆ ಹೋದರು. ಸೂರಜ್ ಇಡೀ ಆಫೀಸನ್ನು ಒಂದು ಸುತ್ತು ಹಾಕಿದ. ಫೈಲುಗಳಿಡುವ ಜಾಗಕ್ಕೆ ಹೋಗಿ ಒಂದೆರಡು ಫೈಲುಗಳನ್ನು ತಿರುವಿ ಹಾಕಿದ.

'ನಿಮ್ಮ ಕೆಲಸ ನೀವು ಮಾಡಿ'ಎಂದು ಸೂರಜ್ ಹೇಳಿದ್ದರೂ ಎಲ್ಲರೂ ಅವನನ್ನು ನೋಡಿಯೂ ನೋಡದಂತೆ ಗಮನಿಸುತ್ತಿದ್ದರು. ಯಾವಾಗ ಏನು ಕೇಳುತ್ತಾರೋ? ಏನು ಹೇಳಬೇಕಾಗುತ್ತದೆಯೋ..? ಎನ್ನುವ ಅಂಜಿಕೆ ಅವರಲ್ಲಿರುವಂತೆ ತೋರಿತು ಸೂರಜ್‌ಗೆ.

ಒಂದೂವರೆ ವರ್ಷದ ಹಿಂದೆ, ಸೂರಜ್ ಎಂ.ಬಿ.ಎ ಸೇರುವ ಸಮಯದಲ್ಲಿ ಎಸ್ಟೇಟ್ ಆಫೀಟಸಿಗೆ ಕಂಪ್ಯೂಟರುಗಳು ಬಂದಿದ್ದವು. ಅದಕ್ಕೆ ಸೂರಜ್ ಕಾರಣವಾಗಿದ್ದ. ಜಗತ್ತಿನ ಎಲ್ಲ

ವ್ಯವಹಾರಗಳೂ ಕಂಪ್ಯೂಟರ್ ಬಳಸುತ್ತಿದ್ದುದು, ಅದರಿಂದ ಆಗುವ ಅನುಕೂಲಗಳನ್ನು ಸೂರಜ್ ಚೆನ್ನಾಗಿ ಅರಿತಿದ್ದ. ತಮ್ಮ ಎಸ್ಟೇಟ್ ಆಫೀಸಿನಲ್ಲೂ ಈ ಬದಲಾವಣೆ ತಂದರೆ ವ್ಯವಹಾರದ ವೇಗ ಮತ್ತು ನಿಖರತೆ ಹೆಚ್ಚುವುದು ಎಂಬ ಉದ್ದೇಶದಿಂದಲೇ ಕಂಪ್ಯೂಟರುಗಳನ್ನು ಉಪಯೋಗಿಸತೊಡಗಿದ್ದು. ಎಲ್ಲರಿಗೂ ಕಂಪ್ಯೂಟರ್ ತರಬೇತಿ ನೀಡಲಾಗಿತ್ತು. ಈಗ ಯಾವುದೇ ಮಾಹಿತಿ ಬೇಕಾದರೂ ಫೈಲುಗಳನ್ನು ಹುಡುಕಬೇಕಾಗಿರಲಿಲ್ಲ. ಅಗತ್ಯವೆನಿಸಿದವನ್ನು ಮಾತ್ರ ಪ್ರಿಂಟರಿನಲ್ಲಿ ಮುದ್ರಿಸಿ ಅವನ್ನು ಫೈಲು ಮಾಡುತ್ತಿದ್ದರು. ಹೊರಗಿನ ವ್ಯವಹಾರಗಳೂ ಇ-ಮೈಲ್ ಮುಖಾಂತರ ಬರುತ್ತಿದ್ದವು. ಬ್ಯಾಂಕ್ ವ್ಯವಹಾರ ನೆಟ್ ಬ್ಯಾಂಕಿಂಗ್ ಮೂಲಕ ನಡೆಯುತ್ತಿತ್ತು. ನಗದು ಹಣವನ್ನು ಉಪಯೋಗಿಸುವ ಕ್ರಮ ಕಡಿಮೆಯಾಗಿತ್ತು.

ಆಫೀಸ್ ಸಹಾಯಕ ಮುಕುಂದನನ್ನು ಬಿಟ್ಟು ಉಳಿದೆಲ್ಲರೂ ಕಂಪ್ಯೂಟರ್ ಬಳಸುತ್ತಿದ್ದರು. ಎಲ್ಲ ಕಂಪ್ಯೂಟರುಗಳನ್ನೂ ನೆಟ್ ಜಾಲದೊಂದಿಗೆ ಸೇರಿಸಲಾಗಿತ್ತು.

ರಾಮಯ್ಯನವರ ಟೇಬಲ್ ಮೇಲೂ ಒಂದು ಕಂಪ್ಯೂಟರ್ ಇತ್ತು. ಆದರೆ ಅವರು ಅದನ್ನು ಹೆಚ್ಚು ಉಪಯೋಗಿಸುತ್ತಿರಲಿಲ್ಲ. ಹೆಚ್ಚಿನ ಸಮಯ ಅವರು ಆಫೀಸಿನಿಂದ ಹೊರಗೇ ಇರುತ್ತಿದ್ದರು.

"ಯಜಮಾನ್ರೆ, ನಾನು ಸ್ವಲ್ಪ ಹೊರಗೆ ಹೋಗಿ ಬರ್ತೀನಿ..ಏನು ಬೇಕಿದ್ರೂ ಕೇಳಿ ಇವರು ಹೇಳ್ತಾರೆ. ಇನ್ನೂ ಏನಾದ್ರೂ ಹೆಚ್ಚಿಗೆ ಬೇಕೂಂದ್ರೆ ನಾನು ಬಂದು ಹೇಳ್ತೀನಿ..ಒಂದರ್ಧ ಗಂಟೆ ಹೋಗಿ ಬರ್ತೀನಿ.."

ರಾಮಯ್ಯ ಈಚೆ ಬಂದು ಹೇಳಿದಾಗ ಸೂರಜ್, "ಧಾರಾಳವಾಗಿ ಹೋಗಿ ಬನ್ನಿ" ಎಂದ.

ರಾಮಯ್ಯ ಸಂಕೋಚದಿಂದಲೇ ಆಚೆ ಹೋದರು. ಆಫೀಸಿನಲ್ಲಿದ್ದವರು ಅವರು ಹೋದದ್ದನ್ನು ಗಮನಿಸದೆ ತಮ್ಮ ಕೆಲಸದಲ್ಲಿ ಮುಳುಗಿದ್ದರು.

"ಇಲ್ಲಿ, ನೆಟ್‌ವರ್ಕ್ ಮಾಡಿರೋದು ಒಂದು ಸ್ಪೇರ್ ಕಂಪ್ಯೂಟರ್ ಇದೆಯೆ?"

ಸೂರಜ್ ಆಫೀಸ್ ಸಿಬ್ಬಂದಿ ಕೇಳಿದ.

"ಇಲ್ಲ ಸಾರ್. ಬೇಕಾದ್ರೆ ಮ್ಯಾನೇಜರ್ ರೂಮಲ್ಲಿದೆಯಲ್ಲ ಅದನ್ನು ಉಪಯೋಗಿಸಿ. ಅವರು ಹೆಚ್ಚು ಉಪಯೋಗಿಸೋದೂ ಇಲ್ಲ. ಹೇಗೂ ಅವರು ಆಚೆ ಬೇರೆ ಹೋದ್ರಲ್ಲ..?"

ವೆಂಕಟೇಶ್ ಹೇಳಿದರು. ಸೂರಜ್‌ಗೂ ಅದೇ ಬೇಕಾಗಿದ್ದು. ರಾಮಯ್ಯನವರ ಕ್ಯಾಬಿನ್ನಿಗೆ ಹೋಗಿ ಕಂಪ್ಯೂಟರ್ ಆನ್ ಮಾಡಿದ. ಪಾಸ್‌ವರ್ಡ್ ಸ್ಕ್ರೀನ್ ಬಂದಾಗ ಸೂರಜ್, "ಯಾರಾದ್ರೂ ಒಬ್ಬರು ಬನ್ನಿ" ಎಂದು ಕರೆದ.

ವೆಂಕಟೇಶ್ ಬಂದು ಸೂರಜ್‌ಗೆ ಪಾಸ್‌ವರ್ಡ್ ಹಾಕಿದರು. ಜೊತೆಗೆ ಎಲ್ಲೆಲ್ಲಿ ಏನೇನು ನೋಡಬಹುದು ಎಂದು ತಿಳಿಸಿದರು.

ಸೂರಜ್ ಹೆಚ್ಚು ತಡ ಮಾಡದೆ ಎಸ್ಟೇಟಿನ ಬ್ಯಾಂಕುಗಳ ವ್ಯವಹಾರ ಪರಿಶೀಲಿಸತೊಡಗಿದ. ಮಂದಕ್ಕನ ಪೇಪರಿನಲ್ಲಿ ಕಾಣಿಸಿದ 500ಕೆ ಸಾಮಾನ್ಯ ಮೊತ್ತವಲ್ಲ. ಅದು ಬ್ಯಾಂಕಿನ ವ್ಯವಹಾರದಲ್ಲಿ ಕಾಣಿಸಲೇಬೇಕು. ಅದು ಯಾವ ಬಾಬತ್ತು? 'ಡ್ರಾ' ಮಾಡಿದ್ದಾರಾ? ಇಲ್ಲ ಖಾತೆಯಲ್ಲಿ ಖರ್ಚು ತೋರಿಸಿದ್ದಾರಾ? ಆ ಹಣ ಕ್ಯಾಶಾ ಅಥವಾ ನೆಟ್

ಬ್ಯಾಂಕಿನಲ್ಲಿ ವಿನಿಮಯವಾಗಿದೆಯಾ? ಈ ವಿವರ ತಿಳಿದುಕ್ಕೊಳ್ಳಬೇಕಾಗಿತ್ತು. ಅದನ್ನು ಹೇಗೆ ಹುಡುಕಲಿ? ಆಫೀಸಿನ ಬ್ಯಾಂಕಿನ ವ್ಯವಹಾರಗಳನ್ನು ಹೇಗೆ ಹುಡುಕಲಿ? ಇಡೀ ಬ್ಯಾಂಕಿನ ವ್ಯವಹಾರ ಜಾಲಾಡುತ್ತಾ ಹೋಗುವುದು ಪ್ರಯಾಸದ ಕೆಲಸವಷ್ಟೇ ಅಲ್ಲದೆ ಸಮಯ ವ್ಯರ್ಥ! ತ್ವರಿತವಾಗಿ ಹೇಗೆ ಹುಡುಕುವುದು? ವೆಂಕಟೇಶ್ ಸಹಾಯ ಕೇಳಿದರೆ ಹೇಗೆ? ಅವರಿಗೆ ಬೇರೇನಾದರೂ ಅನುಮಾನ ಬಂದೀತಾ..? ಅವರ ಸಹಾಯ ಇಲ್ಲದೆ ಕೆಲ್ಸ ಕಷ್ಟ! ರಾಮಯ್ಯ ಬೇರೆ ಬಂದರೆ ತಾನು ಅಷ್ಟು ನೆಮ್ಮದಿಯಿಂದ ಕೆಲಸ ಮಾಡಲಾಗುವುದಿಲ್ಲ. ಹತ್ತು ನಿಮಿಷ ಕಂಪ್ಯೂಟರಿನಲ್ಲಿ ಏನೇನೋ ಹುಡುಕುತ್ತಾ ಕಳೆದ. ತನ್ನ ಕೆಲಸ ಅಸಾಧ್ಯ ಎನಿಸಿತು. ವೆಂಕಟೇಶರನ್ನು ಕ್ಯಾಬಿನ್ನಿಗೆ ಕರೆದು ಹೇಳಿದ.

"ವೆಂಕಟೇಶ್ ನನಗೆ ಒಂದು ಮಾಹಿತಿ ಬೇಕು. ಆದರೆ ಅದನ್ನು ನಾನು ಕೇಳಿದ ವಿಶಯ ಇನ್ನ್ಯಾರಿಗೂ ತಿಳಿಯಬಾರದು. ಇದರಿಂದ ನಿಮಗೆ ಯಾವುದೇ ತೊಂದರೆಯಾಗುವುದಿಲ್ಲ..ಬರೀ ಮಾಹಿತಿ ನಾನು ಕೇಳ್ತಿರೋದು"

"ಕೇಳಿ ಸಾರ್"

"ಐದು ಲಕ್ಷ ರೂಪಾಯಿ ಅದಕ್ಕೆ ಸ್ವಲ್ಪ ಹತ್ತಿರದ ಮೊತ್ತ, ಕಳೆದ ಐದಾರು ವರ್ಷಗಳಲ್ಲಿ ಎಷ್ಟು ಸಲ ವ್ಯವಹಾರದಲ್ಲಿ ಕಾಣಿಸುತ್ತಿದೆ? ಈ ಮಾಹಿತಿ ಬೇಕು"

ಸೂರಜ್ ಕೇಳಿದ್ದನ್ನು ಅರ್ಥ ಮಾಡಿಕೊಂಡ ವೆಂಕಟೇಶ್ ಇನ್ನೆರಡು ಸಂದೇಹಗಳನ್ನು ಕ್ಲಾರಿಫೈ ಮಾಡಿಕೊಂಡರು.

"ಅರ್ಧ ಗಂಟೆ ನಂತರ ಕೊಟ್ರೆ ಆಗುತ್ತಾ..?"

"ಆಗಲಿ..ಸಂಜೆ ಹೊತ್ತಿಗೆ ಕೊಟ್ರೂ ಆಗುತ್ತೆ.."

"ತಾವು ಆಫೀಸಿಗೆ ಬರೋದೇನೂ ಬೇಡಿ. ನಾನೇ ಮುಕುಂದನ ಕೈಲಿ ಕಳಿಸ್ತೀನಿ"

"ಅಯ್ತು. ಒಂದು ಕವರಿನಲ್ಲಿ ಹಾಕಿ ಸೀಲ್ ಮಾಡಿ ಕಳಿಸಿ. ವಿಶಯ ಇನ್ನ್ಯಾರಿಗೂ ತಿಳಿಯಬಾರದು"

"ಇಲ್ಲ ಸಾರ್"

"ಸರಿ, ನಾನು ಬರ್ತೀನಿ. ರಾಮಯ್ಯನವರಿಗೆ ಹೇಳಿ"

ಸೂರಜ್ ಆಫೀಸ್ ಸಿಬ್ಬಂದಿಗೆ ಹೇಳಿ ವಾಪಸ್ಸು ಮನೆಗೆ ಬರುವಾಗ ತಾನು ಮಾಡಿದ್ದು ಸರಿಯೇ ಎಂದು ಯೋಚಿಸಿದ. ತಾನು ವೆಂಕಟೇಶ್ ಸಹಾಯ ತೆಗೆದುಕೊಂಡಿದ್ದು ಸರಿಯೆ? ಇಲ್ಲದಿದ್ದರೆ ತಾನು ಆ ಮಾಹಿತಿ ಹುಡುಕಲು ಇಡೀ ದಿನ ಬೇಕಾಗುತ್ತಿತ್ತು. ಅಷ್ಟೂ ಹೊತ್ತು ಆಫೀಸಿನಲ್ಲಿದ್ದುದು ಚಿಕ್ಕಪ್ಪನಿಗೆ ಗೊತ್ತಾಗುತ್ತಿತ್ತು. ಆ ಪೇಪರ್ ಎತ್ತಿಕೊಂಡವರು ಚಿಕ್ಕಪ್ಪನೇ ಆಗಿದ್ದರೆ ಅನುಮಾನಕ್ಕೆ ಆಸ್ಪದಕೊಟ್ಟಂತೆ ಆಗುತ್ತದೆ. ಈಗ ಮಾಡಿದ್ದೇ ಸರಿ. ತಾನು ಮಾಹಿತಿ ಕೇಳಿದ ವಿಶಯ ವೆಂಕಟೇಶ್ ಒಬ್ಬರಿಗೇ ಗೊತ್ತಿರುತ್ತದೆ. ಅಕಸ್ಮಾತ್ ಅದು ಚಿಕ್ಕಪ್ಪನಿಗೆ ತಿಳಿದರೂ ತಿಳಿಯಬಹುದು, ಆ ಸಮಯದಲ್ಲಿ ಏನಾದರೂ ಸೂಕ್ತ ಉತ್ತರ ನೀಡಬಹುದು. ಅದಕ್ಕೆ ಸಮಯವೂ ಇರುತ್ತದೆ.

"ಆಫೀಸಲ್ಲಿ ಕೆಲಸ ಸರಿಯಾಗಿ ನಡೀತಿದೆಯಾ..? ನೀನು ಇನ್ನು ಊರಲ್ಲಿದ್ದಾಗೆಲ್ಲಾ ಆಫೀಸಿಗೆ ಹೋಗಿ ಅಲ್ಲಿ ವ್ಯವಹಾರ ನೋಡ್ಕೋಬೇಕು. ನಿಮ್ಮ ಚಿಕ್ಕಪ್ಪನಿಗೂ ವಯಸ್ಸಾಗ್ತಾ

ಬಂತು. ಇನ್ನು ನೀನು ಓದಿದ್ದು ಮುಗಿದ ತಕ್ಷಣ ಎಲ್ಲಾ ವ್ಯವಹಾರ ಕಲೀಬೇಕು"

ಮನೆಗೆ ಮರಳಿದಾಗ ಚಿಕ್ಕಮ್ಮ ಹೇಳಿದರು.

"ಚಿಕ್ಕಪ್ಪ ಇರೋವಾಗ ನಾನ್ಯಾಕಮ್ಮ ತಲೆ ಕೆಡಿಸಿಕ್ಕೊಳ್ಳಲಿ? ಅಷ್ಟಕ್ಕೂ ಚಿಕ್ಕಪ್ಪನಿಗೆ ಏನು ಮಹಾ ವಯಸ್ಸಾಯ್ತು?"

"ಅವರಿನ್ನೂ ಹುಡುಗ ಅಂದ್ಕೊಂಡಿದ್ದೀಯೇನೋ..? ಅರವತ್ತಾಯ್ತು? ಗರ್ನಮೆಂಟ್ ಕೆಲಸದಲ್ಲಿದ್ದರೆ ರಿಟೈರ್ಮೆಂಟ್ ವಯಸ್ಸು. ಮತ್ತೆ ನಿನ್ನ ವ್ಯವಹಾರ ನೀನು ವಹಿಸಿಕೋಬೇಕಲ್ಲ? ನಾನು, ನಿಮ್ಮ ಚಿಕ್ಕಪ್ಪ ಕೇವಲ ಉಸ್ತುವಾರಿಗಳು. ಇದರ ಪೂರ್ಣ ಮಾಲೀಕ ನೀನು. ನಿನಗೊಂದು ಮದುವೆ.."

ಅನುರಾಧ ಮಾತು ಅರ್ಧಕ್ಕೇ ನಿಲ್ಲಿಸಿಬಿಟ್ಟರು. ತಕ್ಷಣಕ್ಕೆ ಮದುವೆ ನೆನಪಾಗುತ್ತಲೇ ಮಂದಾಕಿನಿಯ ನೆನಪಾಯಿತು. ಆ ದುರಂತ ಕಣ್ಮುಂದೆ ಬಂದು ಮಾತನ್ನು ಮೊಟಗೊಳಿಸಿದರು. ಅದು ಸೂರಜನಿಗೂ ಅರ್ಥವಾಯಿತು.

ಮಧ್ಯಾನ್ಹದ ಊಟ ಮುಗಿದ ಮೇಲೆ ಸೂರಜ್‌ಗೆ ಏನು ಮಾಡಬೇಕೆನ್ನುವುದು ತೋಚಲಿಲ್ಲ. ಕಾಲೇಜಿನಲ್ಲಿ ತನ್ನ ಸ್ನೇಹಿತರಿಬ್ಬರಿಗೆ ಫೋನು ಮಾಡಿ ಅಲ್ಲಿನ ಪರಿಸ್ಥಿತಿ ತಿಳಿದುಕೊಂಡ. ಇನ್ನು ಎರಡು ದಿನಗಳಲ್ಲಿ ಯಾವ ಕಂಪೆನಿಗಳಲ್ಲಿ ಪ್ರಾಜೆಕ್ಟ್ ಮಾಡಬೇಕೆನ್ನುವುದು ಗೊತ್ತಾಗುತ್ತದೆ ಎನ್ನುವ ವಿಶಯ ಸ್ನೇಹಿತರಿಂದ ತಿಳಿಯಿತು. ಆ ಮಾಹಿತಿ ಹೊರಬಿದ್ದ ನಂತರ ಮೈಸೂರಿಗೆ ಹೋಗುವುದೆಂದು ನಿರ್ಧರಿಸಿದ.

ವೆಂಕಟೇಶರಿಂದ ಯಾವ ಮಾಹಿತಿಯೂ ಬಂದಿರಲಿಲ್ಲ. ಆ ರಹಸ್ಯ ಮಾಹಿತಿಯ ಚೀಟಿ ದೇವರಾಜ್ ಎತ್ತಿಕೊಂಡಿರುವನೋ ಎನ್ನುವ ಅನುಮಾನ ಹೇಗೆ ಪರಿಹರಿಸಿಕ್ಕೊಳ್ಳಲಿ? ಅವನನ್ನು ಒಮ್ಮೆ ಭೇಟಿ ಮಾಡಿದರೆ ಹೇಗೆ? ಸೂರಜ್ ಚಿಂತಿಸಿದ.

ನಾಗರಪಂಚಮಿಯ ದಿನವಾದುದರಿಂದ ಊಟ ವಿಶೇಷವಾಗಿದ್ದು ನಿದ್ರೆ ಎಳೆಯಿತು. ಹಾಗೇ ಹಾಲಿನಲ್ಲೇ ಕುಳಿತ್ತಿದ್ದಂತೆಯೇ ನಿದ್ರಿಸಿಬಿಟ್ಟಿದ್ದ. ಕುಳಿತಿದ್ದವ ಕ್ರಮೇಣ ಸೋಫಾದಲ್ಲಿ ಮೈಚೆಲ್ಲಿದ್ದ. ಹಾಗೇ ಎಷ್ಟು ಹೊತ್ತು ಮಲಗಿದ್ದೆ ಎನ್ನುವ ನೆನಪೇ ಇಲ್ಲದೆ ಮಲಗಿದ್ದ. ಯಾರೋ ಕೂಗಿದಂತಾಗಿ ಎಚ್ಚರಗೊಂಡ.

ಎದುರಿಗೆ ಎಸ್ಟೇಟ್ ಆಫಿಸಿನ ಮುಕುಂದ ನಿಂತಿದ್ದ.

"ಸಾರ್, ಇದು ನಿಮಗೆ ಕೊಡೂಂತ ವೆಂಕಟೇಶಯ್ಯನೋರು ಕೊಟ್ರು"

ಮುಕುಂದ ಒಂದು ಬಿಳಿ ಬಣ್ಣದ ಉದ್ದನೆಯ ಕವರನ್ನು ಸೂರಜ್ ಕೈಗೆ ಕೊಟ್ಟ. ಅದನ್ನು ಸ್ಪರ್ಶಿಸುತ್ತಲೇ ಸೂರಜ್ ಎದೆ ಬಡಿತ ಜೋರಾದ ಅನುಭವ. ಅದರಲ್ಲಿ ಆ 500ಕೆ ರಹಸ್ಯ ಇರಬಹುದೆ? ತಾನು ಕೇಳಿದ್ದು ಆ ಮೊತ್ತದ ಬ್ಯಾಂಕಿನ ವ್ಯವಹಾರದ ಪಟ್ಟಿ. ಅದು ಮಂದಕ್ಕನ ರೂಮಿನಲ್ಲಿ ಸಿಕ್ಕಿದ 500ಕೆಗೆ ಸಂಬಂಧ ಇದೆಯೋ ಇಲ್ಲವೋ ಗೊತ್ತಿಲ್ಲ. ಅದಕ್ಕೇಕೆ ತಾನು ಉದ್ವಿಗ್ನನಾಗಬೇಕು?

"ಥ್ಯಾಂಕ್ಸ್ ಮುಕುಂದ. ವೆಂಕಟೇಶಯ್ಯನವರಿಗೂ ಥ್ಯಾಂಕ್ಸ್ ಹೇಳು"

ಸಾವರಿಸಿಕೊಂಡು ಸೂರಜ್ ಹೇಳಿದ.

"ಆಗ್ಲಿ ಸಾರ್" ಮುಕುಂದ ಹೇಳಿ ಮನೆಯಾಚೆ ನಡೆದ.

ಅದು ಉದ್ದನೆಯ ಕವರು. ಅದರೊಳಗೆ ಒಂದೆರಡು ಅಥವಾ ಮೂರು ಪೇಜುಗಳಿರಬಹುದೆನ್ನಿಸಿತು. ಅದನ್ನು ಇಲ್ಲಿಯೇ ತೆರೆಯಲೆ? ಇಲ್ಲಾ ತನ್ನ ರೂಮಿಗೆ ಹೋಗಿ ತೆರೆಯಲೆ? ಇಲ್ಲಿದ್ದರೆ ಚಿಕ್ಕಮ್ಮ ಬಂದು ಅದೇನೆಂದು ಕೇಳಬಹುದು. ಅದಕ್ಕೆ ಏನಾದ್ರೂ ಹೇಳಬಹುದು, ಅದಕ್ಕೇಕೆ ಹೆದರಬೇಕು? ಆದರೂ ಇದನ್ನು ಪ್ರೈವೆಸಿಯಲ್ಲಿ ಓದಬೇಕೆನ್ನಿಸಿತು. ಅದುರುವ ಎದೆಯೊಡನೆ ತನ್ನ ರೂಮಿನತ್ತ ನಡೆದ ಸೂರಜ್.

ರೂಮಿನ ಬಾಗಿಲು ಹಾಕಿಕೊಂಡು ನಡುಗುವ ಕೈಗಳಿಂದ ಆ ಕವರ್ ಬಿಡಿಸಿದ. ಒಳಗೆ ಅವನು ಅಂದುಕೊಂಡಂತೆ ಕಂಪ್ಯೂಟರ್ ಪ್ರಿಂಟರಿನಲ್ಲಿ ಮುದ್ರಿಸಿದ ನಾಲಕ್ಕು ಹಾಳೆಗಳಿದ್ದವು.

ಆತುರದಿಂದ ನಾಲಕ್ಕು ಹಾಳೆಗಳನ್ನು ಮೇಲಿಂದ ಕೆಳಗಿನವರೆಗೂ ನೋಡಿದ. ನಾಲಕ್ಕೂ ಬೇರೆಬೇರೆ ಬ್ಯಾಂಕಿನವು. ಒಂದು ವರ್ಷದ ಲೆಕ್ಕ ಅಲ್ಲಿತ್ತು. ಅದಕ್ಕೂ ಹಿಂದಿನ ವಿವರ ಇರಲಿಲ್ಲ. ಬಹುಶಃ ಅದು ಹಿಂದಿನ ಹಣಕಾಸು ವರ್ಷದ ಲೆಕ್ಕ ಹುಡುಕಬೇಕಾಗುವುದು. ಅಲ್ಲಿದ್ದ ಎಲ್ಲವೂ ಐದು ಲಕ್ಷ ಹಣವನ್ನು ಬೇರೆಬೇರೆ ಕಾಲಘಟ್ಟದಲ್ಲಿ ಡ್ರಾ ಮಾಡಿದ ವಿವರಗಳು! ಎಲ್ಲವೂ ಐದು ಲಕ್ಷ ಹಣ ಡ್ರಾ ಮಾಡಿದವು. ಪ್ರತಿ ಮೂರು ತಿಂಗಳ ಅಂತರದಲ್ಲಿ ಚೆಕ್ ಮುಖಾಂತರ ಡ್ರಾ ಮಾಡಿದ ವಿವರಗಳು. ಮೂರು ತಿಂಗಳು ಒಂದು ಬ್ಯಾಂಕಿನಲ್ಲಿ ಡ್ರಾ ಆಡಿದರೆ, ಮತ್ತೆ ಮೂರು ತಿಂಗಳ ನಂತರ ಇನ್ನೊಂದು ಬ್ಯಾಂಕ್! ಹೀಗೆ ಮೂರ್ಮೂರು ತಿಂಗಳಲ್ಲಿ ನಾಲ್ಕು ಬ್ಯಾಂಕುಗಳಿಂದ ಐದೈದು ಲಕ್ಷ ರೂಪಾಯಿಗಳನ್ನು ಡ್ರಾ ಮಾಡಲಾದ ವಿವರ. ಒಂದು ವರ್ಷದಲ್ಲಿ ನಾಲ್ಕು ಸಲ ಅಂದರೆ ಒಟ್ಟು ಇಪ್ಪತ್ತು ಲಕ್ಷ ಮೂರು ಬ್ಯಾಂಕುಗಳಿಂದ ಒಟ್ಟು ವಾಪಸ್ಸು ತೆಗೆದುಕೊಂಡ ವಿವರಗಳು. ಎಲ್ಲವೂ ನಗದು ವ್ಯವಹಾರ! ಇವೆಲ್ಲವೂ ಮಂದಕ್ಕನ ರೂಮಿನಲ್ಲಿ ಸಿಕ್ಕ ಆ ಪೇಪರಿಗೆ ಸಂಬಂಧಿಸಿದ್ದೆ? ಇರಲೇಬೇಕು! ಆದರೆ ಅದಕ್ಕೂ ಮಂದಕ್ಕ ಕಾಣೆಯಾಗಿರುವುದಕ್ಕೂ ಏನಾದರೂ ಸಂಬಂಧ ಇರಬಹುದೆ? ಈ ಹಣವನ್ನು ಡ್ರಾ ಮಾಡಿರುವುದು ತನ್ನ ಚಿಕ್ಕಪ್ಪನೇ! ಬೇರೆ ಇನ್ಯಾರೂ ಈ ಮೊತ್ತದ ಹಣ ಡ್ರಾ ಮಾಡಿರಲಾರರು!

ಈ ಹಣಕ್ಕೂ, ಮಂದಕ್ಕ ಕಾಣೆಯಾಗಿರುವುದಕ್ಕೂ, ಚಿಕ್ಕಪ್ಪನಿಗೂ, ಪೇಪರಿನಲ್ಲಿ ಕಂಡ 500ಕೆ ಎನ್ನುವ ಅಂಕೆಗೂ ಹೇಗೆ ತಾಳೆ ಮಾಡುವುದು?

ಸೂರಜ್ ಮತ್ತೆಮತ್ತೆ ಬ್ಯಾಂಕಿನ ವಿವರಗಳನ್ನು ನೋಡಿದ. ಅಕ್ಟೋಬರ್, ಡಿಸೆಂಬರ್, ಏಪ್ರಿಲ್ ಮತ್ತು ಜುಲೈ- ಈ ತಿಂಗಳುಗಳಲ್ಲಿ ಡ್ರಾ ಮಾಡಿರುವ ಮಾಹಿತಿ. ಈಗ ನಡೆಯುತ್ತಿರುವುದು ಜುಲೈ! ಇಂದು ತಾರೀಖು ಇಪ್ಪತ್ತು! ಹದಿನೆಂಟರಂದು ಹಣ ಡ್ರಾ ಮಾಡಿರುವುದು! ಅಂದರೆ ಎರಡು ದಿನಗಳ ಹಿಂದೆಯಷ್ಟೆ ಡ್ರಾ ಮಾಡಿರುವುದು. ಅದನ್ನು ಎಸ್ಟೇಟಿನ ಯಾವುದಾದರೂ ನಿಗಧಿತ ಕೆಲಸಕ್ಕಾಗಿ ಡ್ರಾ ಮಾಡಿರಬಹುದೆ? ಮಣ್ಣು, ಗೊಬ್ಬರ, ಕೂಲಿ, ಕಾಫಿ ಸಂಸ್ಕರಣೆ ಇಂತಾ ಹತ್ತಾರು ಲಕ್ಕದ ಬಾಬತ್ತುಗಳಿರುತ್ತವೆ! ಅದಕ್ಕೆ ತಾನು ಗಾಬರಿಪಡಬೇಕೆ? ಅದನ್ನು ಮಂದಕ್ಕನ ದುರಂತಕ್ಕೆ ಜೋಡಿಸಬೇಕೆ? ಮತ್ತೊಮ್ಮೆ ಎಸ್ಟೇಟಿನ ಲೆಕ್ಕದ ಪುಸ್ತಕಗಳನ್ನು ನೋಡಲೇಬೇಕಾದ ಸ್ಥಿತಿ ಬಂದಿದೆಯಲ್ಲ! ಎಸ್ಟೇಟ್ ಲೆಕ್ಕದಲ್ಲಿ ಖಚಿತ ಮಾಹಿತಿ ಸಿಕ್ಕರೆ ಎಲ್ಲ ಮುಗಿಯಿತಲ್ಲ? ಮಂದಕ್ಕ ಕಾಣೆಯಾಗಿರುವುದಕ್ಕೂ ಈ ಹಣಕ್ಕೂ ಏನೇನೂ ಸಂಬಂಧವಿಲ್ಲ ಎಂದಾದರೆ ಮತ್ತೆ ತನ್ನ ಸ್ಥಿತಿ? ತಾನು ಎಲ್ಲಿಂದ ಶುರು ಮಾಡಿದೆನೋ ಅಲ್ಲಿಗೇ ಬಂದು ನಿಂತಂತಾಗುತ್ತದಲ್ಲ? ಬ್ಯಾಕ್ ಟು ಸ್ಕೊಯೆರ್ ಒನ್!

ಚೌಕದಲ್ಲಿ ಮತ್ತೆ ಶುರು ಮಾಡಿದ ಪಾಯಿಂಟಿಗೇ ಬಂದು ನಿಂತೆನಲ್ಲ? ಜೊತೆಗೆ ದೇವರಾಜು ಭೇಟಿ ಮಾಡಬೇಕೆಂದಿದ್ದೆನಲ್ಲ? ಅದು ಮರೆತು ನಿದ್ರೆ ಮಾಡಿಬಿಟ್ಟೆ! ಇನ್ನು ಹೀಗೆ ಮೈಮರೆಯಬಾರದು. ಗುರಿ ಮರೆಯಬಾರದು. ಎಚ್ಚರದಿಂದಿರುವುದೇನೋ ಸರಿ, ಆದರೆ ಸ್ಪಷ್ಟ ದಿಕ್ಕೇ ಸಿಗುತ್ತಿಲ್ಲ!!

ರೂಮಿನ ಬಾಗಿಲು ಬಡಿಯುವುದರ ಜೊತೆಗೆ ಚಿಕ್ಕಮ್ಮ ಕೂಗುತ್ತಿರುವುದು ಕೇಳಿಸಿತು. ಬಾಗಿಲು ಬಡಿಯುವ ತೀವ್ರತೆಗೆ ಏನೋ ಅರ್ಜೆಂಟಿರಬಹುದು ಎನ್ನಿಸಿತು. ಮಾಮೂಲಿ ವಿಶಯವಾಗಿದ್ದರೆ ಚೆನ್ನಕ್ಕ ಬರುತ್ತಿದ್ದರು. ಇದು ಏನೋ ಅರ್ಜೆಂಟಿರುವ ವಿಶಯವೇ ಇರಬೇಕು ಅದಕ್ಕೆ ಚಿಕ್ಕಮ್ಮಬಂದಿರುವುದು.

"ಸೂರಜ್, ಕರುಂಬಯ್ಯ ಫೋನು ಮಾಡಿದಾರೆ..ನಿಮ್ಮ ಚಿಕ್ಕಪ್ಪ ಬೇರೆ ಇಲ್ಲ. ಎನು ಮಾತಾಡಬೇಕೋ ಗೊತ್ತಾಗಲಿಲ್ಲ..ಬಾ..ನೀನೇ ಮಾತಾಡು"

ಸೂರಜ್ ಅವಸರದಿಂದ ಹಾಲಿಗೆ ಹೋಗಿ ರಿಸೀವರ್ ಎತ್ತಿಕೊಂಡ.

"ಹಲೋ?"

"ಯಾರು?"

"ಸೂರಜ್"

"ಸ್ಟೇಷನ್ನಿಗೆ ಬನ್ನಿ"

"ಹೇಳಿ ಸರ್ ಏನ್ ವಿಶಯ?"

"ನಿಮ್ಮ ಅಕ್ಕನ ಡಿ.ಎನ್.ಎ ಕೂಡ ಮಾಡಿಸಿದ್ರಿ. ಅದರಿಂದ ಸಿಕ್ಕಿದ್ದ ಬಾಡಿ ನಿಮ್ಮ ಅಕ್ಕಂದೇ ಅಂತ ಪ್ರೂವ್ ಆಗಿದೆ. ಅದರ ಮೇಲೆ ಮತ್ತೆ ಕಂಪ್ಲೈಂಟ್ ಲಾಡ್ಜ್ ಮಾಡಿದ್ದೀರಲ್ಲ? ಇದು ಸರಿ ಅನ್ನಿಸುತ್ತಾ..?"

ಕರುಂಬಯ್ಯ ದನಿಯಲ್ಲಿ ಅಸಮಾಧಾನವಿತ್ತು.

"ಸರಿ ಅನ್ನಿಸಿದ್ದಕ್ಕೇ ನಾವು ಕಂಪ್ಲೈಂಟ್ ಕೊಟ್ಟಿರೋದು"

"ನಾನು ನಿಮ್ಮ ಕಂಪ್ಲೈಂಟ್ ಕ್ಲೋಸ್ ಮಾಡ್ತಿದ್ದೀನಿ"

"ನಿಮಗೆ ಸರಿ ಅನ್ನಿಸಿದ್ದನ್ನ ನೀವು ಮಾಡಿ. ನಮಗೆ ಸರಿ ಅನ್ನಿಸೋದನ್ನ ನಾವು ಮಾಡ್ತೀವಿ"

"ಏನು? ಹೆದ್ರಿಸ್ತಿದ್ದೀರಾ..?"

"ಸಾರಿ ಸರ್, ಹೆದ್ರಿಸ್ತಿರೋದು ನೀವು"

"ಸರಿ, ಗಣಪತಿಯವರು ಬಂದಾಗ ಫೋನು ಮಾಡೋದಕ್ಕೆ ಹೇಳಿ"

"ಆಗಲಿ. ಫೋನು ಮಾಡಿಸ್ತೀನಿ.."

ಕರುಂಬಯ್ಯ ಫೋನ್ ಕಟ್ ಮಾಡಿದರು.

"ಏನಂತೆ?" ಗಾಬರಿಯಿಂದ ಕೇಳಿದರು ಅನುರಾಧ.

ಸೂರಜ್ ಕರುಂಬಯ್ಯ ಹೇಳಿದ್ದು ವಿವರಿಸಿದ.

"ಮಗಳನ್ನ ಕಳ್ಕೊಂಡಿರೋರು ನಾವು. ಅವರಿಗೆ ಒಂದು ಸ್ವಲ್ಪಾನೂ ಕನಿಕರ ಇಲ್ಲವೆ? ಅಂತಃಕರಣ ಇಲ್ಲದ ಮನುಷ್ಯನ ಥರಾ ಕಾಣಿಸ್ತಾನೆ..ಮತ್ತೆ ನಾವು ಏನ್ಮಾಡೋದು?"

ಅನುರಾಧ ಮುಖದಲ್ಲಿ ಗಾಬರಿಯಿತ್ತು.

"ನಮಗೆ ನ್ಯಾಯ ಸಿಕ್ಕಿಲ್ಲ ಅಂತ ಕೋರ್ಟಿಗೆ ಹೋಗಬಹುದು. ಲಾಯರ್ ಮೂಲಕ ಕಾನೂನಿನ ದಾರಿ ಹಿಡೀಬೇಕಾಗುತ್ತೆ. ಯಾವುದಕ್ಕೂ ಚಿಕ್ಕಪ್ಪ ಬರಲಿ"

"ಇವತ್ತು ಬರ್ತಾರೋ ಇಲ್ಲವೋ ಗೊತ್ತಿಲ್ಲ. ನಾಳೆ ಖಂಡಿತಾ ಬರ್ತಾರೆ..ಅಂದಾಗೆ ನಿನ್ನ ಕಾಲೇಜಿನ ವಿಶಯ ಏನು?"

"ಎರಡು ದಿನದಲ್ಲಿ ಕಾಲೇಜಲ್ಲಿ ಪ್ರಾಜೆಕ್ಟ್ ಮಾಡಬೇಕಾದ ಕಂಪೆನಿಗಳನ್ನ ತಿಳಿಸ್ತಾರಂತೆ. ಆಮೇಲೆ ಪ್ರಾಜೆಕ್ಟ್ ಶುರುವಾಗುತ್ತೆ"

"ಅಷ್ಟರಲ್ಲಿ ನಿಮ್ಮ ಚಿಕ್ಕಪ್ಪನೂ ಬರ್ತಾರೆ.."

ಸೂರಜ್ ಮೊಬೈಲು ಸದ್ದು ಮಾಡಿತು. ಬಹುಶಃ ಕಾಲೇಜಿನ ಸ್ನೇಹಿತರಿರಬಹುದು ಎನ್ನಿಸಿತು. ನೋಡಿದರೆ ಅದು ದೇವರಾಜುದು. ನೆನ್ನೆ ಲೆಕ್ಕ ಸೆಟ್ಲ್ ಮಾಡಿಕೊಂಡು ಹೋಗಿದ್ದನಲ್ಲ? ಮತ್ತೇಕೆ ಫೋನ್ ಮಾಡಿದಾನೆ? ಅಚ್ಚರಿಯಿಂದಲೇ ಫೋನ್ ರಿಸೀವ್ ಮಾಡಿದ ಸೂರಜ್.

"ಸಾರ್? ನಾನು ದೇವರಾಜ್ ಕೇಟರರ್"

"ಗೊತ್ತಾಯಿತು. ಹೇಳಿ ಏನು ವಿಶಯ?"

"ಸಾವುಕಾರರು ಬೆಂಗಳೂರಿಗೆ ಹೋಗಿದಾರೆ ಅಂತ ಗೊತ್ತಾಯ್ತು. ಅದಕ್ಕೇ ನಿಮ್ಮಗೇ ಫೋನು ಮಾಡಿದೆ"

"ಸರಿ. ವಿಶಯ ಏನು?"

"ಕರುಂಬಯ್ಯ ಸಾರ್ ಫೋನ್ ಮಾಡಿದ್ದರೆ?"

ದೇವರಾಜ್ ಮಾತಿಗೆ ಸೂರಜ್ ಒಂದು ಕ್ಷಣ ಉಸಿರಾಡುವ ವೇಗ ಹೆಚ್ಚಾಯಿತು. ಇವನೇಕೆ ಕರುಂಬಯ್ಯನ ಪರ ವಹಿಸಿದ್ದಾನೆ? ಇಬ್ಬರಲ್ಲೂ ಏನಾದರೂ ಒಪ್ಪಂದವಿದೆಯಾ? ಅದು ಮಂದಕ್ಕನ ವಿಶಯಕ್ಕೆ ಸಂಬಂಧಿಸಿದ್ದಾ?

"ಯಾಕೆ ಕೇಳ್ತಿದ್ದೀರಾ..?"

"ಸ್ಟೇಷನ್ನಿಗೆ ಹೋಗಿದ್ದೆ. ಆಗ ನಿಮಗೆ ಫೋನ್ ಮಾಡ್ತೀನೀಂತ ಹೇಳಿದ್ದರು..ಅದಕ್ಕೇ ಕೇಳಿದೆ"

"ಯಾವ ವಿಶಯಕ್ಕೆ ಫೋನ್ ಮಾಡ್ತೀನೀಂದಿದ್ದರು?"

"ಅದೇ ಸಾರ್ ನೀವು ಕೊಟ್ಟಿರೋ ಕೇಸು ಬಗ್ಗೆ"

"ನಾವೇನು ಕೇಸು ಕೊಟ್ಟಿದ್ದೀವೀಂತ ನಿಮಗೆ ಹೇಗೆ ಗೊತ್ತು?"

"ಅರೆ..ಇದೇನ್ಸಾರ್ ಹೀಗೆ ಕೇಳ್ತೀರಿ? ನಾನೇ ಅಲ್ಲವೆ ನಿಮ್ಮ ಸಿಸ್ಟರ್ ಮದುವೆ ಕೇಟರಿಂಗಿಗೆ ಬಂದಿದ್ದು? ಇದರ ಬಗ್ಗೆ ನಾನೂ ವಿಚಾರಿಸ್ತಿರ್ತೀನಿ. ಇಂತಾದ್ದು ನಡೀಬಾರದಿತ್ತು, ಆದ್ರೆ ಎಷ್ಟೋ ನಮ್ಮ ಕೈಮೀರಿ ನಡೆದು ಹೋಗ್ಬಿಡ್ತಾವೆ"

ದೇವರಾಜು ಮರ ಸುತ್ತುತ್ತಿದ್ದಾನೆ ಅನ್ನಿಸಿತು. ಸುಮ್ಮನೆ ಇವನ ಬಳಿ ಮಾತಾಡಿ ಪ್ರಯೋಜನವಿಲ್ಲ ಎನಿಸಿತು.

"ಹೌದು, ಫೋನ್ ಮಾಡಿದ್ದರು"

"ಏನು ಹೇಳಿದ್ರು ಸಾರ್?"

"ಅಲ್ಲೇ ಹೋಗಿದ್ದೆ, ಅವ್ರ ಹತ್ರಾನೇ ಮಾತಾಡ್ದೆ ಅಂತೀರಾ? ನನ್ನನ್ನ ಯಾಕೆ ಕೇಳ್ತಿದ್ದೀರಾ..?"

ಸೂರಜ್ ತುಸು ದನಿ ಏರಿಸಿ ಹೇಳಿದ.

"ಸಾರಿ ಸಾರ್, ನಿಮ್ಮ ಮೂಡ್ ಸರಿಯಿಲ್ಲ ಅನ್ನಿಸುತ್ತೆ. ಇನ್ನೊಂದ್ಸ ಮಾತಾಡ್ತೀನಿ.."

"ನನ್ನ ಮೂಡಿಗೆ ಏನೂ ಆಗಿಲ್ಲ. ನೀವೀಗ ಎಲ್ಲಿದ್ದೀರಾ..?"

"ವೀರಾಜಪೇಟೆಯಲ್ಲೇ ಇದ್ದೀನಿ ಸಾರ್"

"ನಿಮ್ಮ ಹತ್ರ ಮಾತಾಡ್ಬೇಕಿತ್ತು. ಎಲ್ಲಿ ಸಿಗ್ತೀರಿ..?"

"ನಾನು ಬೆಂಗ್ಳೂರಿಗೆ ಹೋಗ್ತಿದ್ದೀನಲ್ಲ ಸಾರ್?"

"ಯಾವಾಗ ಬರ್ತೀರಿ?"

"ಒಂದು ವಾರ ಆಗುತ್ತೆ ಸಾರ್. ನಮ್ಮ ರಿಲೇಶನ್ ಒಬ್ರು ಆಸ್ಪತ್ರೇಲಿದ್ದಾರೆ. ಅವರನ್ನ ನೋಡೋಕೆ ಹೋಗ್ತಿದ್ದೀನಿ. ಅವರ ಸ್ಥಿತಿ ಸ್ವಲ್ಪ ಕ್ರಿಟಿಕಲ್ಲು. ಅಲ್ಲಿ ಏನಾಗುತ್ತೋ ಗೊತ್ತಿಲ್ಲ. ಅದರ ಮೇಲೆ ನಾನು ವಾಪಸ್ಸು ಬರೋದು ಗೊತ್ತಾಗುತ್ತೆ. ಒದ್ಮೂರು ದಿನವಾದ್ರೂ ಆಗುತ್ತೆ"

"ಇವತ್ತು ಸಿಗ್ತೀರಾ..? ಈಗಲೇ ಬಂದ್ರೆ..?"

"ಇಲ್ಲ ಸಾರ್. ನಾನಾಗ್ಲೇ ಬಸ್ಸು ಹತ್ತುತ್ತಾ ಇದ್ದೀನಿ"

"ಸರಿ ಹೋಗ್ಬನ್ನಿ"

"ಏನಾದ್ರೂ ಫಂಕ್ಷನ್ನಾ ಸಾರ್..?"

"ಇನ್ನೆಂತಾ ಫಂಕ್ಷನ್ನು..ಆಗಿರೋದನ್ನ ಇನ್ನೂ ಸುಧಾರಿಸಿಕ್ಕೊಳ್ಳೋಕಾಗ್ತಿಲ್ಲ"

"ಸಾರಿ ಸಾರ್. ಬಂದ್ಮೇಲೆ ನಾನೇ ಫೋನ್ ಮಾಡ್ತೀನಿ"

ಸೂರಜ್ ಫೋನ್ ಡಿಸ್ಕನೆಕ್ಟ್ ಮಾಡಿದ. ಇವನು ನಿಜವಾಗ಼್ೂ ಬೆಂಗ್ಳೂರಿಗೆ ಹೋಗ್ತಿದ್ದಾನಾ? ಇಲ್ಲಾ ನನ್ನಿಂದ ತಪ್ಪಿಸಿಕ್ಕೊಳ್ಳೋಕೆ ಸುಳ್ಳು ಹೇಳಿದನಾ? ಮಂದಕ್ಕನ ವಿಶಯದಲ್ಲಿ ಪದೇಪದೇ ಮೂಗು ತೂರಿಸ್ತಿದ್ದಾನಲ್ಲ? ಕರುಂಬಯ್ಯ ಮತ್ತು ದೇವರಾಜು ತುಂಬಾ ಕ್ಲೋಸ್ ಆಗಿರೋ ಹಾಗಿದೆ. ಮೇಲ್ನೋಟಕ್ಕೆ ಕಾಣಿಸಿದ ಎಲ್ಲವನ್ನೂ ಮೀರಿ ಇವರಿಬ್ಬರಿಗೂ ಇನ್ನೂ ಏನಾದರೂ ಗೊತ್ತಿರಬಹುದಾ? ನಾನು ಎಲ್ಲಿದ್ದೀನಿ? ಏನ್ಮಾಡ್ತಿದ್ದೀನಿ ಅನ್ನೋದನ್ನ ಕರುಂಬಯ್ಯ ಇವನ ಮೂಲಕ ತಿಳ್ಕೋತ್ತಿದ್ದಾರಾ? ಯಾಕೆ ನನ್ನನ್ನು ಇವನು ಅವಾಯ್ಡ್ ಮಾಡಿದ? ಸೂರಜ್ ಯೋಚಿಸುತ್ತಾ ಕೂತ! ಸಮಯ ಜಾರಿದ್ದೇ ತಿಳಿದಿರಲಿಲ್ಲ.

ಮನೆಯ ಸುತ್ತಲ ಗಾರ್ಡನ್ ಕೆಲಸ ಮಾಡುತ್ತಿದ್ದ ಜೋಸೆಫ್ ಒಳಗೆ ಬಂದು ಎಲ್ಲೆಡೆ ಲೈಟು ಹಾಕುತ್ತಿದ್ದ. ಆಗಷ್ಟೇ ಸೂರಜ್‌ಗೆ ಅರಿವಾಗಿದ್ದು ಆಗಲೇ ಸಂಜೆಯಾಗಿದೆ.

ಅಡಿಗೆ ಕೆಲಸದ ಚೆನ್ನಕ್ಕ ಆಗಲೇ ಎರಡು ಸಲ ಬಂದು ಹೋಗಿದ್ದರು. ಒಂದು ಸಲ ಕಾಫಿ ಮತ್ತು ಸಂಜೆಯ ತಿಂಡಿ ಚಕ್ಕುಲಿ, ಖಾರಾ ಮಿಕ್ಸ್‌ಚರ್ ತಂದಿಟ್ಟಿದ್ದರು. ಮತ್ತೊಂದು ಸಲ ಖಾಲಿ ಲೋಟ ತಟ್ಟೆ ತೆಗೆದುಕೊಂಡು ಹೋಗಲು ಬಂದಿದ್ದರು.

ಜೋಸೆಫ್ ಲೈಟು ಹಾಕುತ್ತಿರುವಾಗಲೇ ಅನುರಾಧ ಬಂದು ಸೂರಜ್ ಪಕ್ಕದಲ್ಲೇ ಕೂತರು.

"ಯಾಕೋ? ತುಂಬಾ ಬೇಜಾರಲ್ಲಿದ್ದೀಯ? ಅಕ್ಕನ ನೆನಪಲ್ಲಿಎಷ್ಟು ದಿನಾಂತ ಯೋಚ್ನೆ ಮಾಡ್ತಾ ಕೂರೋಕಾಗುತ್ತೆ? ಮಾಡೋದನ್ನ ಮಾಡಬೇಕು. ಹೀಗೆ ಯೋಚ್ನೆ ಮಾಡ್ತಾ ಕೂತ್ರೆ ಏನಾಗುತ್ತೆ? ಮೈಸೂರಿಗಾದ್ರೂ ಹೋಗು..ಸ್ನೇಹಿತ್ರನ್ನ ಮೀಟ್ ಮಾಡು, ಪ್ರಾಜೆಕ್ಟ್ ವಿಶಯ ತಿಳ್ಕೊ.."

ಹಿತನುಡಿಗಳನ್ನಾಡಿದರು.

"ನಾಡಿದ್ದು ಹೋಗ್ತೀನಿ. ಪ್ರಾಜೆಕ್ಟ್ ಅನೌನ್ಸ್ ಮಾಡ್ತಾರಂತೆ. ಯಾವ್ಯಾವ ಕಂಪೆನಿಗಳಲ್ಲಿ ಪ್ರಾಜೆಕ್ಟ್ ಮಾಡ್ಬೇಕೂನ್ನೋದು ಗೊತ್ತಾಗುತ್ತೆ.."

"ಸರಿ..ನೀನು ಹೀಗೆ ಕೂತ್ಕಡೆ ಕೂತು ಯೋಚ್ನೆ ಮಾಡ್ತಿರೋದು ನನ್ಕೈಲಿ ನೋಡೋಕಾಗೊಲ್ಲ.."

"ಇಷ್ಟು ಬೇಗ್ನೆ ಎಲ್ಲಾ ಮರೆಯೋಕಾಗ್ತಿಲ್ಲ..ಆದ್ರೆ ಏನೂ ಮಾಡೋಕಾಗ್ತಿಲ್ಲ..ಮಂದಕ್ಕ ಸತ್ತಿಲ್ಲ ಅನ್ನೋದು ನಂಬಿದೀವಿ. ಮತ್ತೆ ಅವಳು ಎಲ್ಲಿದ್ದಾಳೆ? ಹೇಗಿದ್ದಾಳೆ? ಅವಳನ್ನ ಹೇಗೆ ಕರ್ಕೊಂಡು ಬರೋದು..?"

ಸೂರಜ್ ಕಣ್ಣಲ್ಲಿ ನೀರು ಕಾಣಿಸಿತು.

"ಆದ್ರೆ ನಾವು ಏನು ಮಾಡೋ ಹಾಗಿದ್ದೀವಿ? ಆ ಎಸ್ಸೈ ಬೇರೆ ಕೇಸು ಕ್ಲೋಸ್ ಮಾಡಿಬಿಟ್ಟಿದ್ದಾರೆ. ಯಾವುದೋ ಬಾಡೀನ ನಮಗೊಪ್ಪಿಸಿ ತಾನು ಎಫಿಷಿಯಂಟ್ ಅಂತಾ ಮೆರೀತಿದ್ದಾರೆ! ನಿಮ್ಮ ಚಿಕ್ಕಪ್ಪ ಬೆಂಗಳೂರಿಗೆ ಹೋಗಿದ್ದಾರೆ. ಮಂದಾನ ಹುಡುಕೋದಕ್ಕೆ ಏನಾದರೂ ವ್ಯವಸ್ಥೆ ಏನಾದ್ರೂ ಮಾಡೇ ಮಾಡ್ತಾರೆ. ಹೋಗೋಕ್ಮುಂಚೆ ನನ್ನ ಹತ್ರ ಈ ವಿಶಯ ಹೇಳಿದ್ದರು. ಬಹುಶಃ ಪೋಲೀಸ್ ಕಮಿಷನರ್ ಮೂಲಕ ಮಂದಾನ ಹುಡುಕೋಕೆ ವ್ಯವಸ್ಥೆ ಮಾಡ್ತಾರೆ..ನಿಮ್ಮಪ್ಪ ಕಾಫಿ ಬೋರ್ಡ್ ಡೈರೆಕ್ಟರಾಗಿದ್ರು. ಅವರಿಗಿದ್ದ ಕಾಂಟ್ಯಾಕ್ಟ್ ಎಲ್ಲಾ ಉಪಯೋಗಿಸ್ತಾರೆ.."

"ಏನಾದ್ರೂ ಮಾಡಲೇಬೇಕು. ಶತಾಯುಗತಾಯು ಮಂದಕ್ಕನ್ನ ಹುಡುಕಲೇಬೇಕು"

"ಅದನ್ನ ನಿಮ್ಮ ಚಿಕ್ಕಪ್ಪ ಮಾಡ್ತಾರೆ. ನೀನು ಇನ್ನು ಮೂರು ತಿಂಗಳು ಪ್ರಾಜೆಕ್ಟ್ ಬಗ್ಗೆ ಯೋಚನೆ ಮಾಡು, ಅದನ್ನ ಮುಗಿಸಿ ಎಂಬಿಎ ಮಾಡ್ಕೊಂಡು ಬಾ..ನಿನಗೆ ಹೆಣ್ಣು ಕೊಡೋಕೆ ಈಗಾಗ್ಲೇ ನಾಲ್ಕೈದು ಜನ ವಿಚಾರಿಸ್ತಿದ್ದಾರೆ.."

"ಮಂದಕ್ಕ ಸಿಗೋತನಕ ನಾನು ಮದ್ವೆ ಮಾಡ್ಕೊಳ್ಳೊಲ್ಲ.."

"ಕಾಲೇಜಲ್ಲಿ ಯಾರ್ನಾದ್ರೂ ಲೌ ಮಾಡಿದ್ದೀಯೇನೋ..?"

"ಇಲ್ಲೀವರೆಗೂ ಇಲ್ಲ"

"ಇನ್ಮುಂದೆ ಮಾಡ್ತೀನೀಂತನಾ?" ಅನುರಾಧ ತಮಾಷೆ ಮಾಡಿದರು.

"ಇನ್ಮುಂದೇನೂ ಮಾಡೊಲ್ಲ...ಆಣೆ ಮಾಡಲಾ..?"

"ಆಣೆ, ಮೂರ್ಕಾಸ್, ಎಂಟಾಣೆ ಎಲ್ಲಾ ಬ್ರಿಟಿಷರ ಕಾಲಕ್ಕೇ ಹೋಯ್ತಲ್ಲೋ..? ಇನ್ನೆಂತಾ ಆಣೆ ಮಾಡ್ತೀಯ? ಇನ್ನೆಲ್ಲಾ ಪೈಸಾ ಲೆಕ್ಕ" ಅನುರಾಧ ಮನಃಪೂರ್ವಕವಾಗಿ ನಕ್ಕರು. ಮಂದಾಕಿನಿ ಕಾಣಯಾದ ದಿನದಿಂದ ಅವರು ಮೊದಲ ಸಲ ನಕ್ಕದ್ದನ್ನು ಸೂರಜ್ ನೋಡಿದ್ದು.

"ಸರಿಯಮ್ಮ. ನಾನು ಪೈಸೆ ಲೆಕ್ಕದಲ್ಲೇ ಪ್ರಮಾಣ ಮಾಡ್ತೀನಿ.."

ಸೂರಜ್ ಕೂಡ ನಕ್ಕು ಹೇಳಿದ.

"ಸಾಕು, ಸಾಕು..ನೀನು ಪ್ರಮಾಣ ಮಾಡೋದೇನೂ ಬೇಡ. ಹಾಗೇನಾದ್ರೂ ಲೌ ಮಾಡೋ ಹಾಗಿದ್ರೆ ನಮ್ಮ ಕೆಲಸ ಇನ್ನೂ ಹಗುರಾಗುತ್ತೆ. ನೀನು ಇಷ್ಟಪಟ್ಟವಳ ಜೊತೇನೇ ಮದುವೆ ಮಾಡ್ತೀವಿ"

"ಮೊದಲು ಮಂದಕ್ಕ ಸಿಗಲಿ.."

"ಸರಿ, ಇವತ್ತು ರಾತ್ರಿ ಊಟಕ್ಕೇನು ಬೇಕು? ನಾಡಿದ್ದು ಮೈಸೂರಿಗೆ ಹೋಗ್ಬೇಕೂ ಅಂತಿದ್ದೀಯ. ಏನಾದ್ರೂ ವಿಶೇಷ ಮಾಡಲೆ?"

"ಏನೂ ಬೇಡ. ನಿನ್ನ ಅಡಿಗೆ ವಿಶಯಕ್ಕೆ ಸಪೇಶ ಹೇಳ್ತಿದ್ದೀನಿ"

"ಸರಿ" ಅನುರಾಧ ಎದ್ದು ಹೊರಟರು.

ಸೂರಜ್ ಮೊಬೈಲು ಫೋನು ರಿಂಗಾಯಿತು.

"ಹಲೋ ಸೂರಜ್, ನಾನು ನಂದಿ ಮಾತಾಡ್ತಿರೋದು"

"ಹಲೋ ನಂದಿ ಏನು ವಿಶಯ?"

"ಯಾವತ್ತು ಬರ್ತಿದ್ದೀಯ ಮೈಸೂರಿಗೆ"

"ನಾಡಿದ್ದು. ಏನಾದ್ರೂ ಹೊಸಾ ವಿಶಯ ಇದೆಯೇನೋ.?"

"ಇಲ್ಲಾ ಹಳೋ ವಿಶಯವೇ ಹೊಸದಾಗಿ ಬಂದಿದೆ"

"ಏನದು?"

"ಅದೇ ನಮ್ಮ ಬ್ಯಾಚಿಗೆ ಫೈವ್ ಸ್ಟಾರ್ ಹೋಟಲಲ್ಲಿ ಫೇರ್ವೆಲ್ ಕೊಡೋದನ್ನ ಮ್ಯಾನ್ಜಮೆಂಟ್ ಮತ್ತೆ ಒಪೆÇ◌್ಪೀ ಸಾಧ್ಯತೆ ಇದೆಯಂತೆ"

"ಯಾರು ಹೇಳಿದ್ದು?"

"ನಮ್ಮ ಡೈರೆಕ್ಟರ್"

"ಅಷ್ಟೇ ತಾನೆ?"

"ಅಷ್ಟೇ ತಾನೇಂತಿದ್ದೀಯ? ಇದು ನಮಗೆ ಪ್ರೆಸ್ಟೀಜ್ ಪ್ರಶ್ನೆ ಅಲ್ಲವೇನೋ..? ಲಾಸ್ಟ್ ಬ್ಯಾಚಿಗೆ ಅಷ್ಟು ಅದ್ದೂರಿ ಫೇರ್ವೆಲ್ ಕೊಟ್ಟು ನಮಗೆ ಕಾಲೇಜ್ ಸೆಮಿನಾರ್ ಹಾಲಲ್ಲಿ ಬಿಸಿಬೇಳೆ ಬಾತ್, ಮೊಸರನ್ನದ ಫೇರ್ವೆಲ್ ಕೊಟ್ಟರೆ ಒಪೆÇ◌್ಕಳ್ಳೋಕಾಗುತ್ತಾ? ಜೊತೆಗೆ ಫೀಸೇನು ಕಮ್ಮಿ ತಗೊಂಡಿದ್ದಾರಾ? ಲಕ್ಷಗಟ್ಟಲೆ ಪೀಕಿಲ್ಲವಾ..?"

ತನ್ನ ಕ್ಲಾಸ್‌ಮೇಟ್ ನಂದೀಶನ ಆವೇಶಭರಿತ ಮಾತುಗಳಿಗೆ ಸೂರಜ್ ನಿರಾಸಕ್ತಿಯಿಂದ ಸ್ಪಂದಿಸಿದ್ದ. ನಂದೀಶ್ ಕ್ರಮೇಣ ಆಸಕ್ತಿ ಕಳೆದುಕೊಂಡು ಫೋನ್ ಡಿಸ್‌ಕನೆಕ್ಟ್ ಮಾಡಿದ.

0 0 0

ಮೊಬೈಲು ಪಕ್ಕದಲ್ಲಿಟ್ಟುಕೊಂಡು ಬೆಳಗಿನ ತಿಂಡಿತಿನ್ನುತ್ತಿದ್ದ ಸೂರಜ್. ಅಡಿಗಡಿಗೆ ಮೊಬೈಲು ನೋಡುತ್ತಿದ್ದ. ಅದನ್ನು ಗಮನಿಸಿದರು ಅನುರಾಧ.

"ಯಾವ್ದಾದ್ರೂ ಫೋನು ಬರೋದಿದೆಯೇನೋ?"

ಚಿಕ್ಕಮ್ಮ ಕೇಳಿದರು.

"ಇಲ್ಲ"

"ಮತ್ತೇನು ಅಷ್ಟೊಂದ್ಸಲ ಫೋನ್ ನೋಡ್ತಿದ್ದೀಯ?"

"ಏನಿಲ್ಲ. ಕಾಲೇಜಿಂದ ಪ್ರಾಜೆಕ್ಟ್ ಬಗ್ಗೆ ಏನಾದ್ರೂ ಮೆಸೇಜು ಬರುತ್ತಾಂತ ನೋಡ್ತಿದ್ದೀನಿ"

ವಾಸ್ತವವಾಗಿ ಅವನು ಫೋನು ನೋಡುತ್ತಿದ್ದುದು ಗಂಟೆ ಒಂಬತ್ತಾಗುವುದನ್ನು ತಿಳಿದುಕ್ಕೊಳ್ಳಲು. ಒಂಬತ್ತಾದರೆ ಎಸ್ಟೇಟ್ ಆಫೀಸು ಕಾರ್ಯ ನಿರ್ವಹಿಸಲು ಶುರುವಾಗುತ್ತದೆ. ವೆಂಕಟೇಶ್ ಬರುತ್ತಾರೆ. ಅವರಿಂದ ಪ್ರತಿ ಮೂರು ತಿಂಗಳಿಗೆ ಬೇರೆ ಬೇರೆ ಬ್ಯಾಂಕುಗಳಿಂದ ಡ್ರಾ ಆಗುತ್ತಿದ್ದ ಐದು ಲಕ್ಷ ಯಾವ ಬಾಬತ್ತು ನಮೂದಾಗಿದೆ ಎಂದು ತಿಳಿಯುವುದು ಮುಖ್ಯ ಉದ್ದೇಶ. ಆ ಬಾಬತ್ತು ಯಾವುದೆಂದು ತಿಳಿದರೆ ಮುಂದಿನ ಕಾರ್ಯ ರೂಪಿಸಲು ದಿಕ್ಕು ತಿಳಿಯುತ್ತದೆ. ಆ ಮೊತ್ತ ಯಾವ ಬಾಬತ್ತಿಗೆ ಸೇರಿಕೊಂಡಿದೆ ಎನ್ನುವ ಬಗ್ಗೆ ತಿಳಿದುಕ್ಕೊಳ್ಳುವುದು ಸೂರಜ್‌ನ ದೃಷ್ಟಿಯಲ್ಲಿತ್ತು.

ಗಂಟೆ ಒಂಬತ್ತಾಗುತ್ತಲೇ ಸೂರಜ್ ನಿಟ್ಟುಸಿರಿಟ್ಟ. ಇಂದು ಬೆಳಗಿನಿಂದಲೇ ಅವನು ಕಾಯುತ್ತಿದ್ದುದೇ ಗಂಟೆ ಒಂಬತ್ತಾಗಲು. ಅಷ್ಟು ಸಮಯದ ಚಡಪಡಿಕೆ ಕಮ್ಮಿಯಾಗುತ್ತಲೇ ದೇಹದ ಭಾರ ಒಮ್ಮೆಲೇ ಕಡಿಮೆಯಾದಂತಾಯಿತು. ಈಗಲೇ ತಾನು ವೆಂಕಟೇಶ್‌ಗೆ ಹೇಳಿ ಕಳಿಸಲೆ? ತಾನು ಮತ್ತೆ ಆಫೀಸಿಗೆ ಹೋಗೋದು ಬೇಡ. ಎಲ್ಲರಿಗೂ ಅನುಮಾನ ಬರಬಹುದು. ಅಷ್ಟಕ್ಕೂ ಕಂಪ್ಯೂಟರಿನಲ್ಲಿ ಹುಡುಕುವುದು ಅಷ್ಟು ಸಲೀಸಲ್ಲ. ಅಲ್ಲಿನ ಸಾಫ್ಟ್‌ವೇರನ್ನು ಅರ್ಥಮಾಡಿಕೊಂಡು ಹುಡುಕಲು ಸಾಕಷ್ಟು ಸಮಯ ಬೇಕಾಗುತ್ತದೆ. ಅದನ್ನು ರಾಮಯ್ಯನವರ ಕ್ಯಾಬಿನ್ನಿಂದಲೇ ಮಾಡಬೇಕು. ನೆನ್ನೆಯೇನೋ ಅವರು ಆಚೆ ಹೋಗಿದ್ದರು. ಇಂದು ಹಾಗೆ ಹೋಗಲು ಸಾಧ್ಯವೆ? ಹಾಗಾದರೂ ತನಗೆ ಬೇಕಾಗುವ ಗಂಟೆಗಟ್ಟಲೆ ಸಮಯ ಎಲ್ಲಿ ಸಿಕ್ಕೀತು? ಈಗಷ್ಟೆ ಸಿಬ್ಬಂದಿ ಒಳಗೆ ಬಂದು ಕೂತಿರುತ್ತಾರೆ. ಮೊದಲ ಹತ್ತು ನಿಮಿಷ ಅವರು ತಮ್ಮ ಸ್ಥಳಗಳಲ್ಲಿ ಕೂತು ಕೆಲಸ ಶುರು ಮಾಡಬಹುದು. ಅದಕ್ಕೆ ಇನ್ನೂ ಹತ್ತು ನಿಮಿಷ ಸೇರಿಸಿ ಒಂಬತ್ತೂ ಇಪ್ಪತ್ತಕ್ಕೆ ಕರೆ ಕಳಿಸಬಹುದು. ಅದೂ ಬೇಡ. ಒಂಬತ್ತೂವರೆಗೆ ಹೇಳಿ ಕಳಿಸುತ್ತೇನೆ. ಇಲ್ಲಾ ಫೋನು ಮಾಡಲೆ? ಯಾವುದು ಸರಿ? ಇದು ಬೇರೆ ಇನ್ಯಾರ ಗಮನಕ್ಕೂ ಬರಬಾರದು. ಇದು ಚಿಕ್ಕಪ್ಪನ ಗಮನಕ್ಕೆ ಬಂದರೆ ಸಂದೇಹಗಳಿಗೆ ಅವಕಾಶವಾಗುತ್ತದೆ. ವಂಕಟೇಶ್ ಮೊಬೈಲು ನಂಬರು ತಾನು ಪಡೆದುಕ್ಕೊಳ್ಳಬೇಕಾಗಿತ್ತು. ಅದನ್ನು ತಾನು ಮಾಡಲಿಲ್ಲ. ಹನ್ನೊಂದು ಗಂಟೆಗೆ ಮುಕುಂದ ಬರುತ್ತಾನೆ-ಕಾಫಿ ತೆಗೆದುಕೊಂಡು ಹೋಗಲು. ಆಗ ಅವನ ಮೂಲಕ ಹೇಳಿಕಳಿಸಿದರೆ ಹೇಗೆ?

"ನಿನಗೆ ಇಷ್ಟಾಂತ ಕಡುಬು ಮಾಡಿದ್ದೀನಿ. ಸರಿಯಾಗಿ ತಿನ್ತಾನೇ ಇಲ್ಲ? ಆರು ಕಡುಬು ತಿನ್ತಾ ಇದ್ದವನು ಮೂರನ್ನೂ ತಿನ್ನದೆ ಕೂತಿದ್ದೀಯಲ್ಲ?"

ಅನುರಾಧ ಸೂರಜ್ ತಟ್ಟೆ ನೋಡಿ ಆಕ್ಷೇಪಿಸಿದರು.

"ನಾನಿನ್ನೂ ತಿಂಡಿ ಮುಗಿಸಿಲ್ಲ...ಇನ್ನೂ ಮೂರು ತಿನ್ತೀನಿ.."

ಅವನ ಮಾತಿಗೆ ನಕ್ಕು ಅನುರಾಧ ಇನ್ನೂ ಎರಡು ಕಡುಬು ಅವನ ತಟ್ಟೆಗಿಟ್ಟು, ಇನ್ನಷ್ಟು ತೆಂಗಿನಕಾಯಿ ಚಟ್ನಿ, ಜೇನುತುಪ್ಪ ಬಡಿಸಿದರು.

ತನ್ನಮಾತಿನಲ್ಲಿ ತಾನೇ ಸಿಕ್ಕಿಕ್ಕೊಂಡ ಅನುಭವ ಸೂರಜನಿಗಾಯಿತು.

"ಅಮ್ಮಾ, ನಮ್ಮ ಆಫೀಸಲ್ಲಿ ಕೆಲಸ ಮಾಡೋರ ಮೊಬೈಲು ನಂಬರುಗಳು ಚಿಕ್ಕಪ್ಪ ಏನಾದ್ರೂ ಇಟ್ಕೊಂಡಿದ್ದಾರ?"

ಮಾತಿನ ನಡುವೆ ಕೇಳಿದ ಸೂರಜ್.

"ಆಚೆ ಲ್ಯಾಂಡ್‌ಲೈನ್ ಫೋನಿನ ಪಕ್ಕದಲ್ಲಿ ಒಂದು ಸಣ್ಣ ಹಸಿರು ಕಲರ್ ಬುಕ್ಕಿದೆ. ಅದರಲ್ಲಿ ಇರುತ್ತೆ ನೋಡು. ತುಂಬಾ ಬೇಕಾದವರ ಫೋನ್ ನಂಬರು ಅದರಲ್ಲಿ ಬರೆದಿಟ್ಟಿದ್ದಾರೆ. ಅದು ಮನೆಯವರ ಉಪಯೋಗಕ್ಕೆ. ಅವರು ತಮ್ಮ ಮೊಬೈಲಲ್ಲೇ ಎಲ್ಲಾ ಸ್ಟೋರ್ ಮಾಡ್ಕೊಂಡಿರ್ತಾರೆ. ಯಾಕೆ? ಯಾರ ನಂಬರ್ ಬೇಕಾಗಿತ್ತು?"

"ವೆಂಕಟೇಶ್ ನಂಬರು ಬೇಕಾಗಿತ್ತು. ಅವರಿಗೆ ನನ್ನ ಪ್ರಾಜೆಕ್ಟಿನ ಒಂದು ಶೀಟ್ ಪೇಪರ್ ಪ್ರಿಂಟ್ ಮಾಡಿಸೋಕೆ ಹೇಳಿದ್ದೆ"

"ನೆನ್ನೆ ಮುಕುಂದನ ಕೈಲಿ ಕಳಿಸಿದ ಹಾಗಿತ್ತು"

"ಇನ್ನೂ ಒಂದು ಇದೆ"

"ಸರಿ, ಫೋನ್ ಮಾಡು ಕಳಿಸ್ತಾರೆ"

"ಹೂ.."

ಹಾಲಿಗೆ ಬಂದಾಗ ಫೋನ್ ಪಕ್ಕದಲ್ಲೇ ಹಸಿರು ಬಣ್ಣದ ಡೈರಿಯಂತ ಪುಸ್ತಕ ಕಂಡಿತು. ವೆಂಕಟೇಶ್ ನಂಬರ್ ಹುಡುಕಿ ತನ್ನ ಮೊಬೈಲಿನಿಂದ ಕಾಲ್ ಮಾಡಿದ ಸೂರಜ್.

"ಹಲೋ ವೆಂಕಟೇಶ್? ನಾನು ಸೂರಜ್. ರಾಮಯ್ಯನೋರು ಬಂದಿದಾರ?"

"ಬಂದಿದಾರೆ ಸಾರ್. ಫೋನ್ ಅವರಿಗೆ ಕೊಡಲಾ..?"

"ಬೇಡಿ ಸ್ವಲ್ಪ ನೀವು ಆಫೀಸಿಂದ ಆಚೆ ಬನ್ನಿ"

ಕೆಲವು ನಿಮಿಷಗಳ ನಂತರ ವೆಂಕಟೇಶ್ ಮೊಬೈಲು ಫೋನು ರಿಂಗಾಯಿತು.

"ಆಚೆ ಇದ್ದೀನಿ ಸಾರ್"

"ನೆನ್ನೆ ಹೇಳಿದ್ನಲ್ಲಾ ಅದರ ಪ್ರಿಂಟಿಗೆ ಥ್ಯಾಂಕ್ಸ್"

"ಅದೇಕ್ಕೆಲ್ಲಾ ಥ್ಯಾಂಕ್ಸ್ ಯಾಕೆ ಸಾರ್? ಇನ್ನೇನಾದ್ರೂ ಬೇಕಾಗಿತ್ತೆ?"

"ಹೌದು ವೆಂಕಟೇಶ್. ನೆನ್ನೆ ಹೇಳಿದ್ನಲ್ಲಾ ಅದರ ಮುಂದುವರಿಕೆ. ನೆನ್ನೆ ಕೊಟ್ರಲ್ಲ? ಆ ವ್ಯವಹಾರಗಳನ್ನ ಯಾವ ಬಾಬತ್ತಿಗೆ ಅಂತ ನಮೂದಿಸಿದ್ದಾರೆ ನೋಡಿ ಹೇಳ್ತೀರಾ..?"

"ಆಗ್ಲಿ ಸಾರ್. ಅದ್ಯಾವ ಮಹಾ ಕೆಲಸ? ಇನ್ನರ್ಧ ಗಂಟೇಲಿ ಫೋನ್ ಮಾಡ್ತೀನಿ"

"ಅಂದ ಹಾಗೆ ಇದು ಬೇರೆ ಇನ್ಯಾರಿಗೂ ಗೊತ್ತಾಗಬಾರದು"

"ನೆನ್ನೇನೇ ಹೇಳಿದ್ರಲ್ಲ ಸಾರ್? ನೀವು ಅದರ ಯೋಚನೆ ಮಾಡಬೇಡಿ"

ಸೂರಜ್ ಫೋನ್ ಡಿಸ್‌ಕನೆಕ್ಟ್ ಮಾಡಿ ನಿಟ್ಟುಸಿರಿಟ್ಟ. ಯಾವುದೋ ರಹಸ್ಯ ಕೆಲಸಕ್ಕೆ ಕೈಹಾಕಿದ್ದೀನಿ ಎನ್ನುವ ಭಾವ ಅಳವಟ್ಟಿತ್ತು! ನಿಟ್ಟುಸಿರಿಟ್ಟು ಒಳಗಿನ ಬಾಗಿಲತ್ತ ನೋಡಿದ. ಅಕಸ್ಮಾತ್ ಚಿಕ್ಕಮ್ಮ ಏನಾದ್ರೂ ತನ್ನ ಮಾತನ್ನು ಕೇಳಿಸ್ಕೊಂಡಿದ್ದಾರಾ ಎನ್ನುವ ಅನುಮಾನ ಪರಿಹರಿಸಿಕೊಂಡ. ಮೈಮೇಲಿನ ದೊಡ್ಡ ಭಾರ ಇಳಿಸಿದಂತಾಗಿತ್ತು. ಅಲ್ಲಿಯವರೆಗೂ ವೆಂಕಟೇಶ್‌ಗೆ ಏನು ಹೇಳಲಿ? ಹೇಗೆ ಮಾತಾಡಲಿ ಎಂದು ಯೋಚಿಸುತ್ತಿದ್ದಿದು ಈಗ ಮುಗಿದಿತ್ತು.

ಜೋಸೆಫ್ ದಿನಪತ್ರಿಕೆ ತಂದುಕೊಟ್ಟ. ವೆಂಕಟೇಶ್ ಮತ್ತೆ ಅರ್ಧ ಗಂಟೆಯವರೆಗೂ ಫೋನು ಮಾಡುವುದಿಲ್ಲ. ಅಲ್ಲಿಯವರೆಗೂ ಏನು ಮಾಡಬೇಕೆನ್ನುವ ಯೋಚನೆಯಲ್ಲಿದ್ದವನಿಗೆ ವೃತ್ತ ಪತ್ರಿಕೆ ಉತ್ತರವಾಗಿತ್ತು.

ಪೇಪರ್ ಹರಡಿಕೊಂಡು ಓದಲು ಪ್ರಯತ್ನಿಸಿದ. ತಲೆ ತುಂಬಾ ಮಂದಾಕಿನಿ ಕಾಣೆಯಾದಾಗಿನಿಂದ ಈವರೆಗಿನ ಎಲ್ಲಾ ಘಟನೆಗಳು ಒಂದರ ಹಿಂದೆ ಒಂದರಂತೆ ಸುತ್ತುತ್ತಿದ್ದವು. ಸ್ಟೇಜಿನ ಮೇಲೆ ನಟರು ಬಂದು ನಟನೆ ಮಾಡಿದಂತೆ, ದೃಶ್ಯಗಳು ಬದಲಾದಂತೆ ನೆನಪುಗಳು ಬದಲಾಗುತ್ತಿದ್ದವು. ಐನ್‌ಮನೆ, ಮೈಸೂರಿಗೆ ಹೋಗುವ ಮುನ್ನ ರೂಮಿನಲ್ಲಿ ತಾನು ಮಂದಕ್ಕನ ಜೊತೆ ಮಾತನಾಡಿದ್ದು, ಕೊಡಗನ್ನೇ ಗಡಗಡ ನಡುಗಿಸಿದ ಭೀಕರ ಮಳೆ, ಸುತ್ತಲಿನ ಕಾಡು, ಕರುಂಬಯ್ಯ, ದೇವರಾಜ್, ಅನೀಶ್ ಮತ್ತವನ ಜೊತೆ ಬಂದವರು, ಕಣ್ಣೀರಿಡುತ್ತಿದ್ದ ಚಿಕ್ಕಮ್ಮ, ದಿಕ್ಕೆಟ್ಟವರಂತೆ ನೋಡುತ್ತಿದ್ದ ಚಿಕ್ಕಪ್ಪ, ಮಳೆಯಲ್ಲಿ ನೆನೆಯುತ್ತಾ ಸುತ್ತಲಿನ ಕಾಡು ಹುಡುಕಿದ್ದು ಎಲ್ಲ ನೆನಪುಗಳು ಧಿಮಿತಕ ಕುಣಿದವು.

ನೆಪಮಾತ್ರಕ್ಕೆ ಪೇಪರು ಕೈಯಲ್ಲಿ ಇತ್ತು. ಕಣ್ಣುಗಳು ಪೇಪರಿನ ಸುದ್ದಿಯ ಮೇಲೆ ಹರಿಯುತ್ತಿದ್ದವು. ಆದರೆ ಮನಸ್ಸಿನಲ್ಲಿ ನಡೆಯುತ್ತಿದ್ದುದೇ ಬೇರೆ. ಒಂದೊಂದು ಘಟನೆ ನೆನಪಿಂದ ಅಳಿಸುತ್ತಿದ್ದಂತೆ ಭಾರವಾದ ಉಸಿರನ್ನು ದೇಹ ಆಚೆ ಚೆಲ್ಲುತ್ತಿತ್ತು.

ಮೊಬೈಲು ರಿಂಗಿಗೆ ಸೂರಜ್ ಬೆಚ್ಚಿದ! ಅಷ್ಟರಮಟ್ಟಿಗೆ ಅವನು ಹಿಂದಿನ ಘಟನೆಗಳ ದೃಷ್ಯಾವಳಿಗಳಲ್ಲಿ ಮೈಮರೆತಿದ್ದ. ಕ್ಷಣದಲ್ಲೇ ಸಾವರಿಸಿಕೊಂಡು ಕಾಲ್ ರಿಸೀವ್ ಮಾಡಿದ.

"ಹೇಳಿ ವೆಂಕಟೇಶ್"

"ಸಾರ್, ಅವೆಲ್ಲಾ ಕಾಫಿ ರಿಸರ್ಚ್ ಕನ್ಸಲ್ಟೆಂಟ್ ಫೀಸ್ ಅಂತಾ ಇದೆ"

"ಅವರು ಯಾರು ಅಂತೇನಾದ್ರೂ ಗೊತ್ತಾ?"

"ಇಲ್ಲ ಸಾರ್. ಅದು ಯಜಮಾನ್ರೊಬ್ಬರಿಗೇ ಗೊತ್ತು. ಆ ವ್ಯವಹಾರ ಅವರೊಬ್ಬರೇ ನೋಡ್ಕೊಳ್ಳೋದು"

"ಆ ಕನ್ಸಲ್ಟೆಂಟ್ ಯಾವತ್ತಾದ್ರೂ ಎಸ್ಟೇಟಿಗೆ ಬಂದಿದ್ರಾ? ಯಾರಾದ್ರೂ ಅವ್ರನ್ನ ನೋಡಿದ್ದಾರಾ..?"

"ನನಗೆ ತಿಳಿದ ಹಾಗೆ ಯಾರೂ ನೋಡಿಲ್ಲ. ಮ್ಯಾನೇಜರ್ ಕೇಳಿದ್ರೆ ಏನಾದ್ರೂ ಗೊತ್ತಾಗಬಹುದು. ಅವರನ್ನ ನೀವೇ ಕೇಳಿದ್ರೆ ಒಳ್ಳೇದು"

"ಸರಿ ವೆಂಕಟೇಶ್. ತ್ಯಾಂಕ್ಸ್"

"ನೆನ್ನೆಯಿಂದ ಎಷ್ಟೊಂದು ತ್ಯಾಂಕ್ಸ್ ಹೇಳಿಬಿಟ್ರಲ್ಲಾ ಸಾರ್. ಇದು ನಮ್ಮ ಕರ್ತವ್ಯ. ನಿಮ್ಮ ಕೆಲಸದಲ್ಲಿದ್ದು ನಿಮಗೆ ಬೇಕಾದ್ದು ನಾವು ಕೊಡದಿದ್ರೆ ಸರಿನಾ ಸಾರ್"

"ಓ.ಕೆ ಫೋನಿಡ್ತೀನಿ"

"ಇನ್ನೇನಾದ್ರೂ ಬೇಕಾದ್ರೆ ಒಂದು ಕಾಲ್ ಮಾಡಿ ಸಾರ್"

"ಆಯ್ತು"

ಯಾರಿರಬಹುದು ರಿಸರ್ಚ್ ಕನ್ಸಲ್ಟೆಂಟ್? ಅವನ ಮೂರು ತಿಂಗಳ ಪೀಸು ಐದು ಲಕ್ಷ? ಭಾರೀ ಮೊತ್ತವೇ ಆಯ್ತಲ್ಲ? ಆತನಿಂದ ತೋಟದ ಬೆಳೆಗೆ ಉಪಯೋಗ ಆಗಿರಬಹುದೆ?

ಯಾರಿಗೆ ಗೊತ್ತು? ಅಥವಾ ಆ ಹಣ ಬೇರೆ ಯಾವುದೋ ಬಾಬತ್ತು ಸುಮ್ಮನೆ ಅಲ್ಲಿ ಹೀಗೆ ಉಲ್ಲೇಖಿಸಿದೆಯೆ? ಅಷ್ಟಕ್ಕೂ ಅದು ನಗದು ಏಕೆ? ಐದು ಲಕ್ಷ ಚಿಕ್ಕಪ್ಪ ಪ್ರತಿ ಸಾರಿಯೂ ಕ್ಯಾಷ್ ತೆಗೆದುಕೊಂಡು ಹೋಗುವುದೇಕೆ? ಚೆಕ್ ನೀಡಬಹುದಿತ್ತು! ಕ್ಯಾಷ್ ತೆಗೆದುಕೊಂಡು ಬೆಂಗಳೂರಿಗೆ ಹೋಗೋದು ಅಪಾಯ ಅಲ್ಲವೆ? ದಾರಿಯಲ್ಲಿ ಯಾರಾದರೂ ಢಕಾಯಿತಿ ಮಾಡಬಹುದು. ಇಷ್ಟೊಂದು ರಿಸ್ಕ್ ಏಕೆ? ತನ್ನ ಕಾಲೇಜಿನ ಫೀಸೂ ಚೆಕ್ ಮೂಲಕವೇ ಕೊಡತ್ತಿದ್ದರು. ಅದೂ ಮೂರು ಲಕ್ಷ ಅಷ್ಟೇ! ಮೂರು ಲಕ್ಷ ಕಾಲೇಜು ಫೀಸು ಚೆಕ್ ಮೂಲಕ ಕೊಟ್ಟವರು ಐದು ಲಕ್ಷ ಕ್ಯಾಷ್ ಏಕೆ ಕೊಡುತ್ತಾರೆ? ಇಲ್ಲಾ ಚಿಕ್ಕಪ್ಪನದೇನಾದರೂ ರಹಸ್ಯವಿದೆಯೆ? ಬಹುಶಃ ಇನ್ನೊಂದು ಸಂಬಂಧ? ಇನ್ನೊಂದು ಸಂಸಾರ ಮತ್ತು ಮಕ್ಕಳು? ಆದರೆ ಚಿಕ್ಕಪ್ಪ ಅಂತವರಲ್ಲ. ಅವರ ವೈಯುಕ್ತಿಕ ಜೀವನ ಶಿಸ್ತಿನಿಂದ ಕೂಡಿದ್ದು! ಈಗಂತೂ ಅರವತ್ತರ ಅಂಚಿನಲ್ಲಿದ್ದಾರೆ! ಈಗ ಎರಡು ವರ್ಷಗಳಿಂದ ಈ ವ್ಯವಹಾರ ಕಾಣಿಸುತ್ತಿದೆ. ಅದಕ್ಕೂ ಹಿಂದೆ ಇಂತಾ ವ್ಯವಹಾರ ಇದ್ದಿತೆ? ಹಿಂದಿನ ವರ್ಷಗಳ ಬಾಬತ್ತನ್ನೂ ನೋಡುವಂತೆ ವೆಂಕಟೇಶ್‌ಗೆ ಹೇಳಲೆ? ಏನಿದರ ರಹಸ್ಯ? ಇದಕ್ಕೂ ಮಂದಕ್ಕನ ವಿಶಯಕ್ಕೂ ಏನಾದರೂ ಸಂಬಂಧ ಇರಬಹುದೆ? ಜೊತೆಗೆ ಆ ಚೀಟಿ ಮಂದಕ್ಕನ ರೂಮಿನಲ್ಲಿ ಟೇಬಲ್ ಮೇಲೆ ಏಕಿತ್ತು? ಅದನ್ನು ಕೆಲವೇ ಗಂಟೆಗಳಲ್ಲಿ ಅಲ್ಲಿಂದ ಯಾರೋ ಎತ್ತಿಕೊಂಡಿದ್ದಾರೆ! ಏಕೆ? ಈಗದು ಸ್ಪಷ್ಟವಾಗುತ್ತಿದೆ. ಐದು ಲಕ್ಷದ ಹಣದ ಬಾಬತ್ತಿಗೂ, ಚಿಕ್ಕಪ್ಪನಿಗೂ ಅದು ಹೊಂದಾಣಿಕೆಯಾಗುತ್ತಿದೆ. ಅಂದರೆ ಆ ಪೇಪರನ್ನು ಎತ್ತಿಕೊಂಡಿರುವುದು ಚಿಕ್ಕಪ್ಪನೇ! ಆ ಪೇಪರಿನ ಮೇಲೆ ಬರೆದಿರುವುದು ಯಾರು? ಆ ಪೇಪರು ಮತ್ತೆ ಸಿಕ್ಕಿದ್ದರೆ ಮಂದಕ್ಕನ ಬರವಣಿಗೆ ಮತ್ತು ಚಿಕ್ಕಪ್ಪನ ಬರವಣಿಗೆಗೆ ತಾಳೆ ಹಾಕಿ ನೋಡಬಹುದಿತ್ತು! ಈಗ ಅದನ್ನು ಬರೆದವರು ಯಾರು? ಮತ್ತು ಆ ಐದು ಲಕ್ಷ ಹಣದ ವ್ಯವಹಾರ ತೀರಾ ಇತ್ತೀಚಿನದೆ ಅಥವಾ ಅದು ಹಿಂದೆಯೂ ಇತ್ತೆ? ಹಿಂದಿಂದಲೂ ಅದು ನಡೆದಿದ್ದರೆ ಅದಕ್ಕೆ ಬೇರೆ ಕಾರಣ ಹುಡುಕಬೇಕಾಗುತ್ತದೆ. ಇದರ ಮೂಲ ಎಲ್ಲಿದೆ?

ಚಕ್ರವ್ಯೂಹ ಬೇಧಿಸಿ ಒಳಹೊಕ್ಕ ಅಭಿಮನ್ಯುವಿನಂತೆ ತಾನಾಗಿರುವೆ ಎನ್ನಿಸಿತು ಸೂರಜ್‌ಗೆ. ಒಳಗೆ ಬಂದಿದ್ದೇನೋ ಆಗಿದೆ, ಮುಂದೆ ದಾರಿ ಕಾಣಿಸುತ್ತಿಲ್ಲ. ಏನು ಮಾಡಲಿ? ಯಾರನ್ನು ಕೇಳಲಿ? ನೇರ ಚಿಕ್ಕಪ್ಪನನ್ನೇ ಕೇಳಲೆ? ಆ ಕಾಫಿ ರಿಸರ್ಚ್ ಕನ್ಸಲ್ಟೆಂಟ್ ಯಾರು? ಅವರನ್ನು ನಾನು ಭೇಟಿ ಮಾಡಬೇಕು ಎಂದು ಹೇಳಲೆ? ಅದು ಯಾವ ರೀತಿಯ ತಿರುವು ಪಡೆದುಕೊಳ್ಳಬಹುದು? ಸಂಸಾರದ ಸಾಮರಸ್ಯ ಕೆಡಿಸುತ್ತದೆಯಲ್ಲವೆ? ತನ್ನ ತಾಯಿಗಿಂತಲೂ ಹೆಚ್ಚಿನ ಮಮತೆ ತೋರಿಸುತ್ತಿರುವ ಚಿಕ್ಕಮ್ಮನನ್ನು ನನ್ನಿಂದ ದೂರ ಮಾಡೀತೆ? ಚಿಕ್ಕಮ್ಮ ಮತ್ತು ಚಿಕ್ಕಪ್ಪನ ನಡುವೆ ಸಂಬಂಧ ಹದಗೆಟ್ಟೀತೆ? ಮುಂದುವರಿಯಲೆ? ಬೇಡವೇ? ಬೇಡ ಎನ್ನುವ ಮಾತೇ ಇಲ್ಲ! ಕಾರಣ ಇದು ಮಂದಕ್ಕನಿಗೆ ಸಂಬಂಧಿಸಿದ್ದು! ಇಲ್ಲಿಗೇ ಕೈಬಿಟ್ಟರೆ ಆತ್ಮವಂಚನೆ! ಮಂದಕ್ಕ ಬದುಕಿಯೂ ಅವಳನ್ನು ಹುಡುಕದಿದ್ದರೆ ತನ್ನಲ್ಲಿ ಎಂದೂ ಅಳಿಸದ ಗಿಲ್ಟ್ ಉಳಿದುಬಿಡುತ್ತದೆ! ಅದನ್ನು ತಾನು ನುಂಗಿಕೊಂಡು ನೆಮ್ಮದಿಯಿಂದ ಜೀವನ ಸಾಗಿಸಲಾರೆ!!

ಪ್ರತಿ ಮೂರು ತಿಂಗಳಿಗೆ ಐದು ಲಕ್ಷ ಪಡೆಯುತ್ತಿರುವವನು ನಿಜಕ್ಕೂ ಕನ್ಸಲ್ಟೆಂಟ್ ಇರಬಹುದೆ? ಇಷ್ಟು ದೊಡ್ಡ ಮೊತ್ತ ಫೀಸಾಗಿ ಪಡೆಯುತ್ತಾರಾ? ಆದರೆ ಆ ಕನ್ಸಲ್ಟೆಂಟಿಗೆ ಒಂದು ಹೆಸರು ಇರಬೇಕಲ್ಲವೆ? ಆ ಲೆಕ್ಕದಲ್ಲಿ ಹಣ ಬೇರೆಲ್ಲೋ ಹೋಗುತ್ತಿದೆ! ಯಾರ ಕೈಗೋ ಹೋಗುತ್ತಿದೆ! ಅವರು ಚಿಕ್ಕಪ್ಪನನ್ನು ಬೆದರಿಸಿ ಹಣ ಪಡೆಯುತ್ತಿರಬಹುದೆ? ಆ ಫೋನ್ ನಂಬರು ಮತ್ತೆ ಹೇಗೆ ಪಡೆದುಕ್ಕೊಳ್ಳಲಿ? ತಾನು ತಕ್ಷಣವೇ ಆ ಫೋನ್ ನಂಬರು ಗುರುತಿಟ್ಟುಕ್ಕೊಳ್ಳಬೇಕಿತ್ತು! ಆ ಐದು ಲಕ್ಷ ಹಣ ಪಡೆದಿದ್ದಕ್ಕೆ ಒಂದು ರಶೀದಿ ಇರಬೇಕಲ್ಲವೆ? ಆತ ರಶೀದಿ ಕಳಿಸಿರಬಹುದೆ? ಅದಕ್ಕೆ ಆತ ಸಹಿ ಹಾಕಿರಬಹುದೆ? ಅದು ತನಗೆ ಎಲ್ಲಿ ಸಿಕ್ಕೀತು? ಹೇಗೆ ಸಿಕ್ಕೀತು? ನಾಳೆ ಚಿಕ್ಕಪ್ಪ ಬರುತ್ತಾರೆ. ಅವರು ಬಂದ ಮೇಲೆ ತಾನು ಆಫೀಸಿಗೆ ಹೋಗುವುದು ಒಳ್ಳೆಯದಲ್ಲ. ನಾಡಿದ್ದು ಕಾಲೇಜಿಗೆ ಬೇರೆ ಹೋಗಬೇಕು. ಊರಿಂದ ದೂರವಾದರೆ ಆಫೀಸೂ ದೂರವಾಗುತ್ತದೆ! ಒಂದೇ ಒಂದು ರಶೀದಿ ಸಿಕ್ಕರೂ ಸಾಕು. ಅದನ್ನು ಹಿಡಿದು ಮಂದಕ್ಕ ಕಾಣೆಯಾಗಿರುವುದರ ಹಿಂದಿನ ರಹಸ್ಯ ಬಯಲು ಮಾಡಬಹುದು! ಈಗ ತನಗೆ ಎರಡು ಮಾಹಿತಿ ಬೇಕು. ಒಂದು ಆ ಕನ್ಸಲ್ಟೆಂಟ್ ನೀಡಿರಬಹುದಾದ ರಶೀದಿ, ಎರಡನೆಯದು ಹಿಂದಿನ ವರ್ಷಗಳಲ್ಲೂ ಅಂತ ವ್ಯವಹಾರ ಇತ್ತೆ ಎಂದು ತಿಳಿಯುವುದು.

ಮತ್ತೊಮ್ಮೆ ವೆಂಕಟೇಶ್ ಸಹಾಯ ಪಡೆಯಬೇಕಾದ ಅನಿವಾರ್ಯತೆ ಎದುರಾಗಿತ್ತು. ತನ್ನ ಮನೆಯಲ್ಲಿ, ತನ್ನದೇ ಆಫೀಸಿನಲ್ಲಿ ತಾನು ಮತ್ತೆ ಕದ್ದುಮುಚ್ಚಿ ವ್ಯವಹರಿಸುತ್ತಿರುವಂತೆ ಭಾಸವಾಯಿತು ಸೂರಜನಿಗೆ. ಬೇರೆ ದಾರಿ ಇರಲಿಲ್ಲ. ಮತ್ತೊಮ್ಮೆ ವೆಂಕಟೇಶ್‌ಗೆ ಫೋನಿನಲ್ಲಿ ಮಾತಾಡಿ, ತನ್ನ ಅಗತ್ಯವನ್ನು ತಿಳಿಸಿದ. ಈ ಸಲ ವೆಂಕಟೇಶ್ ಮೊದಲಿನ ಉತ್ಸಾಹದಿಂದ ಮಾತಾಡಿದಂತೆ ಕಾಣಿಸಲಿಲ್ಲ. ತನ್ನ ಮೇಲೆ ಅನುಮಾನಪಡುತ್ತಿದ್ದಾರೆ ಎನಿಸಿತು ಸೂರಜನಿಗೆ. ಆದರೆ ಬೇರೆ ದಾರಿ ಇರಲಿಲ್ಲ. ಆದರೆ ಒಂದು ವಿಶಯ ಅವನಲ್ಲಿ ಧಿಗಿಲು ಹುಟ್ಟಿಸಿತು. ಇದೆಲ್ಲವನ್ನೂ ರಾಮಯ್ಯ ಅಥವಾ ಚಿಕ್ಕಪ್ಪನಿಗೆ ಹೇಳಿಬಿಟ್ಟರೆ? ಹಾಗೆ ಮಾಡಲಾರರು ಎಂಬ ನಂಬಿಕೆಯೊಂದಿಗೆ ತಾನು ಮುಂದುವರಿಯಲೇಬೇಕು. ಅಪಾಯವಿದೆ! ಆದರೆ ಹಿಂದೆ ಸರಿಯಬಾರದು. ಎಲ್ಲವನ್ನೂ, ಎಲ್ಲರನ್ನೂ ತೃಪ್ತಿಪಡುಸುತ್ತಾ ಜೀವನ ಸಾಗಿಸಲಾಗದು.

ಮಧ್ಯಾನ್ಹದ ಊಟ ಮುಗಿದರೂ ವೆಂಕಟೇಶ್ ಏನನ್ನೂ ಹೇಳಿರಲಿಲ್ಲ! ಮುಕುಂದ ಕಾಫಿಗೆ ಬಂದಿದ್ದರೂ ಅವನು ಏನೂ ತಂದಿರಲಿಲ್ಲ! ಸೂರಜ್ ಚಡಪಡಿಸುತ್ತಿದ್ದ.

ಮಧ್ಯಾನ್ಹ ಮೂರರ ಸಮಯಕ್ಕೆ ಚಿಕ್ಕಪ್ಪನಿಂದ ಫೋನು ಬಂದಿದ್ದಕ್ಕೆ ಸೂರಜ್ ಅಚ್ಚರಿಗೊಂಡ!

"ಕಾಲೇಜಿಂದ ಮಾತಾಡ್ತಿದ್ದೀನಿ ಸೂರಜ್"

ಚಿಕ್ಕಪ್ಪನ ಚರ್ಯೆಗೆ ಸೂರಜ್‌ಗೆ ಪರಮಾಶ್ಚರ್ಯ! ಇವರೇಕೆ ಕಾಲೇಜಿಗೆ ಹೋದರು? ಎಂದೂ ಹೀಗೆ ಹೋಗಿರಲಿಲ್ಲ ! ಪೇರೆಂಟ್ಸ್ ಮೀಟ್‌ಗೂ ಬಂದಿಲ್ಲದ ಚಿಕ್ಕಪ್ಪ ಇಂದೇಕೆ ಹೀಗೆ ಒಮ್ಮೆಲೇ ಕಾಲೇಜಿಗೆ ಹೋಗಿದ್ದು? ಅವರಿಗೆ ತಾನಿಲ್ಲಿ ನಡೆಸುತ್ತಿರುವ ಕಾರ್ಯಾಚರಣೆ ಗೊತ್ತಾಗಿದೆಯೆ? ಅದನ್ನು ವೆಂಕಟೇಶ್ ಅಥವಾ ರಾಮಯ್ಯ ತಿಳಿಸಿರಬಹುದೆ? ತಾನು ಆಫೀಸಿಗೆ ಹೋಗಿದ್ದನ್ನು ಸಹಜವಾದ ವಿಶಯ ಎಂದು ಚಿಕ್ಕಮ್ಮ ತಿಳಿಸಿರಬಹುದೆ?

"ನನ್ನ ಕಾಲೇಜಿನಿಂದಲಾ..?" ಅನುಮಾನಿಸುತ್ತಾ ಕೇಳಿದ ಸೂರಜ್.

"ಹೌದು. ನಿನ್ನ ಪ್ರಾಜೆಕ್ಟ್ ಬಗ್ಗೆ ವಿಚಾರಿಸೋಕೆ ಹೋಗಿದ್ದೆ. ಒಳ್ಳೇ ಕಂಪೆನೀಲಿ ಪ್ರಾಜೆಕ್ಟ್ ಸಿಕ್ಕಿದೆ! ಎಲ್ಲಿ ಗೊತ್ತಾ? ಮಂದಾ ಕೆಲ್ಸ ಮಾಡ್ತಿದ್ದ ಕಂಪೆನೀಲಿ! ಅನೀಶ್ ಅಲ್ಲೇ ಇರ್ತಾರೆ ನಿಂಗೆ ತುಂಬಾ ಸಹಾಯ ಆಗುತ್ತೆ!"

ಚಿಕ್ಕಪ್ಪನ ದನಿಯಲ್ಲಿದ್ದ ಉತ್ಸಾಹಕ್ಕೆ ಸೂರಜ್ ಬೆರಗಾದ. ತನ್ನ ಪ್ರಾಜೆಕ್ಟ್ ಬಗ್ಗೆ ಇಷ್ಟೊಂದು ಆಸಕ್ತಿ ವಹಿಸಿದ್ದಾರಲ್ಲ? ಇಡೀ ಎರಡು ಸೆಮೆಸ್ಟರಿನಲ್ಲಿ ಯಾವುದೇ ರೀತಿಯಲ್ಲಿ ಉತ್ಸುಕತೆ ತೋರಿಸದ ಚಿಕ್ಕಪ್ಪ ಇದೇಕೆ ಇದ್ದಕ್ಕಿದ್ದಂತೆ ಹೀಗೆ ವರ್ತಿಸುತ್ತಿದ್ದಾರೆ?

"ಹೌದೆ? ಆಶ್ಚರ್ಯ! ಮಂದಕ್ಕನ ಕಂಪೆನೀಲಿ ಅಂದರೆ ಎಂತಾ ಕೋಇನ್ಸಿಡೆನ್ಸ್?"

"ನನಗೂ ಹಾಗೇ ಅನ್ನಿಸಿತು! ಏನಾದ್ರಾಗಲೀ ಒಳ್ಳೇದೇ. ಅಲ್ಲಿ ಅನೀಶ್ ಇರೋದ್ರಿಂದ ನಿನ್ನ ಪ್ರಾಜೆಕ್ಟು ಸ್ಮೂತಾಗಿ ನಡೆಯುತ್ತೆ. ನೀನು ನಾಳೆ ಬಂದು ಅದಕ್ಕೆ ಸಂಬಂಧಿಸಿದ ಪತ್ರ ತಗೊಂಡು ನಾಡಿದ್ದೇ ಅಲ್ಲಿ ರಿಪೋರ್ಟ್ ಮಾಡ್ಕೋಬೇಕಂತೆ! ನೀನು ಇವತ್ತೇ ಬರೋದು ಒಳ್ಳೇದು. ನಾಳೆ ಬೆಳಿಗ್ಗೆ ಕಾಲೇಜಿಂದ ಲೆಟರ್ ತಗೋಬಹುದು. ನಾಳೆ ಹೊರಟರೆ ನೀನು ಮೈಸೂರಿಗೆ ಬರೋದ್ರಲ್ಲಿ ಕಾಲೇಜು ಮುಚ್ಚಿರಬಹುದು"

ಚಿಕ್ಕಪ್ಪನ ದನಿಯಲ್ಲಿ ಒತ್ತಾಯವಿತ್ತು!

"ನಾಳೆ ಬೆಳಗ್ಗೇನೇ ಹೊರಡ್ತೀನಿ. ಬೆಳಗಿನ ಫಸ್ಟ್ ಬಸ್ಸಿಗೆ ಹೊರಟರೆ ಮೈಸೂರಿಗೆ ಹನ್ನೊಂದರ ಒಳಗೆ ಹೋಗಬಹುದು"

"ನಿನ್ನಿಷ್ಟ" ಚಿಕ್ಕಪ್ಪನ ಮಾತು ಮೊಟಕಾಗಿತ್ತು, ಮಾತಿನಲ್ಲಿ ಉದಾಸೀನವಿತ್ತು.

ತನ್ನ ಮಾತಿನಿಂದ ಚಿಕ್ಕಪ್ಪನಿಗೆ ಸಂತೋಷವಾಗಿಲ್ಲ ಎಂದು ಸೂರಜನಿಗನ್ನಿಸಿತು.

"ನೀವು ಯಾವಾಗ ಊರಿಗೆ ಬರ್ತಿದ್ದೀರ?"

"ಆರು ಗಂಟೆ ಒಳಗೆ ಬರ್ತೀನಿ. ನಿಮ್ಮ ಚಿಕ್ಕಮ್ಮನಿಗೆ ಕೇಳು, ಮೈಸೂರಿಂದ ಏನಾದ್ರೂ ತರಬೇಕಾಂತ"

"ಆಗ್ಲಿ ಹೇಳ್ತೀನಿ. ಅವರ ಕೈಯಲ್ಲಿ ಫೋನು ಮಾಡಿಸ್ತೀನಿ"

"ಮತ್ತೆ? ಆ ಗುಡ್ಡದ ಕೆಲ್ಸ ಮುಗೀತಾ? ಹೊಸ ಗಿಡಗಳನ್ನ ಪ್ಲ್ಯಾಂಟ್ ಮಾಡೋಕೆ ಹೇಳಿದ್ದೆ. ಆಫೀಸಿಗೆ ಹೋಗಿ ರಾಮಯ್ಯನವರನ್ನ ಒಂದು ಮಾತು ಜ್ಞಾಪಿಸು"

"ಆಯ್ತು ಚಿಕ್ಕಪ್ಪ" ಚಿಕ್ಕಪ್ಪ ಫೋನ್ ಡಿಸ್‌ಕನೆಕ್ಟ್ ಮಾಡಿದರು.

ಸೂರಜ್ ಆಶ್ಚರ್ಯದಲ್ಲಿ ಮುಳುಗಿದ. ಚಿಕ್ಕಪ್ಪ ತನ್ನ ಕಾಲೇಜಿಗೆ ಹೋಗಿದ್ದು ತಾನು ಊಹಿಸದಿದ್ದ ಅಚ್ಚರಿ! ಎರಡನೆಯದು ತನಗೆ ಪ್ರಾಜೆಕ್ಟ್ ಮಂದಕ್ಕನ ಕಂಪೆನೀಲಿ ಸಿಕ್ಕಿರೋದು! ಮೂರನೆಯದು ರಾಮಯ್ಯನವರನ್ನ ಗುಡ್ಡದ ಕೆಲ್ಸದ ಬಗ್ಗೆ ಜ್ಞಾಪಿಸೋಕೆ ಹೇಳಿರೋದು! ಎಂದೂ ಚಿಕ್ಕಪ್ಪ ಇಂತಾ ವಿಶಯಗಳ ಬಗ್ಗೆ ಹೇಳುತ್ತಿರಲಿಲ್ಲ! ಇದು ಒಳ್ಳೆಯದೇ ಆಯಿತು! ಆಫೀಸಿಗೆ ಹೋದರೆ ವೆಂಕಟೇಶ್ ತನ್ನನ್ನು ನೋಡುತ್ತಾರೆ. ಅವರಿಗೆ ಹೇಳಿದ ವಿಶಯದಲ್ಲಿ ಏನಾದರೂ ಪ್ರಗತಿ ಇದ್ದರೆ ತಿಳಿಸಬಹುದು!

ಸೂರಜ್ ಚಿಕ್ಕಮ್ಮನಿಗೆ ತಾನು ಆಫೀಸಿಗೆ ಹೋಗುತ್ತಿರುವ ವಿಶಯ ಹೇಳಿ ಆಫೀಸಿನ ಕಡೆಗೆ ಹೆಜ್ಜೆ ಹಾಕಿದ.

ಸೂರಜ್ ನೋಡುತ್ತಲೇ ವೆಂಕಟೇಶ್ ತುಸು ಅಧೀರರಾದಂತೆ ಕಂಡಿತು. ಸೂರಜ್ ಪರಿಚಯದ ನಗೆ ನಕ್ಕು ಅವರ ಬಳಿ ತೆರಳುತ್ತಿರುವಾಗ ವೆಂಕಟೇಶ್ ಆಮೇಲೆ ಎನ್ನುವಂತೆ ಸಂಜ್ಞೆ ಮಾಡಿದರು. ವೆಂಕಟೇಶ್ ತನ್ನ ಜೊತೆಯಲ್ಲಿ ಮಾತಾಡುತ್ತಿರುವುದನ್ನು ತೀರಾ ರಹಸ್ಯ ಎಂಬ ಭಾವನೆ ಬರುವಂತೆ ವರ್ತಿಸುತ್ತಿರುವರು ಎನಿಸಿ, ರಾಮಯ್ಯನವರ ಕ್ಯಾಬಿನ್ನಿನ ಕಡೆ ನಡೆದ.

"ನಮಸ್ಕಾರ್ ರಾಮಯ್ಯನವರೆ"

ಸೂರಜ್ ಮಾತಿಗೆ ರಾಮಯ್ಯ ಕುರ್ಚಿಯಿಂದೆದ್ದು ನಿಂತು ನಮಸ್ಕಾರ ಹೇಳಿದರು.

"ರಾಮಯ್ಯನವರೆ ನಾನು ಚಿಕ್ಕವನು. ನೀವು ಎದ್ದು ನಿಂತು ನಮಸ್ಕಾರ ಹೇಳೋದು ಬೇಡ. ಚಿಕ್ಕಪ್ಪ ಫೋನು ಮಾಡಿ ಗುಡ್ಡದ ಕೆಲಸ ಮುಗೀತಾ ಮತ್ತು ಅಲ್ಲಿ ಕಾಫಿ ಗಿಡ ನೆಡಿಸೋದಕ್ಕೆ ಹೇಳಿದ್ರಂತಲ್ಲಾ ಅದು ಮುಗೀತಾ..?"

"ಮುಗಿದಿದೆ. ಯಜಮಾನ್ರಿಗೆ ನಾನೇ ಫೋನು ಮಾಡಿ ಹೇಳಿದ್ದೆನಲ್ಲ?"

"ಹೌದೆ? ಎಷ್ಟೊತ್ನಲ್ಲಿ ಫೋನ್ ಮಾಡಿದ್ರಿ? ಬೆಳಿಗ್ಗೆ ಒಂಬತ್ತಕ್ಕೆ. ನಿಮಗೆ ಯಾವಾಗ ಫೋನ್ ಮಾಡಿದ್ದರು"

"ಈಗ ಹದಿನೈದು ನಿಮಿಷದ ಹಿಂದೆ"

"ಇರಲಿ ಬಿಡಿ. ಎಲ್ಲೋ ಮರೆತುಬಿಟ್ಟಿದ್ದರು ಅನ್ನಿಸುತ್ತೆ. ಕೂತ್ಕೊಳ್ಳಿ"

ಸೂರಜ್ ಅವರೆದುರಿನ ಕುರ್ಚಿಯಲ್ಲಿ ಕೂತು ಅವರ ಕ್ಯಾಬಿನ್ನನ್ನು ಸಿಂಹಾವಲೋಕನ ಮಾಡಿದ. ಅವರ ಟೇಬಲ್ಲಿನ ಬಲಭಾಗ ಮತ್ತು ಎಡಭಾಗದಲ್ಲಿ ನಾಲ್ಕಡಿ ಎತ್ತರದ ಸ್ಟೀಲ್ ಫೈಲಿಂಗ್ ಕ್ಯಾಬಿನೆಟ್ಟುಗಳಿದ್ದವು. ಟೇಬಲ್ಲಿನ ಮೇಲೆ ಕಂಪ್ಯೂಟರ್ ಕುಳಿತಿತ್ತು. ಕಂಪ್ಯೂಟರನ್ನು ಅವರು ಹೆಚ್ಚು ಉಪಯೋಗಿಸುವುದಿಲ್ಲ ಎನ್ನುವ ವೆಂಕಟೇಶ್ ಮಾತು ನೆನಪಾಯಿತು. ರಾಮಯ್ಯನವರನ್ನು ಮಾತಿಗೆಳೆಯಬಹುದೆ? ಅವರಿಂದ ಏನಾದರೂ ಮಾಹಿತಿ ಸಿಗಬಹುದೆ? ಸೂರಜ್ ಯೋಚಿಸಿದ.

"ನಿಮ್ಮ ಎಂ.ಬಿ.ಎ ಯಾವಾಗ ಮುಗಿಯುತ್ತೆ?" ರಾಮಯ್ಯ ಲೋಕಾಭಿರಾಮವಾಗಿ ಕೇಳಿದರು.

"ಇನ್ಮೂರು ತಿಂಗಳಿಗೆ ಪ್ರಾಜೆಕ್ಟ್ ಮುಗಿಯುತ್ತೆ. ಆಮೇಲೆ ಒಂದು ವೈವಾ ಅಂತಾ ಇರುತ್ತೆ. ಅದು ಮುಗಿದರೆ ನನ್ನ ಎಂಬಿಎ ಮುಗಿದಂತೆ"

"ಆಮೇಲೆ ಎಸ್ಟೇಟು ವಹಿಸ್ಕೋತೀರಾ..?"

"ಚಿಕ್ಕಪ್ಪ ನೋಡ್ಕೋತಿದ್ದಾರಲ್ಲ? ನಾನು ನಾಲ್ಕೈದು ವರ್ಷ ಹೊರಗೆ ಕೆಲಸಮಾಡಿ ಅನುಭವ ಗಳಿಸ್ಕೋತೀನಿ. ಆಮೇಲೆ ಇಲ್ಲಿನ ವ್ಯವಹಾರ. ಅಲ್ಲೀವರೆಗೂ ಚಿಕ್ಕಪ್ಪನೇ ನೋಡ್ಕೋತಾರೆ. ರಾಮಯ್ಯನವರೆ ನೀವು ನಮ್ಮ ತಂದೆಯವರು ಇದ್ದಾಗಿನಿಂದಲೂ ಇಲ್ಲಿ ಕೆಲಸ ಮಾಡ್ತಿದ್ದೀರಿ ಅಲ್ವಾ..?"

"ಹೌದು. ಆಗ ನನಗಿನ್ನೂ ಇಪ್ಪತ್ವರ್ಷ"

"ಆಗಿನಿಂದಲೂ ನಮ್ಮ ಎಸ್ಟೇಟಿನಲ್ಲಿ ಏನಾದ್ರೂ ಬೆಳೆಗೆ ಸಂಬಂಧಿಸಿದ ತೊಂದರೆಯಾದರೆ ಅದನ್ನ ಹ್ಯಾಗೆ ಮ್ಯಾನೇಜ್ ಮಾಡ್ತಿದ್ರಿ?"

"ಆಗ ನಾನು ಎಲ್ಲಾ ವ್ಯವಹಾರ ನೋಡ್ಕೋತಿರಲಿಲ್ಲ. ಬರೀ ಕ್ಲರಿಕಲ್ ಕೆಲ್ಸ ಮಾಡ್ತಿದ್ದೆ. ಅಂತಾ ವಿಶಯಗಳು ನನ್ನ ಗಮನಕ್ಕೆ ಬರ್ತಾನೂ ಇರಲಿಲ್ಲ"

"ಹೆಚ್ಗೆ ಹಣ ಕ್ಯಾಷಲ್ಲಿ ಡ್ರಾ ಮಾಡಬೇಕಾಗಿ ಬಂದ್ರೆ ಯಾರು ಹೋಗ್ತಾರೆ?"

"ಯಜಮಾನ್ರೇ ಹೋಗ್ತಾರೆ. ಮೊದಲಿಂದಲೂ ಅಷ್ಟೆ..ಜೊತೆಗೆ ಅಷ್ಟು ಹಣದ ಜವಾಬ್ದಾರಿ ನಾವು ಯಾರೂ ವಹಿಸಿಕ್ಕೊಳ್ಳೋಕೆ ರೆಡಿ ಇರೋಲ್ಲ"

"ಸರಿ, ನಿಮ್ಮ ಕೆಲಸಕ್ಕೆ ನಾನು ಅಡ್ಡಿ ಮಾಡೋದಿಲ್ಲ. ನಾನು ಬರ್ತೀನಿ"

ವಾಪಸ್ಸು ಆಫೀಸಿನಿಂದ ಈಚೆ ಬರುವ ಮುಂಚೆ ವೆಂಕಟೇಶ್ ಕಡೆಗೆ ಕಿರುನೋಟ ಹರಿಸಿದ ಸೂರಜ್. ಆತ ತಲೆತಗ್ಗಿಸಿದ್ದ.

ಏನೋ ವಿಚಿತ್ರ ನಡೆಯುತ್ತಿದೆ ಎನ್ನಿಸಿತು. ರಾಮಯ್ಯನವರ ಜೊತೆ ಚಿಕ್ಕಪ್ಪ ಮಾತಾಡಿದ್ದರೂ ಸಹ ಮತ್ತೇಕೆ ಮಾತಾಡಲು ತನಗೆ ಹೇಳಿದರು? ರಾಮಯ್ಯ ನೀಡಿದ ಉತ್ತರವೆಲ್ಲ ಹಾರಿಕೆಯ ಉತ್ತರವಿದ್ದಂತಿತ್ತಲ್ಲ? ಅದಕ್ಕೇನು ಕಾರಣ? ಚಿಕ್ಕಪ್ಪನಿಗೆ ತನ್ನ ಮೇಲೆ ಸಂದೇಹ ಬಂದಿರಬಹುದೆ? ವೆಂಕಟೇಶ್ ನಡವಳಿಕೆ ಕೂಡ ವಿಚಿತ್ರವಾಗಿದೆಯಲ್ಲ? ಅವರಿಗೆ ರಾಮಯ್ಯ ಏನಾದರೂ ಹೇಳಿರಬಹುದೆ? ತಾನು ಕೇಳಿದ್ದಕ್ಕೆ ವೆಂಕಟೇಶರಿಂದ ಉತ್ತರ ಬಂದೀತೆ? ತಾನು ಮೈಸೂರಿಗೆ ಹೋಗುವಂತೆ ಚಿಕ್ಕಪ್ಪ ಬಲವಂತ ಮಾಡುತ್ತಿದ್ದಾರೆಯೇ? ಏಕೆ? ಏನು ಕಾರಣ ಇರಬಹುದು? ತಾನು ಊರಲ್ಲಿದ್ದರೆ ಚಿಕ್ಕಪ್ಪನಿಗೆ ಏನಾದರೂ ತೊಂದರೆಯಾದೀತೆ? ಅದು ಯಾವ ರೀತಿಯ ತೊಂದರೆ? ಚಿಕ್ಕಮ್ಮ ಕೂಡ ತನ್ನ ಪ್ರಾಜೆಕ್ಟು ಬೇಗನೆ ಮುಗಿಸಬೇಕು ಎನ್ನುವ ರೀತಿಯಲ್ಲಿ ಮಾತನಾಡಿದ್ದು ಅದು ಕೂಡ ತನ್ನನ್ನು ಊರಿಂದ ಆಚೆಗೆ ಸ್ಥಳಾತರಿಸುವ ಯೋಚನೆಯಿದ್ದೀತೆ?

ಮನೆಗೆ ವಾಪಸ್ಸಾಗುವಾಗ ಯಾರೋ ಹಿಂದೆ ಬರುತ್ತಿರುವ ಅನುಭವವಾಯಿತು. ತಿರುಗಿ ನೋಡಿದರೆ ವೆಂಕಟೇಶ್! ಅರೆ ಆಫೀಸಿಗೆ ಹೋದಾಗ ತನ್ನಿಂದ ತಪ್ಪಿಸಿಕ್ಕೊಳ್ಳುವಂತೆ ನಡೆದುಕೊಂಡ ವೆಂಕಟೇಶ್ ಈಗ ತನ್ನ ಹಿಂದೆಯೇ ಬರುತ್ತಿರುವುದು ವಿಚಿತ್ರ ಎನಿಸಿತು.

"ಸಾರ್..ಸಂಜೆ ಎಲ್ಲಾದ್ರೂ ಆಚೆ ಸಿಗ್ತೀರಾ..?"

"ಆಗ್ಲಿ..ಎಲ್ಲಿ ಸಿಗಲಿ?"

"ವೀರಾಜಪೇಟೆಲಿ"

"ಯಾವ ಜಾಗ?"

"ರೋಹಿತ್ ಕೆಫೆ"

"ಆಗ್ಲಿ..ಯಾಕೆ ಏನಾದ್ರೂ ಅನುಮಾನ ಬರೋ ಅಂತಾದ್ದು ಇದೆಯೆ?"

"ಹೌದು ಸಾರ್. ರಾಮಯ್ಯನೋರು ನನ್ನ ಮೇಲೆ ಅನುಮಾನ ಪಡ್ತಿದ್ದಾರೆ ಅನ್ನಿಸುತ್ತೆ"

"ಹಾಗಿದ್ರೆ ಆಚೇನೇ ಮೀಟ್ ಮಾಡೋಣ. ಏನಾದ್ರೂ ಸಿಕ್ಕಿದೆಯೇ?"

"ಅದನ್ನೂ ಅಲ್ಲೇ ಹೇಳ್ತೀನಿ"

"ಸರಿ, ನೀವಿನ್ನು ಹೋಗಿ, ಮತ್ತೆ ರಾಮಯ್ಯ ಅನುಮಾನಪಟ್ಟಾರು. ಈ ವಿಶಯ ನೀವು ಮೆಸೇಜು ಮಾಡಿದ್ದರೂ ನಡೀತಿತ್ತು"

"ನಾನು ಮೊಬೈಲು ಎತ್ತಿದಾಗಲೆಲ್ಲಾ ಮುಕುಂದ ನೋಡ್ತಿದ್ದ. ನನ್ನ ಮೇಲೆ ಕಣ್ಣಿಡೋದಕ್ಕೆ ರಾಮಯ್ಯನೋರು ಅವನಿಗೆ ಹೇಳಿದಾರೇಂತ ನನ್ನ ನಂಬಿಕೆ. ನಿಮಗೆ ಬ್ಯಾಂಕಿನ ಮಾಹಿತಿ ಪ್ರಿಂಟ್ ಕಳಿಸಿದೆನಲ್ಲ? ಅವತ್ತಿಂದ ಇದು ನಡೀತಿದೆ"

"ಸರಿ, ನನ್ನ ಜೊತೆ ಮಾತು ಬೇಡ. ವಾಪಸ್ಸು ಆಫೀಸಿಗೆ ಹೋಗಿ"

ವೆಂಕಟೇಶ್ ಮರುಮಾತಿಲ್ಲದೆ ಹಿಂದೆ ತಿರುಗಿದ್ದುನೋಡಿ ಸೂರಜ್ ಮನೆಯ ಕಡೆ ತಿರುಗಿದ. ವರಾಂಡದ ಗ್ಲಾಸಿನ ಹಿಂದಿದ್ದ ಕರ್ಟನ್ ಸರಿಸಿ ಯಾರೋ ತನ್ನನ್ನು ನೋಡುತ್ತಿರುವುದು ಗೋಚರಿಸಿತು. ಯಾರಿರಬಹುದು? ಅಮ್ಮ? ಚೆನ್ನಕ್ಕ? ಸಾವಿತ್ರಿ? ನನ್ನ ಮೇಲೆ ಏನಾದರೂ ಅನುಮಾನವಿದ್ದರೆ ಅದು ಚಿಕ್ಕಮ್ಮನಿಗಿರಬೇಕಷ್ಟೆ. ಚೆನ್ನಕ್ಕನಿಗೆ ತನ್ನ ಮೇಲೇಕೆ ಅನುಮಾನ? ಮನೆಯ ಅಡಿಗೆ ಕೆಲಸದ ಹೆಂಗಸು ತನ್ನ ಮೇಲೇಕೆ ಅನುಮಾನಪಡಬೇಕು?

ಸೂರಜ್ ಮನೆಯ ಬಾಗಿಲು ತೆರೆದು ಪ್ರವೇಶಿಸಿದಾಗ ಆ ಆಕೃತಿ ಅಲ್ಲಿರಲಿಲ್ಲ!

ಇಲ್ಲೇ ಏನೋ ನಡೆಯುತ್ತಿದೆ. ತನ್ನ ಮನೆಯಲ್ಲೇ ತನ್ನ ಮೇಲೆ ಅನುಮಾನಪಡುತ್ತಿದ್ದಾರೆ! ಆದರೆ ಕಾರಣ? ಅದು ಮಂದಕ್ಕನ ವಿಶಯಕ್ಕಲ್ಲದೆ ಬೇರೇನು ಇದ್ದೀತು? ತಾನು ಆ ಪೇಪರು ನೋಡಿದ್ದಕ್ಕೇ ಇರಬಹುದೆ?

"ಅಮ್ಮಾ..?" ಸೂರಜ್ ಕೂಗಿದ.

"ಏನೋ..? ಎಲ್ಲೋ ಆಚೆ ಹೋಗಿದ್ದಾಗೆ ಇತ್ತು?" ಅನುರಾಧ ಒಳಗಿನಿಂದಲೇ ಕೂಗಿ ಹೇಳಿದರು.

"ಹೂ..ಆಚೆ ಹೋಗಿದ್ದೆ..ನಾನು ಬಂದಾಗ ಗ್ಲಾಸಿಂದ ಆಚೆ ನೋಡ್ತಿದ್ದೋರು ಯಾರು?"

"ಯಾರೂ ಇಲ್ಲವಲ್ಲ? ನಾನು ಚೆನ್ನಕ್ಕ ಇಬ್ರೂ ಒಳಗೇ ಇದ್ದೀವಿ. ಸಾವಿತ್ರಿ ಹಿತ್ತಿಲಲ್ಲಿದ್ದಾಳೆ. ಇನ್ಯಾರು ಅಲ್ಲಿರೋಕೆ ಸಾಧ್ಯ? ಮನೆಲಿರೋ ಮೂರು ಜನರಲ್ಲಿ ಇನ್ಯಾರೂ ಅಲ್ಲಿರೋಕೆ ಸಾಧ್ಯವಿಲ್ಲ. ಯಾಕೆ ಇಷ್ಟೊಂದು ವಿಚಾರಿಸ್ತಿದ್ದೀಯ?"

"ಸುಮ್ಮನೆ ಅನುಮಾನ ಬಂತು"

"ಅನುಮಾನ ಬರೋ ಅಂತಾದ್ದು ಏನು?" ಈಚೆ ಬಂದು ಅನುರಾಧ ಅವನ ಕೈಗೆ ಕಾಫಿಯ ಕಪ್ಪು ಸಾಸರು ಕೊಟ್ಟ ಸೋಫಾದಲ್ಲಿ ಕುಳಿತರು.

"ಮಂದಕ್ಕನಿಗೆ ಆದ ಸ್ಥಿತಿ ನೆನಸಿಕೊಂಡರೆ ಅನುಮಾನ ಬರದೆ ಇರುತ್ತೆಯೆ? ನಮ್ಮದೇ ಐನ್‌ಮನೆ, ನಮ್ಮ ಜನರ ಮಧ್ಯದಲ್ಲಿದ್ದೇ ಮಂದಕ್ಕ ಮಾಯವಾಗಿಬಿಟ್ಟರು! ಹೀಗಿರೋವಾಗ ಅನುಮಾನ ಬರದೆ ಇರೋಕೆ ಸಾಧ್ಯವೆ?"

ತಾನೂ ಎದುರಿನ ಸೋಫಾದಲ್ಲಿ ಕುಳಿತು ಕಾಫಿ ಲೋಟವನ್ನು ಕೈಗೆತ್ತಿಕೊಂಡ ಸೂರಜ್.

"ಆಗ ನೋಡಿದರೆ ಅಂತಾ ದುರಂತ. ನೀವಿನ್ನೂ ಪುಟ್ಟ ಮಕ್ಕಳು. ಈಗ ನೋಡಿದರೆ ಹೀಗಾಗಿದೆ. ನಮ್ಮ ಸಂಸಾರಕ್ಕೆ ಹೀಗೆ ಬಿಟ್ಟುಬಿಟ್ಟು ಆಗ್ತಿರೋದಕ್ಕೆ ಏನು ಕಾರಣಾನೋ ದೇವರೇ ಬಲ್ಲ. ಯಾವಾಗ ಏನಾಗುತ್ತೆ ಅನ್ನೋದೇನಾದ್ರೂ ಮನುಷ್ಯರಿಗೆ ಗೊತ್ತಾಗೋ ಹಾಗಿದ್ರೆ ಎಷ್ಟು ಚೆನ್ನಾಗಿತ್ತಲ್ವಾ? ಅದಕ್ಕೆ ಸಿದ್ಧವಾಗಿರಬಹುದಾಗಿರಬಹುದಿತ್ತು"

"ಅಮ್ಮಾ ಸಂಜೆ ಸ್ವಲ್ಪ ಪೇಟೆಗೆ ಹೋಗಿ ಬರ್ತೀನಿ"

"ಏನು?"

"ನನ್ನ ಹೈಸ್ಕೂಲ್ ಫ್ರೆಂಡು ಗೋಪಿ ಬಂದಿದಾನಂತೆ. ಸಂಜೆ ಬಾ ಅಂತ ಕರೆದಿದ್ದಾನೆ?"

"ಸರಿ ಹೋಗಿ ಬಾ. ಊಟ ಅವರ ಮನೇಲೇನಾ..?"

"ಇಲ್ಲ. ಅಲ್ಲೀವರೆಗೂ ಇರೊಲ್ಲ. ಚಿಕ್ಕಪ್ಪ ಬೇರೆ ಬರ್ತಾರಲ್ವ? ಬೆಂಗ್ಳೂರಿಂದ ಏನು ಸುದ್ದಿ ತಂದಿರ್ತಾರೋ? ಬೇಗನೆ ಬಂದ್ಬಿಡ್ತೀನಿ"

"ಸರಿಯಪ್ಪ. ನಾಳೆ ಮೈಸೂರಿಗೆ ಹೊರಟಿದ್ದೀಯ? ನಿನ್ನ ಪ್ರಾಜೆಕ್ಟು ಮಂದಾ ಕಂಪೆನೀಲೇ ಅಂತೆ! ಅದೂ ಒಳ್ಳೇದಾಯ್ತು. ಅಲ್ಲಿ ಏನಾದ್ರೂ ಮಂದಾ ಬಗ್ಗೆ ಸುದ್ದಿ ತಿಳೀಬಹುದು"

"ಏನಾಗುತ್ತೋ ಗೊತ್ತಿಲ್ಲ. ನಾಳೇನೇ ಮೈಸೂರಿಗೆ ಹೋಗೋದು ಇನ್ನೂ ಡಿಸೈಡ್ ಮಾಡಿಲ್ಲ.."

"ಲೇಟಾದ್ರೆ ಏನೂ ತೊಂದ್ರೆ ಇಲ್ಲ ತಾನೆ?"

"ಏನೂ ತೊಂದ್ರೆ ಇಲ್ಲ"

ಇಲ್ಲಿಂದ ಆಚೆ ಕಳಿಸೋಕೆ ಚಿಕ್ಕಮ್ಮ ಕೂಡ ಆತುರಪಡ್ತಿದ್ದಾರಲ್ಲ? ನೋಡೋಣ ಸಂಜೆ ವೆಂಕಟೇಶ್ ಅದೇನು ರಹಸ್ಯ ಕೊಡ್ತಾರೋ?

"ಅಮ್ಮಾ..? ಇದಕ್ಕೆ ಉಪ್ಪು ಹಾಕಿದೀರಾ..?" ಒಳಗಿಂದ ಚೆನ್ನಕ್ಕ ಕೂಗಿದರು.

"ಬಂದೆ..ನಾನೇ ಬಂದೆ" ಅನುರಾಧ ಒಳಗೆ ನಡೆದರು.

ವೆಂಕಟೇಶ್ ಏನು ಹೇಳಬಹುದು? ಎಂತ ಮಾಹಿತಿ ಕೊಡಬಹುದು? ಸೂರಜ್ ಯೋಚಿಸಿದ.

000

ವೀರರಾಜಪೇಟೆಯ ಮುಖ್ಯ ರಸ್ತೆಯಲ್ಲೇ ರೋಹಿತ್ ಕೆಫೆ! ಜೀಪು ಪಾರ್ಕ್ ಮಾಡಲು ಕೆಫೆ ಮುಂದೆ ಸಾಕಷ್ಟು ಜಾಗ ಸಿಗಲಿಲ್ಲ. ಸ್ವಲ್ಪ ದೂರದಲ್ಲಿ ಜೀಪು ನಿಲ್ಲಿಸಿ ನಡಿಗೆಯಲ್ಲಿ ಸೂರಜ್ ಕೆಫೆಯತ್ತ ನಡೆದ.

ಮೂಲೆಯೊಂದರ ಜಾಗ ಹುಡುಕಿ ಅಲ್ಲಿ ಕೂತಾಗ ವೆಂಕಟೇಶ್ ಒಳಗೆ ಬರುತ್ತಿರುವುದು ಕಾಣಿಸಿತು. ಅವರು ಅಲ್ಲೇ ಎಲ್ಲೋ ಇದ್ದು ಸೂರಜ್ ಒಳಗೆ ಬಂದಿದ್ದು ನೋಡಿದಂತಿತ್ತು. ಅವರು ನಿಧಾನಕ್ಕೆ ಒಳಗೆ ಬಂದು ರೋಹಿತ್ ಎದುರಿಗೆ ಪರಿಚಯದ ನಗೆ ನಕ್ಕು ಕೂತರು.

"ಬಂದು ತುಂಬಾ ಹೊತ್ತಾಗಿರಬೇಕು" ಸೂರಜ್ ಹೇಳಿದ.

"ಆಫೀಸಿಂದ ವಾಪಸ್ಸು ಸೀದಾ ಇಲ್ಲಿಗೇ ಬಂದೆ.."

"ಹಾಗಾದ್ರೆ ತುಂಬಾ ಬೇಗನೆ ಬಂದಿದೀರ. ಕಾಯಿಸಿದ್ದೀನಿ ಸಾರಿ"

"ಪರ್ವಾಗಿಲ್ಲ ಸಾರ್"

ಸರ್ವರ್ ಬಂದು ನಿಂತ.

"ಏನು ತಿಂಡಿ ತಗೋತೀರ..?"

"ಏನೂ ಬೇಡ ಸಾರ್"

"ಎರಡು ಮೆಣಸಿನಕಾಯಿ ಬಜ್ಜಿ, ಆಮೇಲೆ ಕಾಫಿ"

ಸೂರಜ್ ಆರ್ಡರ್ ಮಾಡುತ್ತಿರುವಾಗ ವೆಂಕಟೇಶ್ ಸೀಟಿನಲ್ಲೇ ಚಡಪಡಿಸುತ್ತಿದ್ದುದು ಕಂಡಿತು.

"ಏನಾದ್ರೂ ಸಿಕ್ಕಿತಾ ವೆಂಕಟೇಶ್?"

"ಸಿಕ್ಕಿತು ಸಾರ್. ಆದ್ರೆ ರಾಮಯ್ಯನವರಿಗೆ ನನ್ನ ಮೇಲೆ ತುಂಬಾ ಅನುಮಾನ ಬಂದ ಹಾಗಿದೆ"

"ಅದಿರಲಿ..ಏನು ಸಿಕ್ಕಿತು ಅದನ್ನ ಹೇಳಿ. ನಿಮಗೆ ರಾಮಯ್ಯ ತೊಂದ್ರೆ ಕೊಟ್ಟರೆ ಅದನ್ನ ನಾನು ನೋಡ್ಕೋತೀನಿ. ಏನು ಸಿಕ್ಕಿದೆ?"

"ಸಾರ್, ಈ ಹಣದ ವ್ಯವಹಾರ ಕಳೆದ ಮೂರು ವರ್ಷಗಳಿಂದಲೂ ನಡೀತಿದೆ. ಅದಕ್ಕೂ ಹಿಂದಿಂದು ಎಲ್ಲಾ ಪೇಪರ್ ರೆಕಾರ್ಡುಗಳು. ಅವೆಲ್ಲಾ ಲಾಕ್ ಅಂಡ್ ಕೀನಲ್ಲಿವೆ. ಈ ಹಣಕ್ಕೆ ಸೂಕ್ತ ರಶೀತಿ ಪಡೆದಿಲ್ಲಾಂತ ಎರಡು ವರ್ಷದ ಹಿಂದೆ ಆಡಿಟರ್ ರಿಪೋರ್ಟಿದೆ. ಕಳೆದ ವರ್ಷ ಮತ್ತು ಈ ವರ್ಷ ಅದಕ್ಕೆ ರಶೀದಿ ಸಿಕ್ಕಿದೆ. ಅದನ್ನ ನಾನೇ ನೋಡಿದೆ. ಅದರ ಮೇಲೆ ಡೇವಿಡ್ ಅಂಡ್ ಕಂಪೆನಿ, 35, ವಸಂತ ನಗರ, ಬೆಂಗಳೂರು ಅಂತ ಇದೆ. ಅದನ್ನ ಬರ್ಕೊಳ್ಳೋಕೆ ಆಗಿಲ್ಲ. ಚೆನ್ನಾಗಿ ನೆನಪಲ್ಲಿ ಇಟ್ಕೊಂಡಿದೀನಿ"

ಸರ್ವರ್ ಬಜ್ಜಿ ಪ್ಲೇಟುಗಳನ್ನು ತಂದಿಟ್ಟಿದ್ದು ನೋಡಿ ವೆಂಕಟೇಶ್ ಮಾತು ನಿಲ್ಲಿಸಿದ.

"ಸಾರ್, ಇದು ತುಂಬಾ ಚಿಕ್ಕ ಜಾಗ. ಇಲ್ಲಿ ಎಲ್ಲರಿಗೆ ಎಲ್ಲರೂ ಗೊತ್ತು. ತುಂಬಾ ಸಲ ನಾವು ಹೀಗೆ ಮೀಟ್ ಮಾಡೋಕಾಗೊಲ್ಲ"

ಸರ್ವರ್ ಹೋಗುತ್ತಿದ್ದಂತೆ ವೆಂಕಟೇಶ್ ನುಡಿದರು.

"ಅದನ್ನ ಯೋಚನೆ ಮಾಡೋಣ..ಈ ವ್ಯವಹಾರಗಳನ್ನ ನೋಡಿದ್ರೆ ನಿಮಗೇನನ್ನಿಸುತ್ತೆ?"

"ಏನೂ ಗೊತ್ತಾಗ್ತಿಲ್ಲ ಸಾರ್. ಏನೋ ವಿಚಿತ್ರ ವ್ಯವಹಾರ ನಡೀತಿದೆ ಅನ್ನಿಸುತ್ತೆ. ಯಾರೂ ಆ ಕನ್ಸಲ್ಟೆಂಟು ನೋಡಿಲ್ಲ. ಆದ್ರೆ ಹಲವಾರು ವರ್ಷಗಳಿಂದ ಇದು ಮುಂದುವರಿದಿದೆ. ಇದಕ್ಕೂ ನಿಮ್ಮ ಅಕ್ಕನವರ ಸಾವಿಗೂ.."

"ಇಲ್ಲಾ..ನಮ್ಮಕ್ಕ ಸತ್ತಿಲ್ಲ.."

ಸೂರಜ್‌ನ ತೀಕ್ಷಣವಾದ ನುಡಿಗಳಿಗೆ ವೆಂಕಟೇಶ್ ಅವಾಕ್ಕಾದಂತಿತ್ತು .

"ಸಾರಿ ಸಾರ್. ಈ ವ್ಯವಹಾರಗಳಿಗೂ ನಿಮ್ಮಕ್ಕನವರು ಕಾಣೆಯಾಗಿರೋದಕ್ಕೂ ಏನಾದರೂ ಸಂಬಂಧ ಇರಲೇಬೇಕು ಅನ್ನಿಸುತ್ತೆ! ಆದ್ರೆ ಅದು ಯಾವ ರೀತಿಯದು ಹೇಳೋಕಾಗ್ತಿಲ್ಲ.."

"ನನಗೂ ಹಾಗೇ ಅನ್ನಿಸ್ತಾ ಇದೆ..."

"ಇನ್ನು ಹೆಚ್ಗೆ ಹೊತ್ತು ಇಲ್ಲಿದ್ರೆ ನನಗೆ ತೊಂದರೆಯಾಗಬಹುದು. ನಾನು ಹೊರಡ್ತೀನಿ"

"ಕಾಫಿ ಕುಡಿದು ಹೋಗಿ"

"ಆಗಲಿ. ರಾಮಯ್ಯನವರಿಂದ ಏನಾದರೂ ತೊಂದರೆಯಾದರೆ ನೀವೇ ನನ್ನ ನೋಡ್ಕೊಬೇಕು ಸಾರ್"

"ಅದರ ಬಗ್ಗೆ ಯೋಚನೆ ಮಾಡ್ಬೇಡಿ ನಾನು ಇಲ್ಲಿಲ್ಲದಿದ್ದರೂ ಸರಿ, ನಿಮ್ಮ ಕೆಲಸಕ್ಕೆ ತೊಂದ್ರೆ ಆಗದ ಹಾಗೆ ನೋಡ್ಕೋತೀನಿ. ಇಷ್ಟಲ್ಲದೆ ಈ ವಿಶಯದಲ್ಲಿ ಬೇರೆ ಏನು ಮಾಹಿತಿ

ಸಿಕ್ಕರೂ ತಿಳಿಸಿ. ಬಹುಶಃ ನಾನು ನಾಳೆ ಮೈಸೂರಿಗೆ ಹೋಗ್ತೀನಿ. ಮತ್ತೆ ಮೂರು ತಿಂಗಳು ಬೆಂಗಳೂರಲ್ಲಿ ಇರ್ತೀನಿ. ನೀವು ಯಾವಾಗ ಬೇಕಾದರೂ ನನ್ನನ್ನು ಫೋನಲ್ಲಿ ಕಾಂಟ್ಯಾಕ್ಟ್ ಮಾಡಬಹುದು. ಯಾವುದಕ್ಕೂ ಸಂಕೋಚಪಟ್ಕೋಬೇಡಿ"

ಸೂರಜ್ ಧೈರ್ಯವನ್ನೇನೋ ನೀಡಿದ. ಅಕಸ್ಮಾತ್ ರಾಮಯ್ಯ ಮತ್ತು ತನ್ನ ಚಿಕ್ಕಪ್ಪನ ಒಬ್ಬರೂ ಸೇರಿ ವೆಂಕಟೇಶ್‌ರನ್ನು ಕೆಲಸದಿಂದ ತೆಗೆದು ಹಾಕಿದರೆ ಇಲ್ಲಾ ಬೇರೆ ರೀತಿಯಲ್ಲಿ ತೊಂದರೆ ಕೊಟ್ಟರೆ ತಾನು ಯಾವ ರೀತಿಯಲ್ಲಿ ಸಹಾಯ ಮಾಡಬಲ್ಲೆ ಎನ್ನುವುದರ ಸ್ಪಷ್ಟತೆ ಇರಲಿಲ್ಲ.

ಕಾಫಿ ಕುಡಿದು ವೆಂಕಟೇಶ್ ಅಲ್ಲಿಂದ ಹೊರಟರು.

'ಡೇವಿಡ್ ಅಂಡ್ ಕಂಪೆನಿ, 35 ವಸಂತ ನಗರ, ಬೆಂಗಳೂರು' ಸೂರಜ್ ಮನಸ್ಸಿನಲ್ಲಿ ಮತ್ತೆ ಮತ್ತೆ ಹೇಳಿಕೊಂಡ. ಅದನ್ನು ಎಲ್ಲಿಯೂ ಬರೆದುಕೊಂಡಿರಲಿಲ್ಲ. ಹತ್ತಾರು ಸಲ ನೆನಪು ಮಾಡುತ್ತಿದ್ದರೆ ಮರೆಯುವುದಿಲ್ಲ. ಅದಕ್ಕೆ ಪದೇಪದೇ ಆ ಹೆಸರನ್ನು, ವಿಳಾಸವನ್ನು ಮನಸ್ಸಿನಲ್ಲೇ ಮಥಿಸಿದ.

'ಡೇವಿಡ್ ಅಂಡ ಕಂಪೆನಿ'! ಇಲ್ಲಿರಬಹುದೆ ಮದುವೆಯ ಹಿಂದಿನ ದಿನ ಅದೃಷ್ಯಳಾಗಿದ್ದ ಮಂದಕ್ಕನ ರಹಸ್ಯಕ್ಕೆ ಕೀಲಿಕೈ? ಡೇವಿಡ್ ಅಂಡ ಕಂಪೆನಿ? ಇಂತಾ ಹೆಸರಿನ ಕಂಪೆನಿ ಕಾಫಿ ಬೆಳೆಗೆ ಸಲಹೆಗಾರರಾಗಿರಬಹುದೆ? ತಕ್ಷಣ ಗೋಪಿ ನೆನಪಿಗೆ ಬಂದ. ಅರೆ ಚಿಕ್ಕಮ್ಮನಿಗೆ ತಾನು ಗೋಪಿಯ ಮನೆಗೆ ಹೋಗಿ ಬರುತ್ತೇನೆಂದು ಸುಳ್ಳು ಹೇಳಿದೆನಲ್ಲ? ಈಗ ಕನಿಷ್ಠ ಅವನಿಗೆ ಫೋನಾದರೂ ಮಾಡಬಹುದು ಎನಿಸಿತು. ಗೋಪಿ ಮತ್ತು ಸೂರಜ್ ಹೈಸ್ಕೂಲಿನಲ್ಲಿ ಒಟ್ಟಿಗೆ ಓದಿದ್ದರು. ಗೋಪಿಯದ್ದೂ ಕಾಫಿ ಎಸ್ಟೇಟ್ ಇತ್ತು. ಗೋಪಿಗೆ ಈ ಕನ್ಸಲ್ಟೆಂಟ್ ಬಗ್ಗೆ ಗೊತ್ತಿರಬಹುದೆ? ಗೋಪಿಯದು ವಂಶಪಾರಂಪರ್ಯವಾಗಿ ಬಂದ ಹತ್ತು ಎಕರೆ ಎಸ್ಟೇಟಿತ್ತು. ಹೈಸ್ಕೂಲಿನ ನಂತರ ತಂದೆಯ ಜೊತೆ ಎಸ್ಟೇಟ್ ನೋಡಿಕ್ಕೊಳ್ಳುತ್ತಿದ್ದ. ಇತ್ತೀಚಿನ ದಿನಗಳಲ್ಲಿ ಪ್ರಗತಿಪರ ಕಾಫಿ ಬೆಳೆಗಾರ ಎಂದು ಹೆಸರು ಪಡೆದಿದ್ದ. ಇವನಿಗೆ ಈ ಕಾಫಿ ಕನ್ಸಲ್ಟೆಂಟ್ ಖಂಡಿತವಾಗಿಯು ಗೊತ್ತಿರಲೇಬೇಕು. ಇದೆಲ್ಲ ನೆನಪಾಗುತ್ತಲೇ ಸೂರಜ್ ಜೇಬಿನಿಂದ ಮೊಬೈಲು ತೆಗೆದ.

ಸೂರಜ್ ರೆಸ್ಟುರಾಂಟಿನಿಂದಲೇ ಗೋಪಿಗೆ ಫೋನ್ ಮಾಡಿದ.

"ಏನಪ್ಪಾ ಶ್ರೀಮಂತ? ಅಂತೂ ನೆನಪು ಮಾಡ್ಕೊಂಡೆಯಲ್ಲ? ಸಾರಿ, ವಿಶಯ ಗೊತ್ತಾಯ್ತು. ನಾನು ಡೆಲ್ಲಿಯಲ್ಲಿದ್ದೆ. ಅಲ್ಲೊಂದು ಕಾನ್ಫರೆನ್ಸಿಗೆ ಹೋಗಿದ್ದೆ"

"ಏನು ಮಾಡೋದು ನಮ್ಮ ಹಣೆಬರಹ! ಗೋಪಿ ನನಗೊಂದು ಅರ್ಜೆಂಟ್ ಇನ್ಫರ್ಮೇಶನ್ ಬೇಕಿತ್ತು"

"ಕೇಳು. ನೀನು ಕೇಳೋದು ಹೆಚ್ಚೋ ನಾನು ಹೇಳೋದು ಹೆಚ್ಚೋ..?"

"ಡೇವಿಡ್ ಅಂಡ್ ಕಂಪೆನಿ ಅನ್ನೋ ಕಾಫಿ ಕನ್ಸಲ್ಟೆಂಟ್ಸ್ ನಿನಗೆ ಗೊತ್ತಾ..?"

"ಇಲ್ಲ. ಆ ಹೆಸರನ್ನ ನಾನು ಕೇಳಿಲ್ಲ. ವಿಚಾರಿಸಿ ಹೇಳ್ತೀನಿ. ಯಾವ ಏರಿಯಾದಲ್ಲಿರೋದು ಹೇಳು?"

"ವಸಂತ ನಗರ, ಬೆಂಗಳೂರು"

"ನಾನಂತೂ ಈ ಹೆಸರು ಕೇಳಿಲ್ಲ. ಆದ್ರೂ ಒಮ್ಮೆ ವಿಚಾರಿಸಿ ಹೇಳ್ತೀನಿ. ಕಾಫಿ ಬೋರ್ಡ್ನಲ್ಲಿ ಎಲ್ಲಾ ಕನ್ಸಲ್ಟೆಂಟುಗಳದ್ದೂ ಇನ್ಫರ್ಮೇಶನ್ ಇದೆ. ವೆಬ್‌ಸೈಟಲ್ಲಿ ನೀನೂ ನೋಡಬಹುದು. ನಾನೂ ವಿಚಾರಿಸಿ ಹೇಳ್ತೀನಿ. ಮತ್ತೆ ನಿನ್ನ ಎಂ.ಬಿ.ಎ ಹೇಗೆ ನಡೀತಿದೆ..?"

"ಚೆನ್ನಾಗಿ ನಡೀತಿದೆ. ಕೊನೇ ಸೆಮೆಸ್ಟರ್. ಪ್ರಾಜೆಕ್ಟ್ ಮಾತ್ರ ಇದೆ. ಅದಕ್ಕೇ ಬೆಂಗ್ಳೂರಿಗೆ ಹೋಗ್ತಿದ್ದೀನಿ"

"ಗುಡ್. ಎಂ.ಬಿ.ಎ ಮುಗಿದ ಮೇಲಾದ್ರೂ ಒಮ್ಮೆ ಬಡವರ ಕುಟೀರಕ್ಕೆ ದರ್ಶನ ಕೊಡಪ್ಪಾ..?"

"ಅಂದ್ರೆ ಅದಕ್ಕೆ ಮುಂಚೆ ಬರಬೇಡ ಅಂತಾನಾ?"

"ಅಯ್ಯೋ ಹಾಗಂದ್ಕೋಬೇಡವೋ"

"ಇಲ್ಲ ತಮಾಷೆಗೆ ಹೇಳಿದೆ. ಮತ್ತೆ ಫೋನ್ ಮಾಡ್ತಿನಿ"

"ಆಗ್ಲಿ ಬೈ"

ಸೂರಜ್ ಮೊಬೈಲು ಕೈಯಲ್ಲಿ ಹಿಡಿದೇ ಯೋಚಿಸತೊಡಗಿದ. ಅಂದರೆ ಈ 'ಡೇವಿಡ್ ಅಂಡ ಕೋ' ನಕಲಿ! ಸಂದೇಹವೇ ಇಲ್ಲ! ಯಾರೋ ಚಿಕ್ಕಪ್ಪನಿಂದ ಹಣ ಪೀಕಿಸುತ್ತಿದ್ದಾರೆ! ಆದರೆ ಏಕೆ? ಅಥವಾ ಚಿಕ್ಕಪ್ಪನೇ ಇಂತಾ ಬೇನಾಮಿ ಅಕೌಂಟ್ ಕ್ರಿಯೇಟ್ ಮಾಡಿರಬಹುದು! ಯಾಕೆ ಹೀಗೆ ಮಾಡಿದ್ದಾರೆ? ಈ ಹಣದ ವ್ಯವಹಾರ ಮೂರ್ನಾಲ್ಕು ವರ್ಷ ಹಿಂದಿನಿಂದಲೂ ನಡೆದಿದೆ ಎಂದರೆ ಅದು ಮಂದಕ್ಕ ಕಾಣೆಯಾಗಿರುವುದಕ್ಕೆ ಯಾವ ರೀತಿಯ ಸಂಬಂಧ ಹೊಂದಿದೆ? ಅಥವಾ ಅದಕ್ಕೂ ಇದಕ್ಕೂ ಸಂಬಂಧ ಇಲ್ಲವೆ? ಹಣ ಮಾತ್ರ ಸೋರಿ ಹೋಗುತ್ತಿದೆ. ಇದು ಚಿಕ್ಕಪ್ಪನನ್ನು ಬಿಟ್ಟರೆ ಇನ್ಯಾರಿಗೂ ಗೊತ್ತಿಲ್ಲ! ಅಥವಾ ಈ ಹಣ ಸೋರಿ ಚಿಕ್ಕಪ್ಪನ ಸುಳ್ಳು ಖಾತೆಗೆ ಹೋಗುತ್ತಿದೆಯೆ? ಆದರೆ ನಗದು ವ್ಯವಹಾರ ಏಕೆ? ಪ್ರಫುಲ್ಲ ಎಸ್ಟೇಟ್ ಲೆಕ್ಕದಲ್ಲಿದ್ದರೂ ಅದು ಸೇರಿರುವ ಸ್ಥಳ ಗೊತ್ತಾಗಬಾರದೆಂದೇ ಈ ನಗದು ವ್ಯವಹಾರ! ಕಂಪೆನಿಯ ಲೆಕ್ಕ ಪರಿಶೋಧಕರು ಅದನ್ನು ಎತ್ತಿ ತೋರಿಸುವವರೆಗೂ ಅದು ಗೌಪ್ಯವಾಗಿಯೇ ಇದ್ದಿರಬೇಕು. ಲೆಕ್ಕ ಪರಿಶೋಧಕರ ವರದಿಯ ನಂತರವೇ ರಶೀದಿಯನ್ನು ಸೃಷ್ಟಿಸುವ ಕ್ರಿಯೆ ನಡೆದಿದೆ. ನಿಜಕ್ಕೂ ಆ ಕಂಪೆನಿ ಇದ್ದರೆ ಅದಕ್ಕೊಂದು ವೆಬ್‌ಸೈಟ್ ಮತ್ತು ಅದು ಟೆಲಿಫೋನ್ ಡೈರೆಕ್ಟರಿಯಲ್ಲಿ ಕಾಣಿಸಬೇಕು. ಕಾಫಿ ಬೋರ್ಡ್ ದಾಖಲೆಗಳಲ್ಲಿ ಮಾತ್ರವಲ್ಲದೆ ವೆಬ್‌ಸೈಟಿನಲ್ಲಿ ಕೂಡ ಅದು ಇರಲೇಬೇಕು. ಅದಿಲ್ಲವೆಂದಾದರೆ ಅದು ನಕಲಿಯೇ! ಆದರೆ ಆ ನಕಲಿ ಖಾತೆಯ ಹಿಂದೆ ಯಾರಿದ್ದರೆ? ಕೇವಲ ಚಿಕ್ಕಪ್ಪ? ಅಥವಾ ಅವರ ಹಿಂದೆ ಕೂಡ ಇನ್ನೊಬ್ಬರಿರಬಹುದೆ? ಅದು ಖಚಿತವಾದರೆ ಮುಂದೆ ಮಂದಕ್ಕ ಅದೃಷ್ಯಕ್ಕೂ ಈ ಹಣದ ಸೋರುವಿಕೆಗೂ ಸಂಬಂಧ ಸಿಗಬಹುದು! ಅಥವಾ ಇಲ್ಲದೆಯೂ ಇರಬಹುದು! ಮಂದಕ್ಕನ ವಿಶಯವೇ ಬೇರೆ ಇದೇ ಬೇರೆಯೂ ಆಗಿರಬಹುದು!

ಎಸ್ಟೇಟ್ ಮನೆ ಸೇರಿದೊಡನೆ ಚಿಕ್ಕಪ್ಪ ತನಗಾಗಿ ಕಾಯುತ್ತಿರುವುದು ಗೊತ್ತಾಯಿತು. ಎಂದೂ ಇಂತಾ ಆತಂಕದಿದ ತನ್ನನ್ನು ಕಾಯದಿದ್ದ ಚಿಕ್ಕಪ್ಪ ಇಂದೇಕೆ ತಾನು ಬರುವುದನ್ನೇ ಕಾಯುತ್ತಿದ್ದಾರೆ ಎನ್ನುವುದೂ ಅವನಲ್ಲಿ ಸಂಶಯದ ಬೀಜ ಬಿತ್ತಿತು.

“ಬೆಂಗ್ಳೂರಿಂದ ಒಂದೇ ಸಮ ಪ್ರಯಾಣ ಮಾಡಿ ಬಂದಿದ್ದೀರಿ, ಊಟ ಮಾಡಿ ಮಲಗಬಾರದಾಗಿತ್ತೆ?”

ಚಿಕ್ಕಪ್ಪನಿಗೆ ಸೂರಜ್ ತಾನಾಗೇ ಹೇಳಿದ.

“ಅಂತಾ ಆಯಾಸ ಏನಿರಲಿಲ್ಲ. ಅದ್ಸರಿ ನೀನು ಆಫೀಸಿನ ಕೆಲಸದಲ್ಲಿ ಆಸಕ್ತಿ ತಗೊಂಡಿರೋದು ತುಂಬಾ ಸಂತೋಷ! ಅಂದ ಹಾಗೆ ಅಲ್ಲಿನ ವ್ಯವಹಾರ ಎಲ್ಲಾ ಸರಿಯಾಗಿ ನಡೀತಿದೆ ಎನ್ನಿಸುತ್ತಾ? ನನಗೆ ಲೆಕ್ಕ ಪತ್ರಗಳು ಸರಿಯಾಗಿ ಅರ್ಥವಾಗೊಲ್ಲ. ಎಲ್ಲಾ ನಮ್ಮ ಚಾರ್ಟಡ್ ಅಕೌಂಟೆಂಟ್, ರಾಮಯ್ಯ, ವೆಂಕಟೇಶ್ ಇವರನ್ನ ನಂಬಿಕೊಂಡೇ ಕೆಲಸ ಮಾಡ್ಕೊಂಡು ಬಂದಿದೀನಿ”

ಚಿಕ್ಕಪ್ಪನ ಮಾತಿನ ಹಿಂದೇ ತನಗೆ ಡೇವಿಡ್ ಅಂಡ್ ಕಂಪೆನಿಯ ವಿಶಯದಲ್ಲಿ ಅನುಮಾನ ಬಂದಿದೆಯೇ ಎಂದು ತಿಳಿಯುವ ಪ್ರಯತ್ನವಿದೆಯೆ?

“ನೀವು ಎಷ್ಟು ವರ್ಷದಿಂದ ಈ ವ್ಯವಹಾರ ನೋಡ್ಕೊಂಡಿದ್ದೀರಿ. ನಿಮ್ಮ ಅನುಭವದ ಮುಂದೆ ನನ್ನ ನಾಲೆಡ್ಜ್ ಏನೇನೂ ಅಲ್ಲ! ಎಲ್ಲಾ ಸರಿ ಇರಲೇಬೇಕು. ಸುಮ್ಮನೆ ಮೇಲ್ನೋಟಕ್ಕೆ ಕೆಲವು ಫೈಲು ನೋಡಿದೆ ಅಷ್ಟೆ. ಅದಿರಲಿ ಚಿಕ್ಕಪ್ಪ ಇದ್ದಕ್ಕಿದ್ದ ಹಾಗೆ ನನ್ನ ಕಾಲೇಜಿಗೆ ಹೋಗಿದ್ರಲ್ಲ?”

ಸೂರಜ್ ಕೂಡ ತನ್ನ ಚಿಕ್ಕಪ್ಪನ ಮನಸ್ಸಿನಲ್ಲಿರುವ ವಿಶಯ ತಿಳಿಯುವ ಪ್ರಯತ್ನ ಮಾಡಿದ.

“ಇಲ್ಲ. ಮೈಸೂರಲ್ಲಿ ನಿಮ್ಮ ಕಾಲೇಜ್ ಹತ್ರಾನೇ ಸ್ವಲ್ಪಕೆಲಸ ಇತ್ತು. ಕೆಲಸ ಬೇಗನೆ ಮುಗಿದಿತ್ತು. ಒಂದ್ಸಲ ನಿಮ್ಮ ಡೈರೆಕ್ಟರ್ ಜೊತೆ ಮಾತಾಡೋಣ ಅನ್ನಿಸಿತು. ಹೋಗಿದ್ದೆ. ಆಗಲೇ ನಿನ್ನ ಪ್ರಾಜೆಕ್ಟ್ ಬಗ್ಗೆ ತಿಳಿಸಿದರು”

ಚಿಕ್ಕಪ್ಪ ಏನೋ ಸುತ್ತು ಬಳಸಿ ಮಾತಾಡ್ತಿದ್ದಾರೆ! ಏನೋ ಮುಚ್ಚಿಡ್ತಿದ್ದಾರೆ ಅನ್ನೋ ದಟ್ಟವಾದ ಅನುಮಾನ ಸೂರಜನಿಗಾಯಿತು.

“ಏನು ನೀವು ಹೀಗೇ ಮಾತಾಡ್ತಾ ಇರ್ತೀರೊ ಇಲ್ಲಾ ಊಟಕ್ಕೆ ಬರ್ತೀರೋ..? ಊಟದಲ್ಲೂ ಮಾತಾಡಬಹುದಲ್ಲ? ನಿಮ್ಮ ಊಟ ಆದಮೇಲೆ ನನಗೆ ಅಡಿಗೆ ಮನೇಲಿ ಇನ್ನೂ ಕೆಲಸ ಇರುತ್ತೆ. ನೀವು ಲೇಟ್ ಮಾಡಿದಷ್ಟೂ ನನ್ನ ನಿದ್ರೆ ಸಮಯ ಕಮ್ಮಿಯಾಗುತ್ತೆ”

ಚಿಕ್ಕಮ್ಮ ಬಂದು ಹೇಳಿದಾಗ ಇಬ್ಬರೂ ಮರುಮಾತಿಲ್ಲದೆ ಊಟಕ್ಕೆ ಹೊರಟರು.

“ನಾಳೇನೇ ನಾನು ಮೈಸೂರಿಗೆ ಹೋಗಿ ಪ್ರಾಜೆಕ್ಟ್ ಲೆಟರ್ ತಗೋತೀನಿ”

“ಗುಡ್”

ಚಿಕ್ಕಪ್ಪನ ಸಮಾಧಾನ ಆ ಶಬ್ದದಲ್ಲಿ ಗೋಚರಿಸಿತು.

5

ಅಧ್ಯಾಯ:

"ಐಯಾಮ್ ಸಾರಿ. ಪ್ರಾಜೆಕ್ಟ್ ಅಪ್ರೂವಲ್ ಲಿಸ್ಟಿಂದ ನಿಮ್ಮ ಹೆಸರು ಕ್ಯಾನ್ಸಲ್ ಮಾಡಿದ್ದಾರೆ. ಇದನ್ನ ನೆನ್ನೇನೆ ನಿಮ್ಮ ಇನ್ಸಿಟ್ಯೂಟ್‌ಗೆ ಮೈಲ್ ಮಾಡಿದೆ"

ರಿಸೆಪ್ಷೆನಿಸ್ಟ್ ಸೂರಜ್ ಕೊಟ್ಟ ಪ್ರಾಜೆಕ್ಟ್ ಅಪ್ರೂವಲ್ ಲೆಟರ್ ನೋಡಿ ಹೇಳಿದಳು. ಸೂರಜ್‌ಗೆ ಅದು ವಿಚಿತ್ರ ಎನ್ನಿಸಿತು. ಒಮ್ಮೆ ಅಪ್ರೂವ್ ಮಾಡಿದ್ದನ್ನ ಸಾಮಾನ್ಯವಾಗಿ ಯಾವ ಕಂಪೆನೀನೂ ಕ್ಯಾನ್ಸಲ್ ಮಾಡೊಲ್ಲ. ಆಕೆ ಏನೋ ಕನ್ಫ್ಯೂಸ್ ಮಾಡಿಕೊಂಡಿರಬಹುದು ಎನ್ನಿಸಿತು.

"ಇದನ್ನ ನೆನ್ನೇನೆ ನಮ್ಮ ಇನ್ಸ್‌ಟ್ಯೂಟಲ್ಲಿ ಕೊಟ್ಟರು.."

"ನೆನ್ನೆ ಸಂಜೆ ನಮ್ಮ ಡಿಪಾರ್ಟ್ಮೆಂಟಿಂದ ಕ್ಯಾನ್ಸಲೇಶನ್ ಬಗ್ಗೆ ಮೈಲ್ ಮಾಡಿದಾರೆ.."

"ಆದ್ರೆ ಯಾಕೆ? ಒಂದ್ಸಲ ಕೊಟ್ಟಿದ್ದ ಅಪ್ರೂವಲ್ ಕ್ಯಾನ್ಸಲ್ ಯಾಕೆ ಮಾಡಿದಾರೆ?"

"ಅದು ನನಗೆ ಗೊತ್ತಿಲ್ಲ"

"ನಿಮ್ಮ ಹೆಚ್.ಆರ್ ಮ್ಯಾನೇಜರ್ ಜೊತೆ ನಾನು ಮಾತಾಡಬೇಕು"

"ಕೇಳಿ ನೋಡ್ತೀನಿ. ನೀವು ಒಂದೈದು ನಿಮಿಷ ಕೂತಿರಿ"

ಸೂರಜ್ ದೂರದಲ್ಲಿ ವೈಟಿಂಗ್ ಚೇರಿನಲ್ಲಿ ಕೂತ. ಈಕೆಗೆ ವಿಶಯ ಸರಿಯಾಗಿ ಗೊತ್ತಿಲ್ಲದೆ ಇರಬಹುದು. ಹೆಚ್.ಆರ್ ಮ್ಯಾನೇಜರ್ ನೋಡಿದರೆ ಎಲ್ಲಾ ಗೊಂದಲ ಪರಿಹಾರವಾಗಬಹುದು ಎಂದುಕೊಂಡು ಆಕೆಯ ಪ್ರತಿಕ್ರಿಯೆಗಾಗಿ ಕೂತ.

ಆಕೆ ಫೋನಿನಲ್ಲಿ ಹಲವು ಸಲ ಮಾತಾಡಿದರೂ ಸೂರಜ್ ಕಡೆ ನೋಡಲಿಲ್ಲ. ಬೇರೆ ಕಾಲ್‌ಗಳಲ್ಲಿ ಬಿಜಿಯಾಗಿರಬಹುದು ಸ್ವಲ್ಪ ಹೊತ್ತು ಕಾಯೋಣ ಎಂದು ಹೆಚ್ಚು ಆತಂಕಪಡದೆ ಕೂತಿದ್ದ ಸೂರಜ್.

ಇಪ್ಪತ್ತು ನಿಮಿಷ ಕಳೆದರೂ ಆಕೆ ಸೂರಜ್‌ನತ್ತ ಗಮನ ಹರಿಸಲೇ ಇಲ್ಲ. ಇನ್ನು ಕಾಯಲಾಗುವುದಿಲ್ಲ ಎನಿಸಿ ಆಕೆಗೆ ತನ್ನ ವಿಶಯ ನೆನಪಿಸಲು ಸೂರಜ್ ಎದ್ದು ಆಕೆಯತ್ತ ನಡೆದ.

ಅದೇ ಸಮಯಕ್ಕೆ ಒಳಗಿನಿಂದ ಬಂದ ಒಬ್ಬ ವ್ಯಕ್ತಿ ರಿಸೆಪ್ಷನಿಸ್ಟ್ ಹತ್ತಿರ ಏನೋ ಮಾತಾಡುವುದು ಕಂಡು, ಸೂರಜ್ ಮತ್ತೆ ತಾನು ಹಿಂದೆ ಕೂತಿದ್ದ ಕಡೆ ನಡೆದ.

ಆತ ನೇರವಾಗಿ ಸೂರಜ್ ಕಡೆ ಬಂದ.

"ಐಯಾಮ್ ಪ್ರದೀಪ್ ಎಚ್.ಆರ್ ಮ್ಯಾನೇಜರ್"

"ಗುಡ್ ಮಾರ್ನಿಂಗ್ ಸರ್. ನಾನು ಎಸ್.ಎಸ್ ಮ್ಯಾನೇಜ್ಮೆಂಟ್ ಇನ್ಸಿಟ್ಯೂಟ್ ಸ್ಟೂಡೆಂಟ್"

"ಐ ನೋ. ಐ ಯಾಮ್ ಸಾರಿ ನಿಮ್ಮ ಪ್ರಾಜೆಕ್ಟ್ ಕ್ಯಾಂಡಿಡೇಚರ್ ಕ್ಯಾನ್ಸಲ್ ಆಗಿದೆ"

"ಕಾರಣ ಕೇಳಬಹುದೆ?"

"ನಮ್ಮಲ್ಲಿ ಒಬ್ಬರಿಗೆ ಮಾತ್ರ ಪ್ರಾಜೆಕ್ಟ್ ಮಾಡೋಕೆ ಅವಕಾಶ. ಬೈ ಮಿಸ್ಟೇಕ್ ಇಬ್ಬರಿಗೆ ಆಗಿದೆ. ಅದಕ್ಕೆ ಒಂದು ಹೆಸರು ಡಿಲೀಟ್ ಮಾಡಿ ನಿಮ್ಮ ಇನ್ಸಿಟ್ಯೂಟಿಗೆ ತಿಳಿಸಿದ್ದೀವಿ"

"ಬಟ್ ಲಾಸ್ಟ್ ಮಿನಿಟಲ್ಲಿ ಹೀಗೆ ಮಾಡಿದ್ರೆ ನನಗೆ ತೊಂದರೆಯಾಗುತ್ತೆ. ನನಗೆ ಸಿಕ್ಕಿರೋ ಟೈಮು ಕಮ್ಮಿಯಾಗುತ್ತೆ"

ಸೂರಜ್ ಆಕ್ಷೇಪಿಸಿದ.

"ಐಯಾಮ್ ಸಾರಿ. ಅದು ನಿಮ್ಮ ಸಮಸ್ಯೆ. ಅದಕ್ಕೂ ನಮ್ಮ ಕಂಪೆನಿಗೂ ಯಾವುದೇ ಸಂಬಂಧವಿಲ್ಲ. ಇನ್ನೇನಾದರೂ ಮಾತಾಡೋದಿದೆಯೆ?"

ಸೂರಜ್ ಉತ್ತರಕ್ಕೂ ಕಾಯದೆ ಆತ ಹಿಂದೆ ತಿರುಗಿದ.

ಅಪ್ರತಿಭನಾಗಿ ಸೂರಜ್ ಕುರ್ಚಿಯಲ್ಲಿ ಕೂತ. ಇಂತದನ್ನು ಅವನು ನಿರೀಕ್ಷಿಸಿಯೇ ಇರಲಿಲ್ಲ. ಈಗ ಮತ್ತೆ ಅವನು ವಾಪಸ್ಸು ಇನ್ಸಿಟ್ಯೂಟಿಗೆ ಹೋಗಿ ಮತ್ತೆ ಇನ್ಯಾವುದಾದರೂ ಬೇರೆ ಕಡೆ ಪ್ರಾಜೆಕ್ಟಿಗಾಗಿ ಯಾಚಿಸಬೇಕು! ಆದರೆ ಹೀಗೆ ಆಗಿದ್ದೇಕೆ? ಒಮ್ಮೆ ಕೊಟ್ಟಿದ್ದ ಅನುಮೋದನೆ ಬದಲಾಯಿಸಿರುವುದೇಕೆ? ಇಲ್ಲೂ ರಾಜಕೀಯವೆ? ಇಲ್ಲೂ ಲಂಚ ಕೊಡಬೇಕಿತ್ತೆ? ಈಗ ಏನು ಮಾಡಲಿ? ಯೋಚಿಸುತ್ತಲೇ ಮಂದಕ್ಕ ಮದುವೆಯಾಗಬೇಕಾಗಿದ್ದ ಅನೀಶ್ ಇದೇ ಕಂಪೆನಿಯಲ್ಲಿ ಕೆಲಸ ಮಾಡುವುದು ನೆನಪಾಯಿತು. ಹೌದು, ಈ ವಿಶಯದಲ್ಲಿ ಅನೀಶ್ ಸಹಾಯ ಏಕೆ ಪಡೆಯಬಾರದು? ಅಕ್ಕನಿಗೆ ಗೊತ್ತಾಗಿದ್ದ ಹುಡುಗ! ತಾನು ಅವನನ್ನು ನೋಡಿರುವೆ, ಮಾತಾಡಿರುವೆ! ಖಂಡಿತಾ ಅವನು ಸಹಾಯ ಮಾಡುತ್ತಾನೆ! ಯೋಚನೆ ಬರುತ್ತಲೇ ಸೂರಜ್ ಮತ್ತೆ ರೆಸಿಪ್ಷನಿಸ್ಟ್ ಬಳಿ ನಡೆದ.

"ಮಿಸ್ಟರ್ ಅನೀಶ್, ಮಾರ್ಕೆಟಿಂಗ್ ಮ್ಯಾನೇಜರ್ ಅವರನ್ನ ನಾನು ನೋಡಬೇಕು. ಕರೆಸುತ್ತೀರಾ.."

"ಲುಕ್ ಮಿಸ್ಟರ್ ನಮ್ಮ ಕಂಪೆನೀಲಿ ರೆಕಮೆಂಡೇಶನ್ ನಡೆಯೊಲ್ಲ"

ಆಕೆ ಖಡಕ್ಕಾಗಿ ಹೇಳಿದಾಗ ಸೂರಜ್‌ಗೆ ಕೋಪ ಬಂದಿತು.

"ಅನೀಶ್ ನಮ್ಮ ಪರಿಚಯದವರು. ನಿಮ್ಮ ಕಂಪೆನಿ ಪ್ರಾಜೆಕ್ಟ್ ರೆಕಮೆಂಡೇಶನ್ನಿಗೆ ನಾನು ಕೇಳ್ತಿಲ್ಲ. ಅವರನ್ನ ನಾನು ಭೇಟಿ ಮಾಡಬೇಕು ಅಷ್ಟೆ"

ಸೂರಜ್ ಕಹಿಯಾಗಿ ಹೇಳಿದ.

"ಓ.ಕೆ ಚೆಕ್ ಮಾಡ್ತೀನಿ.."

ಫೋನಿನಲ್ಲಿ ಆಕೆ ಯಾರೊಂದಿಗೋ ಮಾತಾಡಿದಳು.

"ಐಯಾಮ್ ಸಾರಿ. ಅನೀಶ್ ಇವತ್ತು ರಜದಲ್ಲಿದ್ದಾರೆ"

ಸೂರಜ್‌ಗೆ ತೀವ್ರ ನಿರಾಶೆಯಾಯಿತು! ಕೆಲ ನಿಮಿಷದ ಹಿಂದೆ ಉಕ್ಕಿದ್ದ ಕೋಪ ತಣ್ಣಗಾಗಿತ್ತು. ಅನೀಶ್ ಜೊತೆ ಮಾತಾಡಿದ್ದರೆ ಈ ಪ್ರಾಜೆಕ್ಟಿನ ವಿಶಯದಲ್ಲಿ ನಡೆದಿರುವ ಸತ್ಯಸಂಗತಿ ತಿಳಿಯುತ್ತಿತ್ತು. ಚಿಕ್ಕಪ್ಪನಿಗೆ ಕೇಳಿದರೆ ಅನೀಶ್ ಫೋನ್ ನಂಬರ್ ಸಿಗಬಹುದು. ಆದರೆ ಅನೀಶ್ ಕೆಲಸಕ್ಕೇ ಬಂದಿಲ್ಲ ಎಂದ ಮೇಲೆ ಈಗ ಫೋನ್ ನಂಬರು ತೆಗೆದುಕೊಂಡು ಮಾಡುವುದೇನು? ಯಾರೋ ಬೇಕೆಂತಲೇ ಈ ರೀತಿ ಮಾಡಿರಬಹುದೆ? ಸಂಶಯವಾಯಿತು. ಆದರೆ ಯಾರು? ಮತ್ತು ಏಕೆ? ತನ್ನ ಪ್ರಾಜೆಕ್ಟ್ ಇಲ್ಲಿ ಕ್ಯಾನ್ಸಲ್ ಆಗಿರುವುದಕ್ಕೂ ಮಂದಕ್ಕನ ವಿಶಯಕ್ಕೂ ಏನೇನೂ ಸಂಬಂಧವಿಲ್ಲ! ಇದು ತನ್ನ ಕಾಲೇಜಿನ ಪ್ರಾಜೆಕ್ಟ್ ಸಂಬಂಧಿಸಿದ್ದು. ಇಂತಾ ಅತಿ ಸಾಧಾರಣ ವಿಶಯದಲ್ಲಿ ಅನುಮಾನಿಸುವುದು ಏನಿದೆ? ರೆಸೆಪ್ಷನಿಸ್ಟ್ ಪ್ರಕಾರ ಇಲ್ಲಿ ಇಬ್ಬರಿಗೆ ಪ್ರಾಜೆಕ್ಟ್ ಮಾಡಲು ಅವಕಾಶವಿಲ್ಲ. ಒಬ್ಬರಿಗೆ ಮಾತ್ರ ಅವಕಾಶ. ಹಾಗಿದ್ದರೆ ಇಬ್ಬರನ್ನು ಏಕೆ ಸೆಲೆಕ್ಟ್ ಮಾಡಿದ್ದರು? ಹಾಗಾದರೆ ಇಲ್ಲಿ ಪ್ರಾಜೆಕ್ಟ್ ಮಾಡಲಿರುವ ತನ್ನ ಕಾಲೇಜಿನ ಇನ್ನೊಬ್ಬರು ಯಾರು? ಅದನ್ನು ತಾನು ಕಾಲೇಜಲ್ಲಿ ಕೇಳಲೇ ಇಲ್ಲವಲ್ಲ? ಕೇಳಿದ್ದರೆ ಅನುಕೂಲವಾಗುತ್ತಿತ್ತು. ಆ ಇನ್ನೊಂದು ಹೆಸರು ಈ ಕಂಪೆನಿಯವರಿಗೆ ಗೊತ್ತಿದೆ. ಅವರನ್ನೇ ಕೇಳಿದರೆ ಹೇಗೆ? ಸೂರಜ್ ಮತ್ತೆ ರೆಸೆಪ್ಷನಿಸ್ಟ್ ಕಡೆಗೆ ನಡೆಯುತ್ತಿದ್ದಾಗ ಮತ್ತೊಂದು ಅಚ್ಚರಿ ಕಾದಿತ್ತು!

"ಅರೆ? ಇಳಾ? ನೀನಿಲ್ಲಿ ?"

ಸೂರಜ್ ಉದ್ಗರಿಸಿದ. ಅವನ ಕ್ಲಾಸ್‌ಮೇಟ್ ಇಳಾ ಫೈಲು ಹಿಡಿದು ಒಳಗೆ ಬಂದಿದ್ದಳು!

"ಹೌದು. ನನ್ನ ಪ್ರಾಜೆಕ್ಟು ಇಲ್ಲೇ. ನಿಂದೂ ಇಲ್ಲೇ ಅಂತಲ್ಲ?" ಇಳಾ ನಸುನಗುತ್ತಾ ಹೇಳಿದಳು.

"ಇಲ್ಲ. ನನ್ನ ಹೆಸರು ಕಂಪೆನಿಯವರು ಕ್ಯಾನ್ಸಲ್ ಮಾಡಿದಾರೆ! ನೀನೊಬ್ಬಳೇ ಇಲ್ಲಿ ಪ್ರಾಜೆಕ್ಟ್ ಮಾಡೋಳು"

ಸೂರಜ್ ನಿರಾಶೆಯಿಂದ ಹೇಳಿದ.

"ಹೌದಾ? ಕಾಲೇಜಲ್ಲಿ ಏನೂ ಹೇಳಿರಲಿಲ್ಲ? ಮತ್ತೇನ್ಮಾಡ್ತೀಯ?"

"ನೋಡ್ತೀನಿ..ಪ್ಲೇಸ್ಮೆಂಟ್ ಆಫೀಸರ್‌ಗೆ ಫೋನು ಮಾಡ್ತೀನಿ"

"ಓ.ಕೆ ಗುಡ್‌ಲಕ್. ನೀನೂ ಇಲ್ಲೇ ಮಾಡಿದ್ದರೆ ಚೆನ್ನಾಗಿತ್ತು. ಇಬ್ಬರೂ ಒಬ್ಬರಿಗೊಬ್ಬರು ಹೆಲ್ಪ್ ಮಾಡಬಹುದಿತ್ತು. ನಾನಿನ್ನೂ ರಿಪೋರ್ಟ್ ಮಾಡಿಲ್ಲ. ಈಗಷ್ಟೇ ಬಂದೆ"

"ಓಕೆ ಗೋ ಅಹೆಡ್. ನಾನು ವಾಪಸ್ಸು ಹೋಗ್ತಿದ್ದೀನಿ"

"ನಾನು ಈವಿನಿಂಗ್ ಫೋನ್ ಮಾಡ್ತೀನಿ..ಪ್ಲೇಸ್ಮೆಂಟ್ ಆಫೀಸರ್ ಏನು ಹೇಳಿದರು ಹೇಳಬೇಕು"

"ಶೂರ್. ಗುಡ್ ಲಕ್ ಟು ಯುವರ್ ಪ್ರಾಜೆಕ್ಟ್"

ಎಂದು ಇಳಾಗೆ ಹೇಳಿ ಸೂರಜ್ ಈಚೆ ಬಂದು ರಸ್ತೆಯಲ್ಲಿ ನಿಂತು ಇನ್ಸಿಟ್ಯೂಟಿನ ಪ್ರಾಜೆಕ್ಟ್ ಆಫೀಸರ್ ಗೋವಿಂದ್‌ಗೆ ಫೋನ್ ಮಾಡಿದ.

"ಹೌದು ಸೂರಜ್. ನನಗೆ ನೆನ್ನೆ ಸಂಜೆ ಕಂಪೆನಿಯವರು ಮೈಲ್ ಮಾಡಿದಾರೆ. ನಾನು ಇವತ್ತು ಬೆಳಿಗ್ಗೇನೇ ನೋಡಿದ್ದು. ನಿನಗೆ ಫೋನ್ ಮಾಡಬೇಕೂಂತಿದ್ದೆ..ಆದ್ರೆ ಯಾವುದೋ ಮೀಟಿಂಗಲ್ಲಿ ಸಿಕ್ಕಿಕೊಂಡಿದ್ದೆ.."

ಪ್ರೊಫೆಸರ್ ಗೋವಿಂದ್ ವಿವರಿಸಿದರು.

"ನನ್ನ ಹೆಸರನ್ನ ಕ್ಯಾನ್ಸಲ್ ಮಾಡಿರೋದಕ್ಕೆ ಏನಾದ್ರೂ ಕಾರಣ ಕೊಟ್ಟಿದಾರ ಸಾರ್"

"ಇಲ್ಲ. ನಮ್ಮ ಕಂಪೆನೀಲಿ ಒಬ್ಬರಿಗೆ ಮಾತ್ರ ಅವಕಾಶ. ಅದರಲ್ಲೂ ಹೆಚ್.ಆರ್ ಏರಿಯಾಗೆ ಇಂಪಾರ್ಟೆನ್ಸ್ ಕೊಟ್ಟು, ಮಾರ್ಕೆಟಿಂಗ್ ಪ್ರಾಜೆಕ್ಟ್ ಕೇಳಿರೋ ಕ್ಯಾಂಡಿಡೇಟ್ ಹೆಸರು ಡಿಲೀಟ್ ಮಾಡ್ತಿದ್ದೀವಿ ಅಂತ ಮೈಲಲ್ಲಿ ಹೇಳಿದ್ದಾರೆ"

"ಅಲ್ಲಾ ಸಾರ್. ನಾನು ಇಲ್ಲಿಗೆ ಬರೋವರೆಗೂ ಅವರೇನು ಮಾಡ್ತಿದ್ದರು?"

"ಐ ಡು ನಾಟ್ ಅಂಡರ್‌ಸ್ಟ್ಯಾಂಡ್"

"ಈಗ ನಾನೇನು ಮಾಡ್ಲಿ ಸಾರ್?"

"ಕಮ್ ಬ್ಯಾಕ್. ಇನ್ನೆರಡು ದಿವಸದಲ್ಲಿ ಏನಾದ್ರೂ ವ್ಯವಸ್ಥೆ ಮಾಡಿಕೊಡ್ತೀನಿ"

"ತ್ಯಾಂಕ್ಸ್ ಸಾರ್"

"ಓ.ಕೆ ಇದರಿಂದ ಅಪ್ಸೆಟ್ ಆಗೋದೇನೂ ಬೇಡ"

"ಸರಿ ಸಾರ್"

ಅಪ್ಸೆಟ್ ಆಗೋದೇನೂ ಬೇಡ ಎಂದು ಪ್ರೊಫೆಸರ್ ಗೋವಿಂದ್ ಹೇಳಿದ್ದರೂ ಸೂರಜ್ ಖಿನ್ನನಾಗಿದ್ದ. ಮೊಬೈಲು ಜೇಬಲ್ಲಿಟ್ಟುಕೊಂಡು ಈಗೇನು ಮಾಡಲಿ ಎಂದು ಯೋಚಿಸಿದ. ಮೈಸೂರಿಂದ ಬೆಳಿಗ್ಗೆ ಬೇಗನೆ ಹೊರಟು ಬಂದಿದ್ದ. ಇನ್ನೂ ಬೆಳಗಿನ ಉಪಹಾರ ಮಾಡಿರಲಿಲ್ಲ. ಪ್ರಾಜೆಕ್ಟಿನ ವಿಶಯದಲ್ಲಿ ಅವನಿಗೆ ಹಸಿವು ಕಾಣಿಸದಿದ್ದುದು ಈಗ ಕಾಣಿಸಿತು.

ಹತ್ತಿರದಲ್ಲಿ ಕಂಡ ಹೋಟೆಲೊಂದರಲ್ಲಿ ಉಪಹಾರ ಮಾಡುತ್ತಿರುವಾಗ ಚಿಕ್ಕಪ್ಪ ಡೇವಿಡ್ ಅಂಡ್ ಕಂಪೆನಿಗೆ ಸಲ್ಲಿಸುತ್ತಿದ್ದ ಹಣದ ವಿಶಯ ತಲೆಯಲ್ಲಿ ಸುಳಿಯಿತು. ನಂ.35, ವಸಂತನಗರ, ಬೆಂಗಳೂರು ವಿಳಾಸ ನೆನಪಾಯಿತು. ಪ್ರಾಜೆಕ್ಟ್ ವಿಶಯಕ್ಕೆ ಮುದುಡಿದ್ದ ಮನಸ್ಸು ಚುರುಕಾಯಿತು. ಹೌದು, ಈಗ ಮಾಡಲು ಕೆಲಸ ಗೋಚರಿಸಿತು. ಪ್ರಾಜೆಕ್ಟ್ ವಿಶಯದಲ್ಲಿ ಹೀಗಾಗಿದ್ದೂ ಒಂದು ರೀತಿಯಲ್ಲಿ ಒಳ್ಳೆಯದೇ ಎನಿಸಿತು. ಇಲ್ಲದಿದ್ದರೆ ಈ ಡೇವಿಡ್ ಕಂಪೆನಿಯನ್ನು ಹುಡುಕಲು ಇನ್ನೂ ಎಷ್ಟೋ ಸಮಯ ಆಗುತ್ತಿತ್ತು!

ಹೋಟೆಲಿಂದೀಚೆ ಬಂದು ಆಟೋ ಹಿಡಿದು ಡೇವಿಡ್ ಅಂಡ್ ಕಂಪೆನಿಯ ವಿಳಾಸಕ್ಕೆ ಬಂದ. ಮಾರ್ಗದಲ್ಲಿ ಬೆಂಗಳೂರಿನಲ್ಲಾಗಿರುವ ಅಗಾಧ ಬದಲಾವಣೆಯನ್ನು ಮನಸ್ಸಿನಲ್ಲಿ ತುಂಬಿಕ್ಕೊಳ್ಳುತ್ತಿದ್ದ. ಒಂದೊಂದು ಸಲ ಬೆಂಗಳೂರಿಗೆ ಬಂದಾಗಲೂ ಬದಲಾವಣೆಗಳು ಕಾಣುತ್ತಿದ್ದವು. ವರ್ಷದ ಹಿಂದೆ ಅವನು ಬೆಂಗಳೂರಿಗೆ ಬಂದಿದ್ದು, ಈಗಾಗಲೇ ಅನೇಕ ಬದಲಾವಣೆಗಳಾಗಿರುವುದು ಅಚ್ಚರಿ ಎನಿಸಿತು. ಇದೊಂದು ಜೀವಂತ ನಗರ ಎನಿಸಿತು. ಸದಾ ತುಡಿಯುವ, ಮಿಡಿಯುವ ಬದಲಾವಣೆಗಳಿಗೆ ವೇಗವಾಗಿ ಹೊಂದಿಕ್ಕೊಳ್ಳುವ ಏಕೈಕ ನಗರ ಇದು ಎನಿಸಿತು. ಹನ್ನೊಂದು ಗಂಟೆಯ ಸಮೀಪದಲ್ಲಿದ್ದರೂ ವಿಪರೀತ ವಾಹನಗಳು ರಸ್ತೆಯಲ್ಲಿ ಹರಿಯುತ್ತಿದ್ದವು.

ಆಟೋದಿಂದ ಇಳಿದು ಸೂರಜ್ ಎದುರಿಗಿದ್ದ ಕಟ್ಟಡ ನೋಡಿದ. ಅದೇ ನಂಬರ್ 35, ವಸಂತನಗರದ ವಿಳಾಸದಲ್ಲಿದ್ದುದು. ಮೂರು ಮಹಡಿಗಳ ಬಿಲ್ಡಿಂಗು. ಆ ಕಟ್ಟಡದ ಸುತ್ತ ಇದ್ದ ಎಲ್ಲವೂ ಭವ್ಯವಾಗಿದ್ದವು. ಇದು ಮಾತ್ರ ತುಂಬಾ ಹಳೆಯದಂತೆ ಕಾಣಿಸುತ್ತಿತ್ತು. ಕೆಳಗಿನ ಅಂತಸ್ತಿನಲ್ಲಿ ಮೂರು ವ್ಯಾಪಾರಿ ಮಳಿಗೆಗಳು. ಮೊದಲಿನ ಅಂತಸ್ತಿನಲ್ಲಿ ಕೆಲವು ಆಫೀಸುಗಳಿರುವಂತಿತ್ತು. ಮೂರನೆಯ ಅಂತಸ್ತಿನಲ್ಲಿ ಬಹುಶಃ ವಾಸದ ಮನೆಗಳಿರಬಹುದು ಎನಿಸಿತು. ಕೆಳಿಗಿದ್ದ ಮೂರು ಮಳಿಗೆಗಳಿಗೂ ನಾಮಫಲಕಗಳಿದ್ದವು. ಮೊದ ಅಂತಸ್ತಿನಲ್ಲಿದ್ದವಕ್ಕೂ ನಾಮಫಲಕಗಳಿದ್ದವು. ಆದರೆ ಎಲ್ಲಿಯೂ ಡೇವಿಡ್ ಅಂಡ್ ಕಂಪೆನಿಯ ಬೋರ್ಡು ಕಾಣಿಸಲಿಲ್ಲ!

ಸೂರಜ್ ನೆಲ ಅಂತಸ್ತಿನ ಫರ್ನಿಚರ್ ಅಂಗಡಿಯಲ್ಲಿ ಡೇವಿಡ್ ಅಂಡ್ ಕಂಪೆನಿಯ ಬಗೆಗೆ ವಿಚಾರಿಸುವ ಯೋಚನೆ ಬಂತು. ಮೊದಲು ಹುಡುಕೋಣ ಸಿಕ್ಕದಿದ್ದರೆ ನಂತರ ಈ ಅಂಗಡಿಯಲ್ಲಿ ವಿಚಾರಿಸೋಣ ಎನಿಸಿತು. ಕೆಳಗಿನ ಹಂತದಲ್ಲಿದ್ದರೆ ಅದರ ಬೋರ್ಡು ಕಾಣಿಸಬೇಕಿತ್ತು. ಬಹುಶಃ ಅದು ಮೊದಲ ಇಲ್ಲವೇ ಎರಡನೆಯ ಅಂತಸ್ತಿನಲ್ಲಿರಬಹುದು ಎನಿಸಿ ಮಹಡಿ ಹತ್ತಲು ಲಿಫ್ಟ್ ಇರಬಹುದೆ ಎಂದು ಹುಡುಕಿದ. ಮಹಡಿಗೆ ಲಿಫ್ಟ್ ಕಾಣಿಸಲಿಲ್ಲ. ಮೆಟ್ಟಿಲುಗಳು ಕಟ್ಟಡದ ಮಧ್ಯಭಾಗದಲ್ಲಿರುವುದು ಕಂಡು ಮೊದಲ ಅಂತಸ್ತಿನ ಎರಡೂ ಪಕ್ಕಗಳಲ್ಲಿ ಹುಡುಕಿದ. ಅಲ್ಲಿದ್ದವು ಮೂರು ಆಫೀಸುಗಳು. ಒಂದು ಇನ್ಶ್ಯುರೆನ್ಸ್ ಕಂಪೆನಿ, ಇನ್ನೊಂದು ಶೇರ್ ಬ್ರೋಕಿಂಗ್ ಕಂಪನಿ, ಮತ್ತೊಂದು ಚಿಟ್ ಫಂಡ್ ಕಂಪೆನಿ. ಬಹುಶಃ ಡೇವಿಡ್ ಅಂಡ್ ಕಂಪೆನಿ ಎರಡನೆಯ ಮಹಡಿಯಲ್ಲಿರಬಹುದೆಂದು ಎರಡನೆಯ ಮಹಡಿ ತಲುಪಿದ. ಮೆಟ್ಟಿಲು ಸೀದಾ ಕಟ್ಟಡದ ಹಿಂಭಾಗಕ್ಕೆ ತಲುಪಿಸಿತು. ಹಿಂದೆ ಎರಡೂ ಪಕ್ಕಗಳಲ್ಲಿ ಬಾಗಿಲುಗಳು ಕಾಣಿಸಿದವು. ಒಂದು ಭಾಗದಲ್ಲಿ ಕೇವಲ ಒಂದು ಬಾಗಿಲು, ಇನ್ನೊಂದು ಭಾಗದಲ್ಲಿ ಎರಡು ಬಾಗಿಲುಗಳು ಕಂಡವು. ಎರಡೂ ಕಡೆ ಬಾಗಿಲುಗಳಲ್ಲಿ ಡೇವಿಡ್ ಅಂಡ್ ಕಂಪೆನಿ ಎಲ್ಲಿದೆ ಎಂದು ಹುಡುಕುತ್ತ ಹೋದ ಸೂರಜ್. ಮೂರು ಭಾಗಿಲುಗಳೂ ಮುಚ್ಚಿದ್ದವು. ಎಲ್ಲಿಯೂ ಡೇವಿಡ್ ಅಂಡ್ ಕಂಪೆನಿಯ ಬೋರ್ಡಾಗಲೀ ಅಂತದೊಂದು ಕಂಪೆನಿ ಇರುವ ಯಾವ ಕುರುಹೂ ಕಾಣಿಸಲಿಲ್ಲ! ಗೋಡೆ, ಬಾಗಿಲುಗಳಿಗೆ ಬಣ್ಣ ಬಳಿದು ಎಷ್ಟೋ ವರ್ಷಗಳಾಗಿರುಬೇಕು ಎನ್ನುವಷ್ಟು ಹಳೆಯ ಬಾಗಿಲು, ಗೋಡೆಗಳು! ಎಡ ಭಾಗದ ಬಾಗಿಲ ಮುಂದೆ ನಿಂತು ಕಾಲಿಂಗ್ ಬೆಲ್ ಮಾಡಿದ. ಕೆಲ ನಿಮಿಷಗಳ ನಂತರ ವಯಸ್ಸಾದ ಗಂಡಸೊಬ್ಬರು ಬಾಗಿಲು ತೆಗೆದರು.

"ಇಲ್ಲಿ ಡೇವಿಡ್ ಅಂಡ್ ಕಂಪೆನಿ ಯಾವುದು?"

"ಅಂತ ಕಂಪೆನಿ ಇದೆ ಅಂತ ನಿಮಗೆ ಯಾರು ಹೇಳಿದ್ದು?"

ಆ ಪ್ರಶ್ನೆಗೆ ಏನು ಉತ್ತರಿಸುವುದೆನ್ನುವುದು ತಕ್ಷಣಕ್ಕೆ ಸೂರಜ್‌ಗೆ ಹೊಳೆಯಲಿಲ್ಲ!

"ಅಂತ ಹೆಸರಿನ ಕಂಪೆನಿ ಇಲ್ಯಾವುದೂ ಇಲ್ಲ"

ಅವರೇ ಮುಂದುವರಿದು ಹೇಳಿದರು.

"ನಾನು ಮೈಸೂರಿಂದ ಬಂದಿದೀನಿ..."

"ನೀವು ಎಲ್ಲಿಂದ ಬಂದಿದ್ದರೂ ಸರಿ. ಅಂತಾ ಹೆಸರಿಂದು ಇಲ್ಲಿ ಯಾವ ಕಂಪೆನೀನೂ ಇಲ್ಲ"

"ಇಲ್ಲಿ ವಿಳಾಸ. ನಂ.35, ವಸಂತ ನಗರ ತಾನೆ?"

"ವಿಳಾಸವೇನೋ ಸರಿ. ಆದರೆ ಕಂಪೆನಿ ಹೆಸರು ತಪ್ಪು"

"ದಯವಿಟ್ಟು ತಪ್ಪು ತಿಳೀಬೇಡಿ. ನೀವಿಲ್ಲಿ ಎಷ್ಟು ವರ್ಷದಿಂದ ವಾಸ ಇದ್ದೀರಿ?"

"ಅದಕ್ಕೂ ನಿಮಗೂ ಏನು ಸಂಬಂಧ? ನೀವು ಯಾವ ಕಂಪೆನಿ ಹುಡುಕಿಕೊಂಡು ಬಂದಿದೀರೋ ಅದು ಇಲ್ಲಿಲ್ಲ"

ಆತನಿಗೆ ಕೋಪ ಬಂದಂತಿತ್ತು! ಕೆಲವು ಕ್ಷಣ ಸೂರಜ್ ಮುಖ ನೋಡಿ ಆತ ಬಾಗಿಲು ಹಾಕಿಕೊಂಡುಬಿಟ್ಟ!

ಬೆಳಗಿನಿಂದ ಇದು ಎರಡನೆಯ ಸಲ ಮುಖಭಂಗವಾಗಿತ್ತು ಸೂರಜ್‌ಗೆ! ಮೊದಲು ಪ್ರಾಜೆಕ್ಟ್ ವಿಶಯ! ಎರಡನೆಯದು ಈ ವಿಳಾಸದ್ದು! ಅಂದರೆ ಡೇವಿಡ್ ಅಂಡ್ ಕಂಪೆನಿ ನಕಲಿ! ಬೇನಾಮಿ! ಆ ಹೆಸರಿನ ಕಂಪೆನಿಯೇ ಇಲ್ಲ! ಯಾರೋ ಚಿಕ್ಕಪ್ಪನಿಂದ ಹಣ ಸುಲಿಯುತ್ತಿದ್ದಾರೆ! ಅಥವಾ ಆ ಹೆಸರಿಂದ ಚಿಕ್ಕಪ್ಪನೇ ಬೇರೆಡೆ ಹಣ ಸಾಗಿಸುತ್ತಿದ್ದಾರೆ! ಇವರೆಡರಲ್ಲಿ ಯಾವುದು ಸರಿ? ಚಿಕ್ಕಪ್ಪ ಅಂತಾ ಕೆಲಸ ಮಾಡುತ್ತಾರೆ ಎಂದರೆ ನಂಬಲಾಗುತ್ತಿಲ್ಲ! ಇನ್ನುಳಿದದ್ದು ಎಂದರೆ ಬೇರೆ ಯಾರೋ ಇವರನ್ನು ಬ್ಲಾಕ್‌ಮೈಲ್ ಮಾಡುತ್ತಿದ್ದಾರೆ!

ಯೋಚಿಸುತ್ತಲೇ ಸೂರಜ್ ಮೆಟ್ಟಿಲಿಳಿದು ಕೆಳಗೆ ಬಂದ.

ಇದರೊಟ್ಟಿಗೆ ಮಂದಕ್ಕನ ವಿಶಯ ಸುತ್ತಿಕೊಂಡಿದೆಯೆ? ಇಲ್ಲಾ ಎರಡೂ ಬೇರೆ ವಿಶಯಗಳೆ? ಮಂದಕ್ಕ ಕಾಣೆಯಾಗಿರುವುದೇ ಬೇರೆಯದೇ ವಿಶಯ! 500ಕೆ ಎಂದು ಪ್ರಫುಲ್ಲ ಎಸ್ಟೇಟಿನ ಹಣ ಸೋರಿ ಹೋಗುತ್ತಿರುವುದೇ ಬೇರೆ ವಿಶಯ! ಇವರೆಡರ ಮಧ್ಯೆ ತಾನು? ಸೂರಜ್‌ಗೆ ತಲೆ ಬಿಸಿಯಾದಂತೆನಿಸಿತು. ಕಿವಿಗಳಿಗೆ ರಕ್ತ ನುಗ್ಗಿದಂತಾಯಿತು. ಈ ಚಕ್ರವ್ಯೂಹ ಹೇಗೆ ಭೇದಿಸಲಿ? ಯೋಚಿಸುತ್ತಾ ನಿಂತಿದ್ದಾಗ ಕೆಳಗಿನ ಫರ್ನಿಚರ್ ಅಂಗಡಿಯವರು ಸೂರಜ್‌ನನ್ನು ಗಮನಿಸಿತ್ತಿದ್ದಂತಿತ್ತು!

"ಏನು ಹುಡುಕುತ್ತಿದ್ದಿರಿ?"

ಅವರಾಗೇ ಸೂರಜ್‌ನನ್ನು ಕೇಳಿದರು.

"ಡೇವಿಡ್ ಅಂಡ ಕಂಪೆನಿ ಹುಡುಕ್ತಿದ್ದೀನಿ. ಮೇಲೆ ಕೇಳಿದೆ. ಅಂತಾ ಹೆಸರಿನ ಕಂಪೆನಿ ಇಲ್ಲವಂತೆ?"

ಸೂರಜ್ ನಿರಾಶೆಯಿಂದ ಹೇಳಿದ.

"ಬನ್ನಿ, ಒಳಗೆ" ಆತ ಕರೆದಾಗ ಸೂರಜ್‌ಗೆ ಆಶ್ಚರ್ಯ! ತಾನೇ ಹೋಗಿ ಕೇಳಿದ ವ್ಯಕ್ತಿ ಬಾಗಿಲು ಹಾಕಿಕೊಂಡ! ಏನನ್ನೂ ಕೇಳದ ಈತ ತನ್ನನ್ನು ಒಳಗೆ ಕರೆಯುತ್ತಿದ್ದಾನೆ! ಮನುಷ್ಯರ ಸ್ವಭಾವಗಳೇ ವಿಚಿತ್ರ ಎಂದು ಅಚ್ಚರಿಪಟ್ಟ ಸೂರಜ್.

"ಕೂತ್ಕೊಳ್ಳಿ"

ಸೂರಜ್ ಅವನು ಕುಳಿತಿದ್ದ ಗಲ್ಲಾ ಪೆಟ್ಟಿಗೆಯ ಬಳಿ ಬಂದಾಗ ಹೇಳಿದ.

ಆತ ಸುಮಾರು ಅರವತ್ತರ ಪ್ರಾಯದ ಗಂಡಸು. ಗಂಭೀರ ವ್ಯಕ್ತಿತ್ವ. ಸುಮಾರು ಮೂವತ್ತಡಿ, ಇಪ್ಪತ್ತೈದಡಿ ವಿಸ್ತೀರ್ಣದ ಅಂಗಡಿಯಲ್ಲಿ ಸೋಫಾ ಸೆಟ್, ಮಂಚ, ಕುರ್ಚಿಗಳು ಕಂಡವು. ಆತನೇ ಆ ಅಂಗಡಿಯ ಮಾಲೀಕ ಎನ್ನುವುದು ಸ್ಪಷ್ಟವಾಗಿತ್ತು. ಉಳಿದಂತೆ ಇಬ್ಬರು

ನೌಕರರು ಅಲ್ಲಿದ್ದರು. ಒಬ್ಬ ಏನನ್ನೋ ಪ್ಯಾಕ್ ಮಾಡುತ್ತಿದ್ದ. ಇನ್ನೊಬ್ಬ ಅಂಗಡಿಯ ವಸ್ತುಗಳ ಮೇಲಿದ್ದ ಧೂಳು ಒರೆಸುತ್ತಿದ್ದ.

"ಆ ಕಂಪೆನಿಯಿಂದ ನಿಮಗೆ ಏನಾಗಬೇಕಾಗಿತ್ತು?"

"ಅದು..ಅದೂ.." ಸೂರಜ್ ಏನು ಹೇಳಲಿ ಎಂದು ಮಾತು ಎಳೆದ.

"ಇಂಟರ್ವ್ಯೂ ಇತ್ತೆ..?"

"ಹೌದು.."

"ನೀವು ಈ ವಿಳಾಸಕ್ಕೆ ಹೋಗಬೇಕು. ಅಲ್ಲಿ ನಿಮ್ಮ ಇಂಟರ್ವ್ಯೂ ನಡೆಯುತ್ತೆ. ಆಮೇಲೆ ನಿಮಗೆ ಫಾರಿನ್ ಕೆಲಸ ಸಿಕ್ಕುತ್ತೆ.."

ಆತ ಕೊಟ್ಟ ಚೀಟಿಯಲ್ಲಿ ಒಂದು ಹೋಟೆಲ್ಲಿನ ವಿಳಾಸವಿತ್ತು!

"ಅಲ್ಲಾ ನನಗೆ ಬಂದಿದ್ದ ಇಂಟರ್ವ್ಯೂ ಲೆಟರಲ್ಲಿ ಇಲ್ಲಿನ ವಿಳಾಸ ಇತ್ತಲ್ಲ..?"

"ನಿಜ. ಎಲ್ಲಾ ಪೋಸ್ಟಲ್ ಕರೆಸ್ಪಾಂಡೆನ್ಸ್ ಈ ವಿಳಾಸಕ್ಕೇ ಬರುತ್ತೆ. ಆದ್ರೆ ಕೆಲಸಗಳು ಬೇರೆ ಜಾಗದಲ್ಲಿ ನಡೆಯುತ್ತವೆ"

"ಯಾವ್ಯಾವ ಕೆಲಸಗಳನ್ನು ಈ ಕಂಪೆನಿ ನಡೆಸುತ್ತೆ..?"

"ಅದೆಲ್ಲಾ ನನಗೆ ಗೊತ್ತಿಲ್ಲ. ಇಲ್ಲಿಗೆ ಬಂದವರಿಗೆ ಈ ಚೀಟಿ ಕೊಡೋದು ಮಾತ್ರ ನನ್ನ ಕೆಲಸ"

"ಈ ಕಂಪೆನಿ ಮಾಲೀಕರು ಯಾರು?"

"ಅಲ್ಲಿಗೆ ಹೋದ್ರೆ ನಿಮಗೇ ಎಲ್ಲಾ ಗೊತ್ತಾಗುತ್ತೆ"

"ತ್ಯಾಂಕ್ಸ್" ಎಂದು ಹೇಳಿದ ಸೂರಜ್ ಈಚೆ ಬಂದು ಕೈಯಲ್ಲಿದ್ದ ಚೀಟಿಯನ್ನು ಓದಿದ. ಗಾರ್ಡನ್ ಗೇಟ್ ಹೋಟೆಲ್, ಕನ್ನಿಂಗ್‌ಹ್ಯಾಮ್ ರೋಡ್. ಅದು ಪ್ರತಿಷ್ಠಿತ ಹೋಟೆಲ್!

ಈಗಂತೂ ಸೂರಜ್‌ಗೆ ಸ್ಪಷ್ಟವಾಯಿತು! ಡೇವಿಡ್ ಅಂಡ್ ಕಂಪೆನಿ ದಂಧೆಗಳು ಕಾನೂನುಬಾಹಿರ! ಫಾರಿನ್ನಿನಲ್ಲಿ ಕೆಲಸ ಕೊಡಿಸುವುದಂತೂ ಒಂದು ವ್ಯವಹಾರ ಎಂದಾಯಿತು. ಆದರೆ ಈ ಕಂಪೆನಿಗೆ ಚಿಕ್ಕಪ್ಪ ವಾರ್ಷಿಕ ಇಪ್ಪತ್ತು ಲಕ್ಷ ಏಕೆ ಕೊಡುತ್ತಿದ್ದಾರೆ? ಅವರು ಯಾರಿಗೆ ಫಾರಿನ್ನಿನಲ್ಲಿ ಕೆಲಸ ಕೊಡಿಸಬೇಕು? ಜೊತೆಗೆ ಇದು ಒಂದು ವರ್ಷವಲ್ಲ..ಹತ್ತಾರು ವರ್ಷಗಳಿಂದ ನಡೆಯುತ್ತಿದೆ! ಇದಲ್ಲದೆ ಬೇರೆ ಇನ್ನೂ ಅನೇಕ ವ್ಯವಹಾರಗಳನ್ನು ಈ ಕಂಪನಿ ನಡೆಸುತ್ತಿದೆ.. ಅಲ್ಲಿಗೆ ಹೋದರೆ ಎಲ್ಲಾ ವಿವರವಾಗಿ ತಿಳಿಯುತ್ತದೆ. ಅಲ್ಲಿಗೇ ಹೋಗಿ ಈ ರಹಸ್ಯ ಭೇದಿಸಿಯೇಬಿಡೋಣ ಎಂದು ನಿರ್ಧರಿಸಿದ.

ಸೂರಜ್ ಆಟೋ ಹತ್ತಿ ಹೋಟೆಲ್ ತಲುಪಿದಾಗ ಮಧ್ಯಾಹ್ನ ಹನ್ನೆರಡು ಗಂಟೆ ಸಮೀಪಿಸುತ್ತಿತ್ತು. ಹೋಟೆಲ್ ಗಾರ್ಡನ್ ಗೇಟ್ ಫೈವ್ ಸ್ಟಾರ್ ಹೋಟೆಲ್ ಎನ್ನುವುದು ಗೊತ್ತಿತ್ತು.

ಭವ್ಯವಾಗಿದ್ದ ಹೋಟೆಲಿನ ರಿಸೆಪ್ಷನ್ನಿನಲ್ಲಿ ಸೂಟ್ ಟೈಯೊಂದಿಗೆ ನಿಂತಿದ್ದ ಹೋಟೆಲ್ ಸಿಬ್ಬಂದಿ ಸೂರಜ್ ಸಮೀಪಿಸಿದ.

"ವೆಲ್‌ಕಮ್ ಟು ಗಾರ್ಡನ್ ಗೇಟ್ ಹೋಟೆಲ್ ಸರ್. ಹೌ ಕೆನ್ ಐ ಹೆಲ್ಪ್ ಯೂ?" ಎಂದು ಸೌಜನ್ಯದಿಂದ ಕೇಳಿದ.

"ಡೇವಿಡ್ ಕಂಪೆನಿ ಇಂಟರ್ವ್ಯೂಗೆ ಬಂದಿದೀನಿ.."

"ಪ್ಲೀಸ್ ಗೋಟು ದ ರಿಸೆಪ್ಷನ್"

ಸೂರಜ್ ರೆಸೆಪ್ಷನ್ನಿನಲ್ಲಿ ನಗು ತುಳುಕಿಸಿತ್ತಾ ಫೋನಿನಲ್ಲಿ ಮಾತಾಡುತ್ತಿದ್ದ ಸ್ಕರ್ಟ್, ಟಾಪ್ ಧರಿಸಿದ್ದ ಯುವತಿಯ ಬಳಿಸಾರಿದ.

"ಜಸ್ಟ್ ಎ ಮಿನಿಟ್ ಪ್ಲೀಸ್" ಎಂದು ಆಕೆ ಮತ್ತೊಂದು ನಿಮಿಷ ಫೋನಿನಲ್ಲಿ ಮಾತಾಡಿದಳು.

"ಹೌ ಕೆನ್ ಐ ಹೆಲ್ಪ್ ಯೂ ಸರ್?"

"ಐ ಹ್ಯಾವ್ ಕಮ್ ಫಾರ್ ಅನ್ ಇಂಟರ್ವ್ಯೂ ವಿತ್..ಡೇವಿಡ್ ಅಂಡ ಕಂಪೆನಿ.."

"ಐಯಾಮ್ ಸಾರಿ. ಅದರ ಬಗ್ಗೆ ಇನ್ಫರ್ಮೇಶನ್ ಇಲ್ಲ. ಮಿಸ್ಟರ್ ಡೇವಿಡ್ ಹೊರಗೆ ಹೋಗಿದ್ದಾರೆ. ಯೂ ಮೆ ಚೆಕ್ ಆನ್ ಹಿಸ್ ಫೋನ್"

ಸೂರಜ್‌ಗೆ ಮತ್ತೆ ನಿರಾಸೆ! ಏನೋ ಸಿಕ್ಕಿತು ಎನ್ನುವಾಗ ಅದು ದೂರ ಹೋಗುತ್ತಿತ್ತು! ಆದರೆ ಒಂದು ಸ್ಪಷ್ಟವಾಯಿತು. ಡೇವಿಡ್ ಅಂಡ್ ಕಂಪೆನಿಯ ಮಾಲೀಕ ಸ್ವತಃ ಡೇವಿಡ್! ಅವನೇಕೆ ಹೋಟೆಲಿನಲ್ಲಿದ್ದಾನೆ. ವಸಂತನಗರದ ಬಿಲ್ಡಿಂಗಿನ ಮಾಲಿಕ ಅವನೇ ಇರಬೇಕು! ಆದರೆ ಅವನಿಗೆ ಬೆಂಗಳೂರಲ್ಲಿ ಮನೆ ಇಲ್ಲವೆ? ಅವನೇಕೆ ಹೋಟೆಲಿನಲ್ಲಿದ್ದಾನೆ? ಅಥವಾ ಈ ವ್ಯವಹಾರಗಳಿಗಾಗಿ ಹೋಟೆಲನ್ನು ಉಪಯೋಗಿಸುತ್ತಿದ್ದಾನೆಯೆ? ಫಾರಿನ್ನಲ್ಲಿ ಕೆಲಸ ಕೊಡಿಸುವವನು ಅತಿ ಸಾಧಾರಣ ಆಫೀಸಿನಲ್ಲಿ ವ್ಯವಹಾರ ನಡೆಸಲು ಸಾಧ್ಯವಿಲ್ಲ! ಅದು ಇಂಟರ್ವ್ಯೂಗೆ ಬಂದವರನ್ನು ಇಂಪ್ರೆಸ್ ಮಾಡಬೇಕು! ಅದಕ್ಕೇ ಹೋಟಲು! ಅವನ ಮನೆ ಎಲ್ಲಿ? ಅವನ ಫೋನ್ ನಂಬರು ಯಾವುದು? ಅವನನ್ನು ಹೇಗೆ ಸಂಪರ್ಕಿಸುವುದು?

"ನಾಳೆಯೇನಾದರೂ ಇಂಟರ್ವ್ಯೂ ಮಾಡುತ್ತಾರೇನು..?"

"ಹಾಗಂತ ಡೇವಿಡ್ ಹೇಳಿದ್ದರು. ಬಟ್ ಚೆಕ್ ವಿತ್ ಹಿಮ್ ಅಥವಾ ಅವರ ಸೆಕ್ರೆಟರಿ ಹತ್ರ ಮಾತಾಡಿ"

"ಸೆಕ್ರೆಟರಿ ನಂಬರು ಕೊಡುತ್ತೀರಾ ಪ್ಲೀಸ್"

"ಓ..ಶೂರ್" ಆಕೆ ಡ್ರಾನಿಂದ ಒಂದು ವಿಸಿಟಿಂಗ್ ಕಾರ್ಡ್ ತೆಗೆದು ಕೊಟ್ಟಳು.

ಸಿಲ್ವಿಯಾ ಡಿಸೋಜಾ ಎನ್ನುವ ಹೆಸರು ಮತ್ತು ಆಕೆಯ ಫೋನ್ ನಂಬರ್ ಕಾರ್ಡಿನಲ್ಲಿತ್ತು. ಆದರೆ ಕಂಪೆನಿಯ ಹೆಸರಿರಲಿಲ್ಲ. ಅದು ಆಕೆಯ ಖಾಸಗಿ ಕಾರ್ಡಿನಂತಿತ್ತು. ಅಂದರೆ ಆಕೆ ಡೇವಿಡ್ ಕಂಪೆನಿಯ ಶಾಶ್ವತ ಉದ್ಯೋಗಿಯಲ್ಲವೆ?

"ದಯಮಾಡಿ ಹಿಂದಿರುವವರಿಗೆ ಅವಕಾಶ ಮಾಡಿಕೊಡುತ್ತೀರಾ?"

ಸೂರಜ್ ಹಿಂದೆ ತಿರುಗಿ ನೋಡಿದ. ಹಿಂದೆ ಒಂದಿಬ್ಬರು ಕಾಯುತ್ತಿದ್ದರು.

"ಸಾರಿ" ಎನ್ನುತ್ತಾ ಸೂರಜ್ ಹೋಟೆಲಿನಿಂದೀಚೆ ಬರುತ್ತಾ ಯೋಚಿಸಿದ. ಏನಿದರ ಮರ್ಮ! ಡೇವಿಡ್ ಅಂಡ್ ಕಂಪೆನಿ ಖಂಡಿತವಾಗಿಯೂ ನಕಲಿ! ಅವರು ಚಿಕ್ಕಪ್ಪನಿಂದ ವರ್ಷಕ್ಕೆ ವಸೂಲು ಮಾಡುತ್ತಿದ್ದಾರೆ. ಆ ಕಂಪೆನಿ ಒಬ್ಬನದೋ ಇಲ್ಲಾ ಒಂದು ಸಮೂಹದ್ದೋ? ವಿಳಾಸ ಅಲ್ಲಿದ್ದು ಇಲ್ಲಿ ಹೋಟಲಿನಲ್ಲಿ ಏನೋ ಕಾರ್ಯಭಾರ ನಡೆಸುತ್ತಿದ್ದಾನೆ ಅಥವಾ ನಡೆಸುತ್ತಿದ್ದಾರೆ. ಆ ಬಿಲ್ಡಿಂಗಿನಲ್ಲಿ ಒಂದೇ ಒಂದು ಇಂಚು ಜಾಗದಲ್ಲೂ ಕಂಪೆನಿಯ ಹೆಸರಿಲ್ಲ. ಬರಿ

ಪತ್ರವ್ಯವಹಾರಕ್ಕಾಗಿ ಆ ವಿಳಾಸ ಉಪಯೋಗಿಸುತ್ತಿದ್ದಾರೆ. ಕೆಳಗಿನ ಫರ್ನಿಚರ್ ಅಂಗಡಿಯವನು ಕೊಟ್ಟ ಚೀಟಿಯಲ್ಲಿ ಈ ಹೋಟಲಿನ ವಿಳಾಸ ಮಾತ್ರವಿತ್ತು. ಆತನ ಬಳಿ ಇನ್ನೂ ಹೆಚ್ಚು ಮಾಹಿತಿಯಿದ್ದಿರಬಹುದೆ? ಈ ನಕಲಿ ದಂಧೆಯಲ್ಲಿ ಆತನೂ ಒಬ್ಬ ಪಾಲುದಾರನೆ?

ಮುಂದೆ ಎಲ್ಲಿ ಹೋಗಲಿ? ಏನು ಮಾಡಲಿ ಎಂದು ಸೂರಜ್ ಯೋಚಿಸುತ್ತಾ ನಿಂತ. ಮೊಬೈಲು ರಿಂಗಾಯಿತು. ಚಿಕ್ಕಮ್ಮ ಫೋನಲ್ಲಿದ್ದರು. ಎಲ್ಲಿದ್ದೀಯ, ಬೆಂಗಳೂರಿನ ಕೆಲಸ ಏನಾಯಿತು, ಮಧ್ಯಾನ್ಹವಾಯಿತು ಊಟ ಮಾಡಿದ್ದೀಯ-ಎಂದೆಲ್ಲಾ ವಿಚಾರಿಸಿದರು. ಅವರಿಗೆ ಸೂಕ್ತ ಉತ್ತರ ನೀಡಿದ ಸೂರಜ್. ಮುಂದಿನ ಹೆಜ್ಜೆ ಏನು? ಕೈಯಲ್ಲಿ ಹಿಡಿದಿದ್ದ ವಿಸಿಟಿಂಗ್ ಕಾರ್ಡು ಅವನ ದೃಷ್ಟಿಗೆ ಗೋಚರಿಸಿತು. ಈಕೆ ಡೇವಿಡ್ ಸೆಕ್ರೆಟರಿ ಎಂದು ರಿಸೆಪ್ಷನಿಸ್ಟ್ ಹೇಳಿದಳು. ಈಕೆಗೆ ಫೋನ್ ಮಾಡಿದರೆ ಹೇಗೆ? ಏನು ಹೇಳಲಿ? ನಾಳೆ ಇಂಟರ್ವ್ಯೂ ಇದೆಯೋ ಇಲ್ಲವೋ ತಿಳಿದುಕ್ಕೊಳ್ಳಬಹುದಲ್ಲ?

ಸೂರಜ್ ಮೊಬೈಲು ಹಿಡಿದು ಕಾರ್ಡಿನಲ್ಲಿದ್ದ ನಂಬರಿಗೆ ಫೋನ್ ಮಾಡಿದ.

"ಎಸ್? ಸಿಲ್ವಿಯಾ ಹಿಯರ್?" ಫೋನಿನಲ್ಲಿ ಉಲಿದ ಹೆಂಗಸಿನ ಧ್ವನಿ ಗಡುಸಾಗಿತ್ತು

"ಮೇಡಮ್ ಡು ವಿ ಹ್ಯಾವ್ ಇಂಟರ್ವ್ಯೂ ಟುಮಾರೋ..?"

"ಹೂ ಈಸ್ ಸ್ಪೀಕಿಂಗ್?"

"ದುಬೈ ಜಾಬಿಗೆ ನನಗೆ ಇಂಟರ್ವ್ಯೂ ಇದೆ"

"ನಿಮ್ಮ ಹೆಸರೇನು?"

"ಅರವಿಂದ್" ಸುಳ್ಳು ಹೆಸರು ಹೇಳಿದ ಸೂರಜ್.

"ನೊ..ನಾವು ಮೇಲ್ ಕ್ಯಾಂಡಿಡೇಟ್‌ಗಳನ್ನ ರಿಕ್ರೂಟ್ ಮಾಡೋದಿಲ್ಲ"

"ಸಾರಿ ಮೇಡಮ್..ಆಕ್ಚುಯಲಿ ಇಂಟರ್ವ್ಯೂ ಇರೋದು ನನ್ನ ಕಸಿನ್ ಸಿಸ್ಟರ್ಗೆ"

"ಷಿ ಕೆನ್ ಕಮ್ ಟುಮಾರೋ.."

"ಎಲ್ಲಿಗೆ ಮೇಡಮ್?"

"ಫರ್ನಿಚರ್ ಷಾಪಲ್ಲಿ ಕೊಟ್ಟಿರೋ ಹೋಟೆಲ್ಲಿಗೆ"

"ತ್ಯಾಂಕ್ಸ್" ಸೂರಜ್ ಕಾಲ್ ಡಿಸ್‌ಕನೆಕ್ಟ್ ಮಾಡಿದ.

ಇನ್ನೂ ಹೆಚ್ಚಿಗೆ ಮಾತಾಡಿದರೆ ಆಕೆಗೆ ಅನುಮಾನ ಬಂದೀತು ಎನ್ನಿಸಿತು. ಎಲ್ಲ ರಹಸ್ಯ ಒಂದೊಂದಾಗಿ ಬಿಚ್ಚಿಕ್ಕೊಳ್ಳುತ್ತಿದೆ ಎನ್ನಿಸಿತು. ಈಗಂತೂ ಒಂದು ಅನುಮಾನ ನಿಜವಾಗುತ್ತಿದೆ. ಈ ಡೇವಿಡ್ ಅಂಡ್ ಕಂಪೆನಿ ಕಾನೂನು ಬಾಹಿರ ಚಟುವಟಿಕೆ ನಡೆಸುತ್ತಿದೆ! ಅದರಲ್ಲಿ ಹೆಣ್ಣುಮಕ್ಕಳಿಗೆ ಕೆಲಸ ಕೊಡಿಸೋದು ಒಂದು! ಅದೂ ವಿದೇಶಗಳಲ್ಲಿ! ನಿಜವಾಗಿ ಕೆಲಸ ಕೊಡಿಸುತ್ತಾರಾ..? ಅದೂ ಬರೀ ಹೆಣ್ಣುಮಕ್ಕಳಿಗೇ ಏಕೆ? ಏನೋ ಜಾಲ ಇರಬಹುದು! ಇದರ ಸುಳಿಯಲ್ಲಿ ಮಂದಕ್ಕ ಏನಾದರೂ ಸಿಕ್ಕಿಕೊಂಡಿರಬಹುದೆ? ಹೇಗೆ? ಆಕೆಗೆ ಕೆಲಸದ ಅವಶ್ಯಕತೆ ಇರಲಿಲ್ಲ! ಆಕೆ ಆಗಲೇ ಪ್ರತಿಷ್ಠಿತ ಕಂಪೆನಿಯಲ್ಲಿ ಫ್ಯಾಶನ್ ಡಿಸೈನರ್ ಆಗಿದ್ದಳು. ಅದೂ ಕೇವಲ ತಾನು ಓದಿದ್ದು ಉಪಯೋಗಕ್ಕೆ ಬರಲಿ ಎನ್ನುವ ಒಂದೇ ಒಂದು ಕಾರಣಕ್ಕೆ! ಆಕೆ ಈ ಸುಳಿಯಲ್ಲಿ ಸಿಕ್ಕಿರಲು ಸಾಧ್ಯವಿಲ್ಲ! ಮತ್ತೆ ಡೇವಿಡ್ ಅಂಡ್ ಕಂಪೆನಿ ತನ್ನ ಚಿಕ್ಕಪ್ಪನಿಂದ

ಹಣ ಸುಲಿಯುತ್ತಿರುವುದೇಕೆ? ನಿಜಕ್ಕೂ ಅವರು ಕಾಫಿ ರಿಸರ್ಚ್ ಕನ್ಸಲ್ಟೆಂಟ್ಸ್ ಇರಬಹುದೆ? ಅದು ಒಮ್ಮೆ ಕಾಫಿ ಬೋರ್ಡಿಗೆ ಹೋಗಿ ವಿಚಾರಿಸಿದರೆ ಎಲ್ಲ ಬೆಳಕಿಗೆ ಬರುತ್ತದೆಯಲ್ಲವೆ? ನನ್ನ ಮುಂದಿನ ಹೆಜ್ಜೆ ಕಾಫಿ ಬೋರ್ಡ್!

ಇಲ್ಲಿ ಇಷ್ಟೊಂದು ಸುತ್ತಾಡಬೇಕಾಗುತ್ತದೆ ಎಂದಿದ್ದರೆ ಮೈಸೂರಲ್ಲಿ ಬಿಟ್ಟಿರುವ ಬೈಕ್ ತರಬಹುದಿತ್ತು! ಗಡಿಯಾರ ನೋಡಿಕೊಂಡ. ಮಧ್ಯಾನ್ಹ ಒಂದು ಗಂಟೆಯಾಗಿತ್ತು. ಬೆಳಿಗ್ಗೆ ಹೋಟೆಲಿನಲ್ಲಿ ಮಾಡಿದ ಉಪಹಾರ ಆಗಲೇ ಕರಗಿತ್ತು. ಎಲ್ಲಿಯಾದರೂ ಊಟ ಮಾಡೋಣ ಎನ್ನಿಸಿತು. ಸ್ವಲ್ಪ ಚೆನ್ನಾಗಿರುವ ಕಡೆ ಊಟ ಮಾಡಬೇಕು. ಹೌದು ಕಾಫಿ ಬೋರ್ಡ್ ಬಳಿಯೇ ಒಂದು ಒಳ್ಳೆಯ ಹೋಟೆಲಿರುವುದು ನೆನಪಾಯಿತು. ಸರಿ, ಅಲ್ಲಿಗೆ ಎರಡು ಕೆಲಸವೂ ಆಗುತ್ತದೆ.

ಮತ್ತೆ ಆಟೋದ ಅನುವಾರ್ಯತೆ ತಲೆದೋರಿತು. ಸೂರಜ್ ಆಟೋ ಕರೆದ.

000

ಕಾಫಿ ಬೋರ್ಡಿನಲ್ಲಿ ಕೆಲಸ ಸುಲಭವಾಗಿರಲಿಲ್ಲ. ಈಗ ಕಾಫಿ ಬೋರ್ಡ್ ಕೇಂದ್ರ ಸರ್ಕಾರದ ನಿಯಂತ್ರಣದಲ್ಲಿತ್ತು . ವಸಂತನಗರದ ಅಂಬೇಡ್ಕರ್ ರಸ್ತೆಯಲ್ಲಿತ್ತು. ಮೊದಲಿಗೆ ತನ್ನ ಪರಿಚಯ ಮತ್ತು ತನ್ನ ಎಸ್ಟೇಟಿನ ಎಲ್ಲ ವಿವರ ಹೇಳಿದ ನಂತರವೇ ಅವನಿಗೆ ಮಾಹಿತಿ ಸಿಕ್ಕಿದ್ದು. ಅದೊಂದು ಫೈಲ್. ಅದರಲ್ಲಿ ಎಲ್ಲ ಸಂಶೋಧಕರು ಮತ್ತು ಸಲಹೆಗಾರರ ಪರಿಚಯ ಒಂದೊಂದು ಪುಟದಲ್ಲಿತ್ತು. ಎಲ್ಲ ಲ್ಯಾಮಿನೇಟೆಡ್ ಹಾಳೆಗಳು. ಎಲ್ಲವನ್ನೂ ಅಚ್ಚುಕಟ್ಟಾಗಿ ಫೇಲ್ ಮಾಡಲಾಗಿತ್ತು. ಸೂರಜ್ ಹೂಹಿಸಿದಂತೆ ಡೇವಿಡ್ ಅಂಡ್ ಕಂಪೆನಿಯ ಮಾಹಿತಿ ಇರಲಿಲ್ಲ! ಎಲ್ಲ ರೀತಿಯ ಹುಡುಕಾಟಗಳೂ ಡೇವಿಡ್ ಅಂಡ ಕಂಪೆನಿ ನಕಲಿ ಎನ್ನುವುದನ್ನು ಸಾರುತ್ತಿತ್ತು.

ಇದ್ದಕ್ಕಿದ್ದಂತೆ ಗೋಪಿಯ ನೆನಪಾಯಿತು. ವೀರಾಜಪೇಟೆಯಲ್ಲಿ ಅವನನ್ನು ಭೇಟ್ಟಿ ಮಾಡಿದಾಗ ಈ ಬಗ್ಗೆ ಅವನನ್ನು ಕೇಳಿದ್ದು ನೆನಪಾಯಿತು. ಅವನು ಏನಾದರೂ ಹುಡುಕಿರಬಹುದೆ? ಫೈಲು ಮುಂದಿಟ್ಟುಕೊಂಡು ಸೂರಜ್ ಗೋಪಿಗೆ ಫೋನ್ ಮಾಡಿದ. ಅವನ ಅನುಮಾನ ನಿಜವಾಗಿತ್ತು! ಡೇವಿಡ್ ಅಂಡ್ ಕಂಪೆನಿಯ ಬಗೆಗೆ ಅವನಿಗೆ ಯಾವ ಮಾಹಿತಿಯೂ ಸಿಕ್ಕಿರಲಿಲ್ಲ. ಅದು ನಕಲಿ ಕಂಪೆನಿ! ಮಾಹಿತಿ ಎಲ್ಲಿ ಸಿಗಲು ಸಾಧ್ಯ? ಸೂರಜ್ ಯೋಚಿಸಿದ.

ಎದುರಿಗೆ 'ಸೆಕ್ರಟರಿ, ಕಾಫಿ ಬೋರ್ಡ್' ಎಂಬ ಫಲಕ ಕಂಡಿತು. ಕೊನೆಯ ಪ್ರಯತ್ನವೆಂದು ಸೆಕ್ರೆಟರಿಯವರನ್ನು ಕೇಳಲು ನಿರ್ಧರಿಸಿದ.

ಒಳಗೆ ಪ್ರವೇಶಿಸಿದಾಗ ಮೊದಲಿನ ಸಣ್ಣ ರೂಮಿನಲ್ಲಿ ಕಾರ್ಯದರ್ಶಿಯವರ ಆಪ್ತ ಸಹಾಯಕಿ ಕಾಣಿಸಿದರು.

ಆಕೆ ಮೂವತ್ತರ ವಯಸ್ಸಿನ ಉತ್ತರ ಭಾರತೀಯಳಂತೆ ಕಂಡಳು.

"ಎಸ್ ಪ್ಲೀಸ್?" ಸೂರಜ್‌ನನ್ನು ಕೇಳಿದಳು.

"ಸೆಕ್ರೆಟರಿಯವರನ್ನು ನೋಡಬೇಕಿತ್ತು?"

"ಅವರು ಮೀಟಿಂಗಿನಲ್ಲಿದ್ದಾರೆ"

"ಯಾವಾಗ ಸಿಗಬಹುದು?"

"ಹೇಳೋಕಾಗೊಲ್ಲ"

"ಬೇರೆ ಇನ್ಯಾರದರೂ ನನಗೆ ಕೆಲವು ಮಾಹಿತಿ ಕೊಡಬಹುದೆ?"

"ನಿಮಗೆ ಏನು ಬೇಕು ಅದನ್ನು ಹೇಳಿ"

"ಒಬ್ಬ ಕನ್ಸಲ್ಟೆಂಟ್ ಬಗ್ಗೆ ಮಾಹಿತಿ ಬೇಕು"

"ಅದೆಲ್ಲಾ ಒಂದು ಫೈಲಿನಲ್ಲಿ ಮೈನ್ಟೈನ್ ಮಾಡಿದೆ. ಜೊತೆಗೆ ನಮ್ಮ ವೆಬ್‌ಸೈಟಲ್ಲಿ ಕೂಡ ಸಿಗುತ್ತೆ"

"ಓ.ಕೆ ತ್ಯಾಂಕ್ಸ್"

ಸೂರಜ್ ಈಚೆ ಬಂದು ಕೈಲಿದ್ದ ಫೈಲನ್ನು ವಾಪಸ್ಸು ಮಾಡಿದ.

ಇನ್ನು ನಾಳೆ ಹೋಟೆಲ್ಲಿಗೆ ಹೋಗಿ ಡೇವಿಡ್ ಭೇಟಿ ಮಾಡಿದರೆ ಚಿಕ್ಕಪ್ಪ ಪ್ರತಿ ವರ್ಷ ಕೊಡುತ್ತಿರುವ ಇಪ್ಪತ್ತು ಲಕ್ಷದ ರಹಸ್ಯ ತಿಳಿಯುತ್ತದೆ. ಆದರೆ ಈ ಮನುಷ್ಯ ಡೇವಿಡ್ ನೋಡಲು ಸಾಧ್ಯವೆ? ಆದರೆ ತಾನು ಹಿಡಿದಿರುವ ದಾರಿ ಸರಿಯಾಗಿದೆಯೆ? ಮೂಲತಃ ಮಂದಕ್ಕನ ಬಗೆಗೆ ಶುರು ಮಾಡಿದ ಹುಡುಕಾಟ ಎಲ್ಲೆಲ್ಲಿಗೋ ಹೋಗುತ್ತಿದೆಯಲ್ಲ? ಇದು ಮಂದಕ್ಕ ಕಾಣೆಯಾಗಿರುವುದಕ್ಕೆ ತಳುಕು ಹಕಿಕೊಂಡಿದೆಯೆ? ಇಲ್ಲವೇ ಅದೇ ಬೇರೆ, ಇದೇ ಬೇರೆಯೆ? ಇಲ್ಲವನಿಸತೊಡಗಿತು!

ಎಲ್ಲಿಂದ ತಾನು ಶುರು ಮಾಡಿದೆ? ಎಲ್ಲಿಗೆ ಸಾಗುತ್ತಿದ್ದೇನೆ? ಮೊದಲಿಗೆ ಎಸ್ಸೈ ಕರುಂಬಯ್ಯನ ಮೇಲೆ ಅನುಮಾನವಿದೆ! ರಸ್ತೆ ಬದಿ ಸಿಕ್ಕ ಅಕ್ಕನ ಬಾಡಿ ಅಲ್ಲವೆಂದರೂ ಅದೇ ಎಂದು ವಾದಿಸಿದ! ಡಿಎನ್‌ಎ ಟೆಸ್ಟ್ ಕೂಡ ಮೋಸವಿರಬಹುದೆ? ಇದರ ನಡುವೆ ಮಂದಕ್ಕನ ರೂಮಿನಲ್ಲಿ ಸಿಕ್ಕ ಲೆಟರ್ ಹೆಡ್ಡಿನ ಒಂದು ಪುಟ! ತನ್ನ ಪ್ರಾಜೆಕ್ಟು? ಈ ಡೇವಿಡ್ ಅಂಡ್ ಕಂಪೆನಿ? ಇವೆಲ್ಲವೂ ಒಂದೇ ಸೂತ್ರದಲ್ಲಿ ಬಂಧಿಸಿದೆಯೆ? ಅಥವಾ ಎಲ್ಲವೂ ಬೇರೆಬೇರೆಯೇ? ತನ್ನ ಪ್ರಾಜೆಕ್ಟ್ ಕೈತಪ್ಪಿದಾಗ ತನ್ನಕ್ಕನನ್ನು ಮದುವೆಯಾಗಬೇಕಾಗಿದ್ದ ಅನೀಶ್ ರಜೆಯಲ್ಲಿದ್ದುದೇಕೆ? ತಾನು ಬರುವುದು ಅವನಿಗೆ ಗೊತ್ತಿತ್ತೆ? ಪ್ರಾಜೆಕ್ಟ್ ಮಾಡಲು ಅನೀಶ್ ಜೊತೆಯಲ್ಲಿ ವ್ಯವಹರಿಸಬೇಕಾಗುತ್ತದೆ ಎಂದೆ? ಅದು ಅನೀಶ್‌ಗೆ ಮುಜುಗರವಾಗುತ್ತಿತ್ತೆ? ಏಕೆ? ಅನೀಶ್ ಏನಾದರೂ ಮುಚ್ಚಿಡುತ್ತಿದ್ದಾನೆ ಎಂದರೆ ಇದರಲ್ಲಿ ಮುಜುಗರದ ಪ್ರಶ್ನೆ ಏನಿದೆ?

ಈ ಎಲ್ಲ ರಹಸ್ಯವನ್ನು ಭೇದಿಸಲು ತಾನೇ ಹೊರಟಿರುವುದು ಸರಿಯೇ? ಇದು ತನ್ನಿಂದ ಸಾಧ್ಯವೇ? ಏಕಾಂಗಿಯಾಗಿ? ಯಾರನ್ನು ವಿಶ್ವಾಸಕ್ಕೆ ತೆಗೆದುಕ್ಕೊಳ್ಳಲಿ? ಚಿಕ್ಕಪ್ಪ? ಅವರ ಬಗ್ಗೆಯೂ ಅನುಮಾನವಿದೆ! ಪ್ರತಿವರ್ಷವೂ ಪ್ರಫುಲ್ಲ ಎಸ್ಟೇಟ್ ಲೆಕ್ಕದಲ್ಲಿ ಬೇನಾಮಿ ಕಂಪೆನಿಗೆ ಹಣ ಕೊಡುತ್ತಿರುವುದೇಕೆ?

ಸೂರಜ್ ರಸ್ತೆಯಲ್ಲಿ ನಡೆಯುತ್ತಿದ್ದ. ಆದರೆ ಎಲ್ಲಿಗೆ ಎಂದು ನಿರ್ಧರಿಸಿರಲಿಲ್ಲ. ವಾಪಸ್ಸು ಮೈಸೂರಿಗೆ ಹೋಗಿ ತನ್ನ ಪ್ರಾಜೆಕ್ಟ್ ಬಗೆಗೆ ಪ್ಲೇಸ್ಮೆಂಟ್ ಆಫೀಸರಲ್ಲಿ ಚರ್ಚಿಸುವುದೇ? ನಾಳೆಯವರೆಗೆ ಇಲ್ಲಿದ್ದು ಡೇವಿಡ್ ಕಂಪೆನಿಯ ನಿಜಸ್ಥಿತಿಯನ್ನು ತಿಳಿಯುವುದೆ? ಇಂಟರ್ವ್ಯೂ ಬಂದಿರುವುದು ತನ್ನ ಕಸಿನ್‌ಗೆ ಎಂದಿರುವೆ! ತಾನು ಡೇವಿಡ್ ಭೇಟಿ ಮಾಡಲು ಅವಕಾಶವೆಲ್ಲಿ ನೀಡಿಯಾನು? ತನ್ನನ್ನು ಆತ ಒಳಗೇ ಬಿಟ್ಟುಕ್ಕೊಳ್ಳದಿದ್ದರೆ? ಹುಡುಗಿಯರಿಗೆ ಮಾತ್ರ ಕೆಲಸ

ಕೊಡಿಸುವುದಾಗಿ ಹೇಳಿದಳಲ್ಲ ಅವನ ಆಪ್ತ ಸಹಾಯಕಿ! ಇದಂತೂ ಪಕ್ಕಾ ಚೀಟಿಂಗ್ ಕಂಪೆನಿಯೇ! ಜೊತೆಗೆ ಇದೇ ಕಂಪೆನಿಗೆ ಚಿಕ್ಕಪ್ಪ ವರ್ಷವರ್ಷವೂ ಕಪ್ಪ ಕೊಡುತ್ತಿದ್ದಾರೆ! ಅದೂ ಮೋಸವೇ! ಬೇರೇನೋ ಡೀಲಿಂಗ್ ಇದೆ! ಅದರಲ್ಲಿ ಚಿಕ್ಕಪ್ಪ ಸೇರಿದ್ದಾರೆ! ಡೇವಿಡ್ ಅಂಡ್ ಕಂಪೆನಿಯಲ್ಲಿ ಚಿಕ್ಕಪ್ಪ ಪಾಲುದಾರರೆ? ಅದರಲ್ಲಿ ಒಂದು ಭಾಗ ಚಿಕ್ಕಪ್ಪನಿಗೇ ಬರುತ್ತಿದೆಯೆ? ಆದರೆ ಚಿಕ್ಕಪ್ಪನಿಗೆ ಅದರ ಅವಶ್ಯಕತೆಯೇ ಇಲ್ಲ! ಯಾರಿಗಾಗಿ ಅವರು ಹಣ ಕೂಡಿಡಬೇಕಾಗಿದೆ? ಮಕ್ಕಳಿಲ್ಲದ ಅವರು ತಮ್ಮನ್ನೇ ಮಕ್ಕಳಂತೆ ಸಾಕಿದ್ದಾರೆ! ಇಡೀ ಪ್ರಫುಲ್ಲ ಎಸ್ಟೇಟಿನ ಸಂಪೂರ್ಣ ಸಂಪತ್ತೂ ಅವರ ಕೈಯ್ಯಲ್ಲೇ ಇದೆ!

ಎದುರಿನಲ್ಲಿ ಮೊಬೈಲಲ್ಲಿ ಕಣ್ಣು ಕೀಲಿಸಿ ಪ್ರಪಂಚವನ್ನೇ ಮರೆತು ನಡೆಯುತ್ತಿದ್ದವನೊಬ್ಬ ಇನ್ನೇನು ಸೂರಜ್‌ಗೆ ಡಿಕ್ಕಿ ಹೊಡೆಯುವುದರಲ್ಲಿದ್ದ! ಸೂರಜ್ ಪಕ್ಕಕ್ಕೆ ಸರಿದ. ಡಿಕ್ಕಿ ಹೊಡೆಯುವುದನ್ನು ಸ್ವಲ್ಪದರಲ್ಲೇ ತಪ್ಪಿಸಿಕೊಂಡವ ಏನೂ ಆಗಿಲ್ಲದಂತೆ ತನ್ನ ಮೊಬೈಲನ್ನೇ ನೋಡುತ್ತಾ ಮುಂದುವರಿದ. ಸೂರಜ್ ಅಚ್ಚರಿಯಿಂದ ಅವನನ್ನು ತಿರುಗಿ ನೋಡಿದ. ಈ ಮಟ್ಟದಲ್ಲಿ ಮೊಬೈಲು ಮನುಷ್ಯರನ್ನು ಸೆಳೆಯುತ್ತಿದೆಯಲ್ಲ? ಸುತ್ತಲಿನ ಆಗುಹೋಗುಗಳನ್ನೇ ಮರೆತ ಜನ ಮುಂದೆ ತನ್ನ ಸುತ್ತಲಿನ ಸಮಾಜದಿಂದಲೇ ವಿಮುಖರಾಗುವ ಸಾಧ್ಯತೆ ಹತ್ತಿರದಲ್ಲೇ ಇದೆ ಎನ್ನಿಸಿತು. ಟಿವಿಯಲ್ಲಿ ಹಗಲು ರಾತ್ರಿ ಎನ್ನದೆ ಪ್ರಸಾರವಾಗುವ ಧಾರಾವಾಹಿಗಳು, ವಿದೇಶೀ ಛಾನಲ್ಲುಗಳು, ಫೇಸ್ಬುಕ್ಕು, ವಾಟ್ಸಪ್ಪು ಇವುಗಳಲ್ಲೇ ಮುಳುಗಿಹೋಗುವ ಜನರು ಮತ್ತೆ ನೈಜ, ಸಹಜ ಪರಿಸ್ಥಿತಿಗಳಿಗೆ ಹೊಂದಿಕ್ಕೊಳ್ಳಲಾರದವರಾಗುತ್ತಾರೇನೋ ಎಂಬ ಯೋಚನೆ ಬಂದು ಸೂರಜ್ ವಿಚಲಿತನಾದ. ಹೌದು, ಇಂತದೇ ಯೋಚನೆಯಲ್ಲಿ ಮುಳುಗಿರುವ ತಾನು ಎಲ್ಲಿಗೆ ಹೋಗಬೇಕು ಎಂದು ನಿರ್ಧರಿಸಿಯೇ ಇಲ್ಲ! ಸುಮ್ಮನೆ ರಸ್ತೆಯಲ್ಲಿ ನಡೆಯುತ್ತಿರುವೆ ಎನ್ನಿಸಿತು.

ಸಮಯ ಸಂಜೆ ನಾಲ್ಕನ್ನು ತೋರಿಸುತ್ತಿತ್ತು. ವಾಪಸ್ಸು ಮೈಸೂರಿಗೆ ಹೊರಟರೆ ರಾತ್ರಿ ಎಂಟರ ಸಮಯಕ್ಕೆ ಮೈಸೂರು ತಲುಪುವೆ. ಮೈಸೂರಿಗೆ ಹೊರಟರೆ ನಾಳೆ ಡೇವಿಡ್ ಕಂಪೆನಿಯ ರಹಸ್ಯ ತಿಳಿಯುವುದು ಹೇಗೆ? ತಾನಿಲ್ಲಿದ್ದರೂ ಪ್ರಯೋಜನ? ತನ್ನನ್ನು ಡೇವಿಡ್ ನೋಡಲು ಅವನ ಆಪ್ತ ಸಹಾಯಕಿ ಬಿಡುವುದಿಲ್ಲ. ಆದರೆ ಹುಡುಗಿಯಾದರೆ ಒಳಗೆ ಹೋಗಿ ಡೇವಿಡ್ ನೋಡಬಹುದು! ಈಗ ತನ್ನ ಸಹಾಯಕ್ಕೆ ಬರುವ ಒಬ್ಬ ಯುವತಿಯ ಅವಶ್ಯಕತೆಯಿದೆ! ಆದರೆ ಎಲ್ಲಿ ಹುಡುಕಲಿ? ಹಾಗೆ ನಟಿಸುವ ಒಬ್ಬ ಯುವತಿ ಸಿಕ್ಕರೆ? ಆಕೆಯ ಮೂಲಕ ತನಗೆ ಬೇಕಾದ ಮಾಹಿತಿ ಸಿಗುತ್ತದೆ! ನಾಳೆಗೆ ಒಬ್ಬ ಯುವತಿ ಇಂಟರ್ವ್ಯೂಗೆ ಎಂದು ಹೋಟೆಲ್ಲಿಗೆ ಹೋಗಬೇಕು. ಆಕೆ ತಾನು ಹೇಳಿದಂತೆ ಕೇಳಬೇಕು.

ಮೊಬೈಲು ರಿಂಗಾಯಿತು. ಇಳಾ ಸ್ವರ ಉಲಿಯಿತು. ಅವಳ ದನಿ ಕೇಳಿ ಸೂರಜ್‌ಗೆ ಖುಷಿಯಾಯಿತು. ಸಮಸ್ಯೆಗಳ ಸುಳಿಯಲ್ಲಿದ್ದೆ ಎನ್ನುವಾಗ ಇಳಾ ಸ್ವರ ಕೇಳಿ ಮನಸ್ಸಿಗೆ ಹಾಯೆನಿಸಿತು.

"ಸೂರಜ್ ಎಲ್ಲಿದ್ದೀಯ?"

"ಬೆಂಗಳೂರಲ್ಲೇ..ನಿನ್ನ ಪ್ರಾಜೆಕ್ಟ್ ಶುರುವಾಯಿತಾ..?"

"ಶುರುವಾಯಿತು. ಒಬ್ಬ ಎಂಪ್ಲಾಯೀ ಮೇಲೆ ಲೀಗಲ್ ಆಕ್ಷನ್ ತಗೋಬೇಕಂತೆ. ಆ ಫೈಲ್ ಕೊಟ್ಟು ಅದನ್ನು ಸ್ಟಡಿ ಮಾಡಿ ಡಿಸ್ಕಸ್ ಮಾಡೋಕೆ ಹೇಳಿದಾರೆ"

ತಕ್ಷಣ ಸೂರಜ್ ಒಂದು ಯೋಜನೆ ಹೊಳೆಯಿತು. ತನ್ನ ಕ್ಲಾಸ್ಮೇಟ್ ಇಳಾ ಧೈರ್ಯವಂತೆ! ಅವಳು ಒಂದು ನಾಟಕದಲ್ಲಿ ಕೂಡ ಅದ್ಭುತವಾಗಿ ಅಭಿನಯಿಸಿದ್ದಳು. ಅವಳನ್ನು ಡೇವಿಡ್ ಕಂಪೆನಿಯ ಇಂಟರ್ವ್ಯೂಗೆ ಕಳಿಸಿದರೆ ಹೇಗೆ? ಬಹುಶಃ ಅವಳ ಜೊತೆ ಹೋಗಲು ತಾನೂ ಪ್ರಯತ್ನಿಸಬಹುದು. ಆದರೆ ಒಪ್ಪುತ್ತಾಳಾ? ಪ್ರಯತ್ನ ಮಾಡಿ ನೋಡೋಣ ಎನ್ನಿಸಿತು ಸೂರಜ್‌ಗೆ.

"ಇಳಾ, ನನಗೆ ಒಂದು ಸಹಾಯ ಮಾಡೋಕೆ ಸಾಧ್ಯವೆ?"

"ಅದನ್ನೂ ಕೇಳಬೇಕಾ? ಹೇಳು ಅದೇನು?"

"ನಾಳೆ ನೀನು ಪ್ರಾಜೆಕ್ಟ್ ಕೆಲಸಕ್ಕೆ ಹೋಗಬೇಕಾ?"

"ಇಲ್ಲ. ಎರಡು ದಿನ ಬಿಟ್ಟು ಬನ್ನಿ ಅಂತ ಹೇಳಿದಾರೆ"

"ಗುಡ್ ನೀನು ಎಲ್ಲಿದ್ದೀಯಾ?"

"ನನ್ನ ದೊಡ್ಡಮ್ಮನ ಮನೆಯಲ್ಲಿ ಇದ್ದೀನಿ. ಮಲ್ಲೇಶ್ವರದಲ್ಲಿ"

"ಇಳಾ, ನಾಳೆ ನೀನು ನನಗಾಗಿ ಒಂದು ಕೆಲಸ ಮಾಡಬೇಕು"

"ಹೇಳು ನಾನು ಏನು ಮಾಡಬೇಕು"

"ಸ್ವಲ್ಪ ಕಷ್ಟದ ಕೆಲಸ. ಸ್ವಲ್ಪ ಭಯವಾಗಬಹುದು. ಆದರೆ ನೀನು ಹೆದರಬೇಕಾಗಿಲ್ಲ ನಿಂಜೊತೆ ನಾನಿರುತ್ತೇನೆ.

"ನಾಳೆ ಸುಮಾರು ಹತ್ತು ಗಂಟೆಗೆ ನಾನು ಹೇಳಿದ ಕಡೆಗೆ ನೀನು ಬರಬೇಕು"

"ಏನೋ? ನೀನು ಹೇಳೋದು ಕೇಳಿದ್ರೆ ಹೆದ್ರಿಕೆಯಾಗ್ತಿದೆ"

"ಒಂದು ಗಂಭೀರವಾದ ವಿಶಯ ಇಳಾ. ನನ್ನ ಅಕ್ಕನ ವಿಶಯ ನಿನಗೆ ಗೊತ್ತಲ್ವ. ಅದರಲ್ಲಿ ಏನೋ ಮೋಸ ನಡೆದಿದೆ. ನಮ್ಮಕ್ಕ ಹಾಗೆಲ್ಲಾ ಓಡಿಹೋಗೋಳಲ್ಲ. ಅವಳಿಗೆ ಅನ್ಯಾಯವಾಗಿದೆ. ಅವಳು ಸತ್ತಿಲ್ಲ. ಎಲ್ಲಿ ಮೋಸವಾಗಿದೆ? ಇದರ ಹಿಂದೆ ಯಾರಿದ್ದಾರೆ ಅಂತ ಹುಡುಕೋಕೆ ಹೊರಟಿದ್ದೀನಿ. ಇಲ್ಲಿ ಒಂದು ಎಳೆ ಸಿಕ್ಕಿದೆ. ಅದನ್ನು ಹಿಡ್ಕೊಂಡು ಇನ್ನೂ ಹೆಚ್ಚಿನ ವಿಶಯ ತಿಳ್ಕೋಬೇಕಾಗಿದೆ. ಅದಕ್ಕೆ ನಿನ್ನ ಸಹಾಯ ಬೇಕು"

"ಸಾರಿ ಸೂರಜ್. ನಿಮ್ಮಕ್ಕನ ವಿಶಯ ಗೊತ್ತಾಗಿ ತುಂಬಾ ಬೇಜಾರಾಯ್ತು. ನನ್ನಿಂದ ಏನಾದ್ರೂ ಸಹಾಯ ಮಾಡೋಕೆ ಸಾಧ್ಯವೆ ಅಂತ ಯೋಚಿಸ್ತಿದ್ದೆ. ಈಗ ಅದಕ್ಕೆ ಅವಕಾಶ ಸಿಕ್ಕಿದ್ದಕ್ಕೆ ಸಂತೋಷವೇ! ಹೇಳು ಎಲ್ಲಿಗೆ ಬರಲಿ? ಅದಕ್ಕೆ ಮುಂಚೆ ನಾನೇನು ಮಾಡಬೇಕೂಂತ ಸ್ವಲ್ಪ ಬ್ರೀಫ್ ಮಾಡು"

"ತುಂಬಾ ತ್ಯಾಂಕ್ಸ್ ಇಳಾ"

"ಅಯ್ಯೋ ಇನ್ನೂ ಏನೂ ಮಾಡೇ ಇಲ್ಲ. ಆಗಲೇ ತ್ಯಾಂಕ್ಸ್ ಹೇಳ್ತಿದ್ದೀಯಲ್ಲ?"

"ಒಂದೇ ಮಾತಿಗೆ ಒಪ್ಪಿಕೊಂಡೆಯಲ್ಲ ಅದಕ್ಕೆ"

"ನೀನೆಲ್ಲಿ ಉಳ್ಕೊಂಡಿದ್ದೀಯ?"

"ಮೈಸೂರಿಗೆ ಹೋಗಿ ಮತ್ತೆ ಬೆಳಿಗ್ಗೆ ವಾಪಸ್ಸು ಬರ್ತೀನಿ"

"ಯಾಕೆ ಇಲ್ಲೇ ಇರೋಕಾಗೊಲ್ಲವಾ..?"

"ಇಲ್ಲ. ಹೋಟಲ್ಲಲ್ಲಿರಬೇಕಾಗುತ್ತೆ. ಸುಮ್ನೆ ಖರ್ಚು! ಅದೂ ಬೆಂಗ್ಳೂರಲ್ಲಿ.."

"ಓಕೆ. ಎಲ್ಲಿಗೆ ಬರ್ಲಿ ಹೇಳು"

"ಹತ್ಗಂಟೇಗೆ ನಿನ್ನ ಮನೇಗೆ ನಾನೇ ಬರ್ತೀನಿ.."

"ಅಯ್ಯಯ್ಯೋ ಬೇಡ. ನಮ್ಮ ದೊಡ್ಡಮ್ಮ ಇನ್ನಿಲ್ಲದ ಪ್ರಶ್ನೆ ಕೇಳ್ತಾರೆ. ಮತ್ತೆ ಈ ಸುದ್ದಿ ಅಪ್ಪ-ಅಮ್ಮನಿಗೂ ತಿಳಿಸ್ತಾರೆ. ಇಲ್ಲದ ರೇಜಿಗೆ ಬೇಡ"

"ಸರಿ. ನಿನಗೆ ಹತ್ತಿರದ ಬಸ್‌ಸ್ಟಾಪಲ್ಲಿ ಇರು. ಅದೆಲ್ಲಿದೇಂತ ಬೆಳಿಗ್ಗೆ ಫೋನ್ ಮಾಡಿ ತಿಳ್ಕೊಂಡು ನಾನೇ ಬರ್ತೀನಿ"

"ಸರಿ ಬೈ"

ತನ್ನ ಯೋಜನೆ ಕಾರ್ಯರೂಪ ಪಡೆದುಕ್ಕೊಳ್ಳುತ್ತಿದೆ ಎಂದು ಸೂರಜ್ ಖುಷಿಯಾದ. ಇಳಾ ಇಷ್ಟು ಬೇಗನೆ ಒಪ್ಪುತ್ತಾಳೆ ಎನ್ನುವ ನಂಬಿಕೆ ಇರಲಿಲ್ಲ. ಇನ್ನು ಮೈಸೂರು ಸೇರಬೇಕು ಎಂದು ಆಟೋ ಹಿಡಿದು ರೈಲ್ವೇ ಸ್ಟೇಷನ್ನಿಗೆ ಧಾವಿಸಿದ!

6

ಅಧ್ಯಾಯ:

ಸರಿಯಾಗಿ ಹತ್ತು ಗಂಟೆಯ ಸಮಯಕ್ಕೆ ಇಳಾ ಮತ್ತು ಸೂರಜ್ ಗಾರ್ಡನ್ ಗೇಟ್ ಹೋಟೆಲಿನ ಮುಂದಿದ್ದರು.

"ಮೊದಲು ನಾನು ಮಾತಾಡ್ತಿನಿ. ನೀನು ಸುಮ್ಮನೆ ಇರಬೇಕು" ಸೂರಜ್ ಹೇಳಿದ.

"ನಿನ್ನ ಪ್ರೊಫೆಷನ್ ಏನೂಂತ ಕೇಳಬಹುದಲ್ವಾ?" ಇಳಾ ಅನುಮಾನಿಸಿದಳು.

"ಹೌದು, ಕೇಳ್ತಾರೆ. ನೀನು ನಸಿರ್ಂಗ್ ಅಂತ ಹೇಳು. ನಿಮ್ಮ ಡಾಕ್ಯುಮೆಂಟ್ಸ್ ಕೊಡಿ ಅಂತ ಕೇಳಿದರೆ, ತಂದಿಲ್ಲ ಮುಂದೆ ತರ್ತೀನಿ ಈಗ ಸುಮ್ಮನೆ ವಿಚಾರಿಸೋಕೆ ಬಂದಿದ್ದೇನೆ ಅಂತ ಹೇಳಬೇಕು"

"ಆಯ್ತು ಕಣೋ ಜೊತೆಯಲ್ಲಿ ಅಂತ ನೀನು ಇರ್ತೀಯಲ್ಲ ಏನೂ ಯೋಚನೆ ಇಲ್ಲ. ನಾನು ನರ್ಸ್ ಅಲ್ಲ. ಆದ್ರೂ..ಒಂದು ವೇಳೆ ಇಂಟರ್ವ್ಯೂನಲ್ಲಿ ಸೆಲೆಕ್ಟ್ ಆಗಿಬಿಟ್ಟರೆ, ಏನು ಹೇಳಬೇಕು" ಇಳಾ ಮತ್ತೊಂದು ಅನುಮಾನ ಮುಂದಿಟ್ಟಳು.

"ನಿಮ್ಮ ಟರ್ಮ್ಸ್ ಅಂಡ್ ಕಂಡೀಷನ್ ಏನು ಅಂತ ಕೇಳಬೇಕು. ನನಗೆ ಜಾಯಿನಿಂಗ್ ಟೈಮ್ ಬೇಕೂ ಅಂತ ಹೇಳು. ಮುಂದಕ್ಕೆ ನೀನು ಯೋಚನೆ ಮಾಡಬೇಡ ಉಳಿದಿದ್ದೆಲ್ಲ ನಾನು ನೋಡಿಕೊಳ್ಳುತ್ತೇನೆ"

"ಯಾಕೋ ಹೆದರಿಕೆ ಆಗುತ್ತೆ ಕಣೋ"

"ನಾವೇನು ತಪ್ಪು ಮಾಡಿಲ್ವಲ್ಲ ಹೆದರಿಕೆ ಯಾಕೆ? ಕಾನೂನು ವಿರುದ್ಧವಾದದ್ದು ನಾವೇನು ಮಾಡಿಲ್ಲ. ಮಾಡೋದೂ ಇಲ್ಲ. ಅಲ್ಲ ಕಾಲೇಜ್ ನಾಟಕದಲ್ಲಿ ನೀನೆಷ್ಟು ಬೋಲ್ಡಾಗಿ ಆಕ್ಟ್ ಮಾಡಿದ್ದೆ? ಒಂದೆರಡು ಸುಳ್ಳು ಹೇಳೋಕೆ ಅಷ್ಟೊಂದು ಹೆದ್ರಿಕೊಂಡಿದ್ದೀಯಾ?"

ಸೂರಜ್ ಅಣಕಿಸುವಂತೆ ಹೇಳಿದ.

"ನಾಟಕ ಬೇರೆ, ನಿಜ ಜೀವನವೇ ಬೇರೆ. ಜೀವನ ನಾಟಕ ಆಗೋದಕ್ಕೆ ಸಾಧ್ಯ ಇಲ್ಲ"

ಇಳಾ ಮಾತಿನಲ್ಲಿದ್ದ ಗಂಭೀರತೆಗೆ ಅಚ್ಚರಿಪಟ್ಟ ಸೂರಜ್.

"ಓ.ಕೆ ಲೆಟಸ್ ಗೋ"

ನಿಧಾನಕ್ಕೆ ಅವರು ಹೋಟೆಲ್ ರಿಸೆಪ್ಷನಿಸ್ಟ್ ಹತ್ತಿರ ಬಂದರು.

"ನಾವು ಇಂಟವ್ರ್ಯೂಗೆ ಬಂದಿದ್ದೇವೆ"

"ಇಬ್ಬರೂ..?"

"ನೋ..ನಾನು ಮಾತ್ರ"

"ಯುವರ್ ಇಂಟವ್ರ್ಯೂ ಲೆಟರ್"

"ತಂದಿಲ್ಲ"

"ಹೌ ಕೆನ್ ಯೂ ಫರ್ಗೆಟ್?" ಆಕೆ ತೀಕ್ಷ್ಣವಾಗಿ ಇಳಾ ಕಡೆ ನೋಡಿ, "ಗೋ ಟು ಸೂಟ್ ನಂಬರ್ ಥ್ರೀ ಝೀರೋ ಫೈವ್" ಎಂದಳು.

"ಥ್ಯಾಂಕ್ಯು"

ರಿಸೆಪ್ಷನಿಸ್ಟ್‌ಗೆ ವಂದಿಸಿ ಅವರು ಲಿಫ್ಟ್‌ನಲ್ಲಿ ಮೂರನೇ ಮಹಡಿಗೆ ಹೋದರು. ಸೂಟ್ ನಂಬರ್ ಮುನ್ನೂರ ಐದರ ಮುಂದೆ ನಿಂತು ಬಾಗಿಲ ಮೇಲೆ ಮೆಲ್ಲನೆ ಬಡಿದ ಸೂರಜ್.

"ಪ್ಲೀಸ್ ಕಮಿನ್"ಶಬ್ದ ಕೇಳಿಸಿತು.

ಬಾಗಿಲು ತಳ್ಳಿ ಒಳಗೆ ಹೋದ ತಕ್ಷಣವೇ ಒಂದು ಟೇಬಲ್ ಹಿಂದೆ ಅವನ ಆಪ್ತ ಕಾರ್ಯದರ್ಶಿ ಕಂಡಳು. ಈಕೆಯೇ ಸಿಲ್ವಿಯಾ ಡಿಸೋಜಾ? ಸೂರಜ್ ಮನಸ್ಸಿನಲ್ಲೇ ಹೇಳಿಕೊಂಡ. ಆಕೆ ನಲವತ್ತು ದಾಟಿದ ಕಪ್ಪನೆಯ ಕುಳ್ಳನೆಯ ಹೆಂಗಸು. ಬಾಬ್ ತಲೆ. ಸ್ಕರ್ಟ್ ಮತ್ತು ಟಾಪ್ ಧರಿಸಿದ್ದಳು. ವಯಸ್ಸಿಗೂ ಉಡುಪಿಗೂ ಹೊಂದಾಣಿಕೆಯೇ ಇಲ್ಲ ಎನ್ನುವಂತಿದ್ದಳು.

ಮುನ್ನೂರ ಐದು ಸೂಟ್ ವಿಶಾಲವಾಗಿತ್ತು. ಈಚೆ ಒಂದು ವರಾಂಡ. ಒಳಗೆ ಇನ್ನೊಂದು ಭಾಗವಿತ್ತು.

"ಯುವರ್ ಇಂಟವ್ರ್ಯೂ ಲೆಟರ್ ಪ್ಲೀಸ್ ಅಂಡ್ ಹೂ ಈಸ್ ದ ಕ್ಯಾಂಡಿಡೇಟ್?"

"ಷಿ ಈಸ್ ದ ಕ್ಯಾಂಡಿಡೇಟ್

"ಅವರೇನೂ ಮಾತಾಡ್ತಿಲ್ಲ, ನೀವೇ ಮಾತಾಡುತ್ತಿದ್ದಿರಲ್ಲ?" ಎಂದಳು ಸಿಲ್ವಿಯಾ.

"ವಾಟ್ ಈಸ್ ಹ್ಯಾಪನಿಂಗ್? ಅವರನ್ನ ಒಳಗೆ ಕಳಿಸು"

ಆಕೆ ಕೇಳುತ್ತಿರುವಾಗಲೇ ಒಳಗಿನಿಂದ ಗಂಡಸಿನ ಧ್ವನಿ ಕೇಳಿತು.

"ಓ.ಕೆ. ಗೋ ಇನ್" ಆಕೆ ಒಳಗೆ ಹೋಗಲು ಕೈತೋರಿಸಿದಳು.

ಒಳಗೆ ವಿಶಾಲವಾದ ಟೇಬಲ್ಲಿನ ಹಿಂದೆ ಒಬ್ಬ ಸುಮಾರು ಮೂವತ್ತರ ಆಸುಪಾಸಿನ, ಸೂಟಿನಲ್ಲಿದ್ದ ಗಂಡಸು ಕೂತಿದ್ದ. ತಲೆ ಪೂರಾ ಬಾಲ್ಡ್ ಆಗಿತ್ತು. ಮುಖ ಮತ್ತು ಮಾತಿನಲ್ಲಿ ಗಡುಸುತನ ತೋರುತ್ತಿತ್ತು. ಕಣ್ಣ ಕೆಳಗಿನ ತುಂಬಿಕೊಂಡ ಚೀಲಗಳು ಅವನು ಹೆಚ್ಚು ಮದ್ಯ ಸೇವಿಸುವನು ಎನ್ನುತ್ತಿತ್ತು. ಅವನ ಮುಖದ ಚಹರೆಯಲ್ಲಿ ಏನೋ ಯಾರಿಗೋ ಹೋಲಿಕೆ ಕಾಣಿಸುತ್ತಿತ್ತು. ಈತ ತೀರಾ ಅಪರಿಚಿತನಲ್ಲ ಎನಿಸುತ್ತಿತ್ತು. ಸಾಧ್ಯವೆ? ಇವನನ್ನು ತಾನು ನೋಡಿರುವ ಸಾಧ್ಯತೆಯಿದೆಯೆ? ಸೂರಜ್ ಯೋಚಿಸಿದ.

"ಹೂ ಈಸ್ ದ ಕ್ಯಾಂಡಿಡೇಟ್?"

"ಐಯಾಮ್" ಇಳಾ ಹೇಳಿದಳು.

"ಯೂ ಕೆನ್ ವೈಟ್ ಔಟ್‌ಸೈಡ್" ಆತ ಗಡುಸಾಗಿ ಸೂರಜ್‌ಗೆ ಹೇಳಿದ.

"ಸಾರಿ. ನಾನು ಹೊರಗಿರುತ್ತೇನೆ"

ಸೂರಜ್ ಹೊರಗೆ ನಡೆದು ಸಿಲ್ವಿಯಾ ಮುಂದಿದ್ದ ಮೂರು ಕುರ್ಚಿಗಳಲ್ಲಿ ಒಂದರ ಮೇಲೆ ಕೂತು ಒಳಗೆ ನಡೆಯುವುದನ್ನು ಕೇಳಿಸಿಕ್ಕೊಳ್ಳಲು ಪ್ರಯತ್ನಿಸಿದ.

"ಸಿಲ್ವಿಯಾ ಪ್ಲೀಸ್ ಕ್ಲೋಸ್ ದ ಡೋರ್"

ಒಳಗಿದ್ದವ ಗುಡುಗಿದ.

ಸಿಲ್ವಿಯಾ ಎದ್ದು ಒಳಗಿನ ಬಾಗಿಲು ಮುಚ್ಚಿದಳು. ಒಳಗೆ ಮಾತಾಡುವುದು ಸೂರಜ್‌ಗೆ ಕೇಳಿಸುತ್ತಿರಲಿಲ್ಲ! ಇದು ಬೇಕಂತಲೇ ಮಾಡುತ್ತಿದ್ದಾರಾ? ಒಳಗೆ ನಡೆಯುತ್ತಿರುವುದು ತನಗೆ ಕೇಳಿಸಬಾರದೆಂದೇ? ಇಳಾ ಅಪಾಯದಲ್ಲಿರುವಳೇ? ಬರಿಯ ಇಂಟರ್ವ್ಯೂಗಾಗಿ ಬಂದಿರುವಾಗ ಏನು ಅಪಾಯ? ಹೆಚ್ಚೆಂದರೆ ನೀನು ಫೇಕ್ ಕ್ಯಾಂಡಿಡೇಟ್ ಎಂದು ವಾಪಸ್ಸು ಕಳಿಸಬಹುದು ಅಷ್ಟೆ! ಬೇರೇನು ಮಾಡಲು ಸಾಧ್ಯ? ಸಿಲ್ವಿಯಾಳಿಂದ ತನಗೆ ಹೆಚ್ಚಿನ ಮಾಹಿತಿ ಸಿಗಬಹುದೆ? ಒಳಗಿರುವ ವ್ಯಕ್ತಿ ಡೇವಿಡ್ ಎಂದಾದರೆ ಅವನಿಗೂ ಯಾರಿಗೋ ಹೋಲಿಕೆ ಎಂದು ತನಗೇಕೆ ಅನ್ನಿಸಬೇಕು?

ಎದುರು ಕುಳಿತಿದ್ದ ಸಿಲ್ವಿಯಾಗೆ ಮಾಡಲು ಹೆಚ್ಚಿಗೆ ಕೆಲಸ ಇದ್ದಂತಿರಲಿಲ್ಲ! ಆಕೆ ತನ್ನ ಮೊಬೈಲಿನಲ್ಲಿ ಏನೋ ನೋಡುತ್ತಿದ್ದಳು. ಆಕೆಯ ಟೇಬಲ್ಲಿನ ಮೇಲಿನ ಲ್ಯಾಪ್ಟಾಪೂ ಸ್ಥಬ್ದವಾಗಿತ್ತು. ಅದನ್ನು ಡೇವಿಡ್ ರೂಮಿನಿಂದ ವಾಪಸ್ಸು ಬರುವಾಗ ಸೂರಜ್ ಗಮನಿಸಿದ್ದ.

"ಎಕ್ಸ್‌ಕ್ಯೂಸ್ ಮಿ ಮೇಡಮ್. ನಿಮ್ಮ ಕಂಪೆನೀದು ವೆಬ್‌ಸೈಟಿದೆಯಾ..?"

"ಇಲ್ಲ"

"ಡೇವಿಡ್ ಸರ್ ಅವರನ್ನ ಕಾಂಟ್ಯಾಕ್ಟ್ ಮಾಡಬೇಕೆಂದರೆ ಅವರೆಲ್ಲಿ ಸಿಗುತ್ತಾರೆ?"

"ಅವರನ್ನ ಕಾಂಟ್ಯಾಕ್ಟ್ ಮಾಡಬೇಕಾಗಿದ್ದರೆ ಅವರೇ ಹೇಳ್ತಾರೆ"

"ನಿಮ್ಮದು ಪರ್ಮನೆಂಟ್ ಆಫೀಸಿಲ್ಲವೆ?"

"ಇಲ್ಲಿಲ್ಲ. ಮುಂಬೈಯಲ್ಲಿದೆ. ಇಲ್ಲಿ ಇಂಟರ್ವ್ಯೂಗಾಗಿ ಡೇವಿಡ್ ಬರ್ತಾರೆ"

"ಮತ್ತೆ ನೀವೂ ಮುಂಬೈಯಲ್ಲಿರ್ತೀರಾ..?"

"ಹೌದು. ಇಲ್ಲಿ ಕೆಲಸ ಇದ್ದಾಗ ಮಾತ್ರ ಬರ್ತೀನಿ. ಈ ವಿಶಯ ನಿಮಗೆ ಯಾಕೆ ಬೇಕು?"

"ಸುಮ್ಮನೆ ಕಾಯ್ತಾ ಕೂತಿದ್ದೀನಲ್ಲಾ ಅದಕ್ಕೆ ಮಾತಾಡ್ತಿದ್ದೀನಿ"

"ನೋಡಿ ಇನ್ನು ಹೆಚ್ಚಿಗೆ ಮಾಹಿತಿ ಬೇಕೆಂದರೆ ನೀವು ದಯವಿಟ್ಟು ಡೇವಿಡ್ ಅವರನ್ನೇ ಕೇಳಬೇಕು"

"ಓ.ಕೆ ಮೇಡಮ್. ಜಸ್ಟ್ ಕ್ಯೂರಿಯಸ್ ಅಷ್ಟೆ"

"ನೀವು ಆಚೆ ಇದ್ರೆ ಒಳ್ಳೆಯದು"

"ಸಾರಿ" ಎಂದು ಸೂರಜ್ ಮೌನ ಧಾರಣೆ ಮಾಡಿದ.

ಐದು ನಿಮಿಷದಲ್ಲಿ ಇಳಾ ಹೊರಗೆ ಬಂದಳು. ಸೂರಜ್ ಮುಖದ ಮೇಲಿದ್ದ ಪ್ರಶ್ನಾರ್ಥಕ ಭಾವಕ್ಕೆ, ಕಣ್ಸನ್ನೆಯಲ್ಲೇ ನಡಿ ಆಚೆ ಹೋಗೋಣ ಎಂದು ಸೂಚಿಸಿದಳು. ಮರುಮಾತಾಡದೆ ಇಳಾ ಜೊತೆ ಸೂರಜ್ ಆಚೆ ನಡೆದ.

ಸೂಟ್ ನಂಬರ್ ಮುನ್ನೂರ ಐದರ ಬಾಗಿಲಾಚೆ ಕಾಲಿಡುತ್ತಲೇ ಸೂರಜ್ ಆತುರದಿಂದ ಕೇಳಿದ.

"ಒಳಗೆ ಏನಾಯ್ತು?"

"ನಾವು ಕೆಲಸ ಕೊಡಿಸ್ತೀವಿ ಅಂತ ಯಾರು ಹೇಳಿದರು ಅಂತ ಕೇಳಿದ. ನನ್ನ ಫ್ರೆಂಡ್ಸ್ ಕೆಲವರು ಹೇಳಿದರು ಅಂತ ಹೇಳಿದೆ. ಆಮೇಲೆ ಯಾವ ದೇಶಕ್ಕೆ ಹೋಗಕ್ಕೆ ನಿಮಗೆ ಇಷ್ಟ ಅಂತ ಕೇಳಿದ. ನಾನು ಸೇಫಾಗಿರುವ ದೇಶ, ಹೆಚ್ಚಿಗೆ ಸಂಬಳ ಸಿಗಬೇಕು ಅಂತ ಕಡೆ ಹೋಗೋದಿಕ್ಕೆ ಇಷ್ಟಪಡುತ್ತೇನೆ ಅಂದೆ"

"ಗುಡ್, ಆಮೇಲೇನಾಯ್ತು?"

"ಪಾಸ್ಪೋರ್ಟ್ ಇದೆಯಾ ಅಂತ ಕೇಳಿದ"

"ಇಲ್ಲ ಅಂತ ಹೇಳಿದೆ. ನಾವೇ ಮಾಡಿಸಿಕೊಡ್ತೀನಿ. ವೀಸಾ ಕೂಡ ಮಾಡಿಸ್ತೀವಿ. ಅದರ ಬಗ್ಗೆ ಯೋಚನೆ ಬೇಡ ಮೊದಲು ನೀವು ಯಾವ ಕಡೆ ಹೋಗಬೇಕು ಅನ್ನೋದು ಡಿಸೈಡ್ ಮಾಡಿಕೊಂಡು ಬನ್ನಿ ಒಂದು ವಾರದಲ್ಲಿ ನಿಮ್ಮನ್ನು ಕಳಿಸ್ತೀವಿ ಅಂತ ಹೇಳಿದ. ಹಾಗಾದರೆ ಯುಕೆ ಅಥವಾ ಅಮೇರಿಕಕ್ಕೆ ಹೋಗೋಕೆ ಇಷ್ಟಪಡ್ತೀನಿ ಅಂತ ಕೇಳಿದೆ. ಸಾರಿ ಅಂತ ಮುಂದುವರಿದ ದೇಶಕ್ಕೆ ಕಳಿಸೋಕೆ ಆಗಲ್ಲ ನೀವು ಬೇಕಾದರೆ ಮಿಡ್ಲ್ ಈಸ್ಟ್ ಅಥವಾ ಆಫ್ರಿಕಾ ಅಥವಾ ಆಸ್ಟ್ರೇಲಿಯಾ ಆಯ್ಕೆ ಮಾಡಬಹುದು, ಸಂಬಳ ಕನಿಷ್ಠ ಅಂದರೂ ಐವತ್ತು ಸಾವಿರ ಸಿಗುತ್ತೆ. ಅದರಲ್ಲಿ ಮೊದಲ ತಿಂಗಳ ಸಂಬಳ ನಮ್ಮ ಸರ್ವಿಸ್ ಚಾರ್ಜ್ ಅಂತ ಹೇಳಿದ. ಮತ್ತೆ ನಾನು ಯಾವಾಗ ಬರಲಿ ಅಂತ ಕೇಳಿದೆ. ನಾಳೆ ಬನ್ನಿ ಬರಬೇಕಾದರೆ ಎಲ್ಲಾ ಡಾಕ್ಯುಮೆಂಟ್ಸ್ ತಗೊಂಡು ಬನ್ನಿ ಅಂತ ಹೇಳಿದ. ಏನೇನು ಡಾಕ್ಯುಮೆಂಟ್ಸ್ ಬೇಕು ಅಂತ ಕೇಳಿದೆ. ನಿಮ್ಮ ನರ್ಸಿಂಗ್ ಸರ್ಟಿಫಿಕೇಟ್ ಸಾಕು. ನಿಮ್ಮ ವಿದ್ಯಾಭ್ಯಾಸಕ್ಕೆ ಸಂಬಂಧಪಟ್ಟ ಡಾಕ್ಯುಮೆಂಟ್ಸ್ ಇದೆಯಲ್ಲ ಅವನ್ನೆಲ್ಲ ತಗೋಬನ್ನಿ ಅಂತ ಹೇಳಿದ. ಸರಿ ನಾಳೆ ಬರ್ತೀನಿ ಅಂತ ಹೇಳಿ ಈಚೆ ಬಂದೆ"

ಇಳಾ ಹೇಳಿದ್ದನ್ನೆಲ್ಲಾ ಸೂರಜ್ ಮೆಲುಕು ಹಾಕಿದ. ಇಂತಾ ಮಾತುಗಳಿಂದ ಅವನು ಮೋಸ ಮಾಡ್ತಾನೆ ಅನ್ನೋದು ಸ್ಪಷ್ಟವಾಗಿತ್ತು. ನಕಲಿ ಪಾಸ್ಫೆ◌ೊರ್ಟ್ ಮತ್ತು ನಕಲಿ ವೀಸಾ ಮಾಡಿಸಿ ಎಲ್ಲಿಗೋ ಸಾಗಿಸುತ್ತಾನೆ. ಇದೊಂದು ಕರಾಳ ದಂಧೆ. ಇಲ್ಲಿ ಮಂದಕ್ಕ ಕಾಣೆಯಾಗಿರುವುದಕ್ಕೇನು ಲಿಂಕ್ ಇದೆಯಾ..?

"ಸರಿ ಈಗ ಮುಂದೇನು ಮಾಡ್ತೀಯಾ ಸೂರಜ್?"

"ಏನೂ ತೋಚ್ತಿಲ್ಲ. ಸಾರಿ, ನೀನಿನ್ನು ಮನೆಗೆ ಹೋಗು ನನಗೆ ಇನ್ನೂ ಸ್ವಲ್ಪ ಕೆಲಸ ಇದೆ ಡೇವಿಡ್ ಜೊತೆ"

"ಒಳಗೆ ನಿನಗೆ ಎಷ್ಟೊತ್ತಾಗುತ್ತೆ?"

"ಹೇಳಕ್ಕಾಗಲ್ಲ ಸ್ವಲ್ಪ ರಿಸ್ಕಿನ ಕೆಲಸ. ನೀನು ಮನೆಗೆ ಹೋಗೋದು ಒಳ್ಳೇದು"

ಎಂದು ಸೂರಜ್ ಹೇಳಿದ. ಅವನ ಮಾತಿನಲ್ಲೇ ಏನೋ ಅಪಾಯದ ಕೆಲಸಕ್ಕೆ ಸೂರಜ್ ಇಳಿದಿದ್ದಾನೆ ಅನ್ನಿಸಿತು. ಸ್ವಲ್ಪ ಅನುಮಾನ ಕೂಡ ಮೂಡಿತು

"ನಾನು ಇಲ್ಲೇ ಇದ್ರೆ ನಿನಗೇನು ತೊಂದರೆ" ಇಳಾ ಕೇಳಿದಳು.

"ತೊಂದರೆ ಏನೂ ಇಲ್ಲ...ಆದ್ರೂ ನೀನಿಲ್ಲಿರೋದು ಅಷ್ಟು ಸೇಫ್ ಅಲ್ಲ ಅಂತ ಅನ್ಸುತ್ತೆ"

ನಾನು ಕೆಳಗೆ ರಿಸೆಪ್ಷನ್ ಏರಿಯಾದಲ್ಲಿ ಕೂತಿರ್ತೀನಿ. ನೀನು ಡೇವಿಡ್ ಹತ್ರ ಮಾತಾಡಿ ಬಾ ಆಮೇಲೆ ಇಬ್ಬರೂ ಹೋಗೋಣ"

ಇಳಾ ಮಾತಿಗೆ ಸೂರಜ್ ಒಪ್ಪಿದ. ಹೋಟೆಲಿನಿಂದ ಹೊರಗೆ ಬಂದಿದ್ದವರು ಹೋಟೆಲನ್ನು ಮತ್ತೆ ಪ್ರವೇಶಿಸಿದರು.

ಅವರನ್ನು ಎದುರುಗೊಂಡು ಹೋಟೆಲಿನ ಸ್ಟಾಫ್‌ಗೆ ಇವರು ಯಾರನ್ನೋ ಭೇಟಿಮಾಡಬೇಕು" ಎಂದು ಹೇಳಿದ.

"ಪ್ಲೀಸ್ ಮೇಡಮ್ ಯೂ ಕೆನ್ ವೈಟ್ ಹಿಯರ್" ಆತ ದೂರದಲ್ಲಿನ ಸೋಫಾ ತೋರಿಸಿದ.

"ನಾನು ಮಾತ್ರ ತ್ರಿ ನಾಟ್ ಫೈವ್‌ನಲ್ಲಿ ಡೇವಿಡ್ ಇದ್ದಾರಲ್ಲ ಅವರನ್ನು ಭೇಟಿಯಾಗುವುದಕ್ಕೆ ಹೋಗ್ತಿದ್ದೀನಿ"

"ಓಕೆ ಯೂ ಕ್ಯಾನ್ ಗೋ ಥ್ಯಾಂಕ್ಯು"

ಸೂರಜ್ ಮತ್ತೆ ಲಿಫ್ಟ್ ಸೇರಿ ಮೂರನೇ ಮಹಡಿಯ ಗುಂಡಿಯನ್ನು ಒತ್ತಿದ.

"ಮತ್ತೇನು ಬಂದಿದ್ದು?" ಮುನ್ನೂರು ಐದರ ಬಾಗಿಲು ತೆರೆದೊಡನೆ ಸಿಲ್ವಿಯಾ ಕೇಳಿದಳು

"ಡೇವಿಡ್ ಅವರತ್ರ ಸ್ವಲ್ಪ ಪರ್ಸನಲ್ ಕೆಲಸ ಇದೆ" ಎಂದು ಅವಳ ಉತ್ತರಕ್ಕೆ ಅವಕಾಶ ಕೊಡದೆ ಸೂರಜ್ ಒಳಗೆ ನುಗ್ಗಿದ ಅವನನ್ನು ನೋಡುತ್ತಲೇ ಸ್ವಲ್ಪ ಅಪ್ರತಿಭನಾದ ಡೇವಿಡ್.

"ವಾಟ್ ದ ಹೆಲ್ ಈಸ್ ದಿಸ್?" ಗಡುಸಾಗಿ ಕೇಳಿದ.

"ಐ ನೀಡ್ ಯು ಟು ಗೀವ್ ಕನ್ಸಲ್ಟೇಶನ್ ಫಾರ್ ಮೈ ಕಾಫಿ ಎಸ್ಟೇಟ್" ಎಂದು ಸೂರಜ್ ವ್ಯಂಗ್ಯವಾಗಿ ಹೇಳಿದ.

"ಈಜ್ ಇಟ್ ಎ ಜೋಕ್?" ಡೇವಿಡ್ ಖಾರವಾಗಿ ಕೇಳಿದ.

"ಇಲ್ಲ. ನಾನು ತುಂಬಾ ಸೀರಿಯಸ್ಸಾಗಿ ಕೇಳ್ತಿದ್ದೀನಿ"

"ಐ ಯಾಮ್ ನಾಟ್ ಅ ಕಾಫಿ ಕನ್ಸಲ್ಟೆಂಟ್" ಎಂದು ಡೇವಿಡ್ ಗಡಸಾಗಿ ಹೇಳಿದ.

ಅಂದರೆ..ಮುಂಬೈಯ ಡೇವಿಡ್‌ಗೆ ಕನ್ನಡ ಅರ್ಥವಾಗುತ್ತೆ! ಆಶ್ಚರ್ಯವಾಯಿತು ಸೂರಜ್‌ಗೆ.

"ಆದ್ರೆ ಕನ್ಸಲ್ಟೇಶನ್ನಿನ ಫೀಸ್ ತಗೋತೀರಲ್ವಾ?" ಸೂರಜ್ ಮಾತಿನಲ್ಲೇ ತಿವಿದ.

ಡೇವಿಡ್ ಮುಖ ವಿವರ್ಣವಾಯಿತು.

"ಯಾರು ನೀನು ನಿಜ ಹೇಳು" ಎದ್ದು ದನಿ ಏರಿಸಿ ಕನ್ನಡದಲ್ಲಿ ಕೇಳಿದ ಡೇವಿಡ್.

ಓಹ್ ಈತನಿಗೆ ಕನ್ನಡ ಕೂಡ ಬರುತ್ತೆ! ಅದು ಹೇಗೆ?

"ಪ್ರಫುಲ್ಲ ಎಸ್ಟೇಟ್ ಪ್ರತಿವರ್ಷ ಇಪ್ಪತ್ತು ಲಕ್ಷ! ವಸಂತ ನಗರದ ವಿಳಾಸದ ರಶೀದಿ, ಅಲ್ಲಿ ಒಂದು ಅಪಾರ್ಟ್ಮೆಂಟ್! ಕೆಳಗೆ ಫರ್ನಿಚರ್ ಅಂಗಡಿ! ನಿನ್ನ ಈ ನಕಲಿ ದಂಧೆ ನನಗೆ ಗೊತ್ತಿಲ್ಲ ಅಂದ್ಕೊಂಡಿದ್ದೀಯಾ?"

"ಯಾರು ನೀನು ನಿಜ ಹೇಳು" ಡೇವಿಡ್ ಮುಖ ಬಿಗಿಯಿತು.

"ಹೇಳು ಮಂದಾಕಿನಿ ಎಲ್ಲಿ? ಅವಳನ್ನು ಏನು ಮಾಡಿದ್ದೀಯಾ" ಸೂರಜ್ ಟೇಬಲನ್ನು ಮುಷ್ಠಿಯಿಂದ ಅಪ್ಪಳಿಸಿ ಕೇಳಿದ.

"ನೀನು ಯಾರ ಬಗ್ಗೆ ಮಾತಾಡ್ತಿದ್ದೀಯೋ ನನಗೆ ಗೊತ್ತಿಲ್ಲ! ಮಂದಾಕಿನಿ ಯಾರೂಂತ ನನಗೆ ಗೊತ್ತಿಲ್ಲ! ನೀನು ಯಾರೂಂತಾನೂ ನನಗೆ ಗೊತ್ತಿಲ್ಲ ಒಳ್ಳೆ ಮಾತಲ್ಲಿ ಇಲ್ಲಿಂದ ಹೋಗು"

"ಏನು ಧಮಕಿ ಹಾಕ್ತಿದ್ದೀಯಾ? ನಿನ್ನ ಆಟ ಎಲ್ಲ ಮುಗೀತು ಡೇವಿಡ್! ಹೇಳು ಮಂದಕ್ಕ ಎಲ್ಲಿ?"

"ಯೂ ಡೆವಿಲ್..ನಿನ್ನ ಗತಿ ಏನಾಗುತ್ತೇಂತ ಗೊತ್ತಿಲ್ಲದೆ ಮಾತಾಡಬೇಡ" ಡೇವಿಡ್ ಕುರ್ಚಿಯಿಂದೆದ್ದು ಡ್ರಾಯರ್‌ನಿಂದ ಏನನ್ನೋ ತೆಗೆದು ಬೆನ್ನ ಹಿಂದಿಟ್ಟುಕೊಂಡು ಸೂರಜ್ ಕಡೆಗೆ ಧಾವಿಸಿದ. ಸೂರಜ್ ಅವನನ್ನು ಎದುರಿಸಲು ಸಜ್ಜಾಗಿ ನಿಂತ!

0 0 0

ಸಿಲ್ವಿಯಾ ಮತ್ತು ಡೇವಿಡ್ ಆತುರಾತುರದಿಂದ ಹೋಟೆಲಿನಿಂದ ಆಚೆ ಹೋಗುತ್ತಿರುವುದನ್ನು ಅಚ್ಚರಿಯಿಂದ ನೋಡಿದಳು ಇಳಾ! ಸೂರಜ್ ಎಲ್ಲಿ? ಅವನೇಕೆ ಬರಲಿಲ್ಲ ಇವರೇಕೆ ಹೀಗೆ ಆತುರದಲ್ಲಿ ಆಚೆ ಹೋಗುತ್ತಿದ್ದಾರೆ? ಏನೋ ಅಚಾತುರ್ಯ ನಡೆದಿದೆ ಎನ್ನುವ ಅನುಮಾನ ಪಕ್ಕನೆ ಬಂತು! ಡೇವಿಡ್ ಜೊತೆ ಮುಖ್ಯವಾದ ಕೆಲಸ ಇದೆ ಅಂತ ಹೇಳಿದ್ದ. ಅದು ಅವನ ಅಕ್ಕನ ವಿಶಯವೂ ಇರಬಹುದು! ಅವರು ಕಾಣೆಯಾಗಿರುವುದಕ್ಕೂ ಡೇವಿಡ್‌ಗೂ ಏನೋ ಸಂಬಂಧ ಇರಬಹುದು! ಆಂದರೆ ನಿಜವಾಗಲೂ ಸೂರಜ್ ಅಪಾಯದಲ್ಲಿದ್ದಾನೆ! ಮೊದಲು ಸೂರಜ್ ಎಲ್ಲಿದ್ದಾನೆ? ಹೇಗಿದ್ದಾನೆ ನೋಡಬೇಕೆನ್ನಿಸಿತು. ಚಕ್ಕನೆದ್ದು ಆತುರಾತುರದಿಂದ ಲಿಫ್ಟ್ ಕಡೆಗೆ ಧಾವಿಸಿದಳು. ಸೂರಜ್ ಅಪಾಯದಲ್ಲಿದ್ದಾನೆ ಎನ್ನುವುದು ಮನಸ್ಸಿಗೆ ಬಂದೊಡನೆ ಅವಳ ರಕ್ತದೊತ್ತಡ ಹೆಚ್ಚಾಗಿತ್ತು. ಎದೆ ಜೋರಾಗಿ ಬಡಿಯುತ್ತಿದೆ ಎನ್ನಿಸಿತು. ತಲೆಗೆ ರಕ್ತ ಏರಿದಂತಾಯಿತು!

ಓಡುತ್ತಾ ಮೂರನೇ ಮಹಡಿಯ ಮುನ್ನೂರ ಐದು ಸೂಟ್ ಬಾಗಿಲು ತಟ್ಟಿದಳು. ಪ್ರತಿಕ್ರಿಯೆ ಇರಲಿಲ್ಲ. ಮೆಲ್ಲಗೆ ಬಾಗಿಲನ್ನು ನೂಕಿದಳು ಬಾಗಿಲು ತಂತಾನೇ ತೆರೆಯಿತು ಒಳಗೆ ಹೋಗಿ ನೋಡಿದಳು ಅಲ್ಲಿ ಸಿಲ್ವಿಯ ಇರಲಿಲ್ಲ ಅವಳು ಆಚೆ ಹೋಗಿದ್ದು ತಾನೇ ನೋಡಿದ್ದೇನೆ. ಅವಳು ಅಲ್ಲಿರಲು ಹೇಗೆ ಸಾಧ್ಯ? ಒಳಗಿನ ರೂಮಿನಲ್ಲಿ ಡೇವಿಡ್ ಕೂಡ ಇರಲಿಲ್ಲ ಮಂಚದ ಇನ್ನೊಂದು ಬದಿಯಲ್ಲಿ, ನೆಲದ ಮೇಲೆ ಯಾರೋ ಮಲಗಿರುವಂತೆ ಕಂಡಿತು. ಹೋಗಿ ನೋಡಿದಳು ಇಳಾ ಗರಬಡಿದಂತೆ ನಿಂತಳು! ಅಲ್ಲಿದ್ದ ಸೂರಜ್! ಮುಖ ಮೇಲೆ ಮಾಡಿ ಕೆಳಗೆ ಬಿದ್ದಿದ್ದ! ಅಸ್ತವ್ಯಸ್ತವಾಗಿ ಮಲಗಿದ್ದ! ಕಣ್ಣುಗಳು ಮುಚ್ಚಿದ್ದವು! ತಲೆಯ ಮೇಲೆ ರಕ್ತ ಒಸರುತ್ತಿತ್ತು ಅಲ್ಲಿ ಏನು ನಡೆದಿರಬಹುದೆನ್ನುವುದು ಇಳಾಗೆ ಸ್ಪಷ್ಟವಾಗಿತ್ತು!

ಡೇವಿಡ್ ಮತ್ತು ಅವನ ಎಲ್ಲ ಚಟುವಟಿಕೆಗಳು ನಕಲಿ ಎನ್ನುವುದು ಇಳಾಗೆ ಸ್ಪಷ್ಟವಾಗಿತ್ತು! ಪ್ರಜ್ಞೆಯಿಲ್ಲದೆ ಬಿದ್ದಿದ್ದ ಸೂರಜ್ ಅವನ ಡೇವಿಡ್‌ನ ಎಲ್ಲ ಚಟುವಟಿಕೆಗಳಿಗೂ ತೆರೆದ ಪುಸ್ತಕವಾಗಿದ್ದ!

"ಸೂರಜ್ ಸೂರಜ್" ಎಂದು ಕೂಗುತ್ತಾ ಅವನ ಕೆನ್ನೆ ತಟ್ಟಿ ಎಬ್ಬಿಸಲು ಪ್ರಯತ್ನಿಸಿದಳು ಇಳಾ! ಆದರೆ ಸೂರಜ್ ಕಣ್ಣು ತೆರೆಯಲಿಲ್ಲ!

ಇಳಾಗೆ ಒಂದು ಕ್ಷಣ ಏನು ಮಾಡಬೇಕೆಂದು ತೋಚಲಿಲ್ಲ. ಇಲ್ಲ, ಇಂತಾ ಸಮಯದಲ್ಲಿ ಗಾಬರಿಯಾಗಬಾರದು ಎಂದು ತನ್ನನ್ನು ತಾನೇ ಸಾವರಿಸಿಕೊಂಡಳು. ತನ್ನ ಮೊಬೈಲ್ ಫೋನಿನಿಂದ ಪೊಲೀಸ್ ಕಂಟ್ರೋಲ್ ರೂಮಿಗೆ ಫೋನ್ ಮಾಡಿದಳು. ನಂತರ ಹೋಟೆಲಿನ ರಿಸೆಪ್ಷನ್ನಿಗೆ ಫೋನ್ ಮಾಡಿದಳು.

000

ಸೂರಜ್ ಕಣ್ಣು ಬಿಟ್ಟಾಗ ಆಸ್ಪತ್ರೆಯಲ್ಲಿರುವುದು ಅರಿವಾಯಿತು. ತಲೆಯ ಮೇಲೆ ಬ್ಯಾಂಡೇಜಿತ್ತು! ಆ ಭಾಗದಿಂದ ನೋವು ಕಾಣಿಸಿತು. ಅಂಗಾತ ಮಲಗಿದ್ದು, ಮೇಲೆ ಮಂದಗತಿಯಲ್ಲಿ ಸುತ್ತುತ್ತಿದ್ದ ಫ್ಯಾನು ಕಂಡಿತು. ಕತ್ತೆತ್ತಿ ಸುತ್ತ ನೋಡಲು ಪ್ರಯತ್ನಿಸಿದ. ಕುತ್ತಿಗೆಯನ್ನು ಮೇಲೆತ್ತಲು ಸಾಧ್ಯವಾಗಲಿಲ್ಲ!

ಹೋಟೆಲಿನಲ್ಲಿ ತಾನು ಡೇವಿಡ್ ಎದುರಿಗಿದ್ದುದು ಮತ್ತು ಡೇವಿಡ್ ಕೋಪದಿಂದ ಎದ್ದು ತನ್ನತ್ತ ಕೈಯೆತ್ತಿಕೊಂಡು ಬಂದಿದ್ದ ದೃಷ್ಯ ಕಣ್ಮುಂದೆ ಬಂತು. ಆಮೇಲೆ ತನಗೆ ನೆನಪಿದ್ದುದು ತಲೆಯ ಮೇಲೆ ಯಾವುದರಿಂದಲೋ ಬಲವಾಗಿ ಹೊಡೆದಿದ್ದ. ಅದು ಲೋಹದ ವಸ್ತು ಇದ್ದಂತಿತ್ತು! ಕಣ್ಣು ಕತ್ತಲಿಟ್ಟಿತ್ತು. ಆಮೇಲೆ? ಆಮೇಲಿನದೇನೂ ನೆನಪಿಲ್ಲ. ಈಗ ಆಸ್ಪತ್ರೆಯಲ್ಲಿ! ತಲೆಯ ಮೇಲಿನ ಬ್ಯಾಂಡೇಜಿನ ಮೇಲೆ ಕೈಯಾಡಿಸಿದ ಸೂರಜ್. ದಪ್ಪನೆಯ ಬ್ಯಾಂಡೇಜು! ಅಂದರೆ ಹೆಚ್ಚು ಏಟು ಬಿದ್ದಿರಬಹುದು. ನೋವೂ, ಉರಿ ಎರಡೂ ಕಾಣಿಸಿದವು. ಅರೆ ಇಳಾ ಏನಾದಳು? ಅವಳು ಆಚೆ ರಿಸೆಪ್ಷನ್ನಿನಲ್ಲಿ ಕಾಯುತ್ತಾ ಕೂತಿದ್ದಳು! ತಾನು ಹೇಗೆ ಆಸ್ಪತ್ರೆ ಸೇರಿದೆ? ತನ್ನನ್ನು ಇಲ್ಲಿಗೆ ಕರೆದುಕೊಂಡು ಬಂದವರು ಯಾರು? ಡೇವಿಡ್ ಏನಾದ? ಸಿಲ್ವಿಯಾ ಡಿಸೋಜಾ?

"ಸೂರಜ್..ಸೂರಜ್..ಮೇಲೆ ಏಳಬೇಡ ಏನು ಬೇಕು ಹೇಳು.."

ಅದು ಚಿಕ್ಕಮ್ಮನ ದನಿ! ಅವರು ಇಲ್ಲಿಗೆ ಯಾವಾಗ ಬಂದರು?

"ಅಮ್ಮಾ..?" ಸೂರಜ್ ಬಾಯಿಂದ ಕ್ಷೀಣವಾಗಿ ದನಿ ಬಂತು!

"ಇಲ್ಲೇ ಇದ್ದೀನಿ ಕಂದಾ.." ಅನುರಾಧ ದನಿ ಕಂಪಿಸುತ್ತಿತ್ತು. ಸೂರಜ್ ಸ್ಥಿತಿಗೆ ಮಮ್ಮಲ ಮರುಗುತ್ತಿದ್ದರು.

"ಅದ್ಯಾವ ಪಾಪಿ ನಿನಗೆ ಇಂತಾ ಸ್ಥಿತಿ ತಂದನೋ..? ಯಾಕಪ್ಪ ಏನೇನೋ ಮಾಡೋಕೆ ಹೋಗ್ತಿದ್ದೀಯ..?"

"ಚಿಕ್ಕಪ್ಪ..?"

"ಅವರೂ ಬಂದಿದಾರೆ. ಆಚೆ ಡಾಕ್ಟರ್ ಹತ್ರ ಮಾತಾಡ್ತಿದ್ದಾರೆ"

"ಟೈಮೆಷ್ಟು ಈಗ?"

"ಬೆಳಿಗ್ಗೆ ಹತ್ತು ಗಂಟೆ"

"ನಾನಿಲ್ಲಿಗೆ ಬಂದಿದ್ದು ಯಾವಾಗ?"

"ನೆನ್ನೆ ಮಧ್ಯಾನ್ಹ ಒಂದು ಗಂಟೆ ಸಮಯಕ್ಕೆ ಆಸ್ಪತ್ರೆಗೆ ಬಂದೆಯಂತೆ"

"ನನ್ನನ್ನ ಇಲ್ಲಿಗೆ ಸೇರಿಸಿದವರು ಯಾರು?"

"ನಾನು..ನಾನೇ..."

ದನಿ ಬಂದ ಕಡೆಗೆ ಮಲಗಿದ್ದಲ್ಲಿಂದಲೇ ಕಣ್ಣು ಹಾಯಿಸಿದ ಸೂರಜ್. ಇಳಾ ಆಗ ತಾನೆ ವಾರ್ಡಿನೊಳಕ್ಕೆ ಬಂದಿದ್ದಳು.

"ತುಂಬಾ ತ್ಯಾಂಕ್ಸ್ ಇಳಾ..ನನ್ನ ಜೀವ ಉಳಿಸಿದ್ದೀಯ.."

"ನಾನೇನೂ ಮಹತ್ಕಾರ್ಯ ಮಾಡಿಲ್ಲ ಸೂರಜ್. ನನ್ನ ಜಾಗದಲ್ಲಿ ಯಾರೇ ಇದ್ದರೂ ಈ ಕೆಲಸ ಮಾಡ್ತಿದ್ದರು. ಇದಕ್ಕೆ ತ್ಯಾಂಕ್ಸ್ ಹೇಳೋ ಅವಶ್ಯಕತೆ ಇಲ್ಲ"

"ಅದು ನಿನ್ನ ದೊಡ್ಡ ಗುಣ ಇಳಾ! ನಿನಗೆ ಗೊತ್ತಿಲ್ಲ..ಇಂತಾ ಕೆಲಸ ಎಲ್ಲ ಮಾಡೊಲ್ಲ. ಒಂದು ಚೂರು ಅಪಾಯದ ಸೂಚನೆ ಕಂಡರೂ ಜನ ಹಿಂದೆ ಸರೀತಾರೆ."

"ಸೂರಜ್, ಆಯಾಸ ಮಾಡ್ಕೋಬೇಡಪ್ಪ. ಸುಮ್ಮನೆ ಮಲಗು.."

ಅನುರಾಧ ಅನುಕಂಪದಿಂದ ಹೇಳಿದರು.

"ಇಲ್ಲಮ್ಮ. ಏನಾಯಿತೂಂತ ತಿಳೀಬೇಡವೆ..? ಹೇಳು ಇಳಾ ಅಲ್ಲಿ ಏನೇನು ನಡೀತು?"

ಇಳಾ ಹಿಂದಿನ ದಿನ ಹೋಟೆಲ್ಲಿನಲ್ಲಿ ನಡೆದದ್ದು ಹೇಳಿದಳು.

"ಅಮ್ಮಾ, ಈಕೆ ಇಳಾ. ನನ್ನ ಕ್ಲಾಸ್‌ಮೇಟ್. ಮಂದಕ್ಕನ ಮದುವೆಗೆ ಇಳಾ ಬರೋದಕ್ಕೆ ಹೊರಟಿದ್ದಳಂತೆ. ಅಷ್ಟರಲ್ಲಿ ಮಂದಕ್ಕನ ವಿಶಯ ಗೊತ್ತಾಗಿ ಅರ್ಧ ದಾರಿಯಿಂದಲೇ ವಾಪಸ್ಸು ಹೋದರಂತೆ"

"ನನ್ನ ಮಗನ ಪ್ರಾಣ ಉಳಿಸಿಕೊಟ್ಟಿದ್ದಕ್ಕೆ ತುಂಬಾ ತ್ಯಾಂಕ್ಸ್. ನಿನ್ನ ಋಣ ತೀರಿಸೋಕಾಗೊಲ್ಲ ತಾಯಿ. ಅಂತಾ ಉಪಕಾರ ಮಾಡಿದ್ದೀಯ"

"ಆಂಟಿ, ಹೀಗೆಲ್ಲಾ ಮಾತಾಡಿದ್ರೆ ನನಗೆ ಹಿಂಸೆಯಾಗುತ್ತೆ. ಪ್ಲೀಸ್ ಇದರ ಬಗ್ಗೆ ಮತ್ತೆ ಹೇಳಬೇಡಿ"

"ನಿನ್ನದು ದೊಡ್ಡ ಗುಣ. ನಿನ್ನಂತ ಮಗಳನ್ನ ಪಡೆಯೋಕೆ ಪುಣ್ಯ ಗಳಿಸಿರಬೇಕು"

"ನೋಡಿ, ಮತ್ತೆ ಏನೇನೋ ಹೇಳ್ತಿದ್ದೀರ" ಇಳಾ ಆಕ್ಷೇಪಿಸಿದಳು.

"ಸಾರಿ ಇಳಾ..ನನ್ನಿಂದ ನಿನ್ನ ಪ್ರಾಜೆಕ್ಟ್ ನಿಂತ ಹಾಗಾಯ್ತು"

ಸೂರಜ್ ಮಾತಿನಲ್ಲಿ ತಪ್ಪಿತಸ್ಥನಂತೆ ನುಡಿದ.

"ಎರಡು ದಿನ ಬಿಟ್ಟು ಬನ್ನಿ ಅಂತ ಕಂಪೆನಿಯವರು ಹೇಳಿದ್ದರು. ಇವತ್ತು ಎರಡನೆ ದಿವಸ. ನಾಳೆ ಹೋಗ್ತೀನಿ. ನಿನ್ನಿಂದ ನನ್ನ ಪ್ರಾಜೆಕ್ಟಿಗೆ ಏನೇನೂ ತೊಂದರೆಯಾಗಿಲ್ಲ"

ಆಚೆ ಬೂಟು ಕಾಲಿನ ಶಬ್ದಗಳು ಕೇಳಿದವು. ಎಲ್ಲರ ಗಮನ ವಾರ್ಡಿನ ಬಾಗಿಲಿನತ್ತ ತಿರುಗಿದವು.

"ಹೇಗಿದಾರೆ ಪೇಷಂಟು?"

ಆ ಮಾತಾಡಿದವರು ಒಬ್ಬ ಪೋಲೀಸ್ ಇನ್ಸ್ಪೆಕ್ಟರ್. ಅವರ ಜೊತೆ ಇನ್ನೂ ಒಬ್ಬ ಪೋಲೀಸ್ ಕಾನ್ಸ್ಟೇಬಲ್, ಡಾಕ್ಟರ್ ಜೊತೆಗೆ ಚಿಕ್ಕಪ್ಪ ಗಣಪತಿ ಇದ್ದರು.

"ಏನೂ ತೊಂದರೆ ಇಲ್ಲ. ಗಾಯ ಆಳವಾಗಿದೆ. ಯಾವುದೋ ಮೆಟಲ್ ಪೀಸಿನಿಂದ ತಲೆಗೆ ಹೊಡೆದಿದ್ದಾರೆ. ಮೂರಿಂಚು ಉದ್ದವಾಗಿತ್ತು ಗಾಯ. ಐದು ಸ್ಟಿಚ್ ಹಾಕಿದೀವಿ. ತಲೆಗೆ ಬಿದ್ದ

ಏಟೂಂತ ಸ್ವಲ್ಪ ಕ್ರಿಟಿಕಲ್ಲಾಗಿ ನೋಡ್ಕೋಬೇಕು. ಇದು ಮಿದುಳಿನ ಮೇಲೆ ತೊಂದರೆ ಮಾಡಿಲ್ಲ ಅನ್ನೋದನ್ನ ರೂಲ್ ಔಟ್ ಮಾಡ್ಕೋಬೇಕು"

ಡಾಕ್ಟರ್ ವಿವರಿಸಿದರು.

"ಇವರ ಹೆಸರು ಸೂರಜ್ ಅಲ್ಲವಾ..? ಸೂರಜ್ ಹೇಗಿದ್ದೀರಿ?"

ಇನ್ಸ್ಪೆಕ್ಟರ್ ಸೂರಜ್ ಕುರಿತು ಮಾತಾಡಿದರು.

"ಐ ಯಾಮ್ ಓಕೆ. ನೋವಿದೆ ಅಷ್ಟೆ"

"ಯೂ ಆರ್ ಲಕ್ಕಿ. ಜೀವದಿಂದ ಉಳಿದಿದ್ದೀರಿ! ನನ್ನ ಹೆಸರು ಸುಧಾಕರ್, ಪಿ.ಎಸ್ಸೈ ನಿಮ್ಮ ಅಮೇಲೆ ಅಟ್ಯಾಕ್ ಮಾಡಿದವರು ಸಾಮಾನ್ಯರಲ್ಲ ಅನ್ನಿಸುತ್ತೆ! ಅವರು ಯಾವ ಸುಳಿವೂ ಬಿಡದೆ ಓಡಿ ಹೋಗಿದ್ದಾರೆ. ಸ್ಪಾಟಲ್ಲಿ ನಿಮ್ಮ ಗಾಯ ಪರೀಕ್ಷೆ ಮಾಡಿದ ನಮ್ಮ ಟೆಕ್ನಿಕಲ್ ಎಕ್ಸ್ಪರ್ಟ್ ಗನ್ನಿನ ಹಿಂಭಾಗದಿಂದ ಹೊಡೆದಿರೋದು ಅಂತ ಅಭಿಪ್ರಾಯಪಟ್ಟಿದ್ದರು. ನಿಮಗೆ ಏನು ನೆನಪಿದೆ? ಹೇಳ್ತೀರಾ?"

ಎಸ್ಸೈ ಸುಧಾಕರ್ ಮಂಚದ ಹತ್ತಿರ ಬಂದು ಸೂರಜ್ ಮುಖ ನೋಡುತ್ತಾ ಹೇಳಿದರು.

"ಸರ್, ನಾನು ಮತ್ತು ನನ್ನ ಕ್ಲಾಸ್ಮೇಟ್ ಇಳಾ ಡೇವಿಡ್ ಅಂಡ್ ಕಂಪೆನಿಯವರ ಪ್ಲೇಸ್ಮೆಂಟ್ ಸರ್ವಿಸ್ ಪಡೆಯೋದಕ್ಕೆ ಹೋಗಿದ್ದೊ. ಮೊದಲು ಇಳಾ ಇಂಟರ್ವ್ಯೂ ಆಗಿತ್ತು. ನಂತರ ನಾನು ಹೋದೆ. ಡೇವಿಡ್ ನನ್ನ ಇಂಟರ್ವ್ಯೂ ತಗೋತಿದ್ದರು. ನಾನು ಅವರ ಕಂಪೆನಿ ಬಗ್ಗೆ ಡೀಟೈಲ್ಸ್ ಕೇಳ್ತಿದ್ದೆ. ಅದು ನಕಲಿ ಕಂಪೆನಿ ಅನ್ನಿಸಿತು. ಆ ಅನುಮಾನ ವ್ಯಕ್ತಪಡಿಸುತ್ತಿದ್ದಂತೆ ಡೇವಿಡ್ ಕೋಪದಿಂದ ನನ್ನ ಕಡೆ ಬಂದು ನನ್ನ ತಲೆಗೆ ಹೊಡೆದಿದ್ದಾರೆ! ಆ ಏಟಿಗೆ ಕಣ್ಣು ಕತ್ತಲಿಟ್ಟಿತ್ತು. ಅಷ್ಟೆ ನೆನಪು. ಎಚ್ಚರವಾದಾಗ ನಾನು ಇಲ್ಲಿರುವುದು ಗೊತ್ತಾಯಿತು"

"ಓ.ಕೆ. ಮಿಸ್ ಇಳಾ ನೀವು ಏನು ಹೇಳ್ತೀರಿ?"

"ಸಾರ್ ನೆನ್ನೆ ಹೇಳಿದ್ದಕ್ಕೆ ಹೆಚ್ಚಿಗೆ ಇನ್ನೇನೂ ಹೇಳಲಾರೆ. ಸಿಲ್ವಿಯಾ ಡಿಸೋಜಾ ಮತ್ತು ಡೇವಿಡ್ ಆತುರದಿಂದ ಹೋಟೆಲ್ಲಿನ ಹೊರಗೆ ಹೋಗಿದ್ದು ನೋಡಿ ಅನುಮಾನ ಬಂತು. ಯಾಕೆಂದರೆ ಸೂರಜ್ ಕೆಳಗೆ ಬಂದಿರಲಿಲ್ಲ. ಅನುಮಾನದಿಂದ ಇಂಟರ್ವ್ಯೂ ನಡೀತಿದ್ದ ಸೂಟ್ ಮುನ್ನೂರ ಐದಕ್ಕೆ ಹೋದಾಗ ಸೂರಜ್ ಕೆಳಗೆ ಇದ್ದಿರೋದು ಕಂಡಿತು. ತಕ್ಷಣ ಪೋಲೀಸ್ ಕಂಟ್ರೋಲ್ ರೂಮಿಗೆ ಫೋನ್ ಮಾಡಿದೆ"

"ನೀವುಗಳಿನ್ನೂ ನಿಮ್ಮ ಎಂ.ಬಿ.ಎ ಮುಗಿಸಿಲ್ಲ. ಆದ್ರೂ ಪ್ಲೇಸ್ಮೆಂಟ್‌ಗೇಂತ ಯಾಕೆ ಹೋಗಿದ್ದು?"

ಎಸ್ಸೈ ಅನುಮಾನಿಸಿದರು.

"ಇನ್ನೇನು ಐದು ತಿಂಗಳಲ್ಲಿ ಮುಗಿಯುತ್ತಲ್ಲಾ? ಆಗ ಜಾಬ್ ಹುಡುಕೋದಕ್ಕಿಂತಾ ಈಗಿನಿಂದಲೇ ಹುಡುಕಿದರೆ ಒಳ್ಳೇದು ಅಂತ"

ಇಳಾ ಆತುರದಿಂದ ಮಧ್ಯದಲ್ಲಿ ಹೇಳಿದಳು.

ಎಸ್ಸೈ ಸುಧಾಕರ್ ಪರೀಕ್ಷಕ ದೃಷ್ಟಿಯನ್ನು ಅವಳತ್ತ ಬೀರಿದರು.

"ಸೂರಜ್? ನೀನು ಯಾಕೆ ಕೆಲಸ ಹುಡುಕಬೇಕು? ನಿನ್ನ ಎಸ್ಟೇಟ್ ನೋಡ್ಕೊಂಡ್ರೆ ಸಾಕಲ್ಲವೆ?"

ಸೂರಜ್ ಚಿಕ್ಕಪ್ಪ ಅಚ್ಚರಿಯಿಂದ ಕೇಳಿದರು.

"ಕೆಲವು ವರ್ಷ ಹೊರಗೆ ಕೆಲಸ ಮಾಡಿ ಅನುಭವ ಪಡೆದರೆ ಒಳ್ಳೆಯದೂಂತ"

"ಏನು ನಿಮ್ಮದು ಎಸ್ಟೇಟ್ ಇದೆಯೆ?" ಸುಧಾಕರ್ ಗಣಪತಿಯವರ ಕಡೆ ತಿರುಗಿದರು.

"ಹೌದು ಸರ್. ಪ್ರಫುಲ್ಲ ಎಸ್ಟೇಟ್, ವೀರಾಜಪೇಟೆ ಹತ್ತಿರ ಇದೆ"

"ಸೂರಜ್, ಮಧ್ಯಾನ್ಹ ನಮ್ಮ ಆರ್ಟಿಸ್ಟ್ ಕಳಿಸ್ತೀನಿ. ಅವರಿಗೆ ಡೇವಿಡ್ ಮತ್ತು ಅವರ ಅಸಿಸ್ಟೆಂಟ್..ಏನವಳ ಹೆಸರು"

"ಸಿಲ್ವಿಯಾ ಡಿಸೋಜಾ.."

"ಹಾ..ಸಿಲ್ವಿಯಾ..ಇವರಿಬ್ಬರ ಮುಖ ಚಹರೆ ವಿವರಿಸಿ. ಅವರು ಚಿತ್ರ ಬಿಡಿಸುತ್ತಾರೆ. ಆಮೇಲೆ ಅವ್ರನ್ನು ಹುಡುಕೋ ಪ್ರಯತ್ನ ಮಾಡೋಣ.."

"ಸಾರ್, ಸಿಲ್ವಿಯಾ ವಿಸಿಟಿಂಗ್ ಕಾರ್ಡು ನನ್ನ ಹತ್ರ ಇದೆ.."

ಸೂರಜ್ ತನ್ನ ಉಡುಪಿಗೆ ಕೈಹಾಕಿದ. ಆದರೆ ಅವನು ಹಿಂದಿನ ದಿನ ಹಾಕಿಕೊಂಡಿದ್ದ ಬಟ್ಟೆಗಳನ್ನು ಬದಲಿಸಲಾಗಿತ್ತು.

"ಎಲ್ಲಿ ನನ್ನ ಬಟ್ಟೆ?"

"ಸೂರಜ್ ಕೇಳಿದ"

"ಆಸ್ಪತ್ರೆ ಲಾಂಡ್ರಿಯವರಿಗೆ ಕೊಟ್ಟೆ" ಅನುರಾಧ ಕೇಳಿದರು.

"ಓ ಮೈ ಗಾಡ್! ರೀ..ಜವರಪ್ಪ..ನೀವು ಹೋಗಿ ಲಾಂಡ್ರಿಯವರ ಹತ್ರ ಚೆಕ್ ಮಾಡಿ. ಈ ರೂಮಿಂದ ಕಲೆಕ್ಟ್ ಮಾಡಿರೋ ಬಟ್ಟೆ ಜೇಬುಗಳಲ್ಲಿ ವಿಸಿಟಿಂಗ್ ಕಾರ್ಡ್ ಇದೆಯಾ ನೋಡ್ಕೊಂಡು ಸ್ಟೇಷನ್ನಿಗೆ ಬನ್ನಿ"

"ಸರಿ ಸರ್"

"ಓ.ಕೆ ಸೂರಜ್. ಮಧ್ಯಾನ್ಹ ನಮ್ಮ ಅರ್ಟಿಸ್ಟ್ ಬರ್ತಾರೆ. ಇನ್ನೇನಾದರೂ ಹೆಚ್ಚಿಗೆ ನೆನಪು ಬಂದ್ರೆ ನನಗೆ ಫೋನ್ ಮಾಡಿ. ಇವರು ನಿಮ್ಮ ಪೇರೆಂಟ್ಸಾ..?"

"ಹೌದು"

ಎಸ್ಸೈ ಸುಧಾಕರ್ ಮತ್ತು ಪಿಸಿ ಜವರಪ್ಪ ರೂಮಿನಿಂದ ಆಚೆ ಹೋದರು.

"ಸೂರಜ್? ಹೌ ಆರ್ ಯೂ ಫೀಲಿಂಗ್?"

ಅಲ್ಲೇ ಇದ್ದ ಡಾಕ್ಟರ್ ಕೇಳಿದರು.

"ನೋವಿದೆ. ಬಟ್ ಮ್ಯಾನೇಜಬಲ್ ಅನ್ನಿಸ್ತಿದೆ. ಗಾಯ ವಾಸಿಯಾಗೋದಕ್ಕೆ ಎಷ್ಟು ದಿನ ಬೇಕಾಗುತ್ತೆ ಡಾಕ್ಟರ್?"

"ಹದಿನೈದು ದಿನ ತಗೋಬಹುದು. ಬಟ್ ನಿಮ್ಮ ದಿನನಿತ್ಯದ ಕೆಲಸಕ್ಕೆ ಏನೂ ತೊಂದರೆ ಆಗೊಲ್ಲ. ಗಾಯ ಡ್ರೆಸಿಂಗ್ ಮಾಡಿಸ್ಕೋತಿದ್ದರೆ ಸಾಕು. ಎರಡು ವಾರ ತಲೆ ಸ್ನಾನ ಮಾಡಬೇಡಿ"

"ನಾವು ಟ್ರಾವೆಲ್ ಮಾಡಬಹುದಾ?" ಗಣಪತಿ ಕೇಳಿದರು.

"ಇವತ್ತೊಂದು ದಿನ ಅಬ್ಸರ್ವೇಶನ್ನಲ್ಲಿ ಇರಲಿ. ತಲೆಗೆ ಬಿದ್ದಿರೋ ಏಟಲ್ಲವೆ? ನಾಳೆ ಬೇಕಾದ್ರೆ ಡಿಸ್ಚಾರ್ಜ್ ಮಾಡ್ತೀವಿ"

"ಅಂತಾದ್ದೇನು ಅರ್ಜೆಂಟು? ಇನ್ನೂ ಒಂದು ದಿನ ಬೇಕಾದ್ರೆ ಹಾಸ್ಪಿಟಲ್ ಇದ್ದು, ಎಲ್ಲಾ ಸರಿ ಅನ್ನಿಸಿದಾಗ ಊರಿಗೆ ಹೋದ್ರಾಯ್ತು"

"ಅನು, ಅಂತಾದ್ದೇನೂ ಆಗಿಲ್ಲ. ನಮ್ಮ ಪುಣ್ಯ ಚೆನ್ನಾಗಿತ್ತು. ತಲೆ ಮೇಲೆ ಗಾಯ ಆಗಿದೆ. ಅದು ವಾಸಿಯಾಗೋಕೆ ಟೈಮ್ ಬೇಕು ಅಷ್ಟೆ"

ಗಣಪತಿಯವರ ಮಾತು ಅನುರಾಧರಿಗೆ ಇಷ್ಟವಾಗಲಿಲ್ಲ.

"ಎಲ್ಲಾ ವಿಶಯಕ್ಕೂ ಹೀಗೇ ಮಾಡ್ತೀರಿ..ಯಾವುದನ್ನೂ ಸೀರಿಯಸ್ಸಾಗಿ ತಗೊಳ್ಳೋದೇ ಇಲ್ಲ"

"ಹೌದು ಚಿಕ್ಕಪ್ಪ, ಎಲ್ಲಾ ವಿಶಯಕ್ಕೂ ಹೀಗೇ ಮಾಡ್ತೀರಿ"

"ಸೂರಜ್ ನೀನೂ ಹಾಗೇ ಹೇಳ್ತೀಯ?"

ಇಷ್ಟು ಹೊತ್ತು ಆಸ್ಪತ್ರೆಯಲ್ಲಿದ್ದ ಇಳಾಗೆ ಸೂರಜ್ ಸಂಸಾರದ ವಿಶಯ ಶುರುವಾಗುತ್ತಲೇ ಇಲ್ಲಿರುವುದು ಸರಿಯಲ್ಲ ಎನಿಸಿತು.

"ಸೂರಜ್, ನಾನಿನ್ನು ಹೊರಡಲೆ? ಏನಾದ್ರು ಹೆಲ್ಪ್ ಬೇಕಾದ್ರೆ ಫೋನ್ ಮಾಡು"

"ನಾವಿರುವಾಗ ನಿನೇನೂ ತೊಂದ್ರೆ ತಗೋಬೇಕಾಗಿಲ್ಲಮ್ಮ. ಈಗ ನೀನು ಮಾಡಿರೋ ಸಹಾಯಾನೇ ತುಂಬಾ ಆಗಿದೆ"

"ಅಯ್ಯೋ ಇದೇನು ಮಹಾ ಹೆಲ್ಪ್? ಎಲ್ಲಾ ಮಾಡೋದನ್ನೇ ನಾನೂ ಮಾಡಿದೀನಿ"

"ಓಕೆ ಇಳಾ..ತುಂಬಾ ಥ್ಯಾಂಕ್ಸ್. ನಿನ್ನ ಪ್ರಾಜೆಕ್ಟ್ ಮೇಲೆ ಕಾನ್ಸಂಟ್ರೇಟ್ ಮಾಡು" ಸೂರಜ್ ಹೇಳಿದ.

ಅನುರಾಧ ಮತ್ತು ಗಣಪತಿಯವರಿಗೆ ನಮಸ್ಕಾರ ಹೇಳಿ ಇಳಾ ಹೊರಟಳು. ಅವಳು ಬಾಗಿಲಾಚೆ ಹೋದ ನಂತರ ಸೂರಜ್ ಗಣಪತಿಯವರನ್ನು ಕುರಿತು ಹೇಳಿದ:

"ಚಿಕ್ಕಪ್ಪ, ನನ್ನ ಮೇಲೆ ಈ ಅಟ್ಯಾಕ್ ಯಾಕೆ ಆಗಿದೆ ಗೊತ್ತಾ?"

"ಗೊತ್ತು"

ಸೂರಜ್‌ಗೆ ಅಚ್ಚರಿಯಾಯಿತು! ತನ್ನ ಮೇಲಿನ ಅಟ್ಯಾಕ್ ಚಿಕ್ಕಪ್ಪನಿಗೆ ಗೊತ್ತಿತ್ತೆ? ಹೇಗೆ? ಅಂದರೆ ಡೇವಿಡ್ ಜೊತೆ ಇವರು ಕೈಜೋಡಿಸಿರುವರೆ? ಇಲ್ಲದಿದ್ದರೆ ಇವರಿಗೆ ಹೇಗೆ ತಿಳಿಯಲು ಸಾಧ್ಯ?

"ಅಂದ್ರೆ..ಆ ಡೇವಿಡ್?"

"ಸೂರಜ್ ನೀನು ಏನ್ಮಾಡ್ತಿದ್ದೀಯಾಂತ ನಿನಗೆ ಗೊತ್ತಾ?"

"ನಾನು ಏನ್ಮಾಡ್ತಿದ್ದೀನೀಂತ ನನಗೆ ಚೆನ್ನಾಗಿ ಗೊತ್ತು. ಆದ್ರೆ ನೀವು..?"

"ಹುಚ್ಚಾಟ ಆಡ್ತಿದ್ದೀಯ. ಪ್ರಾಣಕ್ಕೆ ಅಪಾಯ ತಂದ್ಕೋತಿದ್ದೀಯ! ಆ ಡೇವಿಡ್ ತಂಟೆಗೆ ನೀನೇಕೆ ಹೋಗ್ಬೇಕಿತ್ತು?"

"ಏನಿದು ನಿಮ್ಮಿಬ್ಬರ ಹುಚ್ಚಾಟ? ರೀ..ಸೂರಜ್ ಇಂತಾ ಸ್ಥಿತಿಯಲ್ಲಿರೋವಾಗ ನೀವೇನು ಮಾತಾಡ್ತಿದ್ದೀರ? ಸ್ವಲ್ಪ ಸುಮ್ಮನಿರಿ. ಇದು ಆಸ್ಪತ್ರೆ ನೆನಪಿರಲಿ.."

ಅನುರಾಧ ಇಬ್ಬರನ್ನೂ ಸೇರಿಸಿ ಗದರಿಸಿದರು.

"ಅನು, ನನಗೆ ಸೂರಜ್ ಚೆನ್ನಾಗಿರೋದು ಮುಖ್ಯ. ಅದಕ್ಕೇ ಹೇಳ್ತಿದ್ದೀನಿ"

ಗಣಪತಿ ಮಾತು ನಿಲ್ಲಿಸಲಿಲ್ಲ.

"ಅದಕ್ಕೇ ಆ ಡೇವಿಡ್‌ಗೆ ಪ್ರತಿವರ್ಷ ಕಪ್ಪ ಕೊಡ್ತಿದ್ದೀರಾ..?"

"ಯಾವ ವಿಶಯ ಹೇಳ್ತಿದ್ದೀಯ? ನಿನ್ನ ಮಾತಿನ ಅರ್ಥ ಏನು?"

"ಚಿಕ್ಕಪ್ಪ, ಇನ್ನು ಮುಚ್ಚಿಟ್ಟು ಪ್ರಯೋಜನ ಇಲ್ಲ...ಹೇಳಿ..ಡೇವಿಡ್ ಯಾರು? ಅವನಿಗೆ ಯಾಕೆ ಪ್ರತೀ ವರ್ಷ ಹಣ ಕೊಡ್ತಿದ್ದೀರಿ?"

"ಅದು ಸರಿಯಾದ ಸಮಯ ಬಂದಾಗ ಹೇಳ್ತೀನಿ"

"ಅಂದ್ರೇನು ನಿಮ್ಮ ಮಾತಿನ ಅರ್ಥ? ಅವನು ಬ್ಲಾಕ್‌ಮೈಲ್ ಮಾಡ್ತಿದ್ದಾನೆ ಅಲ್ವಾ?"

"ಹಾಗಂತಾನೇ ಇಟ್ಕೋ!"

"ಆದ್ರೆ ಯಾಕೆ? ಅಂತಾದ್ದೇನು ನಿಮ್ಮ ರಹಸ್ಯ?"

"ಸೂರಜ್, ನಿನಗೀಗ ರೆಸ್ಟ್ ಬೇಕು. ಅದ್ನೆಲ್ಲಾ ಮಾತಾಡೋ ಸಮಯ ಇದಲ್ಲ"

"ಅಂದ್ರೇನು? ನೀವೇನೋ ಮಾಡಬಾರದ ಕೆಲಸ ಮಾಡ್ತಿದ್ದೀರ! ಅದು ಡೇವಿಡ್ಗೆ ಗೊತ್ತು! ಆ ರಹಸ್ಯ ಬಯಲು ಮಾಡ್ತೀನೀಂತ ಹೆದ್ರಿಸಿದಾಗೆಲ್ಲಾ ಅವನಿಗೆ ದುಡ್ಡು ಕೊಡ್ತಿದ್ದೀರಲ್ವಾ..?"

ಸೂರಜ್ ದನಿ ಏರಿಸಿ ಮಾತಾಡಿದ.

"ಸೂರಜ್! ಅವರು ನಿಮ್ಮ ಚಿಕ್ಕಪ್ಪ. ಸದಾ ನಿಮ್ಮ ಹಿತವನ್ನೇ ಬಯಸುತ್ತಿರೊ ಅಂತಾವರು! ನನ್ನ ಮಾತಿಗೆ ಒಪ್ಪಿ ನಿಮ್ಮನ್ನ ಸ್ವಂತ ಮಕ್ಕಳ ಹಾಗೆ ಸಾಕಿ, ತಮ್ಮದಲ್ಲದ ಆಸ್ತಿಯನ್ನ ರಕ್ಷಣೆ ಮಾಡಿ ನಿನಗೊಪ್ಪಿಸಬೇಕು ಅಂತೀರೋವರಿಗೆ ಇಂತಾ ಮಾತು ಹೇಳ್ತಿದ್ದೀಯ? ನಿಮ್ಮನ್ನ ಸಾಕಿ ಸಲಹಿದ್ದಕ್ಕೆ ಇದೇನಾ..ನೀನು ಕೊಡೋ ಗೌರವ?"

ಚಿಕ್ಕಮ್ಮನ ಕಣ್ಣಿನಲ್ಲಿನ ನೀರು ನೋಡಿ ಸೂರಜ್ ಆವೇಶ ಜರ್‍ರನೆ ಇಳಿಯಿತು!

"ಸಾರಿ ಚಿಕ್ಕಮ್ಮ. ಆದ್ರೆ ಡೇವಿಡ್‌ಗೆ ಇವರು ಯಾಕೆ ಹೆದರಬೇಕು?"

"ಸೂರಜ್, ಅದು ನನಗೂ ಗೊತ್ತು. ಆದ್ರೆ ಅದ್ನೆಲ್ಲಾ ಈಗಲೇ ಬಿಡಿಸಿ ಹೇಳೋಕಾಗೊಲ್ಲ. ಇದರ ಹಿಂದೆ ಏನಿದೆ ಗೊತ್ತಾಗ್ತಿಲ್ಲ. ಅದಕ್ಕೆ ಸರಿಯಾದ ಕಾಲ ಬರಲಿ, ಅದರ ಹಿಂದಿರೋರೆಲ್ಲಾ ಬೆಳಕಿಗೆ ಬರಲಿ ಅಂತ ಪ್ರಯತ್ನ ಪಡ್ತಿದ್ದೀವಿ.."

"ಮಂದಕ್ಕ ಕಾಣೆಯಾಗೋದರ ಹಿಂದೆ ಡೇವಿಡ್ ಇದ್ದಾನಾ..?"

"ಅದು ಗೊತ್ತಿಲ್ಲ ಸೂರಜ್. ಇರಬಹುದು..ಅಥವಾ ಇಲ್ಲದೆ ಇರಬಹುದು. ಆ ಬಗ್ಗೆ ನಮಗೆ ಏನೂ ಸುಳಿವು ಸಿಕ್ಕಿಲ್ಲ"

"ನೀವು ವೀರಾಜಪೇಟೆಯಲ್ಲಿ ಕೂತಿದ್ದರೆ ಏನು ಸಿಗುತ್ತೆ? ಆ ಖದೀಮರು, ಬ್ಲಾಕ್‌ಮೈಲರ್ ಸಿಗ್ತಾನಾ..? ಇದೆಲ್ಲಾ ಪೋಲೀಸರಿಗೆ ಯಾಕೆ ನೀವು ಹೇಳಿಲ್ಲ? ಅವರ ಹೆಲ್ಪ್ ಯಾಕೆ ತಗೊಂಡಿಲ್ಲ?"

"ಮಂದಾ ವಿಶಯದಲ್ಲಿ ಪೋಲೀಸ್ ಹೆಲ್ಪ್ ಏನಾಯಿತು?"

ಚಿಕ್ಕಪ್ಪನ ಮಾತಿಗೆ ಸೂರಜ್ ನಿರುತ್ತರನಾದ!

"ನಾವೆಲ್ಲರೂ ಅದು ಮಂದಾ ಬಾಡಿ ಅಲ್ಲ ಎಂದರೂ, ದಾರಿಯಲ್ಲಿ ಸಿಕ್ಕ ಬಾಡಿಯನ್ನೇ ಮಂದಾದು ಅಂತ ಹೇಳಿ ನಂಬಿಕೆ ಬರುವಂತಾಯಿತಲ್ಲ?"

ಅನುರಾಧ ಮುಂದುವರಿದು ಹೇಳಿದರು!

"ಮತ್ತೆ ಮುಂದೇನು?"

ಹೊರಗೆ ಯಾರೋ ವಾರ್ಡಿನ ಕಿಟಕಿಯ ಬಳಿ ನಿಂತಿರುವಂತೆ ನೆರಳು ಕಂಡಿತು.

"ಸೂರಜ್, ಇವಲ್ಲೇ ಸಿಕ್ಕಿದ ಕಡೆ ಮಾತಾಡೋಕಾಗೊಲ್ಲ. ಗೋಡೆಗಳಿಗೂ ಕಿವಿಗಳಿರುತ್ತವೆ"

ಆ ಮಾತು ಹೇಳುತ್ತಲೇ ಗಣಪತಿ ಕಿಟಕಿಯ ಬಳಿ ಧಾವಿಸಿದರು! ನೆರಳು ಚಲಿಸಿತು.

ಗಣಪತಿ ಆಚೆ ಹೋಗಿ ನೋಡಿದರು! ಅಲ್ಲಿ ಯಾರೂ ಇರಲಿಲ್ಲ!

"ನೋಡಿದೆಯಾ? ನಾನೇಕೆ ಆ ಮಾತು ಹೇಳಿದೆ? ಕಿಟಿಕಿ ಹಿಂದೆ ಯಾರೊ ಇದ್ದರು! ಅವರು ನಮ್ಮ ಮಾತು ಕೇಳಿಸಿಕ್ಕೊಳ್ಳುತ್ತಿದ್ದರು! ಎಲ್ಲಾ ಮಾತಾಡೋ ಜಾಗ ಇದಲ್ಲ! ನಾಳೆ ಡಿಸ್ಚಾರ್ಜ್ ಮಾಡಿಸಿಕೊಂಡು ಊರಿಗೆ ಹೋಗೋಣ"

ಸೂರಜ್‌ಗೆ ಜೀವನದಲ್ಲಿ ಮೊಟ್ಟಮೊದಲ ಬಾರಿಗೆ ಎಲ್ಲ ಅಯೋಮಯ ಎನ್ನಿಸಿತು! ಏನಾಗುತ್ತಿದೆ? ಜೀವನ ಸುಗಮವಾಗಿ ಸಾಗುತ್ತಿದೆ ಎನ್ನುವಾಗ ಇದೆಂತಾ ಅಪಾಯ ಎದುರಾಗಿದೆ? ತಮ್ಮ ಮಾತು ಯಾರೋ ಕೇಳಿಸಿಕೊಂಡಿದ್ದಾರೆ! ಆದರೆ ಏಕೆ? ಅವರು ಯಾರು? ಅದರ ಉದ್ದೇಶ ಏನು? ಡೇವಿಡ್ ಹೋಟೆಲಿನಿಂದ ತನ್ನ ಮೇಲೆ ಹಲ್ಲೆ ಮಾಡಿ ಓಡಿಹೋಗಿದ್ದಕ್ಕೆ ಕಾರಣ ಇದೆ. ಅವನ ಅಪರಾಧ ಮುಚ್ಚಿಕ್ಕೊಳ್ಳಬೇಕಾಗಿತ್ತು! ಪ್ರಫುಲ್ಲ ಎಸ್ಟೇಟಿನ ಹಣ ಯಾರಿಗೂ ತಿಳಿಯದಂತೆ ಬ್ಲಾಕ್‌ಮೈಲ್ ಮಾಡಿ ಸುಲಿಯುತ್ತಿದ್ದ! ಅದನ್ನ ತಾನು ಪ್ರಶ್ನಿಸಿದಾಗ ಗಾಬರಿಯಾಗಿದೆ! ಕಾನೂನಿನ ಬಲೆಯಲ್ಲಿ ಸಿಕ್ಕಿಕ್ಕೊಳ್ಳುವೆ ಎಂದು ಹೆದರಿ ಓಡಿ ಹೋಗಿದ್ದಾನೆ! ಅವನನ್ನು ಎಲ್ಲಿ ಹಿಡಿಯುವುದು? ಬೆಂಗಳೂರಿನಲ್ಲೇ ಇದ್ದಾನಾ? ಇಲ್ಲಾ ಮುಂಬೈಗೆ ಫೇರಿ ಕಿತ್ತಿದ್ದಾನಾ? ಅರೆ..ಸಿಲ್ವಿಯಾ ಬೆಂಗಳೂರಿನ ಅಡ್ರೆಸ್ಸಿನ ಕಾರ್ಡು ಕೊಟ್ಟಿದ್ದಳಲ್ಲಾ? ಅವಳು ತನ್ನ ಕೈಗೆ ಸಿಕ್ಕಿಕ್ಕೊಳ್ಳುತ್ತಾಳೆ!

ಇಡೀ ಕೊಡಗಿನ ಎಲ್ಲಾ ಎಸ್ಟೇಟುಗಳನ್ನೂ ಬಿಟ್ಟು ಆ ಡೇವಿಡ್ ತಮ್ಮನ್ನು ಏಕೆ ಬ್ಲಾಕ್‌ಮೈಲ್ ಮಾಡುತ್ತಿದ್ದಾನೆ? ನಮ್ಮ ಬಗೆಗೆ ಮುಂಬೈಯಲ್ಲಿರುವ ಅವನಿಗೆ ಹೇಗೆ ಮಾಹಿತಿ ಸಿಕ್ಕಿದೆ. ತಾವು ಅವನ ಹಣದ ದಾಹ ತೀರಿಸುವಷ್ಟು ಶ್ರೀಮಂತರು ಎಂದು ಹೇಗೆ ಗೊತ್ತಾಯಿತು? ಎಲ್ಲವೂ ಅಳ ಅಳತೆ ಸಿಗದ ಗೊಂದಲ ಎನ್ನಿಸಿತು ಸೂರಜನಿಗೆ.

"ಸಾರ್..?"

ಪೋಲೀಸ್ ಜವರಪ್ಪ ವಾರ್ಡಿನ ಬಾಗಿಲಲ್ಲಿ ನಿಂತಿದ್ದರು.

"ಬನ್ನಿ ಒಳಗೆ?"

"ನಿಮ್ಮ ಬಟ್ಟೆ ಆಸ್ಪತ್ರೆ ಲಾಂಡ್ರಿಯಲ್ಲಿ ಸಿಕ್ಕಿತು. ಇನ್ನೂ ವಾಷ್‌ಗೆ ಹಾಕಿರಲಿಲ್ಲ. ಆದ್ರೆ ಷರ್ಟಿನ ಜೇಬಲ್ಲಾಗಲೀ ಇಲ್ಲಾ ಪ್ಯಾಂಟಿನ ಜೇಬಿನಲ್ಲಾಗಲೀ ವಿಸಿಟಿಂಗ್ ಕಾರ್ಡು ಇರಲಿಲ್ಲ"

ಜವರಪ್ಪ ಮುಖ ಸಪ್ಪಗೆ ಮಾಡಿಕೊಂಡು ಹೇಳಿದರು. ಇನ್ನು ತಮ್ಮ ಬಾಸಿನ ಕೈಯಲ್ಲಿ ಬೈಸಿಕ್ಕೊಳ್ಳಬೇಕಾಗುತ್ತದೆ ಎಂಬ ಮುಜುಗರ ಕಂಡಿತು!

"ನಿಮ್ಮ ಇನ್‌ಸ್ಪೆಕ್ಟರ್ಗೆ ಹೇಳಿ"

ಗಣಪತಿ ಹೇಳಿದರು.

"ರಿಪೋರ್ಟ್ ಮಾಡ್ತೀನಿ ಸಾರ್. ನೀವು ಒಂದು ಮಾತು ಹೇಳಿ. ಜವರಪ್ಪ ತುಂಬಾ ಟ್ರೈ ಮಾಡಿದರು ಅಂತ. ತಗೊಳ್ಳಿ ಸಾರ್ ಅವರ ನಂಬರು"

"ಆಗಲಿ" ಗಣಪತಿ ನಂಬರು ಬರೆದುಕೊಂಡರು.

ಹಾಸ್ಪಿಟಲಿನಲ್ಲಿ ತಮ್ಮ ಮಾತು ಕದ್ದು ಕೇಳಿಸಿಕೊಂಡವರು ಯಾರು? ಅವರು ಡೇವಿಡ್ ಕಡೆಯವರೇ ಇರಬೇಕು! ಅಂದರೆ ಡೇವಿಡ್ ಅಪರಾಧ ಹಸ್ತ ಇಲ್ಲಿಯವರೆಗೂ ಚಾಚಿದೆಯೆ? ಹಾಗಿದ್ದರೆ ಅವನು ಸಾಮಾನ್ಯ ಕ್ರಿಮಿನಲ್ ಅಲ್ಲ! ವಿದೇಶದಲ್ಲಿ ಕೆಲಸ ಕೊಡಿಸುವ ನಕಲಿ ದಂಧೆ ಒಂದೇ ಅಲ್ಲ! ಇನ್ನೂ ಹಲವಾರು! ಅವುಗಳಲ್ಲಿ ಒಂದು ಬ್ಲಾಕ್‌ಮೈಲ್ ಕೂಡ!

ಚಕ್ರವ್ಯೂಹದೊಳಕ್ಕೆ ಸಿಕ್ಕಿಕೊಂಡ ಅನುಭವ ಸೂರಜನಿಗೆ!

7

ಅಧ್ಯಾಯ:

ಆಸ್ಪತ್ರೆಯಲ್ಲಿ ವೀರಾಜಪೇಟೆಯ ಎಸ್ಟೇಟಿಗೆ ಎಂದು ಹೇಳಿದ ಗಣಪತಿಯವರು ಬೈಪಾಸ್ ರೋಡಿನಲ್ಲಿ ಹೋಗದೆ ಮೈಸೂರಿನ ದಾರಿ ಹಿಡಿದಾಗ ಸೂರಜ್‌ಗೆ ಆಶ್ಚರ್ಯ!

"ಮೈಸೂರಲ್ಲಿ ಏನು ಕೆಲಸ?"

"ಹೇಳ್ತೀನಿ. ಕಾರಲ್ಲಿ ಮಾತಾಡೋದು ಬೇಡ"

ಚಿಕ್ಕಪ್ಪನ ಮಾತು ಸೂರಜ್‌ಗೆ ಅರ್ಥವಾಯಿತು. ಡ್ರೈವರ್ ಕಾರಿನಲ್ಲಿದ್ದ. ಅವನು ನಂಬಿಕೆ ಅರ್ಹನೋ ಅಲ್ಲವೋ ತಿಳಿಯಲು ಸಾಧ್ಯವಿರಲಿಲ್ಲ. ಅದಕ್ಕಾಗಿಯೇ ಚಿಕ್ಕಪ್ಪ ಈ ಮಾತು ಹೇಳಿದ್ದು ಎಂದಿದ್ದು ಎಂದು ಅರ್ಥವಾಯಿತು!

ವಿಜಯನಗರ ಮೂರನೆ ಹಂತದ ಒಳಗೆ ಪ್ರವೇಶಿಸಿತು ಕಾರು. ಮನೆಯೊಂದರ ಮುಂದು ಕಾರು ನಿಲ್ಲಿಸಲು ಹೇಳಿ ಕಾರಿನಿಂದ ಇಳಿದರು ಗಣಪತಿ.

"ಸೂರಜ್ ಇಳಿ. ಡ್ರೈವರ್ ನೀನು ಅಮ್ಮಾವರನ್ನ ಅರಸು ರೋಡಿಗೆ ಕರ್ಕೊಂಡು ಹೋಗು. ಅವರು ಅಲ್ಲಿ ಪರ್ಚೇಸ್ ಮಾಡೋದಿದೆ. ಸರಿಯಾಗಿ ಒಂದು ಗಂಟೆ ನಂತರ ಬಾ.."

"ಸರಿ ಸಾರ್.."

ಅನುರಾಧರಿಗೆ ಹಿಂದಿನ ದಿನ ಗಣಪತಿಯವರು ತಮ್ಮ ಯೋಚನೆಂಯನ್ನು ತಿಳಿಸಿದ್ದರು.

ಕಾರು ಹಿಂದೆ ತಿರುಗಿ ಹೋಗುವವರೆಗೂ ಕಾದಿದ್ದು ಗಣಪತಿಯವರು ಸೂರಜ್‌ಗೆ ಹೇಳಿದರು.

"ಇನ್ನೊಂದು ಸ್ವಲ್ಪ ನಡೆಯಲು ಸಾಧ್ಯವೆ ಸೂರಜ್?"

"ನನಗೇನಾಗಿದೆ? ತಲೆಯ ಗಾಯವೊಂದು ಬಿಟ್ಟರೆ ನಾನು ಫುಲ್ಲೀ ಫಿಟ್. ಆದರೆ ಏಕೆ?"

"ನಿನಗೇ ಗೊತ್ತಾಗುತ್ತೆ ಬಾ. ನಾವೀಗ ಒಬ್ಬರು ಪ್ರೈವೇಟ್ ಡಿಟೆಕ್ಟೀವ್ ನೋಡೋಕೆ ಹೋಗ್ತಿದ್ದೀವಿ. ಅವರ ಹೆಸರು ಕ್ಯಾಪ್ಟನ್ ವಿಕ್ರಮ್. ಮಿಲಿಟರಿಯಲ್ಲಿದರು. ಅಲ್ಲಿಂದ ಮೆಡಿಕಲ್ ಗ್ರೌಂಡ್ಸಲ್ಲಿ ಡಿಸ್ಚಾರ್ಜ್ ಮಾಡಿಸಿಕೊಂಡು ಪ್ರೈವೇಟ್ ಇನ್ವೆಸ್ಟಿಗೇಶನ್ ಮಾಡಲು ಪ್ರಾರಂಭಿಸಿದ್ದಾರೆ. ಒಂದು ವರ್ಷದ ಹಿಂದೆ ಇಲ್ಲಿ ಆಫೀಸ್ ಮಾಡ್ಕೊಂಡಿದ್ದಾರೆ. ಮಂದಾ ವಿಶಯದಲ್ಲಿ ನಾನೇನೂ ಮಾಡ್ತಿಲ್ಲ ಅಂತ ನಿನಗೆ ಬೇಜಾರಿತ್ತಲ್ವಾ? ಆವತ್ತಿನಿಂದ ನಾನು

ಬಹಳ ಯೋಚನೆ ಮಾಡಿದ್ದೀನಿ. ಬಹಳ ಜನರನ್ನ ಕಾಂಟ್ಯಾಕ್ಟ್ ಮಾಡಿದ್ದೀನಿ. ಪೋಲೀಸಿನವರು ನಾವು ಹೇಳಿದ ಹಾಗೆ ಮಾಡೊಲ್ಲ. ಅದು ಸಾಧ್ಯವೂ ಇಲ್ಲ. ಅವರಿಗೆ ಅವರದೇ ಆದ ಕಾನೂನು ಕಟ್ಟಳೆಗಳು ಇರುತ್ತವೆ. ಒಂದು ಚೌಕಟ್ಟಿನಲ್ಲಿ ಅವರು ಕೆಲಸ ಮಾಡ್ತಾರೆ. ಇನ್ನು ನಾನು ಎಸ್ಟೇಟಿನ ಕೆಲಸ ನೋಡಿಕ್ಕೊಳ್ಳಬೇಕು. ನೀನು ಡೇವಿಡ್ ಅಂಡ್ ಕಂಪೆನಿಗೆ ನಾನು ಯಾಕೆ ಹಣ ಕೊಡ್ತಿದ್ದೀನೀಂತ ಹುಡುಕೋಕೆ ಹೋಗಿ ಪ್ರಾಣಾಪಾಯದಲ್ಲಿ ಸಿಕ್ಕಿಕೊಂಡಿದ್ದೆ. ನಾವು ಯಾರೂ ಸಿನಿಮಾ ಹೀರೋಗಳ ತರಾ ಹೊಡೆದಾಡಿ, ಬಡಿದಾಡಿ ರಹಸ್ಯವನ್ನ ಬಯಲಿಗೆಳೆಯೋಕೆ ಸಾಧ್ಯವಿಲ್ಲ. ಅದಕ್ಕೆ ನಾವು ಕ್ಯಾಪ್ಟನ್ ವಿಕ್ರಮ್ ಅಂತವರ ಸಹಾಯ ತಗೋಬೇಕಾಗುತ್ತೆ. ನಮ್ಮ ಕೈಯಲ್ಲಾಗದಿರೋದನ್ನ ವಿಕ್ರಮ್ ಮಾಡಬಲ್ಲರು. ಆ ವಿಶ್ವಾಸ ನನಗಿದೆ. ಮಿಲಿಟರಿಯಲ್ಲಿ ಬೇಹುಗಾರಿಕೆಯಲ್ಲೇ ತರಬೇತಿ ಪಡೆದಿದ್ದಾರೆ. ರಹಸ್ಯವಾಗಿ ಚೀನಾ ಮತ್ತು ಪಾಕಿಸ್ತಾನದೊಳಗೆ ಬೇಹುಗಾರಿಕೆ ಮಾಡಿ ಬಂದಿದ್ದಾರೆ. ಅಂತಾ ಸಾಹಸದಲ್ಲೇ ಶತೃಗಳ ಕೈಲಿ ಸಿಕ್ಕಿಕೊಂಡು ಗುಂಡೇಟು ತಿಂದಿದ್ದಾರೆ. ಆಮೇಲೆ ರಿಟೈರ್ಮೆಂಟ್ ತಗೊಂಡು ಈಗ ಪ್ರೈವೇಟ್ ಇನ್ವೆಸ್ಟಿಗೇಶನ್ ಮಾಡ್ತಿದ್ದಾರೆ. ಇವರು ನಮ್ಮ ಸಮಸ್ಯೆಗಳನ್ನ ಅರ್ಥಮಾಡಿಕೊಂಡು ನಮಗೆ ನ್ಯಾಯ ಒದಗಿಸಿಕೊಡ್ತಾರೆ"

ಹೆಜ್ಜೆ ಹಾಕುತ್ತಾ ಗಣಪತಿ ಹೇಳುತ್ತಿದ್ದರು. ಗಣಪತಿಯವರು ಮುಂದೆ ನಡೆದರು. ಸೂರಜ್ ಅವರ ಜೊತೆ ಹೆಜ್ಜೆ ಹಾಕುತ್ತಿದ್ದ. ಹತ್ತು ನಿಮಿಷದಲ್ಲಿ ಅವರು ಪಕ್ಕದ ರಸ್ತೆಯಲ್ಲಿದ್ದರು. ಅಲ್ಲಿ ಒಂದು ಮನೆಯ ಮುಂದಿನ ಗೇಟು ತೆರೆದರು ಗಣಪತಿ.

"ಕ್ಯಾಪ್ಟನ್ ವಿಕ್ರಮ್, ಪ್ರೈವೇಟ್ ಇನ್ವೆಸ್ಟಿಗೇಟರ್" ಎನ್ನುವ ಬೋರ್ಡು ಮನೆಯ ಗೋಡೆಯ ಮೇಲಿತ್ತು.

ಏನು ಚಿಕ್ಕಪ್ಪನ ಪ್ಲಾನ್? ಸೂರಜ್ ಯೋಚಿಸಿದ.

ಬಾಗಿಲು ತೆರೆದೇ ಇತ್ತು. ಹೊರಗಿನ ರೂಮಿನಲ್ಲಿ ಒಬ್ಬಳು ಯುವತಿ ಕೂತಿದ್ದಳು.

"ನಮಸ್ಕಾರ ಸಾರ್. ಬಾಸ್ ಒಳಗಿದ್ದಾರೆ ಹೋಗಬಹುದು"

"ತ್ಯಾಂಕ್ಸ್"

ಬಾಗಿಲಾಚೆ ಟೇಬಲ್ಲಿನ ಹಿಂದೆ ಮೂವತ್ತೈದರ ಮಿಲಿಟರಿಯವರಂತೆ ಕಾಣುವ ವ್ಯಕ್ತಿಯೊಬ್ಬ ಶಿಸ್ತುಬದ್ಧವಾಗಿ ಕುಳಿತು ಫೈಲೊಂದರಲ್ಲಿ ತಲೆ ಹುದುಗಿಸಿದ್ದ. ಬಾಗಿಲ ಮೇಲೆ ಮೆಲ್ಲನೆ ಬಡಿದ ಶಬ್ದಕ್ಕೆ ಕತ್ತೆತ್ತಿ ನೋಡಿದ.

"ನಮಸ್ಕಾರ ಬನ್ನಿ ಕೂತ್ಕೊಳ್ಳಿ"

"ತ್ಯಾಂಕ್ಸ್. ಕೂತ್ಕೋ ಸೂರಜ್"

ಸೂರಜ್ ಮರು ಮಾತಾಡದೆ ಚಿಕ್ಕಪ್ಪನ ಪಕ್ಕದ ಕುರ್ಚಿಯಲ್ಲಿ ಕೂತು ಎದುರಿದ್ದ ವ್ಯಕ್ತಿಯನ್ನು ನೋಡಿದ.

"ಕೊನೆಗೂ ನನಗೆ ಕೇಸು ವಹಿಸುವುದು ಎಂದು ಡಿಸೈಡ್ ಮಾಡಿದ್ರಲ್ಲ? ಸಂತೋಷ"

ಆ ವ್ಯಕ್ತಿ ಮುಖದಲ್ಲಿ ಕಿರುನಗು ಕಾಣಿಸಿತು. ಕೇಸು ಎನ್ನುವ ಶಬ್ದಕ್ಕೆ ಸೂರಜ್ ಪ್ರಶ್ನಾರ್ಥಕವಾಗಿ ಚಿಕ್ಕಪ್ಪನ ಕಡೆ ನೋಡಿದ.

"ಅರೆ, ನಾನು ಕೇಸು ನೀಡೋದಕ್ಕೆ ಬಂದಿದ್ದೀನಿ ಅಂತ ಹೇಗೆ ಖಾತ್ರಿಯಾಗಿ ಹೇಳ್ತೀರಿ?"

"ನೀವು ಬಂದು ಕೂತ ಶೈಲಿಯಿಂದಲೇ ಗೊತ್ತಾಯಿತು"

"ಹೌದೆ? ಆಶ್ಚರ್ಯ! ಮಾಡರ್ನ್ ಷರ್ಲಾಕ್‌ಹೋಮ್ಸ್ ಆಗ್ತಿದ್ದೀರಾನ್ನಿಸುತ್ತೆ"

"ನಿಮ್ಮ ಆಶೀರ್ವಾದ ಇದ್ದರೆ ಆಗ್ತೀನಿ. ಲೆಟ್ ಅಸ್ ಗೆಟ್ ಇನ್ ಟು ಬಿಸಿನೆಸ್" ಎನ್ನುತ್ತಾ ವಿಕ್ರಮ್ ಬೆಲ್ ಮಾಡಿದರು.

ಆಚೆ ಕೂತಿದ್ದ ಯುವತಿ ಒಳಗೆ ಬಂದಳು.

"ನಾನು ಮತ್ತೆ ಬೆಲ್ ಮಾಡುವತನಕ ಯಾರನ್ನೂ ಒಳಗೆ ಬಿಡಬಾರದು. ಪ್ಲೀಸ್ ಬಾಗಿಲು ಮುಚ್ಚಿ ಆಚೆ ಹೋಗು"

ವಿಕ್ರಮ್ ಹೇಳಿ ತಮ್ಮ ಲ್ಯಾಪ್ಟಾಪು ತೆಗೆದು ಗಂಭೀರರಾಗಿ ಕೇಳಿದರು:

"ಹೇಳಿ ಸಾರ್ ಎಲ್ಲಿಂದ ಪ್ರಾರಂಭಿಸ್ತೀರ?"

"ಇದು ಪ್ರಾರಂಭವಾಗಿದ್ದು ನನ್ನ ಮಗಳ ಮದುವೆ ಹಿಂದಿನ ದಿವಸ. ಇಲ್ಲ ಅದಕ್ಕೂ ಮೂರು ವರ್ಷಗಳ ಹಿಂದೆ ನನಗೆ ಬೇನಾಮಿ ಕರೆಗಳು ಬರಲು ಪ್ರಾರಂಭಿಸಿದವು. ನಮ್ಮ ಫ್ಯಾಮಿಲಿ ಸುರಕ್ಷತೆಗೆ ಇಪ್ಪತ್ತು ಲಕ್ಷ ಹಣದ ಬೇಡಿಕೆ..ಅದು ಡೇವಿಡ್ ಅನ್ನುವ ವ್ಯಕ್ತಿಯಿಂದ..ಹಣ ಸಂದಾಯ ಮಾಡದಿದ್ದರೆ ನಮ್ಮ ಸಂಸಾರದ ಎಲ್ಲರನ್ನೂ ಒಬ್ಬೊಬ್ಬರನ್ನಾಗಿ ಮುಗಿಸುತ್ತೇನೆ ಎಂದು ಧಮಕೀ ಹಾಕುತ್ತಿದ್ದ. ಹಣ ಕ್ಯಾಶ್ ಕೊಡಬೇಕಾಗುತ್ತಿತ್ತು. ಒಂದೇ ಸಲ ಅಷ್ಟೊಂದು ಅದನ್ನು ಕ್ಯಾಶ್ ಕೊಡಲು ಸಾಧ್ಯವಿಲ್ಲ ಎಂದಿದ್ದಕ್ಕೆ ಐದೈದು ಲಕ್ಷದ ನಾಲ್ಕು ಕಂತಲ್ಲಿ ಕೊಡಿ ಎಂದಿದ್ದ. ಹೀಗ್ ಕೊಡೋ ಹಣಕ್ಕೆ ರಶೀತಿ ಬೇಕು ಎಂದಾಗ ಡೇವಿಡ್ ಅಂಡ್ ಕಂಪೆನಿ ಹೆಸರಿನಲ್ಲಿ ರಶೀದಿ ತಯಾರಿಸಿ ಕೋರಿಯರ್ ಮೂಲಕ ಕಳಿಸಿದ್ದ"

"ನೀವು ಡೇವಿಡ್ ನೋಡಿದ್ದೀರಾ..?"

"ಇಲ್ಲ. ಅವನನ್ನು ನಾನು ನೋಡಲಾಗಿಲ್ಲ"

"ನಾನು ನೋಡಿದ್ದೀನಿ. ಅವನು ಹೇಗಿದ್ದ ಎನ್ನುವುದನ್ನ ಪೂರ್ಣವಾಗಿ ಹೇಳಬಲ್ಲೆ. ಆಸ್ಪತ್ರೆಗೆ ಬಂದಿದ್ದ ಪೋಲೀಸ್ ಇಲಾಖೆಯ ಅರ್ಟಿಸ್ಟ್ ಒಬ್ಬರು ಅವನ ಚಿತ್ರ ಬಿಡಿಸಿದರು. ಅದನ್ನು ನಾನು ಮೊಬೈಲಿನಲ್ಲಿ ಫೋಟೋ ತೆಗೆದಿದ್ದೇನೆ. ಇಲ್ಲಿದೆ ನೋಡಿ" ಸೂರಜ್ ಫೋಟೋ ತೋರಿಸಿದ.

ಸುಮಾರು ಒಂದು ಗಂಟೆಯ ಕಾಲ ಗಣಪತಿ ಮತ್ತು ಸೂರಜ್ ತಮಗೆ ತಿಳಿದಿದ್ದ ಎಲ್ಲಾ ವಿಶಯಗಳನ್ನೂ ವಿವರಿಸಿದರು. ಕೊನೆಗೆ ಹೋಟೆಲಿನಲ್ಲಿ ತಾನು ಡೇವಿಡ್ ಭೇಟಿ ಮಾಡಿದ್ದು, ಅಲ್ಲಿ ಅವನು ತನ್ನ ತಲೆಗೆ ಗನ್ನಿನಿಂದ ಹೊಡೆದಾಗ ತನಗೆ ಪ್ರಜ್ಞೆ ತಪ್ಪಿದ್ದು- ಎಲ್ಲವನ್ನೂ ಹೇಳಿದ. ಆಸ್ಪತ್ರೆಯಲ್ಲಿ ಸಿಲ್ವಿಯಾ ವಿಸಿಟಿಂಗ್ ಕಾರ್ಡು ಸಿಗದೆ ಇದ್ದುದು ಕೂಡ ಹೇಳಿದರು.

"ಡೇವಿಡ್ ಮುಂಬೈಯಿಯವನು ಅಂತ ಹೇಳಿದ್ರಲ್ಲ? ಸಿಲ್ವಿಯಾ ವಿಸಿಟಿಂಗ್ ಕಾರ್ಡು ಸಿಕ್ಕಿದ್ದು ನಿಮಗೆ ಹೋಟಲ್ ಗಾರ್ಡನ್ ಗೇಟಲ್ಲಿ ಅಲ್ಲವೆ?"

ಕ್ಯಾಪ್ಟನ್ ವಿಕ್ರಮ್ ಹಲವಾರು ಅನುಮಾನಗಳನ್ನು ವ್ಯಕ್ತಪಡಿಸಿ ಅವುಗಳಿಗೆ ಸೂಕ್ತ ಉತ್ತರ ಪಡೆದುಕೊಂಡರು.

"ಇನ್ನು ನೀವು ನಿಶ್ಚಿಂತೆಯಿಂದ ಇರಿ. ಇನ್ನು ನನ್ನ ಕೆಲಸ ಪ್ರಾರಂಭಿಸುತ್ತೇನೆ. ನಾನು ಬಹುಶಃ ಮುಂಬೈಗೂ ಹೋಗಬೇಕಾಗಬಹುದು. ಅದು ಫ್ಲೈಟಿನಲ್ಲೇ ಹೋಗಬೇಕಾಗುತ್ತೆ.

ಅದಕ್ಕೆ ಹಣದ ವ್ಯವಸ್ಥೆ ಮಾಡಬೇಕಾಗುತ್ತೆ"

"ಖರ್ಚಿಗೆ ಯೋಚಿಸಬೇಡಿ. ನನ್ನ ಮಗಳು ಸಿಗಬೇಕು. ಮತ್ತೆ ಈ ಬ್ಲಾಕ್‌ಮೈಲರಿನಿಂದ ಮುಕ್ತಿ ಬೇಕು"

"ನನ್ನ ಫೀಸ್ ಬಗ್ಗೆ ಈಗಲೇ ಹೇಳೊಲ್ಲ. ಕೇಸು ಸಾಲ್ವ್ ಆದ ಮೇಲೆ ನಿಮ್ಮ ಇಷ್ಟ ಬಂದಷ್ಟು ಕೊಡಬಹುದು. ಆದರೆ ಖರ್ಚು ವೆಚ್ಚಗಳ ಅಂದಾಜು ಲೆಕ್ಕ ನಾಳೆ ಹೇಳ್ತೀನಿ. ಅದನ್ನು ಮಾತ್ರ ಈಗ ಕೊಟ್ಟರೆ ಸಾಕು. ನೇತ್ರಾ ನನ್ನ ಬ್ಯಾಂಕ್ ಡೀಟೈಲ್ಸ್ ಕೊಡ್ತಾಳೆ"

ಗಣಪತಿಯವರ ಮೊಬೈಲು ರಿಂಗಾಯಿತು. ಅನುರಾಧರ ದನಿ ಕೇಳಿಸಿತು. ಅವರು ತಮ್ಮ ಕೆಲಸ ಮುಗಿದಿದೆ, ಈಗ ಬರಬಹುದೆ ಎಂದು ಕೇಳಿದರು.

0 0 0

"ಇದು ನಡೆದದ್ದು ಯಾವಾಗ?"

ಐನ್ ಮನೆಯ ಮುಂದೆ ನಿಂತ ವಿಕ್ರಮ್ ಕೇಳಿದರು.

"ಜುಲೈ ಆರನೆಯ ತಾರೀಖು. ಇಲ್ಲಿಗೆ ಸರಿಯಾಗಿ ಎರಡು ತಿಂಗಳಿನ ಮೇಲೆ ಒಂದು ದಿವಸ"

ಸೂರಜ್ ಹೇಳಿದ.

"ಒಳಗೆ ಹೋಗೋಣ"

ವಿಕ್ರಮ್ ಮನೆಯ ಮೆಟ್ಟಿಲುಗಳನ್ನು ಹತ್ತಿದರು. ಸೂರಜ್ ಮುಂದುವರಿದು ಐನ್ ಮನೆಯ ಬಾಗಿಲು ತೆಗೆದ. ಮಂದಾ ಮಲಗಿದ್ದ ರೂಮಿಗೆ ವಿಕ್ರಮ್ ನಡೆದು ಸುತ್ತಮುತ್ತ ಪರೀಕ್ಷೆ ಮಾಡತೊಡಗಿದರು.

"ಎರಡು ತಿಂಗಳ ಮೇಲೆ ಇಲ್ಲಿ ಏನು ಕ್ಲೂ ಸಿಗೋಕೆ ಸಾಧ್ಯ?" ಸೂರಜ್ ಕೇಳಿದ.

"ಸೂರಜ್, ಜನ ಬೆಳೀತಾ ಬೆಳೀತಾ ತಮ್ಮ ಸೂಕ್ಷ್ಮತೆ ಕಳ್ಕೊಂಡು ಬಿಡ್ತಾರೆ. ತೀರಾ ಸಾಮಾನ್ಯ ಅನ್ನೋ ಅನ್ನಿಸೋ ವಿಶಯಗಳನ್ನ ಗಮನಿಸೋದಿಲ್ಲ. ಆದರೆ ಕೆಲವು ಸಮಯ ಅವು ಅತ್ಯಂತ ಮಹತ್ವದ ಸಂಗತಿಗಳಾಗಿರುತ್ತವೆ"

ವಿಕ್ರಮ್ ಮಾತಿಗೆ ತಲೆದೂಗಿದ ಸೂರಜ್. ಅವನ ಅನುಭವದಲ್ಲೂ ವಸ್ತುಗಳು ಎದುರಿಗೇ ಇದ್ದರೂ ಗಮನಿಸದೆ ಹುಡುಕಾಡಿದ ಹಲವಾರು ಸಂದರ್ಭಗಳು ನೆನಪಾದವು.

"ಕಮಾನ್ ಲುಕ್ ಹಿಯರ್" ವಿಕ್ರಮ್ ಕೂಗಿದರು.

ಸೂರಜ್ ಮಂದಾ ಇದ್ದ ರೂಮಿನ ಇನ್ನೊಂದು ಭಾಗದಲ್ಲಿದ್ದವನು ಓಡಿ ಬಂದ ನೋಡಿದ.

"ಇಲ್ಲಿ ನೋಡು" ವಿಕ್ರಮ್ ಬಾಗಿ ನೋಡುತ್ತಿದ್ದರು. ಸೂರಜ್ ಅವರು ತೋರಿಸಿದ ಕಡೆ ನೋಡಿದ. ಅವನಿಗೆ ಏನೂ ಕಾಣಿಸಲಿಲ್ಲ!

"ಏನೂ ಇಲ್ಲವಲ್ಲ?"

"ಸೂಕ್ಷ್ಮವಾಗಿ ನೋಡು ಸೂರಜ್" ವಿಕ್ರಮ್ ತಮ್ಮ ಜೇಬಿನಿಂದ ಕರ್ಚೀಫ್ ತೆಗೆದು ಮೆಲ್ಲನೆ ಕೆಳಗಿನ ನೆಲದ ಮೇಲಿನ ಧೂಳು ಒರೆಸಿದರು.

ಮರದ ನೆಲದ ಮೇಲೆ ತರಚಿದ ಗುರುತು ಕಂಡಿತು.

"ಏನದು?" ಸೂರಜ್ ಕೇಳಿದ.

"ಬಹುಶಃ ನಿಮ್ಮ ಅಕ್ಕನನ್ನು ಯಾರೋ ಎಳೆದುಕೊಂಡು ಹೋಗುವಾಗ ಕೊಸರಾಡಿರಬಹುದು"

"ಅಂದರೆ ಮಂದಕ್ಕನ್ನ ಕಿಡ್ನ್ಯಾಪ್ ಮಾಡಿದಾರಾ..?"

"ಆ ಅನುಮಾನ ಬರ್ತಿದೆ. ನಿಮ್ಮ ಪ್ರಕಾರ ನಿಮ್ಮಕ್ಕ ತಾನಾಗೇ ಹೋಗುವಂತ ಯಾವ ಪರಿಸ್ಥಿತಿಯೂ ಇರಲಿಲ್ಲ. ಅಂದ ಮೇಲೆ ಮದುವೆಯ ಹಿಂದಿನ ದಿನ ಆಕೆ ಕಾಣೆಯಾಗಬೇಕೆಂದರೆ ಅದು ಕಿಡ್ನ್ಯಾಪ್ ಆಗಿರಲೇಬೇಕು"

"ಅವತ್ತು ವಿಪರೀತ ಮಳೆಯಿತ್ತು. ರಸ್ತೆಯಲ್ಲಿ ನೀರು ತುಂಬಿ ಹರಿಯುತ್ತಿತ್ತು. ಹೊರಗಿನಿಂದ ಯಾರೂ ಬರುವ ಸಾಧ್ಯತೆಯೇ ಇರಲಿಲ್ಲ. ಮತ್ತೆ ಕಿಡ್ನ್ಯಾಪ್ ಮಾಡಿದವರು ಯಾರು?" ಸೂರಜ್ ಕುತೂಹಲಿಯಾಗಿದ್ದ.

"ಮಂದಾಕಿನಿಯವರನ್ನು ಕೊನೆಯ ಸಲ ನೋಡಿದ್ದು ಯಾರು?"

"ನಾನೇ" ಅನುರಾಧ ಹೇಳಿದರು.

"ಆ ಸಮಯದಲ್ಲಿ ಅವರು ಏನು ಮಾಡುತ್ತಿದ್ದರು ನೆನಪಿದೆಯಾ?"

"ನೆನಪಿದೆ. ಒಡವೆಗಳನ್ನೆಲ್ಲ ಮೈಮೇಲೆ ಹಾಕಿಕೊಂಡು ಕನ್ನಡೀಲಿ ನೋಡಿಕೊಳ್ಳುತ್ತಿದ್ದಳು. ಆಮೇಲೆ ನಾನು ನಗುತ್ತಾ ಎಲ್ಲಾ ನಿನಗೆ ಚೆನ್ನಾಗಿ ಒಪ್ಪುತ್ತೆ ಎಂದು ಹೇಳಿ ನಾನು ಬೇರೆ ಕೆಲಸಗಳನ್ನು ಮಾಡೋಕೆ ಹೋದೆ"

"ಎಲ್ಲ ಒಡವೆಗಳು ಅವರ ಮೈಮೇಲೇ ಇದ್ದುವಾ?"

"ಇಲ್ಲ ಒಮ್ಮೆ ಎಲ್ಲವನ್ನು ನೋಡಿ ಮತ್ತೆ ತೆಗೆದು ಕೆಳಗೆ ಇಟ್ಟು ಬಿಡುತ್ತಿದ್ದಳು"

"ಅ ಒಡವೆಗಳನ್ನು ನಾನೊಮ್ಮೆ ನೋಡಬೇಕು"

"ಆಗಲಿ ಎಲ್ಲ ನಮ್ಮ ಎಸ್ಟೇಟ್ ಮನೆಯಲ್ಲಿವೆ. ಅಲ್ಲಿಗೆ ನೀವು ಬಂದು ನೋಡಬಹುದು"

ಈಗ ಮನೆಯ ಹಿಂದೆ ಸ್ವಲ್ಪ ನೋಡೋಣ ಎಂದು ವಿಕ್ರಮ್ ಮುಂದೆ ನಡೆದರು. ಮನೆಯ ಹಿಂದಿನ ಬಾಗಿಲನ್ನು ತೆಗೆದು ಆಚೆ ನೋಡಿದರು. ಮನೆ ಎತ್ತರದಲ್ಲಿದ್ದು ನೆಲದ ಮೇಲಿಳಿಯಲು ಏಳು ಮೆಟ್ಟಿಲುಗಳಿದ್ದವು. ಮೆಟ್ಟಿಲುಗಳನ್ನಿಳಿದು ಬಂದಾಗ ಎದುರಿಗೆ ಒಂದು ಹಳೆಯ ಕಟ್ಟಡ ಕಾಣಿಸಿತು. ಸುಮಾರು ಇಪ್ಪತ್ತಡಿ ಮೂವತ್ತೈದಡಿಯ ವಿಸ್ತೀರ್ಣ ಇರಬಹುದೆನ್ನಿಸಿತು ವಿಕ್ರಮ್‌ಗೆ. ನೆಲದಿಂದ ಐದು ಅಡಿ ಇಟ್ಟಿಗೆ, ನಂತರ ಮರದ ಹಲಗೆಗಳನ್ನು ಜೋಡಿಸಿದ ಕಟ್ಟಡ. ಚಾವಣಿಗೆ ಹೆಂಚು ಜೋಡಿಸಲಾಗಿತ್ತು.

"ಇದೇನು?"

"ನಮ್ಮ ಹಿರಿಯರು ಮದುವೆ ಮುಂತಾದ ಸಮಾರಂಭಗಳಲ್ಲಿ ಅಡುಗೆ ಮಾಡಲು ಬೇಕಾಗುವ ಸೌದೆ ಸ್ಟೋರ್ ಮಾಡಿಕ್ಕೊಳ್ಳೊಕೆ ಕಟ್ಟಿರೋದು, ಹಿಂದೆ ಗ್ಯಾಸು ಇರಲಿಲ್ಲ. ಎಲ್ಲಾ ಸೌದೆಯನ್ನೇ ಉಪಯೋಗಿಸ್ತಾ ಇದ್ದಿದ್ದು"

"ಹೋಗಿ ನೋಡೋಣ"

"ಅಲ್ಲಿ ಏನೂ ಇಲ್ಲ, ಬಹಳ ಕಾಲದಿಂದ ಅದನ್ನು ನಾವು ಉಪಯೋಗಿಸುತ್ತಲೇ ಇಲ್ಲ. ಈಗೆಲ್ಲಾ ಗ್ಯಾಸ್ ಸಿಲಿಂಡರ್ ತಂದು ಉಪಯೋಗಿಸ್ತಿದ್ದೀವಿ. ಅದಕ್ಕೆ ಹಾಕಿದ ಬೀಗ ಕೂಡ ಎಷ್ಟೋ ಕಾಲದಿಂದ ತೆಗೆದಿಲ್ಲ"

"ಆದರೂ ಒಮ್ಮೆ ನೋಡೋಣ"

ವಿಕ್ರಮ್ ಸೌದೆ ಶೇಖರಿಸುವ ಕಟ್ಟಡದ ಬಳಿಗೆ ನಡೆದರು. ತುಂಬಾ ಶಿಥಿಲವಾಗಿತ್ತು. ಬಾಗಿಲಿಗೆ ಬೀಗ ಇತ್ತು. ಅದೂ ಹಳೆಯ ಕಾಲದ ಬೀಗ. ಮಳೆಗೆ ನೆನೆದು, ಬಿಸಿಲಲ್ಲಿ ಒಣಗಿ ಕಪ್ಪಗಾಗಿತ್ತು. ಆದರ ಮೇಲೆ ಕೆಲವು ಕಡೆ ಧೂಳಿನಲ್ಲಿ ಬೆರಳುಗಳ ಗುರುತಿತ್ತು.

"ಇದನ್ನ ಇತ್ತೀಚೆಗೆ ಯಾರೋ ಮುಟ್ಟಿದ ಹಾಗಿದೆ. ಇದರ ಬೀಗದ ಕೈ ಇದೆಯಾ?" ವಿಕ್ರಮ್ ಕೇಳಿದರು.

"ಬೀಗದ ಕೈ ಬಗ್ಗೆ ಯಾರಿಗೂ ಗೊತ್ತಿಲ್ಲ. ಏಕೆಂದರೆ ಅದನ್ನು ಯಾರೂ ಉಪಯೋಗಿಸುತ್ತಿಲ್ಲ" ಗಣಪತಿ ನಿರಾಸಕ್ತಿಯಿಂದ ಹೇಳಿದರು. ವಿಕ್ರಮ್ ಸಮಯ ಹಾಳು ಮಾಡುತ್ತಿದ್ದಾರೆ ಎನ್ನಿಸಿತು.

"ಸರಿ ಹಾಗಾದರೆ ಬೀಗವನ್ನು ಒಡೆದು ನೋಡೋಣ" ವಿಕ್ರಮ್ ಬೀಗವನ್ನು ಕೈಯಲ್ಲಿ ಹಿಡಿದರು.

ತುಕ್ಕು ಹಿಡಿದು ಶಿಥಿಲವಾಗಿದ್ದ ಬೀಗ ಮುಟ್ಟುತ್ತಲೇ ತೆರೆದುಕೊಂಡಿತು! ಅದನ್ನು ಚಿಲಕದಿಂದ ಕಳಚಿ ನೋಡಿದಾಗ ಇತ್ತೀಚೆಗೆ ಅದನ್ನು ಯಾರೋ ಒಡೆದು ನಂತರ ಹಾಗೆಯೇ ಜೋಡಿಸಿದ್ದು ಗೋಚರಿಸಿತು!

"ನೋಡಿ, ಇದನ್ನು ಯಾರೂ ಮುಟ್ಟಿಲ್ಲ ಎಂದ್ರಿ? ಈಗೇನೆನ್ನುತ್ತೀರಿ?"

ಸೂರಜ್, ಅನುರಾಧ, ಗಣಪತಿ ಯಾರೂ ಮಾತಾಡಲಿಲ್ಲ! ಇದೆಲ್ಲಾ ನಮ್ಮ ಗಮನಕ್ಕೆ ಏಕೆ ಬರಲಿಲ್ಲ ಎಂದು ಗಣಪತಿ ಮತ್ತು ಸೂರಜ್ ಯೋಚಿಸಿದರು.

ಬಾಗಿಲನ್ನು ತಳ್ಳಿ ವಿಕ್ರಮ್ ಒಳಗೆ ನಡೆದರು.

"ಇದನ್ನು ಯಾರು ಉಪಯೋಗಿಸುತ್ತಿಲ್ಲ ಅಂತ ಹೇಳಿದ್ರಲ್ವಾ?" ಬಾಗಿಲಿಂದ ನಾಲ್ಕು ಹೆಜ್ಜೆ ಒಳಗೆ ನಡೆದು ಸುತ್ತ ನೋಡುತ್ತಾ ಹೇಳಿದರು.

"ಹೌದು"

"ಇಲ್ನೋಡಿ ಇತ್ತೀಚೆಗೆ ಇಲ್ಲಿ ಯಾರೋ ಇದ್ದರು. ಈ ಜಾಗವನ್ನು ಉಪಯೋಗಿಸಿದ್ದಾರೆ ಅನ್ನೋದಕ್ಕೆ ಇಲ್ಲಿದೆ ಸಾಕ್ಷಿ"

ಎಲ್ಲ ಆಶ್ಚರ್ಯದಿಂದ ವಿಕ್ರಮ್ ಬಳಿ ಬಂದು ನೋಡಿದರು. ಅಲ್ಲಿ ಜನರು ಕೂತು, ಎದ್ದು ನಡೆದಾಡಿದ ಏನನ್ನೋ ಎಳೆದಾಡಿದ ಗುರುತುಗಳಿದ್ದವು! ಅಷ್ಟೇ ಅಲ್ಲದೆ ಅವರು ಅಲ್ಲಿ ಆಹಾರ ಸೇವಿಸಿರುವ ಕುರುಹುಗಳು, ಜೊತೆಗೆ ಐದು ಕ್ವಾರ್ಟರ್ ರಮ್ ಬಾಟಲುಗಳು ಕಂಡವು! ಈ ಜಾಗವನ್ನು ಉಪಯೋಗಿಸಿದವರು ಅಲ್ಲಿ ಕುಳಿತಿದ್ದರು, ತಿಂದು, ಕುಡಿದಿದ್ದರು ಏನನ್ನೋ ಎಳೆದಾಡಿದ್ದರು ಎನ್ನುವುದಕ್ಕೆ ಅವೆಲ್ಲಾ ಸಾಕ್ಷಿಯಾಗಿದ್ದವು!

"ನೋಡಿ, ಇದೆಲ್ಲಾ ನೋಡಿದರೆ ಮಂದಾಕಿನಿಯವರ ಕಿಡ್ನಾಪ್ ಆಗಿದೆ ಅನ್ನೋದು ಸ್ಪಷ್ಟವಾಗುತ್ತೆ. ಆ ದಿವಸ ತುಂಬಾ ಮಳೆ ಬರುತ್ತಿತ್ತು ಅಂತ ಹೇಳಿದ್ರಿ, ಜೊತೆಗೆ ಐನ್‌ಮನೆಗೆ ಯಾರೂ ಬರೋದಕ್ಕೆ ಸಾಧ್ಯವಿರಲಿಲ್ಲ ಅಂದುಕೊಂಡಿದ್ದೀರಿ. ಅದ್ರೆ ಮಂದಾಕಿನಿಯವರನ್ನ ಕಿಡ್ನಾಪ್ ಮಾಡಿದವರು ನೀವು ಮನೆಗೆ ಬರುವುದಕ್ಕೆ ಮುಂಚೆಯೇ ಅವರು ಬಂದು ಇಲ್ಲಿ ಸೇರಿದ್ದಾರೆ. ಬಹುಶಃ ಅವರು ನಾಲ್ಕೈದು ಗಂಟೆಗಳು ಕಳೆದಿದ್ದಾರೆ. ಕಿಡ್ನಾಪ್ ಮಾಡೋದಕ್ಕೆ

ಸರಿಯಾದ ಸಮಯಕ್ಕೆ ಕಾಯುತ್ತಾ ಇದ್ದರು. ಮಂದಾಕಿನಿ ರೂಮಲ್ಲಿ ಒಬ್ಬರೇ ಇರೋ ಸಮಯ ನೋಡಿಕೊಂಡು ಕಿಡ್ನ್ಯಾಪ್ ಮಾಡಿಕೊಂಡು ಬಂದು ಇದೇ ಮನೆಯಲ್ಲಿ ಇಟ್ಟುಕೊಂಡಿದ್ದರು. ಯಾವಾಗಲೋ ನೀವು ಮೈಮರೆತಾಗ ಆಕೆಯನ್ನು ಸಾಗಿಸಿಕೊಂಡು ಹೋಗಿದ್ದಾರೆ"

ವಿಕ್ರಮ್ ಮಾತು ಕೇಳಿ ಎಲ್ಲರಿಗೂ ಧಿಗ್ಭ್ರಮೆಯಾಯಿತು! ಅಂದರೆ..ತಮ್ಮ ಕಣ್ಮುಂದೆಯೇ ಎಲ್ಲಾ ನಡೆದಿದೆ! ಎಂತಾ ವಿಪರ್ಯಾಸ? ನಮಗೆ ಇದರ ಸುಳಿವೇ ಸಿಗಲಿಲ್ಲವಲ್ಲ?! ಪೇಚಾಡಿದರು!

"ಎಸ್ ನನ್ನ ವಿಶ್ಲೇಷಣೆ ಸರಿಯಾಗಿದೆ. ಅವರು ಆಮೇಲೆ ಇಲ್ಲಿಂದ ಮಂದಾಕಿನಿಯವರನ್ನ ಕರೆದುಕೊಂಡು ಹೋಗಿದ್ದಾರೆ" ವಿಕ್ರಮ್ ಪುನರುಚ್ಚರಿಸಿದರು.

"ಆದ್ರೆ ಏಕೆ? ಹೀಗೆ ಮಾಡೋದಕ್ಕೆ ಅವರಿಗೆ ಏನು ಮೋಟಿವೇಶನ್ ಇತ್ತು?"

ಸೂರಜ್ ಕನಲಿದ.

"ಹೌದು. ಅದನ್ನ ಈಗ ಇನ್ವೆಸ್ಟಿಗೇಟ್ ಮಾಡಿ ತಿಳ್ಕೊಬೇಕು. ಯಾವ ಉದ್ದೇಶಕ್ಕೆ ಹೀಗೆ ಮಾಡಿದ್ದಾರೆ?"

"ಇದರಲ್ಲಿ ನನ್ನ ತಪ್ಪಿದೆ" ಗಣಪತಿಯವರ ತಪ್ಪಿತಸ್ತರಂತೆ ಸಣ್ಣ ದನಿಯಲ್ಲಿ ಹೇಳಿದರು.

ಸೂರಜ್ ಮತ್ತು ಅನುರಾಧ ಆಶ್ಚರ್ಯದಿಂದ ಅವರತ್ತ ನೋಡಿದರು.

"ಏನ್ ಹೇಳ್ತೀರಿ ನೀವು?" ಅನುರಾಧ ಆಶ್ಚರ್ಯಚಕಿತರಾಗಿದ್ದರು!

"ಹೌದು ಅನುರಾಧ ಮೂರು ವರ್ಷದಿಂದ ಯಾರೋ ನನ್ನನ್ನು ಬ್ಲಾಕ್ ಮೇಲ್ ಮಾಡುತ್ತಿದ್ದರು. ಅದಕ್ಕೆ ಅವರು ಕೊಡುತ್ತಿದ್ದ ಕಾರಣ ನಿಮ್ಮ ಫ್ಯಾಮಿಲಿಯನ್ನು ನಾನು ನಾಶ ಮಾಡಬಲ್ಲೆ. ಹಾಗೆ ಮಾಡಬಾರದು ಅಂದ್ರೆ ನೀವು ನನಗೆ ಇಪ್ಪತ್ತು ಲಕ್ಷ ಕೊಡಬೇಕು ಅಂತ. ಐದು ವರ್ಷ ಹೇಗೋ ಆ ದುಷ್ಕರ್ಮಿಯ ಬೆದರಿಕೆಯನ್ನು ನಿಜವೆಂದು ತಿಳಿದು ಹಣ ತಲುಪಿಸಿದೆ. ಈ ಬ್ಲಾಕ್ಮೈಲ್ ಮಿತಿಮೀರಿತ್ತು. ಮದುವೆಗೆ ಹದಿನೈದು ದಿನಗಳಿರುವಾಗ ಈ ಸಲ ಒಟ್ಟಿಗೆ ಐವತ್ತು ಲಕ್ಷ ಬೇಕೆಂದು ಹೇಳಿದ. ಇದರಿಂದ ನನಗೆ ಮುಕ್ತಿ ಬೇಕೆನಿಸಿತ್ತು. ಇದನ್ನು ನಾನು ಯಾರಿಗೂ ಹೇಳುವಂತಿರಲಿಲ್ಲ ಇದನ್ನು ಉಪೇಕ್ಷಿಸಿದರೆ ಏನಾಗುತ್ತದೆ ನೋಡೋಣ ಅನ್ನಿಸಿತು. ಅವರ ಬೆದರಿಕೆಗೆ ಸೊಪ್ಪು ಹಾಕಲಿಲ್ಲ. ಮುಂದಿನದು ನಿಮಗೇ ಗೊತ್ತಿದೆ. ಬಹುಶಃ ಇದಕ್ಕೆ ರಿವೆಂಜ್ ಎಂದು ಮಂದಾಕಿನಿಯನ್ನು ಕಿಡ್ನ್ಯಾಪ್ ಮಾಡಿರಬಹುದು"

"ಯಾಕೆ ಹಾಗೆ ಮಾಡಿದ್ರಿ? ಈಗ ಆಗಿರೋದು ನೋಡಿ!"

"ಸೂರಜ್, ಮಾಮೂಲಿನ ಹಾಗೆ ಒಂದು ಸಲಕ್ಕೆ ಐದು ಲಕ್ಷ ಕೇಳಿದ್ದರೆ ಕೊಟ್ಟುಬಿಡುತ್ತಿದ್ದೆ. ಆದರೆ ಈಸಲ ಐವತ್ತು ಲಕ್ಷ ಕ್ಯಾಶ್! ಅದು ಮುಂದೆ ಕೋಟಿಯಾಗಬಹುದು, ಮರುವರ್ಷ ಅದನ್ನೂ ಮೀರಬಹುದು! ಅದು ಇಲ್ಲಿಗೆ ನಿಲ್ಲುತ್ತಿರಲಿಲ್ಲ. ಅದಕ್ಕೇ ಅದನ್ನು ಉಪೇಕ್ಷೆ ಮಾಡಿದೆ"

"ಸರಿ ನೀವು ಹಣ ಎಲ್ಲಿಗೆ ತಲುಪಿಸುತ್ತಾ ಇದ್ರಿ? ಹಣ ಕೊಡೋವಾಗ ಅವರನ್ನ ನೀವು ನೋಡಿಲ್ವಾ?"

"ಇಲ್ಲ ಅವರಿಂದ ನಾನು ನೋಡಿಲ್ಲ ನನಗೆ ಬೆಂಗಳೂರಿನ ವಸಂತನಗರದಲ್ಲಿ ಒಂದು ಬಿಲ್ಡಿಂಗ್, ನಂಬರ್ 35ರ ಮೂರನೆ ಮಹಡಿಯ ಒಂದು ರೂಮಿನ ಕಿಟಿಕಿಯಲ್ಲಿ ಹಣ

ಒಳಗೆಸೆದು ಬರೋಕೆ ನನಗೆ ಮೊಬೈಲಿನಲ್ಲಿ ಸೂಚನೆ ಕೊಡುತ್ತಾ ಇದ್ದರು ಅದರ ಪ್ರಕಾರ ನಾನು ತಗೊಂಡು ಹೋಗಿ ಅಲ್ಲಿ ಹಣ ರೂಮಿನ ಕಿಟಕಿಯ ಮೂಲಕ ಒಳಗೆಸೆದು ಬರುತ್ತಿದೆ. ಅಲ್ಲಿ ಯಾರು ಇರುತ್ತಿರಲಿಲ್ಲ. ಯಾರೂ ನನ್ನನ್ನು ಗಮನಿಸುತ್ತಲೂ ಇರಲಿಲ್ಲ. ಯಾರು ಬರುತ್ತಾರೆ? ಹೇಗೆ ಹಣ ಕಲೆಕ್ಟ್ ಮಾಡ್ತಾರೆ ಅಂತ ತಿಳ್ಕೊಳ್ಳೋಕೆ ಹೋದ್ರೆ ಅಪಾಯ ಅಂತ ಹೆದರಿಸಿದ್ದರು."

"ಮಂದಾಕಿನಿಯವರನ್ನ ಕಿಡ್ನಾಪ್ ಮಾಡಲು ಹೊರಗಿನವರು ಬಂದಿಲ್ಲ. ಒಳಗಿನವರೇ ಕೆಲಸ ಮಾಡಿದ್ದಾರೆ ನಿಮಗೆ ಆಗದೇ ಇರೋರು ನಿಮ್ಮೂರಲ್ಲಿ ಯಾರ್ಯಾರಿದ್ದಾರೆ?"

"ನಮ್ಮ ಹಿರಿಯರು ಬಾಳಿಬದುಕಿದ ಊರು ಇದು. ಇಲ್ಲಿ ನಮಗೆ ಯಾರು ಶತ್ರುಗಳಿಲ್ಲ. ಶತ್ರುಗಳು ಇದ್ದರೆ ಅವರು ಹೊರಗಿನವರೇ.."

"ಮದುವೆ ಹಿಂದಿನಿಂದ ಹಿಂದಿನ ರಾತ್ರಿ ಇಲ್ಲಿ ಎಷ್ಟು ಜನ ಇದ್ದರೂ ಅವರಲ್ಲಿ ನಿಮ್ಮ ನೆಂಟರು ಯಾರು? ಕೆಲಸಗಾರರು ಯಾರು ಎಲ್ಲ ನೆನಪಿದೆಯಾ?" ವಿಕ್ರಮ್ ಕೇಳಿದರು.

"ತುಂಬಾ ಜನ ಇರ್ಲಿಲ್ಲ ಕೆಲಸದವರು ಅಂದರೆ ಇಬ್ಬರು ಅಡಿಗೆಯವರು ಮತ್ತು ನಮ್ಮ ಎಸ್ಟೇಟಿನ ಕೆಲಸಗಾರರು ಇಬ್ಬರು. ಇವರ ಜೊತೆಗೆ ಸೂರಜ್ ಮೈಸೂರಿಂದ ಬಂದಾಗ ಅವನ ಜೊತೆ ನಾಲ್ಕು ಜನ ಅಡಿಗೆಯವರು, ಇದ್ದರು, ಮತ್ತೆ..ಕೇಟರಿಂಗ್ ಕಂಟ್ರ್ಯಾಕ್ಟರ್ ದೇವರಾಜು ಮಳೆ ಕಾರಣದಿಂದ ಮಧ್ಯರಾತ್ರಿಯಲ್ಲಿ ಬಂದ. ಅವನು ಬರಬೇಕಾದರೆ ದಾರಿಯಲ್ಲಿ ಮಳೆಗೆ ಒಂದು ಮರ ಬಿದ್ದಿತ್ತಂತೆ. ಆತ ಬಂದಿದ್ದ ಕಾರನ್ನ ಅಲ್ಲೇ ಬಿಟ್ಟು ಅಡಿಗೆ ಕೆಲಸಕ್ಕೆ ಒಬ್ಬ ಹೆಂಗಸಿನ ಜೊತೆ ಮನೆಗೆ ಬಂದ. ಇಷ್ಟು ಜನ ಕೆಲಸಗಾರರನ್ನು ಬಿಟ್ಟರೆ ಉಳಿದವರೆಲ್ಲ ನಮ್ಮ ನೆಂಟರು. ಅವರೆಲ್ಲ ನಮ್ಮ ಹಿತೈಷಿಗಳು"

ಗಣಪತಿಯವರನ್ನು ಮಾತನ್ನು ಕೇಳಿ ವಿಕ್ರಮ್ ಒಂದು ನಿಮಿಷ ನಿಂತು ಯೋಚಿಸಿದರು.

"ಈಗ ಮನೆ ಸುತ್ತ ಒಂದು ರೌಂಡು ಹೋಗೋಣ ಆಮೇಲೆ ನೀವು ಹೇಳಿದ್ರಲ್ಲ ಅವತ್ತು ರಾತ್ರಿ ಮಂದಾಕಿನಿಯವರನ್ನ ಹುಡುಕೋದಕ್ಕೆ ಎರಡು ತಂಡ ಮಾಡಿಕೊಂಡು ಹೊರಟೊ ಅಂತ. ಒಂದು ತಂಡ ಮನೆ ಮುಂದೆ ಹೋದರೆ ಇನ್ನೊಂದು ತಂಡ ಮನೆ ಹಿಂದೆ ಹೋಯಿತು. ಅಲ್ಲಿ ನಿಮಗೆ ಏನಾದರೂ ಅನುಮಾನ ಬರುವಂತದ್ದು ಏನಾದ್ರೂ ಕಾಣಿಸುತ್ತಾ?"

"ಇಲ್ಲ ಅಂತದ್ದೇನು ನಮಗೆ ಕಾಣಿಸಲಿಲ್ಲ"

ವಿಕ್ರಮ್ ಮಾತಿಗೆ ಎರಡು ನಿಮಿಷ ಗಣಪತಿ ಮತ್ತು ಸೂರಜ್ ಯೋಚನೆ ಮಾಡಿದ್ರು ಆಮೇಲೆ ಸೂರಜ್ ಹೇಳಿದ

"ಸರಿ ನಂಜೊತೆ ನೀವು ಹೆಜ್ಜೆ ಹಾಕ್ತಿರಾ ಇಲ್ಲ ಒಬ್ಬನೇ ಹೋಗಿ ಬರ್ಲಾ ನಾನು ನಡೆಯುವುದರಲ್ಲಿ ಸ್ವಲ್ಪ ಫಾಸ್ಟ್ ನಿಮಗೆ ನಂಜೊತೆ ಬರೋದು ಸ್ವಲ್ಪ ಕಷ್ಟ ಆಗಬಹುದು. ಸೂರಜ್ ನೀನು ಬರ್ತೀಯಾ?" ಯಾರ ಉತ್ತರಕ್ಕೂ ಕಾಯದೆ ವಿಕ್ರಮ್ ಬಿರಬಿರನೆ ಹೆಜ್ಜೆ ಹಾಕಿದರು.

ಸೂರಜ್ ಅವರ ಜೊತೆ ನಡೆಯತೊಡಗಿದ. ವಿಕ್ರಮ್ ವಯಸ್ಸು ಸುಮಾರು ಮೂವತ್ತೈದು. ಕ್ರೀಡಾಪಟುವಿನಂತ ದೇಹದಾರ್ಢ್ಯ ಹೊಂದಿದ್ದರು. ಅವರ ನಡಿಗೆಯ ವೇಗ ಕಂಡು ಸೂರಜ್‌ಗೆ ಆಶ್ಚರ್ಯವಾಯಿತು

000

'ಇವೇ ಮಂದಾ ಒಡವೆಗಳು ಇವುಗಳಲ್ಲಿ ಎರಡು ಮಾತ್ರ ಮಿಸ್ ಆಗಿದ್ದೊ. ಒಂದು ಕಾಲಿನ ಚೈನು ಇನ್ನೊಂದು ಬಳೆ. ಇವು ಒಂದೊಂದೇ ಮಿಸ್ಸಾಗಿದ್ದೊ. ಎಲ್ಲಿ ಹುಡುಕಿದರೂ ಸಿಗಲಿಲ್ಲ. ಆದರೆ ಪೋಲೀಸಿನವರಿಗೆ ಸಿಕ್ಕಿದ ಬಾಡಿಯಲ್ಲಿ ಮಿಸ್ಸಾಗಿದ್ದ ಒಂದು ಬಳೆ ಮತ್ತು ಕಾಲ್ಚೈನು ಇದ್ದವು.

ವಿಕ್ರಮ್ ಸೂಕ್ಷ್ಮವಾಗಿ ಅವನ್ನು ಪರಿಶೀಲಿಸಿದರು ಚಿನ್ನದ ಬಳೆಗಳಲ್ಲಿ ಒಂದು ನಗ್ಗಿತ್ತು. ಕಾಲು ಚೈನುಗಳಲ್ಲಿ ಒಂದು ಯಾವುದಕ್ಕೋ ಸಿಕ್ಕಿ ತುಂಡಾಗಿತ್ತು.

"ಇದನ್ನು ನೋಡಿದರೆ ನಿಮಗೆ ಏನು ಅನ್ಸುತ್ತೆ?" ಅದನ್ನು ತಿರುಗಿಸಿ ನೋಡುತ್ತ ವಿಕ್ರಮ್ ಕೇಳಿದರು.

"ಐನ್‌ಮನೆಯಲ್ಲಿ ನೀವು ಸೌದೆ ಸ್ಟೋರೇಜ್ ರೂಮ್ನಲ್ಲಿ ಹೇಳಿದ್ರಲ್ಲ ಮಾತು ನನಗೆ ನೆನಪಾಗ್ತಾ ಇದೆ. ಮಂದಕ್ಕ ಕಿಡ್ನ್ಯಾಪ್ ಮಾಡೋವಾಗ ರೆಸಿಸ್ಟ್ ಮಾಡಿರಬಹುದು" ಎಂದು ಸೂರಜ್.

"ನಿಮ್ಮ ಮಾತು ಪೂರಾ ನಿಜ ಅಲ್ಲ. ಮಂದಾಕಿನಿ ರೆಸಿಸ್ಟ್ ಮಾಡಿಲ್ಲ, ಮಾಡೋಕೆ ಸಾಧ್ಯವೂ ಇರಲಿಲ್ಲ! ಅವಳಿಗೆ ಮತ್ತು ಬರುವ ಇಂಜೆಕ್ಷನ್ ಕೊಟ್ಟಿದ್ದಾರೆ. ಅವರಿಗೆ ಪ್ರಜ್ಞೆ ತಪ್ಪಿದೆ ಆಮೇಲೆ ಎತ್ತಿಕೊಂಡು ಹೋಗಿದ್ದಾರೆ. ಎತ್ಕೊಂಡು ಹೋಗಬೇಕಾದರೆ ಸ್ವಲ್ಪ ದೂರ ಎಳೆದುಕೊಂಡು ಹೋಗಿದ್ದಾರೆ. ಅಂದರೆ ಅವರು ಇಬ್ಬರಿಗಿಂತಾ ಹೆಚ್ಚು ಇರಲಿಲ್ಲ. ಹೆಚ್ಚು ಜನ ಇದ್ದಿದ್ದರೆ ಅನಾಮತ್ತಾಗಿ ಎತ್ತಿಕೊಂಡು ಹೋಗುತ್ತಿದ್ದರು. ಇಬ್ಬರೇ ಇದ್ದುದ್ದರಿಂದ ಎಳೆದುಕೊಂಡು ಹೋಗಲು ಪ್ರಯತ್ನಿಸಿದ್ದಾರೆ. ಆ ಸಮಯದಲ್ಲಿ ಐನ್ಮನೆಯಲ್ಲಿ ನೋಡಿದೆವಲ್ಲ ಆ ಸ್ಕ್ರಾಚ್ ಅಗಿವೆ. ಇನ್ನು ಬಳೆ ನೆಗ್ಗಿರುವುದಕ್ಕೆ ಕಾರಣ ರೂಮಿನ ಬಾಗಿಲು! ಅದು ಚಿಕ್ಕದಾಗಿದ್ದು ಎಳೆದುಕೊಂಡು ಹೋಗುವಾಗ ಬಾಗಿಲಿನ ಫ್ರೇಮಿಗೆ ಒತ್ತಿದೆ. ಇದು ನಡೆದಿರುವ ವಿಶಯ. ಆಕೆಯನ್ನು ಹೇಗೆ ಆಚೆ ಸಾಗಿಸಿದ್ದಾರೆ ಅನ್ನೋದನ್ನ ತಿಳ್ಕೊಳ್ಳೋದು ಈಗ ಮುಖ್ಯ ಈಗ ನಾನು ದೇವರಾಜ್ ಹತ್ತಿರ ಮಾತಾಡಬೇಕು, ಅವನೆಲ್ಲಿ ಸಿಕ್ತಾನೆ"

"ಅವನು ಎಲಿರ್ತಾನೋ ಹೇಳೋಕ್ಕಾಗಲ್ಲ. ಅವನ ಫೋನ್ ನಂಬರು ನನ್ನತ್ರ ಇದೆ. ಫೋನ್ ಮಾಡಿದರೆ ಬರ್ತಾನೆ"

"ಒಂದ್ಸಲ ನಿಮ್ಮ ಎಸ್ಟೇಟ್ ಸುತ್ತಾಡಿ ಆಮೇಲೆ ನಾನು ಹೋಗ್ತೀನಿ. ಮುಂದಿನ ಕೆಲಸ ನನಗೆ ಬಿಡಿ. ದೇವರಾಜ್‌ಗೆ ನಾನೇ ಫೋನ್ ಮಾಡುತ್ತೇನೆ. ನೀವು ಕೂಡ ನನಗೆ ಆಗಾಗ್ಗೆ ಫೋನ್ ಮಾಡಿ ಪ್ರೋಗ್ರೆಸ್ ಏನು ಅಂತ ತಿಳ್ಕೋಬಹುದು ಸೋ ಐ ವಿಲ್ ಬಿಡ್ ಗುಡ್ ಬೈ"

"ನಾನು ನಿಮ್ಮ ಜೊತೆ ಬರ್ತೀನಿ"

"ಬೈ ಆಲ್ ಮೀನ್ಸ್ ಬನ್ನಿ" ಎಂದು ವಿಕ್ರಮ್ ನಡೆದರು

ಸೂರಜ್ ಅವರ ಹಿಂದೆ ನಡೆದ.

"ನಿಮ್ಮ ಇನ್ವೆಸ್ಟಿಗೇಶಲ್ಲಿ ನಾನು ಕೈಜೋಡಿಸಬಹುದೆ?" ಸೂರಜ್ ಕೇಳಿದ.

"ಆದರೆ ನೀವು ಎಂ.ಬಿ.ಎ ಮಾಡುತ್ತಿದ್ದೀರಲ್ಲ? ಅದೂ ಕೊನೆ ಸ್ಟೇಜಲ್ಲಿದೆ, ಪ್ರಾಜೆಕ್ಟ್ ಒಂದು ಬಾಕಿ ಉಳಿದಿದೆ ಅಷ್ಟರಲ್ಲಿ ಹೀಗಾಯ್ತು ಅಂತ ನಿಮ್ಮ ಚಿಕ್ಕಪ್ಪ ಹೇಳ್ತಿದ್ರು. ನೀವು ನನ್ನ ಜೊತೆ

ಇನ್ವೆಸ್ಟಿಗೇಶನ್ನಿಗೆ ಬಂದರೆ ಸ್ಟಡೀಸ್ ಮೇಲೆ ಕಾನ್ಸಂಟ್ರೇಶನ್ ಹೋಗುತ್ತೆ. ಜೊತೆಗೆ ನನ್ನ ಕೆಲಸದಲ್ಲಿ ಅಪಾಯ ಇರುತ್ತೆ. ಈಗಾಗಲೇ ಒಂದು ಸಲ ನಿಮ್ಮ ಮೇಲೆ ಅಟ್ಯಾಕ್ ಆಗಿದೆ. ನೀವು ಈ ವಂಶದ ಏಕಮಾತ್ರ ಕುಡಿ. ಆದ್ದರಿಂದ ನನ್ನ ಸಜೆಶನ್ ಕೇಳಿದರೆ ನೀವು ನಿಮ್ಮ ಪ್ರಾಜೆಕ್ಟ್ ಮೇಲೆ ಗಮನ ಕೊಡಿ"

ವಿಕ್ರಮ್ ಹಿತನುಡಿಗಳನ್ನು ಹೇಳಿದರು.

"ಬಟ್ ಐ ಆಮ್ ವೆರಿ ಮಚ್ ಇಂಟರೆಸ್ಟೆಡ್ ಇನ್ ಇನ್ವೆಸ್ಟಿಗೇಶನ್. ನನಗೆ ಹೆದರಿಕೆ ಇಲ್ಲ. ಐ ಡೋಂಟ್ ಕೇರ್ ವಾಟ್ ಹ್ಯಾಪನ್ಸ್ ಟು ಮಿ. ಈ ವಂಶ ಬೆಳೆಸೋದು ಅನ್ನೋದರಲ್ಲೂ ನನಗೆ ನಂಬಿಕೆ ಇಲ್ಲ! ಈ ಜಗತ್ತಿನಲ್ಲಿ ಲೆಕ್ಕವಿಲ್ಲದಷ್ಟು ಜನ ಹುಟ್ಟಿದ್ದಾರೆ, ಸತ್ತಿದ್ದಾರೆ. ಎಂತೆಂತಾ ರಾಜರುಗಳ ವಂಶವೇ ಅಳಿಸಿಹೋಗಿದೆ. ಇಂತಾದ್ರಲ್ಲಿ ವಂಶ ಅನ್ನೋದು ಅರ್ಥವಿಲ್ಲದ್ದು ಎನ್ನಿಸುತ್ತೆ. ನನಗೆ ನಮ್ಮಕ್ಕನ ಮಿಸ್ಟರಿ ಸಾಲ್ವಾಗಬೇಕು. ಚಿಕ್ಕಪ್ಪನ ಬ್ಲಾಕ್ ಮೈಲ್ ಮಾಡ್ತಿರೋ ಆ ಚಾರ್ಸೌಬೀಸ್ ಡೇವಿಡ್ನ ಕಂಬಿ ಒಳಗೆ ಸೇರಿಸಬೇಕು"

"ಆ ಕೆಲಸ ನನಗೆ ಬಿಡಿ. ಐ ರಿಕಮೆಂಡ್ ಯೂ ಟು ಸ್ಟೇ ಅವೇ ಫ್ರಮ್ ದಿಸ್"

ಅವರ ಮಾತಿಂದ ಸೂರಜನಿಗೆ ನಿರಾಸೆಯಾಯಿತು ಆದರೆ ಬೇರೆ ದಾರಿ ಇರಲಿಲ್ಲ. ಓದು ಮುಗಿಸ ಬೇಕಾಗಿರುವುದು ತನ್ನ ಕರ್ತವ್ಯ ಎನ್ನುವುದು ಅರಿವಾಗಿತ್ತು.

0 0 0

"ನೀವೇನಾ? ದೇವರಾಜು?"

ತನ್ನ ಶೆಡ್ಡಿನಂತಾ ಜಾಗದಲ್ಲಿ ದಿನಸಿ ಸಾಮಾನುಗಳನ್ನ ಜೋಡಿಸುತ್ತಿದ್ದ ದೇವರಾಜುವನ್ನು ಕೇಳಿದರು ವಿಕ್ರಮ್.

"ಹೌದು ಸರ್, ಎಲ್ಲಿ ಕೇಟರಿಂಗ್? ಯಾವ ಡೇಟು? ಎಷ್ಟು ಜನಕ್ಕೆ ಮಾಡಬೇಕು? ಏನ್ ಮೆನು ಸರ್" ಮಾಡುತ್ತಿದ್ದ ಕೆಲಸ ನಿಲ್ಲಿಸಿ ವಿಕ್ರಮ್ ಹತ್ತಿರ ಬಂದು ಕೇಳಿದ ದೇವರಾಜ್.

"ಇಲ್ಲ, ನಾನು ಕೇಟರಿಂಗಿಗೆ ಬಂದಿಲ್ಲ. ನಾನು ಬಂದಿರೋದೆ ಬೇರೆ ಉದ್ದೇಶಕ್ಕೆ ನಿಮಗೆ ಪ್ರಫುಲ್ಲ ಎಸ್ಟೇಟ್ ಗಣಪತಿಯವರು ಗೊತ್ತಲ್ಲ? ಅವರ ಮಗಳ ಮದುವೆ ಕೇಟ್ರಿಂಗ್ ನೀವೇ ಒಪ್ಪಿಕ್ಕೊಂಡಿದ್ರಿ"

"ಹೌದು ಸರ್. ಅದು ಎರಡು ತಿಂಗಳ ಹಿಂದೆ. ಈಗ ನೀವು ಬಂದಿರೋದು?"

"ಅದಕ್ಕೆ ಸಂಬಂಧ ಇದೆ. ಅದಕ್ಕೆ ನಾನು ಬಂದಿರೋದು"

"ನನಗೆ ಅರ್ಥ ಆಗ್ಲಿಲ್ಲ?"

"ಮದುವೆ ಹಿಂದಿನ ದಿನ ಏನಾಯ್ತು ನೆನಪು ಮಾಡ್ಕೊಳ್ಳಿ"

"ನಾನಲ್ಲಿಗೆ ಹೋಗೋ ಹೊತ್ತಿಗೆ ಹುಡುಗಿ ಇದ್ದಕ್ಕಿದ್ದಾಗೆ ಕಾಣಿಸ್ತಿಲ್ಲ ಅಂತ ಎಲ್ಲ ಹುಡುಕ್ತಿದ್ದರು. ನಾನೂ ಹುಡುಕೋಕೆ ಹೋಗಿದ್ದ. ಆಮೇಲೆ ಇನ್ನೇನುನು ಸರ್? ಏನೂ ಆಗ್ಲಿಲ್ಲ ಆಮೇಲೆ ಪೊಲೀಸ್ ಕಂಪ್ಲೇಂಟ್ ಕೊಟ್ರು ಆಮೇಲೊಂದು ಬಾಡಿ ಸಿಕ್ಕಿತ್ತ ಅದು ತೋಟದ ಮನೆಯಲ್ಲಲ್ಲ ಬೇರೆ ಎಲ್ಲೋ ರಸ್ತೆ ಹತ್ರ ಬಾಡಿ ಸಿಕ್ಕಿದ್ದು. ಅದರ ಗುರುತು ಹಿಡಿದಾಗ ಅದು ಅದೇ ಹುಡುಗಿ ಐನ್‌ಮನೇಲಿ ಕಾಣೆಯಾಗಿದ್ದು ಅಂತ ಗೊತ್ತಾಯ್ತು. ಯಾರೋ ಕೊಲೆ ಮಾಡಿ ಗೋಣಿಚೀಲದಲ್ಲಿ ತುಂಬಿ ರಸ್ತೆ ಪಕ್ಕದಲ್ಲಿ ಇಟ್ಟುಬಿಟ್ಟಿದ್ರು.."

"ನಿಜ್ವಾಗ್ಲೂ ಹಾಗೆ ಆಗಿಲ್ಲ ದೇವರಾಜು. ನಿಜ ಹೇಳಬೇಕಂದ್ರೆ ಆ ಹುಡುಗಿಯ ಕೊಲೆ ಆಗಿಲ್ಲ. ಯಾವುದೋ ಬಾಡೀನ ಅದು ತಪ್ಪಿಸಿಕೊಂಡ ಹುಡುಗಿ ಮಂದಾಕಿನೀದು ಅಂತ ಹೇಳಿ ನಂಬಿಸಿ, ಅದನ್ನ ವಾರಸುದಾರರಿಗೆ ಒಪ್ಪಿಸಿದ್ದಾರೆ"

ದೇವರಾಜು ಮಾತನ್ನು ಅರ್ಧಕ್ಕೆ ತಡೆದು ವಿಕ್ರಮ್ ಹೇಳಿದರು.

"ಹಾಗೆ ಆಗೋದು ಸಾಧ್ಯಾನೇ ಇಲ್ಲ ಸಾರ್! ಡಿ.ಎನ್.ಎ ಕೂಡಾ ಮಾಡಿಸಿದರಲ್ಲ? ಅದೂ ಕೂಡ ಅದು ಆ ಹುಡುಗೀದು ಅಂತ ಹೇಳಿತಲ್ಲ? ಜನ ಹೇಳೋದು ಸುಳ್ಳಿದ್ದರೂ ಡಿ.ಎನ್.ಎ ಸುಳ್ಳು ಹೇಳೋದಿಲ್ಲ! ಮೆಡಿಕಲ್ ರಿಪೋರ್ಟ್ ಹೇಗೆ ಸುಳ್ಳಾಗೋಕೆ ಸಾಧ್ಯ?"

"ಯಾವುದು ಸುಳ್ಳು ಯಾವುದು ನಿಜ ಅನ್ನೋದಕ್ಕೇ ನನ್ನ ಇನ್ವೆಸ್ಟಿಗೇಶನ್ನು. ಆ ವಿಶಯ ಬೇರೆ. ನಿಮಗೆ ಕರುಂಬಯ್ಯ ಗೊತ್ತಲ್ವಾ?"

"ಯಾರು? ಅದೇ ಎಸ್ಸೈ? ಅವರ ಓ ಚೆನ್ನಾಗಿ ಗೊತ್ತು ಸರ್"

"ಮದ್ವೆ ಹಿಂದಿನ ದಿನ ನಿಮ್ಕಡೆಯವ್ರು ಎಷ್ಟ್ ಜನ ಐನ್‌ಮನೇಲಿದ್ರು?"

"ಒಟ್ಟ ಅರು ಜನ ಗಂಡಸರು, ಒಂದು ಹೆಂಗಸು" ದೇವರಾಜು ನೆನಪು ಮಾಡಿಕ್ಕೊಳ್ಳುತ್ತಾ ಹೇಳಿದ.

"ಅವರೆಲ್ಲ ತುಂಬ ನಂಬಿಕಸ್ಥ ಜನಾನಾ? ಇಲ್ಲ ಅವರಲ್ಲಿ ಯಾರ ಮೇಲಾದ್ರು ನಿಮಗೆ ಅನುಮಾನ ಇದ್ಯಾ"

"ಅನುಮಾನಾನ? ಯಾವ ಕಾರಣಕ್ಕೆ ಅನುಮಾನ ಸಾರ್?"

"ಅನುಮಾನಕ್ಕೆ ಕಾರಣ ಇದೆ ದೇವರಾಜ್. ಆ ಹುಡುಗಿ ಕಿಡ್ನ್ಯಾಪ್ ಆಗಿದೆ ಅಂತ ನನ್ನ ಅನುಮಾನ. ಅಷ್ಟು ಜನರಲ್ಲಿ ಅಂತಾ ಕೆಲಸಕ್ಕೆ ಕೈಜೋಡಿಸೋರು ಯಾರಾದರೂ ಇದ್ದಾರಾಂತ ತಿಳ್ಕೊಳ್ಳೋಕೆ ಪ್ರಯತ್ನಪಡ್ತಿದ್ದೀನಿ"

"ಆ ಏಳು ಜನರಲ್ಲಿ ನನ್ನ ಹತ್ರ ಪರ್ಮೆನೆಂಟಾಗಿ ಕೆಲಸ ಮಾಡೋರು ನಾಲ್ಕು ಜನ. ಇಬ್ಬರು ಮಾತ್ರ ಹೊರಗಿನವರು"

"ಅಂದರೆ?"

"ಇಬ್ರು ಮಾತ್ರ ಹೊರಗಿನವ್ರು. ಅವತ್ತೇ ಅವ್ರು ಕೆಲಸಕ್ಕೆ ಬಂದಿದ್ದು. ದಿನಗೂಲಿ ಕೊಡಿ ಸಾಕು ಅಂದರು. ಅದುವರೆಗೂ ಅವರು ನನ್ನತ್ರ ಕೆಲಸ ಮಾಡಿರಲಿಲ್ಲ"

"ಈಗ್ಲೂ ಆ ಇಬ್ಬರೂ ನಿಮ್ಮತ್ರ ಕೆಲಸ ಮಾಡ್ತಿದ್ದಾರಾ?

"ಇಲ್ಲಾ ಸರ್ ಅವರನ್ನ ಮತ್ತೆ ನೋಡೇ ಇಲ್ಲ. ಆದ್ರೆ ಅವತ್ತು ಹಿಂದಿನ ದಿನ ಮಾತ್ರ ಕೆಲ್ಸ ಕೇಳ್ಕೊಂಡು ಬಂದ್ರು ಅವತ್ತು ಕೆಲ್ಸ ಇತ್ತು. ಐನ್‌ಮನೇಲಸ್ಟೆ ಅವರನ್ನ ಕೊನೆಯಲ್ಲಿ ನೋಡಿದ್ದು.

"ಅವರು ಕಾಂಟ್ಯಾಕ್ಟ್ ನಂಬರ್ ಇದೆಯಾ?"

"ಇಲ್ಲ ಸರ್ ಅವರ ಕಾಂಟ್ಯಾಕ್ಟ್ ನನಗೆ ಈಗ ಇಲ್ಲ"

"ಮತ್ತೆ ಆ ಇಬ್ಬರ್ನ ನೋಡಬೇಕಲ್ಲಾ?"

"ಕಷ್ಟ ಅವರನ್ನ ಹುಡುಕೋದು? ಎಲ್ಲೀಂತ ಹುಡುಕೋದು?"

"ಬಹುಶಃ ಅವರ ಜೊತೆ ನಿಮ್ಮವರು ಕೆಲ್ಸ ಮಾಡಿದ್ರಲ್ಲ? ಅವರಿಗೆ ಗೊತ್ತಿರಬಹುದು?"

"ಲೋ ಅನಂತ..? ಬಾ ಇಲ್ಲಿ..?" ದೇವರಾಜು ಷೆಡ್ಡಿನಲ್ಲಿ ಕೆಲಸ ಮಾಡುತ್ತಿದ್ದವರತ್ತ ತಿರುಗಿ ಕರೆದ.

"ಬಂದೆ ಅಣ್ಣಾ"

ಅವರಲ್ಲೊಬ್ಬ ಯುವಕ ಮಾಡುತ್ತಿದ್ದ ಕೆಲಸ ಬಿಟ್ಟು ಇವರತ್ತ ಬಂದ.

"ಏನಣ್ಣಾ..?"

"ಲೋ ಅವತ್ತು ಎರಡು ತಿಂಗಳ ಹಿಂದೆ ಐನ್ಮನೇಲಿ ಕೇಟರಿಂಗಿಗೆ ಹೋಗಿದ್ದಾಗ ಇಬ್ಬರು ಹೊಸಬರು ಬಂದಿದ್ರಲ್ಲಾ? ಅವರೆಲ್ಲಿ ಸಿಗ್ತಾರೋ?"

"ಅಣ್ಣಾ ಅವರನ್ನ ಮತ್ತೆ ನೋಡೋ ಇಲ್ಲ"

"ಅವರ ಫೋನ್ ನಂಬರು ನಂಬರು ನಿನ್ನತ್ರ ಇದೆಯ?"

"ಇಲಣ್ಣ. ಅವ್ರನ್ನ ಆಮೇಲೆ ನಾ ಕಂಡೇ ಇಲ್ಲ. ಆದ್ರೆ ಅವ್ರ ಹೆಸ್ರು ಗೊತ್ತಿದೆ ಒಬ್ಬ ರಂಗ ಇನ್ನೊಬ್ಬ ಕರಿಯ. ಅವರು ಪಾಲಿಬೆಟ್ಟದವರಂತೆ. ಅವರನ್ನ ಹುಸೇನ್ ಕರ್ಕೊಂಡು ಬಂದ"

"ಈ ಹುಸೇನ್ ಯಾರು?"ವಿಕ್ರಮ್ ಕೇಳಿದರು.

"ಓ..ಹುಸೇನ್ ಯಾರೂಂತ ನಿಮಗೆ ಹೇಳಿಲ್ಲ. ಅವನದ್ದೊಂದು ಒಂದು ವ್ಯಾನಿದೆ. ಸಾಮಾನು ಸಾಗಿಸೋದು ಅವನ ಕಸುಬು" ದೇವರಾಜು ವಿವರಿಸಿದ.

"ಅವನಿಗೆ ಇವರು ಸಿಕ್ಕಿದ್ದರಂತೆ. ಅಡಿಗೆ ಕೆಲಸ ಮಾಡ್ತೀವಿ, ಎಲ್ಲಾದರೂ ಕೆಲಸ ಸಿಗುತ್ತಾಂತ ಹುಸೇನ್‌ನ ಕೇಳಿದರಂತೆ. ಅವನು ನನಗೆ ಫೋನ್ ಮಾಡಿ ಕೇಳಿದ. ನಾನು ನಿಮಗೆ ಹೇಳಿದೆ. ನೀವು ಇಬ್ಬರು ಹೆಲ್ಪರ್ಸ್ ಬೇಕಾಗಿದ್ದರು, ಅವರಿಬ್ರನ್ನೂ ಐನ್ ಮನೆಗೆ ಕರ್ಕೊಂಡು ಹೋಗೂಂತ ಹುಸೇನಿಗೆ ನೀವೇ ಹೇಳಿದ್ರಿ"

"ಪಾಲಿಬೆಟ್ಟದಲ್ಲಿ ಅವ್ರೇನ್ ಕೆಲಸ ಮಾಡ್ತಿದಾರೆ?"

ವಿಕ್ರಮ್ ತಮ್ಮ ಪ್ರಶ್ನೆ ಮುಂದುವರಿಸಿದರು.

"ಹೆಚ್ಚಿಗೇನು ಗೊತ್ತಿಲ್ಲ ಅಣ್ಣ. ಇದೆಲ್ಲ ಯಾಕೆ ಕೇಳ್ತಿದ್ದೀರಾ?"

"ಕಾರಣ ಇದೆ. ನೀವು ಅಡುಗೆ ಕೆಲಸಕ್ಕೆ ಹೋಗಿದ್ದ ಆ ಹುಡುಗಿ ಕೊಲೆಯಾಗಿದೇಂತ ಸಾರ್ ಹೇಳ್ತಿದ್ದಾರೆ"

ದೇವರಾಜು ತನ್ನ ಕೆಲಸದವನಿಗೆ ತಿಳಿಸಿದ.

"ಆ ಹುಡುಗಿ ಹೇಳದೆ ಕೇಳದೆ ಓಡಿಹೋಗಿದ್ದು ಆಮೇಲೆ ಕೊಲೆ ಆಗಿರೋದು!"

"ಸರಿ ಆ ವಿಶಯ ನಿನಗೆಬೇಡ ನನಗೇ ಆ ಇಬ್ಬರ ಬಗ್ಗೆ ಇನ್ಫರ್ಮೇಷನ್ ಬೇಕು"

"ಸಾರಿ ಸರ್ ನಮಗೆ ಅವೆಲ್ಲ ಏನೂ ಗೊತ್ತಿಲ್ಲ"

"ಚೆನ್ನಾಗಿ ಜ್ಞಾಪಿಸಿಕೊ"

"ಸರ್ ಒಂದ್ ವಿಷ್ಯ ಮಾತ್ರ ನಿಮಗೆ ಹೇಳಬಲ್ಲೆ ಆವರು ಸೂರಜ್ ಜೊತೆ ವ್ಯಾನಲ್ಲಿ ಬಂದಿದ್ರು"

"ಬಂದ ತಕ್ಷಣ ಅವ್ರು ಕೆಲಸ ಶುರು ಮಾಡಿದ್ರಾ?"

"ಇಲ್ಲ ಸರ್ ಸ್ವಲ್ಪ ಹೊತ್ತು ಆಕಡೆ ಈಕಡೆ ಅಡ್ಡಾಡಿಕೊಂಡು ಬಂದ್ರು. ಬೀಡಿ ಸೇದೋಕೆ ಹೋಗಿದ್ರು ಅಂತ ಅನ್ಕೊಂಡೆ. ಏನ್ರೋ ನೀವು ಕೆಲಸ ಮಾಡೋಕೆ ಬಂದಿದ್ದೀರೋ ಇಲ್ಲಾ

ಕಾಲ ಕಳಿಯೋಕೆ ಬಂದಿದೀರೋಂತಾ ದಬಾಯಿಸಿದ್ದೆ. ಎಲ್ಲ ನಿಮಗೆ ಗೊತ್ತಲ್ಲ ಸಾರ್ ನಮಗೆಲ್ಲಾ ಸ್ವಲ್ಪ ಕುಡಿಯೋ ಅಭ್ಯಾಸ. ಒಂದು ಕ್ವಾರ್ಟರು ಹಾಕ್ಕೊಂಡು ಬೀಡಿ ಸೇದಿಕೊಂಡು ವಾಪಸ್ ಬಂದಿರ್ತಾರೆ ಅಂದ್ಕೊಂಡೆ"

ಅನಂತು ಹೇಳುವಾಗ ಆಗಾಗ್ಗೆ ದೇವರಾಜು ಮುಖ ನೋಡುತ್ತಿದ್ದ.

"ಲೋ..ಸರಿಯಾಗಿ ಗೊತ್ತಿದ್ರೆ ಹೇಳು. ಬೇರೆ ಏನೇನೋ ಹುಟ್ಟಿಸಿಕೊಂಡು ಹೇಳ್ಬೇಡ"

ದೇವರಾಜು ಎಚ್ಚರಿಸಿದಂತಿತ್ತು!

"ಬೇರೇನೂ ನೆನಪಿಲ್ವೆ?"

"ಇದ್ರೆ ಹೇಳೊಲ್ವಾ ಅಣ್ಣ?"

"ಸರಿ ದೇವರಾಜ್. ನಾನಿನ್ನು ಹೊರಡ್ತೀನಿ ಮತ್ತೇನಾದ್ರೂ ನನಗೆ ಇನ್ಫರ್ಮೇಷನ್ ಬೇಕಾದ್ರೆ ಫೋನ್ ಮಾಡ್ತೀನಿ. ಮುಚ್ಚು ಮರೆಯಿಲ್ಲದೆ ಇಲ್ಲದೆ ಹೇಳಬೇಕು. ನನಗೆ ಪೊಲೀಸ್ ಕಮಿಷನರ್ ಕಡೆಯಿಂದ ಅನುಮತಿ ಇದೆ. ನಾವು ಯಾರನ್ನ, ಯಾವಾಗ ಬೇಕಾದರೂ, ಏನನ್ನು ಬೇಕಾದರೂ ಕೇಳಬಹುದು. ನೀನು ಯಾವ ಸಂಗತಿಯನ್ನು ಮುಚ್ಚಿಡಲು ಸಾಧ್ಯ ಇಲ್ಲ. ಅದು ಅಪರಾಧ ಆಗತ್ತೆ"

"ಮುಚ್ಚಿಡುವಂಥದ್ದು ಏನೂ ಇಲ್ಲ ಸರ್. ನಾನ್ಯಾಕೆ ನಿಮ್ಮತ್ರ ಸುಳ್ಳು ಹೇಳಲಿ? ನನ್ನ ಕೆಲ್ಸ ಅಡುಗೆ ಕಾಂಟ್ರ್ಯಾಕ್ಟ್ ಮಾಡೋದು..ಅದ್ರಲ್ಲೇ ಒಂದಷ್ಟು ದುಡ್ಡು ಮಾಡಿಕೊಂಡು ನನ್ನ ಜೀವನ ಸಾಗಿಸ್ತೀನಿ. ಇಂತಾದ್ಕೆಲ್ಲಾ ನಾನು ಏಕೆ ತಲೆಕೆಡಿಕೊಳ್ಳಲಿ?"

"ಓ.ಕೆ ಕೊನೆ ವಿಷ್ಯ ಕೇಳ್ತೀನಿ. ನಿಮ್ಮ ಈ ಕರುಂಬಯ್ಯ ಹೇಗೆ?"

"ಖಯಾಲಿ ಮನುಷ್ಯ. ಅವರಿಗೆ ಸಾವುಕಾರರ ಪರಿಚಯ, ಕೆಲವು ಕ್ರಿಮಿನಲ್‌ಗಳ ಪರಿಚಯ ಇದ್ರೂ ಇರಬಹುದು...ಅವರ ಕೆಲಸಾನೆ ಅದಲ್ವಾ ಸಾರ್?"

"ನಾನು ಬರ್ತೀನೆ"

"ಕೇಟ್ರಿಂಗ್ ಕೆಲಸ ಇದ್ರದ್ರೆ ಹೇಳಿ ಸಾರ್. ತುಂಬಾ ರೀಸನಬಲ್ಲಾಗಿ ಮಾಡ್ಕೊಡ್ತನಿ. ಬೇರೆ ಯಾರನ್ನು ಬೇಕಾದರೂ ಕೇಳಿ..ಅವರೆಲ್ಲರಿಗಿಂತ ನಾನು ಕಡಿಮೇನೆ ಕೋಟ್ ಮಾಡ್ತೀನಿ; ವೆಜ್ಜು ನಾನ್ ವೆಜ್ಜು ನಾರ್ತು ಸೌತು ಎಲ್ಲ ಮಾಡ್ತೀನಿ"

ಅವನ ಮಾತಿಗೆ ವಿಕ್ರಮ್ ನಕ್ಕು ಭುಜ ತಟ್ಟಿ ಹೊರಟರು.

0 0 0

"ನನ್ನ ಹೆಸ್ರು ವಿಕ್ರಮ್, ಪ್ರೈವೇಟ್ ಇನ್ವೆಸ್ಟಿಗೇಟರ್. ಹೋಮ್ ಮಿನಿಸ್ಟ್ರಿ ಮತ್ತು ಪೋಲೀಸ್ ಅಪ್ರೂವ್ಡ್ ಇನ್ವೆಸ್ಟಿಗೇಟರ್. ಪೊಲೀಸ್ ಜೊತೆ ನಾನು ಕೆಲವು ಕೇಸ್ ಸಾಲ್ವ್ ಮಾಡಿದೀನಿ. ನನ್ನ ಬ್ಯಾಗ್ರೌಂಡ್ ಇನ್ನೂ ಸ್ವಲ್ಪ ಹೇಳ್ಬೇಕೂಂದ್ರೆ ಮಿಲಿಟರಿಯಲ್ಲಿ ಕ್ಯಾಪ್ಟನ್ ಆಗಿದ್ದೆ. ಚೈನಾ ಪಾಕಿಸ್ತಾನ ಎಲ್ಲ ಕಡೆ ಇದ್ದೆ. ಸ್ಪೈ ಆಗಿ ಟೆರರಿಸ್ಟ್ ಕ್ಯಾಂಪ್‌ಗಳ ಮಾಹಿತಿಯನ್ನ ಸರ್ಕಾರಕ್ಕೆ ತಿಳಿಸಿದೆ. ಆದರಿಂದ ತುಂಬ ಹೆಲ್ಪ್ ಆಗಿದೆ. ಈಗ ಸದ್ಯದಲ್ಲಿ ನಾನು ಮೈಸೂರಿಂದ ಆಪರೇಟ್ ಮಾಡ್ತಿದ್ದೀನಿ"

ಕರುಂಬಯ್ಯ ಎದುರಿನ ಸೀಟಲ್ಲಿ ಕೂತಿದ್ದ ವಿಕ್ರಮರನ್ನು ಪರೀಕ್ಷಿಸುವಂತೆ ದಿಟ್ಟಿಸಿ ನೋಡಿದ.

“ಏನಾಗ್ಬೇಕು ಹೇಳಿ?” ಕರುಂಬಯ್ಯ ಉದಾಸೀನದಿಂದ ಹೇಳಿದರು.

“ಮಂದಾಕಿನಿಯವರು ಪೇರೆಂಟ್ಸು ಅವಳ ಕೊಲೆ ಆಗೆಲ್ಲ ಅವಳ ಕಿಡ್ನಾಪ್ ಆಗಿದೆ ಅದನ್ನ ಇನ್ವೆಸ್ಟಿಗೇಟ್ ಮಾಡಿ ಅಂತ ನನಗೆ ಕೇಸ್ ಕೊಟ್ಟಿದ್ದಾರೆ”

“ಓ ಮೈಗಾಡ್ ಅವರೆಂತ ಜನ? ಆಕೆ ಬಾಡಿ ಸಿಕ್ಕಿದೆ, ಡಿಎನ್‌ಎ ರಿಪೋರ್ಟ್ ಬಂದಿದೆ! ಆಕೆ ಇನ್ನೂ ಬದುಕಿದಾಳೆ ಅಂತ ಇನ್ವೆಸ್ಟಿಗೇಟ್ ಮಾಡೋಕೆ ಕೊಟ್ಟಿದ್ದಾರಲ್ಲ? ಇವರನ್ನ ಏನಂತ ಹೇಳ್ಬೇಕು?”

“ಏಕೆಂದರೆ ಅವರು ಪೇರೆಂಟ್ಸ್! ಎಲ್ಲ ಪೇರೆಂಟ್ಸಿಗೊ ಆ ತರ ಯೋಚನೆ ಇದ್ದೇ ಇರುತ್ತೆ ಅವರು ಈ ರೀತಿ ಯೋಚನೆ ಮಾಡೋದ್ರಲ್ಲಿ ತಪ್ಪಿಲ್ಲ ಅಂತ ನನಗನ್ನಿಸ್ತಾ ಇದೆ ನಿಮಗೆ ಏನು ಅನಿಸುತ್ತೋ ಗೊತ್ತಿಲ್ಲ ಆದ್ರೆ ನನಗಂತೂ ಅವರ ಕಾಳಜಿ ಸಹಜ ಅನ್ನಿಸ್ತಾ ಇದೆ. ಆ ರೀತಿಯಲ್ಲಿ ಸಾಯಬೇಕಾದರೆ ಅದಕ್ಕೆ ಕಾರಣರಾದವರನ್ನ ಹುಡುಕಿ ಅವರಿಗೆ ಶಿಕ್ಷೆ ಕೊಡಿಸಲೇಬೇಕು ಅಂತ ಅನ್ಕೊಂಡಿರೋದು ತೀರಾ ಸಹಜ. ಈ ಕೇಸಲ್ಲಿ ಏನು ಸ್ಟೇಟಸ್ ಇನ್ಸ್ಪೆಕ್ಟರ್?”

ಕರುಂಬಯ್ಯ ಅವರ ಮಾತನ್ನು ಅಲ್ಲಗಳೆಯುತ್ತಾ ವಿಕ್ರಮ್ ಕೇಳಿದರು.

“ಕೊಲೆಗಾರರನ್ನ ಹುಡುಕೋದು ಸುಲಭವಲ್ಲ. ಇನ್ವೆಸ್ಟಿಗೇಷನ್ ಮಾಡ್ತಾ ಇದ್ದೇವೆ ಇದುವರೆಗೂ ಯಾವ ಕ್ಲೂನೂ ಸಿಕ್ಕಿಲ್ಲ. ರಸ್ತೆ ಹತ್ರ ಗೋಣಿಚೀಲದಲ್ಲಿ ಬಾಡಿ ಸಿಕ್ಕಿತು ಯಾರೋ ಅದನ್ನ ಅಲ್ಲಿ ತಂದು ಇಳಿಸಿ ಹೋಗಿದ್ದಾರೆ. ಆ ಮಾರ್ಗದಲ್ಲಿ ಹೋಗಿರೋ ಎಲ್ಲಾ ವೆಹಿಕಲ್‌ಗಳನ್ನು ನಾವು ಆದಷ್ಟು ಟ್ರೇಸ್ ಮಾಡೋದಕ್ಕೆ ಪ್ರಯತ್ನ ಪಡ್ತಾ ಇದ್ದೇವೆ ಆದ್ರೆ ಇದುವರೆಗೂ ಅಂಥದ್ದೇನೂ ನಮಗೆ ಸಿಕ್ಕಿಲ್ಲ”

“ರಸ್ತೆ ಹತ್ರ ಬಾಡಿ ಸಿಕ್ಕಿದ್ದನ್ನ ನಿಮಗೆ ರಿಪೋರ್ಟ್ ಮಾಡ್ದೋರು ಯಾರು?”

“ಯಾರೋ ಕಾರಲ್ಲಿ ಹೋಗ್ತಿದ್ದವರು ಫೋನ್ ಮಾಡಿದ್ದರು”

“ಅವರ ಹೆಸರು, ನಂಬರು ರೆಕಾರ್ಡ್ ಮಾಡ್ಕೊಂಡಿದ್ದೀರಾ?”

“ಏನು? ನನ್ನನ್ನೇ ಇಂಟರಾಗೇಶನ್ ಮಾಡ್ತಿದ್ದೀರಾ?”

“ಸಾರಿ, ನನ್ನ ಉದ್ದೇಶ ಅದಲ್ಲ. ಎಷ್ಟು ಮಾಹಿತಿ ಸಿಗುತ್ತೋ ಅಷ್ಟೂ ನಮಗೆ ಒಳ್ಳೇದಲ್ವಾ? ಇಲ್ದಿದ್ರೆ ನಾನೇನು ಡಿಟೆಕ್ಟೀವ್ ಕೆಲ್ಸ ಮಾಡಲಿ? ಮಂದಾಕಿನಿ ಅವರ ಕೇಸ್ ಫೈಲನ್ನ ನಾನು ನೋಡಬಹುದೆ ಪ್ಲೀಸ್?” ವಿಕ್ರಮ್ ವಿನಯದಿಂದ ಕೇಳಿದರು.

“ಅದು ಪೋಲೀಸ್ ಫೈಲು, ಕಾನ್ಫಿಡೆನ್ಶಿಯಲ್” ಕರುಂಬಯ್ಯರಿಗೆ ಅದನ್ನು ಕೊಡುವ ಮನಸ್ಸಿರಲಿಲ್ಲ. .ಮಾತಿನಲ್ಲಿ ಬೆದರಿಕೆಯೂ ಇತ್ತು

“ಹಾಗಾದ್ರೆ ಕಮಿಷನರ್ ಅವರ ಅಪ್ರೂವಲ್ ತಗೊಂಡು ಬರಲೆ?”

“ಓಹ್ ಅಲ್ಲಿಯವರೆಗೂ ಹೋಗ್ತೀರೇನು?”

“ಅನಿವಾರ್ಯವಾದರೆ ಮಾತ್ರ”

ಒಂದು ನಿಮಿಷ ಕರುಂಬಯ್ಯ ಮೇಜಿನ ಮೇಲಿದ್ದ ಪೇಪರ್ ವೈಟ್ ತಿರುಗಿಸುತ್ತಾ ಕೊನೆಗೊಮ್ಮೆ ಸೂರಜ್ ಕಡೆಗೆ ನೋಡಿದರು. ದೃಷ್ಟಿ ತಿರುಗಿಸದೆ “ಗೋಪಾಲ್ ಇವರಿಗೆ ಪ್ರಫುಲ್ಲ ಎಸ್ಟೇಟ್ ಹುಡುಗಿ ಮಂದಾಕಿನಿ ಕೇಸಿನ ಫೈಲು ಕೊಡು”

ಎರಡು ನಿಮಿಷದಲ್ಲಿ ಮಂದಾಕಿನಿ ಕೇಸ್ ಫೈಲ್ ವಿಕ್ರಮ್ ಕೈಯಲ್ಲಿತ್ತು! ಸಾಮ-ದಂಡ-ಭೇದ ಎಲ್ಲ ಉಪಯೋಗಿಸುವುದನ್ನೂ ಸಮರ್ಥವಾಗಿ ಕಲಿತಿದ್ದರು ವಿಕ್ರಮ್!

"ವಿಕ್ರಮ್ ಫೈಲಿನ ಹಾಳೆಗಳನ್ನು ತಿರುಗಿಸಿ ನೋಡತೊಡಗಿದರು. ಕೆಲವು ಕೈಬರಹದ ಹಾಳೆಗಳು, ನಂತರ ಒಂದೆರಡು ಕಂಪ್ಯೂಟರ್ ಪ್ರಿಂಟುಗಳು, ನಂತರ ಪೋಸ್ಟ್ಮಾರ್ಟಮ್ ರಿಪೋರ್ಟ್, ಆಮೇಲೆ ಡಿ.ಎನ್.ಎ ರಿಪೋರ್ಟ್ ಕ್ರಮಬದ್ಧವಾಗಿ ಜೋಡಿಸಿದ್ದರು. ಎಲ್ಲವನ್ನೂ ವಿಶೇಷವಾಗಿ ಡಿ.ಎನ್.ಎ ರಿಪೋರ್ಟಿನ ಲ್ಯಾಬಿನ ಹೆಸರನ್ನು ಎಚ್ಚರಿಕೆಯಿಂದ ಗಮನಿಸಿದ ವಿಕ್ರಮ್ ಫೈಲನ್ನು ಮುಚ್ಚಿ ವಾಪಸ್ಸು ಕೊಟ್ಟರು.

"ಅಷ್ಟೇನಾ ಕ್ಯಾಪ್ಟನ್? ನಾನು ನಿಮ್ಮ ಬಗ್ಗೆ ತುಂಬಾ ಕ್ಯೂರಿಯಸ್ ಆಗಿದ್ದೆ. ಆದರೆ ನಿಮ್ಮ ಅಬ್ಸರ್ವೇಷನ್ ತುಂಬಾ ಪೂರ್ ಅನ್ನಿಸ್ತು"

"ಹೌದಾ..? ಐ ಯಾಮ್ ಎ ಪೂರ್ ಮ್ಯಾನ್" ವಿಕ್ರಮ್ ನಕ್ಕರು! ಆದರೆ ಕರುಂಬಯ್ಯ ನಗಲಿಲ್ಲ.

"ಇನ್ನೇನಾದರೂ ಬೇಕಿತ್ತಾ?"

"ಸದ್ಯಕ್ಕೆ ಏನು ಇಲ್ಲ. ಈ ಕೇಸಲ್ಲಿ ಏನಾದ್ರೂ ಬ್ರೇಕಿಂಗ್ ನ್ಯೂಸ್ ಸಿಕ್ಕರೆ ತಿಳಿಸುತ್ತೀರಾ? ಇಟ್ ಇಸ್ ಎ ರಿಕ್ವೆಸ್ಟ್. ಇದು ನನ್ನ ಕಾರ್ಡ್"

ವಿಕ್ರಮ್ ವಿನಯದಿಂದ ಕೇಳಿದರು.

"ಅರೆ ಆ ಮಾತು ನಾನು ಕೇಳಬೇಕೂಂತಿದ್ದೆ! ಪ್ರೈವೇಟ್ ಇನ್ವೆಸ್ಟಿಗೇಟರ್ಸ್‌ಗೆ ಹೆಚ್ಚು ಅವಕಾಶ ಇರುತ್ತೆ. ಜೊತೆಗೆ ಕೇಸುಗಳು ಕಡಿಮೆ ಇರುತ್ತೆ ಅಂತ ನಾನು ಅಂದುಕೊಂಡಿದ್ದೆ"

"ನೀವು ಹೇಳೋದ್ರಲ್ಲಿ ಸ್ವಲ್ಪ ಸತ್ಯ ಇದೆ ಹಾಗೇನೆ ಕೆಲವು ಅನಾನುಕೂಲಗಳು ಇರುತ್ತವೆ. ನಮಗೆ ಹೆಚ್ಚಿಗೆ ರಿಸೋರ್ಸಸ್ ಕೊರತೆ ಇರುತ್ತೆ. ನಾವು ಇನ್ವೆಸ್ಟಿಗೇಶನ್ನಿಗಾಗಿ ಮಾಡುವ ಖರ್ಚನ್ನು ಕ್ಲೈಂಟು ವಹಿಸಿಕೊಳ್ಳುತ್ತಾರಾ ಅನ್ನೋ ಯೋಚನೆ ಸದಾ ಇರುತ್ತೆ"

"ಈ ಕೇಸಲ್ಲಿ ನೀವು ಯೋಚನೆ ಮಾಡಬೇಕಾಗಿಲ್ಲ ಪ್ರಫುಲ್ಲ ಎಸ್ಟೇಟಿನವರು ಶ್ರೀಮಂತರು. ಅವರು ನಿಮ್ಮ ಖರ್ಚುವೆಚ್ಚಗಳನ್ನು ಖಂಡಿತ ಕೊಡುತ್ತಾರೆ. ಕೇಸು ನೀವೇನಾದರೂ ಸಾಲ್ವ್ ಮಾಡೋದಕ್ಕೆ ಸಾಧ್ಯವಾದರೆ ಇನ್ನೂ ಹೆಚ್ಚು ಸಂಭಾವನೆ ಪಡೆಯಬಹುದು ಆದರೆ ಅವಕಾಶಗಳು ಕಡಿಮೆ ಅಂತ ನನಗನಿಸುತ್ತೆ. ಕಣ್ಣುಮುಂದೆ ಪೋಸ್ಟ್ಮಾರ್ಟಮ್ ರಿಪೋರ್ಟ್ ಇದೆ. ಡಿ.ಎನ್.ಎ ರಿಪೋರ್ಟ್ ಕೂಡ ಇದೆ. ಇದರ ಮೇಲೂ ಆಕೆ ಸತ್ತೇ ಇಲ್ಲ ಅಂದ್ರೆ ಯಾರು ನಂಬೋದಿಲ್ಲ. ಆಕೆ ಬದುಕಿರೋ ಸಾಧ್ಯತೆಗಳೇ ಇಲ್ಲ. ಎನಿವೇ ನಿಮ್ಮ ದುಡಿಮೆಗೆ ನಾನ್ಯಾಕೆ ಅಡ್ಡಿ ಬರಲಿ?"

"ಇದು ನಿಮ್ಮ ಕೆಲಸ ಕೂಡ, ಮರಿಬೇಡಿ! ಕೊಲೆಗಾರ ಅಥವಾ ಕೊಲೆಗರರು ಇನ್ನೂ ನಿಮ್ಮ ಕೈಗೆ ಸಿಕ್ಕಿಲ್ಲ. ಆ ಕೆಲಸ ನೀವು ಮಾಡಬೇಕಾಗುತ್ತೆ"

"ಓ ಮೈ ಗಾಡ್ ನನ್ನ ಕೆಲಸ ನನಗೆ ಹೇಳಿಕೊಡುತ್ತಿದ್ದೀರಾ?" ಕರುಂಬಯ್ಯ ವ್ಯಂಗ್ಯವಾಗಿ ಹೇಳಿದರು.

"ಸಾರಿ ನಿಮ್ಮನ್ನು ಅಫೆಂಡ್ ಮಾಡಿದೆ. ದಯವಿಟ್ಟು ಕ್ಷಮಿಸಿ ನನ್ನ ಉದ್ದೇಶ ಆದಾಗಿರಲಿಲ್ಲ" ವಿಕ್ರಮ್ ತಮ್ಮ ಮಾತಿನಲ್ಲಿದ್ದ ವ್ಯಂಗ್ಯವನ್ನು ಗುರುತಿಸಿ ಕ್ಷಮೆ ಯಾಚಿಸಿದರು.

“ಇಟ್ ಇಸ್ ಓಕೆ”

“ಥ್ಯಾಂಕ್ಸ್ ಅಂಡ್ ನಮಸ್ಕಾರ”

ವಿಕ್ರಮ್ ಮಾತಿಗೆ ಕರುಂಬಯ್ಯ ಯಾವ ರೀತಿಯಿಂದಲೂ ಪ್ರತಿಕ್ರಿಯೆ ತೋರಿಸಲಿಲ್ಲ ಸುಮ್ಮನೆ ನೋಡುತ್ತಿದ್ದರು. ಅವರ ಬಲಗೈ ಮೇಜಿನ ಮೇಲಿದ್ದ ಬೆತ್ತವನ್ನು ತಿರುಗಿಸುತ್ತಿತ್ತು.

“ಗೋಪಾಲ್, ಈ ಫೈಲ್ ವಾಪಸ್ಸು ಇಡಿ”

ಕರುಂಬಯ್ಯ ಗಾಢವಾಗಿ ಯೋಚಿಸುತ್ತ ಹೇಳಿದರು. ಮರುಕ್ಷಣ ಬೇರೇನೋ ಯೋಚನೆ ಬಂದಂತಾಯಿತು. “ಇರಲಿ ಬಿಡಿ, ನಾನು ಸ್ವಲ್ಪ ಫೈಲು ನೋಡ್ತೀನಿ” ಎಂದು ಫೈಲು ಕೈಗೆತ್ತಿಕೊಂಡರು.

ನಮಗೆ ಆಗದೇ ಇರೋದನ್ನ ಈ ಪ್ರೈವೇಟ್ ಇನ್ವೆಸ್ಟಿಗೇಟರ್ ಮಾಡೋಕೆ ಸಾಧ್ಯವಾ? ನಮಗಿರೋ ರಿಸೋರ್ಸಸ್ ಅವನಿಗೆ ಇರೋದು ಸಾಧ್ಯವಾ? ನಮಗಿರೋ ಅಧಿಕಾರ ಇವರಿಗೆಲ್ಲಿರುತ್ತೆ? ಈ ಕೇಸನ್ನು ಇನ್ನು ಸ್ವಲ್ಪ ಮುತುವರ್ಜಿಯಿಂದ ಮುಗಿಸಬೇಕಾಗುತ್ತೆ! ಏಕೆಂದರೆ ಅವನ ಕಡೆಯಿಂದ ಏನಾದರೂ ಕೊಲೆಗಾರರನ್ನು ಹುಡುಕೋದು ಸಾಧ್ಯವಾದರೆ ನಮ್ಮ ಇಲಾಖೆಗೆ ಕೆಟ್ಟ ಹೆಸರು ಬರುತ್ತೆ! ವೈಯುಕ್ತಿಕವಾಗಿ ನನಗೆ ಬ್ಲಾಕ್ ಮಾರ್ಕ್ ಆಗಬಹುದು! ಅದನ್ನು ತಪ್ಪಿಸಬೇಕಾದ್ರೆ ನಾನು ಸ್ವಲ್ಪ ಚುರುಕಾಗಿ ಕೆಲಸ ಮಾಡಬೇಕಾಗುತ್ತದೆ ಕರುಂಬಯ್ಯ ಮನಸ್ಸಿನಲ್ಲೇ ಲೆಕ್ಕ ಹಾಕಿದರು.

8

ಅಧ್ಯಾಯ:

“ಸೂರಜ್? ವಿಕ್ರಮ್ ಹಿಯರ್. ನೀವು ಈ ತಕ್ಷಣ ಮೈಸೂರಿಗೆ ಬರೋದಕ್ಕೆ ಸಾಧ್ಯವಾ?”

“ನಾನು ಮೈಸೂರಲ್ಲೇ ಇದ್ದೀನಿ” ಸೂರಜ್ ತಕ್ಷಣ ಮಾತಾಡಿದ.

“ದಟ್ ಈಸ್ ಗುಡ್ ಹಾಗಾದರೆ ನಮ್ಮ ಆಫೀಸಿಗೆ ಬರ್ತೀರಾ?”

“ಏನು ವಿಶಯ?”

“ಬಂದಾಗ ಹೇಳ್ತೀನಿ. ಇವೆಲ್ಲಾ ಫೋನಲ್ಲಿ ಮಾತಾಡಬಾರದು”

“ಬರ್ತೀನಿ ಸರ್ ಇನ್ನೊಂದು ಅರ್ಧ ಗಂಟೆ ಆಗಬಹುದು”

“ನೋ ಪ್ರಾಬ್ಲಮ್ ಬನ್ನಿ”

ಹೇಳಿದ್ದಂತೆ ಅರ್ಧಗಂಟೆಯಲ್ಲಿ ವಿಕ್ರಮ್ ಆಫೀಸಿನಲ್ಲಿ ಸೂರಜ್ ಹಾಜರಿದ್ದ.

“ಗುಡ್, ವೆರಿ ಪಂಕ್ಚುಯಲ್” ವಿಕ್ರಮ್ ತಾರೀಫು ಮಾಡಿದರು.

“ನಾನು ಆದಷ್ಟು ಸಮಯ ಪಾಲನೆ ಮಾಡೋದಕ್ಕೆ ಟ್ರೈ ಮಾಡ್ತೀನಿ ಸರ್”

“ದಟ್ ಈಸ್ ವೆರಿ ಗುಡ್ ಹ್ಯಾಬಿಟ್. ನಾವು ಭಾರತೀಯರು ಸಮಯ ಪಾಲನೆ ಮಾಡೋದ್ರಲ್ಲಿ ತುಂಬಾ ಪೂರ್. ಹೊರಗೆ ನಮಗೆ ತುಂಬಾ ಕೆಟ್ಟ ಹೆಸರಿದೆ ಗೊತ್ತಾ?”

“ಕೇಳಿದ್ದೀನಿ ಸರ್. ಬರೋದಕ್ಕೆ ಹೇಳಿದ್ರಲ್ಲ ಏನು ವಿಶಯ?”

“ಸೂರಜ್ ನೀನು ಮೈಸೂರಿಂದ ಮದುವೆಗಿಂತ ಪರ್ಚೇಸಸ್ ಮುಗಿಸಿಕೊಂಡು ಐನ್‌ಮನೆಗೆ ಬಂದೆಯಲ್ಲ ಆಗ ಗಂಟೆ ಎಷ್ಟಾಗಿತ್ತು?”

“ಸುಮಾರು ಹತ್ತು ಗಂಟೆಯಾಗಿತ್ತು ಸರ್”

“ನಿನ್ನ ಜೊತೆ ಅಡುಗೆ ಕೆಲಸದವರು ಬಂದರಂತೆ ನಿಜಾನ?”

“ಹೌದು ಸರ್. ಅವರಲ್ಲಿ ಇಬ್ಬರು ಮೇನ್ ರೋಡಲ್ಲಿ ಕಾಯ್ತಾ ಇದ್ರು. ಆಗ ಸಣ್ಣಗೆ ಮಳೆ ಶುರುವಾಗಿತ್ತು. ಅವರನ್ನ ಹತ್ತಿಸಿಕೊಂಡು ಮೇಲೆ ಸಿಕ್ಕಾಪಟ್ಟೆ ಜೋರಾಗಿಬಿಡ್ತು. ಆ ಮಳೇಲೆ ನಾವು ಐನ್‌ಮನೆಗೆ ಬಂದೆವು”

“ನೀವು ವ್ಯಾನಲ್ಲಿ ಬಂದಿದ್ದು ಅಂತ ನನಗೆ ನನಗೆ ಗೊತ್ತಾಗಿದೆ. ಅವತ್ತು ರಾತ್ರಿ ವ್ಯಾನು ಅಲ್ಲೇ ಇತ್ತ? ಅಥವಾ ವಾಪಸ್ ಹೋಯ್ತಾ?”

"ನಾವು ತಂದೆ ಸಾಮಾನೆಲ್ಲಾ ಮನೆಯಲ್ಲಿ ಇಳಿಸಿಕೊಂಡು ಆಮೇಲೆ ಸ್ವಲ್ಪ ಹೊತ್ತು ವ್ಯಾನು ಅಲ್ಲಿತ್ತು. ಆಮೇಲೆ ವಾಪಸ್ಸು ಹೋಯ್ತು"

"ವ್ಯಾನು ಐನ್ ಮನೆಗೆ ಬಂದ ಮೇಲೆ ನಿಂತಲ್ಲೇ ಇತ್ತಾ ಅಥವಾ ಅದರ ಮೂಮೆಂಟ್ಸ್ ಏನಾದ್ರು ಇತ್ತಾ?"

ಸೂರಜ್ ಹಿಂದಿನದು ನೆನಪು ಮಾಡಿಕ್ಕೊಳ್ಳಲು ಪ್ರಯತ್ನಿಸಿದ.

"ಇಲ್ಲ..ಸಾಮಾನುಗಳನ್ನ ಇಳಿಸೋಕೂ ಮುಂಚೆ ಅದು ಹಿಂದಕ್ಕೆ ಹೋಯಿತು. ನಾನು ಆಗ ವ್ಯಾನಿಂದ ಕೆಳಗೆ ಇಳಿದಿದ್ದೆ. ಹಿಂದಕ್ಕೆ ಯಾಕೆ ಹೋಗ್ತಿದ್ದೀರಾಂತ ಕೂಗಿ ಕೇಳಿದ್ದೆ. ಮಳೆ ಬರ್ತಾನೇ ಇತ್ತು. ರಿವರ್ಸ್ ತಗೋಬೇಕಲ್ಲ ಸಾರ್? ಇಲ್ಲಿ ಮಳೇಲಿ ಸರಿಯಾಗಿ ಕಾಣಿಸ್ತಿಲ್ಲ ಅಂತ ಡ್ರೈವರ್ ಹೇಳಿದ್ದ"

ವಿಕ್ರಮ್ ಒಂದು ನಿಮಿಷ ಯೋಚನೆ ಮಾಡಿದರು.

"ಮೈನ್ ರೋಡಲ್ಲಿ ವ್ಯಾನ್ ಹತ್ತಿದ್ರು ಅಂತ ಹೇಳಿದ್ರಲ್ಲಾ? ಅವರು ವ್ಯಾನು ರಿವರ್ಸ್ ತಗೊಳ್ಳೋಕೆ ಹೋದಾಗ ವ್ಯಾನಲ್ಲೇ ಇದ್ರಾ..?"

"ಹೌದು ಸಾರ್. ಮತ್ತೆ ಅವರು ವ್ಯಾನು ರಿವರ್ಸ್ ಮಾಡ್ಕೊಂಡು ಬರೋದಕ್ಕೆ ಸುಮಾರು ಸಮಯ ತಗೊಂಡಿದ್ದರು. ಅಷ್ಟೊತ್ತು ಅಲ್ಲಿ ಏನು ಮಾಡ್ತಿದ್ರಿ ಅಂತ ಜೋರು ಮಾಡಿದೆ. ವ್ಯಾನ್ ಡ್ರೈವರ್ ಹುಸೇನ್, ಟೈರು ಪಂಕ್ಚರ್ ಆಗಿತ್ತು. ಸ್ಟೆಪ್ನಿ ಚೇಂಜ್ ಮಾಡ್ಕೊಂಡು ಬಂದೆ, ಅಂಗೇ ಹಸಿವಾಗಿತ್ತು, ಒಳಗೆ ಹೋಗಿ ಅಡಿಗೆಯವರನ್ನ್ ಕೇಳಿ ಹೊಟ್ಟೇ ತುಂಬಿಸಿಕೊಂಡು ಬಂದೆ ಅಂದ. ಸಾಮಾನೆಲ್ಲಾ ಹಿಂದಿಂದಾನೇ ತಗೊಂಡು ಹೋದ್ರು ಸಾರ್ ಅಡಿಗೆಯವರು. ಅವ್ರೆಲ್ಲಾ ಎಲ್ಲಿ ಅಂತ ಕೇಳಿದ್ದಕ್ಕೆ. ಅವರು ಹಿಂದಿನ ಬಾಗಿಲಿಂದಾನೇ ಒಳಗೆ ಹೋದ್ರು ಎಂದು ಡ್ರೈವರ್ ಹೇಳಿದ"

ಸೂರಜ್ ಮಾತು ಮುಗಿಸುತ್ತಲೇ ವಿಕ್ರಮ್ ತಮ್ಮ ಬಲಗೈ ಮುಷ್ಟಿಯನ್ನು ಹಿಡಿದು ಗಟ್ಟಿಯಾಗಿ ಮೂರು ಸಲ ಕೈಯನ್ನು ಗಾಳಿಯಲ್ಲಿ ಗುದ್ದಿದರು!

"ಯಾಕ್ ಸರ್ ಏನಾಯ್ತು?" ಸೂರಜ್ ಕೇಳಿದ

"ಮಂದಾಕಿನಿ ಕಿಡ್ನಾಪ್ ಹೇಗೆ ಮಾಡಿದರು ಅನ್ನೋದು ಈಗ ಸ್ಪಷ್ಟವಾಯಿತು!"

"ಹೇಗೆ ಸಾರ್?" ಸೂರಜ್ ಕುತೂಹಲದಿಂದ ಕೇಳಿದ.

"ವ್ಯಾನು ರಿವರ್ಸ್ ತಗೊಳ್ಳೋಕೆ ಮನೆ ಹಿಂದೆ ಹೋಯಿತಲ್ಲ ಆ ಸಮಯದಲ್ಲಿ ಮನೆಯಲ್ಲಿದ್ದ ಮಂದಾಕಿನಿಯನ್ನ ಕಿಡ್ನ್ಯಾಪ್ ಮಾಡಿದ್ದಾರೆ. ಆಮೇಲೆ ಸೌದೆ ಸ್ಟೋರೇಜ್ ರೂಮಿಗೆ ಸಾಗಿಸಿದ್ದಾರೆ. ಹುಸೇನ್ ಹೊಟ್ಟೆ ತುಂಬಿಸಿಕ್ಕೊಳ್ಳೋವಾಗ ಸಮಯ ನೋಡಿ ವ್ಯಾನಿನೊಳಕ್ಕೆ ಸಾಗಿಸಿದ್ದಾರೆ. ಆಮೇಲೆ ವ್ಯಾನು ಮಂದಾಕಿನಿ ಸಮೇತ ಅಲ್ಲಿಂದ ಹೋಗಿದೆ"

"ಓ ಮೈ ಗಾಡ್! ಇದೆಲ್ಲಾ ನಮ್ಮ ಕಣ್ಮುಂದೆ ನಡೆದು ಹೋಯ್ತಲ್ಲ! ಕಣ್ಣಿದ್ದೂ ನಾವು ಕುರುಡರಾಗಿ ಬಿಟ್ಟೆವಲ್ಲ?"

ಸೂರಜ್ ಪೇಚಾಡಿದ.

"ಈ ರೀತಿ ಎಷ್ಟೋ ಸಲ ಜೀವನದಲ್ಲಿ ಆಗುತ್ತೆ. ಆದರೆ ಅದಕ್ಕೋಸ್ಕರ ಪಶ್ಚಾತ್ತಾಪ ಪಟ್ಟುಕೊಳ್ಳದೆ ಮುಂದಿನ ಕೆಲಸ ನಾವು ನೋಡ್ಕೋಬೇಕು ಸೂರಜ್"

ವಿಕ್ರಮ್ ಸೂರಜ್‌ನನ್ನು ಸಮಾಧಾನ ಮಾಡಿದರು

"ಹೇಳಿ ಈಗ ಮುಂದಿನ ಕೆಲಸ ಏನು? ನಾನು ಮಾಡ್ತೀನಿ"

ಸಾವರಿಸಿಕೊಂಡು ಸೂರಜ್ ಹೇಳಿದ

"ನೀನೇನೂ ಮಾಡೋದು ಬೇಕಾಗಿಲ.್ಲ ಅದನ್ನೆಲ್ಲ ನಾನು ಮಾಡ್ತೀನಿ. ನೀನು ಸದ್ಯ ನಿನ್ನ ಸ್ಟಡೀಸ್ ಕಾನ್ಸಂಟ್ರೇಟ್ ಮಾಡಿದ್ರೆ ಸಾಕು"

"ಹೇಗೆ ಕಿಡ್ನಾಪ್ ಆಯಿತು ಅನ್ನೋದನ್ನ ಈಗ ಕಂಡುಹಿಡಿದದ್ದು ಆಯ್ತು! ಈಗ ಮುಂದಿನದು ಕಿಡ್ನಾಪ್ ಮಾಡಿದವರು ಯಾರು? ಅವರೆಲ್ಲಿದ್ದಾರೆ? ಮತ್ತೆ ಮಂದಾಕಿನಿಯವರನ್ನ ಹೇಗೆ ಬಿಡಿಸಿಕೊಂಡು ಬರಬಹುದು ಅನ್ನೋದನ್ನ ನಾವು ಯೋಚನೆ ಮಾಡಬೇಕು. ಸೂರಜ್ ನಿಮಗೆ ಪಾಲಿಬೆಟ್ಟದಲ್ಲಿ ಯಾರಾದರೂ ನೆಂಟ್ರು ಇದ್ದಾರಾ?"

"ನನಗೊತ್ತಿಲ್ಲ. ಚಿಕ್ಕಪ್ಪ ಇಲ್ಲಾ ಚಿಕ್ಕಮ್ಮನನ್ನು ಕೇಳಿದರೆ ಗೊತ್ತಾಗುತ್ತೆ"

"ಓಕೆ ನಾನು ಗಣಪತಿಯವರನ್ನು ಕೇಳ್ತೀನಿ. ನೀನಿನ್ನು ಹೋಗಬಹುದು. ಮತ್ತೇನಾದ್ರೂ ಬೇಕಾದ್ರೆ ಫೋನ್ ಮಾಡ್ತೀನಿ"

0 0 0

ಕಾಲೇಜಲ್ಲಿ ಪ್ಲೇಸ್ಮೆಂಟ್ ಆಫೀಸರ್ ಬಳಿ ಲೆಟರ್ ತಗೊಂಡು ಸೂರಜ್ ಈಚೆ ಬಂದು ತನ್ನ ಬೈಕ್ ಹತ್ತಿರ ನಿಂತಾಗ ಮೊಬೈಲ್ ರಿಂಗಾಯ್ತು.

ಇಳಾ ಫೋನಲ್ಲಿದ್ದಳು.

"ಹೈ ಇಳಾ? ಹೇಗೆ ನಡೆಯುತ್ತಿದೆ ನಿನ್ನ ಪ್ರಾಜೆಕ್ಟ್?" ಸೂರಜ್ ಕೇಳಿದ

"ಪ್ರಾಜೆಕ್ಟೇನೋ ಓಕೆ. ಒಂದು ಹೊಸ ವಿಶಯ ಗೊತ್ತಾಯ್ತು, ಅದಕ್ಕೇ ನಿನಗೆ ಫೋನ್ ಮಾಡಿದೆ"

"ಹೇಳು. ಏನದು?"

"ನಿಮ್ಮಕ್ಕನ ಜೊತೆ ಮದುವೆ ಫಿಕ್ಸ್ ಆಗಿತ್ತಲ್ಲ ಅನೀಶ್? ಅವನು ಮತ್ತೆ ಮದುವೆ ಮಾಡಿಕೊತಿದ್ದಾನೆ!"

ಇಳಾ ದನಿಯಲ್ಲಿ ಸ್ವಲ್ಪ ಆತಂಕವಿತ್ತು.

"ಮಾಡ್ಕೊಳ್ಳಲಿ. ಇನ್ನು ನಮಗೂ ಅವರಿಗೂ ಯಾವ ಸಂಬಂದಾನೂ ಇಲ್ವಲ್ಲ"

ಸೂರಜ್ ಹೇಳಿದ

"ಆದರೂ ಸೂರಜ್ ಮದುವೆ ವಿಶಯದಲ್ಲಿ ಟ್ರ್ಯಾಜಿಡಿ ಆಗಿ ಇನ್ನೂ ಕೇವಲ ಎರಡು ತಿಂಗಳಾಗಿಲ್ಲ. ಅಷ್ಟರಲ್ಲೇ ಮತ್ತೆ ಮದುವೆ ಫಿಕ್ಸ್ ಮಾಡಿಕೊಂಡಿದ್ದಾನೆ! ಎಂತಾ ಹಾರ್ಟ್‌ಲೆಸ್ ಫೆಲೋ ಅಲ್ವಾ?"

"ಇರ್ಲಿ ಬಿಡು ಏನ್ ಮಾಡೋಕಾಗುತ್ತೆ?"

"ನಿನ್ನ ಪ್ರಾಜೆಕ್ಟ್ ಏನಾಯ್ತು?

"ಈಗ ತಾನೆ ನಾನು ಪ್ರಾಜೆಕ್ಟ್ ಅಪ್ರೂವಲ್ ಲೆಟರ್ ತಗೊಂಡು ಈಚೆ ಬಂದೆ"

"ಓ..ಕಾಲೇಜಲ್ಲಿದ್ದೀಯ?"

"ಎಸ್"

"ಕಾಲೇಜಿನಲ್ಲಿ ಹೊಸ ವಿಶಯ ಏನು?"

"ನಾನೂ ಪ್ರಾಜೆಕ್ಟಿಗೆ ಬೆಂಗಳೂರಿಗೇ ಬರಬೇಕು. ಸಿಗ್ತೀನಿ. ಆಮೇಲೆ ಡೀಟ್ಯೈಲಾಗಿ ಮಾತಾಡೋಣ. ನಿಮ್ಮ ದೊಡ್ಡಮ್ಮನ ಮನೆಗೇ ಬರ್ತೀನಿ"

ಸೂರಜ್ ತಮಾಷೆ ಮಾಡಿದ.

"ಅಯ್ಯೋ..ಹಾಗೆಲ್ಲಾದ್ರೂ ಮಾಡೀಯ ಮಹರಾಯ"

"ಇಲ್ಲ ತಮಾಷೆಗೆ ಹೇಳಿದೆ ಅಷ್ಟೆ. ನಿನಗೆ ಹೇಳದೆ ನಾನು ಅಂತಾ ಕೆಲ್ಸ ಮಾಡ್ತೀನಾ..?"

ಸೂರಜ್ ನಕ್ಕ.

ಇವನೆಷ್ಟು ಒಳ್ಳೆಯವನು. ಇವನ ಅಕ್ಕನಿಗೆ ಅಂತಾ ಸ್ಥಿತಿ ಬರಬಾರದಿತ್ತು ಎಂದುಕೊಂಡಳು ಇಳಾ.

0 0 0

"ಹಲೋ? ದೇವರಾಜ್ ನಾನು ವಿಕ್ರಮ್ ಮಾತಾಡ್ತಾ ಇರೋದು"

"ಗೊತ್ತಾಯ್ತು, ಹೇಳಿ ಸಾರ್? ನನ್ನ ಕಡೆಯಿಂದ ಏನಾಗಬೇಕು?

"ಐನ್ ಮನೆಗೆ ಇಬ್ರು ಅಡುಗೆಗೆ ಬಂದಿದ್ರಲ್ಲ ಅವರನ್ನ ನಿನ್ನತ್ರ ಕಳಿಸಿದೋರು ಯಾರು?"

"ಸರ್ ಹುಸೇನ್ ಅಂತ ಒಬ್ಬ ವ್ಯಾನ್‌ಡ್ರೈವರ್. ಒಂದು ಲೋಡ್ ತಗೊಂಡು ಅವನು ಪಾಲಿಬೆಟ್ಟಕ್ಕೆ ಹೋಗಿದ್ನಂತೆ. ಅಲ್ಲಿ ಅವರಿಬ್ಬರೂ ಕೂತಿದ್ದರಂತೆ. ಅವರು ಇವನನ್ನ ಕೆಲಸ ಏನಾದರೂ ಇದೆಯಾ ಅಣ್ಣ ಅಂತ ಕೇಳಿದ್ನಂತೆ ಅವನು ಸೀದಾ ನನ್ನತ್ರ ಕಕೊರ್ಂಡು ಬಂದು ಬಿಟ್ಟ"

"ಹುಸೇನ್ ಹತ್ರ ನಾನು ಮಾತಾಡಬೇಕಲ್ಲ?"

"ಅವನು ವಿರಾಜಪೇಟೇಲಿ ಇರ್ತಾನೆ. ಫೋನ್ ನಂಬರ್ ಇದೆ ಕೊಡ್ತೀನಿ ಫೋನ್ ಮಾಡಿ"

"ಥ್ಯಾಂಕ್ಸ್ ದೇವರಾಜ್"

"ಇದಕ್ಕೆಲ್ಲ ಥ್ಯಾಂಕ್ಸ್ ಯಾಕೆ ಸರ್? ನೀವು ಏನಾದರೂ ಕೇಳಿ? ಎಷ್ಟು ಹೊತ್ತಿನಲ್ಲಾದರೂ ಬೇಕಾದರೂ ಕೇಳಿ, ನಾನು ಆನ್ಸರ್ ಮಾಡ್ತೀನಿ ಅಂದಾಗೆ ಯಾವುದರ ಕೇಟರಿಂಗ್ ಕಾಂಟ್ರಾಕ್ಟರ್ ಇದೆಯಾ ಸಾರ್?"

"ಸಧ್ಯಕ್ಕೆ ಇಲ್ಲ ದೇವರಾಜ್. ಇದ್ದರೆ ನಾನು ಹೇಳ್ತೀನಿ ನಂಬರ್ ಕೊಡು"

0 0 0

"ಹಲೋ ಹುಸೇನ್"

"ಹಾ ಹುಸೇನ್..ಯಾವುದಾದರೂ ಲೋಡ್ ಐತಾ ಸಾಬ್?"

"ನೀನು ಈಗ ಎಲ್ಲಿದ್ದೀಯಾ ಹುಸೇನ್?"

"ಲೋಡ್ ತಗೊಂಡಿ ಮೈಸೂರ್ಗೆ ಬರ್ತಾ ಇದ್ದೀನಿ ಸಾಬ್"

"ಎಷ್ಟೊತ್ತಿಗೆ ಮೈಸೂರಿಗೆ ಬರ್ತೀಯಾ?"

"ಸುಮಾರು ಎರಡು ಗಂಟೆ ಆಗುತ್ತೆ ಸಾರ್"

"ನೀನು ಹಿನಕಲ್ ರಿಂಗ್ ರೋಡ್ ಹತ್ತಿರ ಸಿಗ್ನಲ್ ಇದೆಯಲ್ಲ? ಅದಾ ಹತ್ರ ಬಂದಾಗ ಸ್ವಲ್ಪ ಹೊತ್ತು ನಿಂತಿರು"

"ಯಾಕ್ ಸರ್ ಏನ್ ಲೋಡು? ಎಲ್ಲಿಗೆ?"

"ಅದು ಬಂದಾಗ ಹೇಳ್ತೀನಿ. ನೀನು ಸ್ವಲ್ಪ ಹೊತ್ತು ಕಾಯಬೇಕು"

"ಆಯ್ತು ಸರ್ ಕಾಯ್ತೀನಿ ಆದರೆ ಬೇಗನೆ ಬನ್ನಿ"

"ನೀನು ಬಂದಾಗ ನಂಗೊಂದು ರಿಂಗ್ ಕೊಡ್ತೀಯಾ?"

"ಆಗಲಿ ಸಾರ್"

0 0 0

ಒಂದೂವರೆ ಗಂಟೆಯ ಹೊತ್ತಿಗೆ ವಿಕ್ರಮ್ ಮೊಬೈಲ್ ರಿಂಗಾಯಿತು.

"ಸಾಬ್? ಹುಸೇನ್ ಮಾತಾಡುತ್ತಿರೋದು? ಸಿಗ್ನಲ್ ಹತ್ರ ರೈಟ್‌ಗೆ ರಿಂಗ್ ರೋಡ್ ಪಕ್ಕ ವ್ಯಾನು ನಿಲ್ಲಿಸಿದ್ದೇನೆ. ನೀವು ಎಷ್ಟೊತ್ತಿಗೆ ಬರ್ತೀರಾ ಸರ್"

"ಹತ್ತೇ ನಿಮಿಷದಲ್ಲಿ ಬರ್ತೀನಿ"

ವಿಕ್ರಮ್, ಲ್ಯಾಪ್‌ಟಾಪ್ ಅನ್ನು ಕ್ಲೋಸ್ ಮಾಡಿ ಆಫೀಸಿಂದ ಈಚೆ ಬಂದು, ಬೈಕ್ ಹತ್ತಿ ಹಿನಕಲ್ ರಿಂಗ್ ರೋಡ್ ಕಡೆಗೆ ಹೊರಟರು.

ರಿಂಗ್ ರೋಡಲ್ಲಿ, ಸಿಗ್ನಲ್‌ನಿಂದ ಇಪ್ಪತ್ತಡಿ ದೂರದಲ್ಲಿ ಒಂದು ಹಸಿರು ಬಣ್ಣದ ಲಗ್ಗೇಜ್ ವ್ಯಾನು ನಿಂತಿರುವುದು ಕಂಡಿತು. ವ್ಯಾನಿನ ಬಳಿ ಬಂದು ನೋಡಿದಾಗ ಒಳಗೆ ಡ್ರೈವರ್ ಇರಲಿಲ್ಲ. ಪಕ್ಕಕ್ಕೆ ತಿರುಗಿ ನೋಡಿದಾಗ ಒಂದು ಟೀ ಅಂಗಡಿಯಲ್ಲಿ ನಾಲ್ಕಾರು ಜನರು ಕೂತು ಟೀ ಸೇವಿಸುತ್ತಿದ್ದರು. ಅವರಲ್ಲಿ ಒಬ್ಬ ಹುಸೇನ್ ಇರಬಹುದು ಎಂದು ವಿಕ್ರಮ್ ಊಹಿಸಿದರು.

"ಹುಸೇನ್?"

ಅವರ ಬಳಿ ಹೋಗಿ ವಿಕ್ರಮ್ ಕರೆದರು.

"ನಾನೇ ಸಾರ್ ಹುಸೇನ್. ಏನ್ ಕೆಲಸ ಹೇಳಿ ಸರ್?"

ಅವರಲ್ಲೊಬ್ಬ ಎದ್ದು ಮುಂದೆ ಬಂದು ಹೇಳಿದ.

"ನೀನು ಟೀ ಮುಗಿಸಿ ವ್ಯಾನ್ ಹತ್ರ ಬಾ ಹೇಳ್ತೀನಿ"

ಆತುರದಲ್ಲಿ ಟೀ ಕುಡಿದ ಹುಸೇನ್ ವ್ಯಾನಿನ ಬಳಿ ಬಂದ. ವಿಕ್ರಮ್ ಅವನಿಗಾಗಿ ಅಲ್ಲಿ ಕಾಯುತ್ತಿದ್ದರು.

ಹುಸೇನ್ ಸುಮಾರು ನಲವತ್ತು ವರ್ಷ ವಯಸ್ಸಿನವ. ದಾಡಿ ಬಿಟ್ಟಿದ್ದ, ತಲೆಯನ್ನು ಬಿಗಿಯಾಗಿ ಹಿಡಿದ ಒಂದು ಟೋಪಿ ಇತ್ತು. ಖಾಕಿ ಬಣ್ಣದ ಪ್ಯಾಂಟು ಷರ್ಟ್ ಧರಿಸಿದ್ದ

"ಏನ್ ಕೆಲಸ ಹೇಳಿ ಸರ್"

ಹುಸೇನ್ ಕೇಳಿದ

"ಹುಸೇನ್, ನಾನು ಪೋಲಿಸಿನವರ ಜೊತೆ ಕೆಲಸ ಮಾಡೋ ಪ್ರೈವೇಟ್ ಡಿಟೆಕ್ಟಿವ್. ಎರಡು ತಿಂಗಳ ಹಿಂದೆ ವಿರಾಜಪೇಟೆ ಹತ್ತಿರದ ಐನ್‌ಮನೆಯಲ್ಲಿ ಒಂದು ಹುಡುಗಿ ಮದುವೆ ಹಿಂದಿನ ದಿವಸ ನಾಪತ್ತೆಯಾಗಿದ್ದಳು ಗೊತ್ತಲ್ವಾ?"

ವಿಕ್ರಮ ಮಾತುಗಳನ್ನು ತೂಕ ಮಾಡಿ ಆಡುತ್ತಿದ್ದರು

"ಗೊತ್ತು ಸಾರ್"

"ಅವತ್ತು ನೀನು ಮೈಸೂರಿಂದ ಸಾಮಾನುಗಳನ್ನು ತಗೊಂಡು ಸೂರಜ್ ಜೊತೇಲಿ ಐನ್ಮನೆಗೆ ಹೋದೆ. ಹೋಗೋವಾಗ ಮಧ್ಯದಲ್ಲಿ ಇಬ್ಬರು ಅಡುಗೆ ಕೆಲಸದವರು ಹತ್ತಿದರು. ಅವರು ಪಾಲಿಬೆಟ್ಟದವರಂತೆ. ಅವರನ್ನು ದೇವರಾಜುಗೆ ಪರಿಚಯ ಮಾಡಿಕೊಟ್ಟವನು ನೀನು. ಅವರು ಒಂದು ಕೇಸಲ್ಲಿ ಬೇಕಾಗಿದ್ದಾರೆ. ಇದೊಂದು ಸೀರಿಯಸ್ ಕೇಸು. ಅವರನ್ನ ನಾನು ಭೇಟಿ ಮಾಡಬೇಕಲ್ಲ? ಅವರೆಲ್ಲಿ ಸಿಕ್ತಾರೆ?"

"ಆರೆ ಹಿಂಗಾ ಸಮಾಚಾರ? ನಿಜವಾಗ್ಲೂ ನಂಗೆ ಹೆಚ್ಚಿಗೆ ಗೊತ್ತಿಲ್ಲ ಸಾಬ್, ದಾರಿಯಲ್ಲಿ ಸಿಕ್ಕರು ಅವರ ಪರಿಚಯ ಮಾಡಿಕೊಟ್ಟೆ ಅಷ್ಟು ಬಿಟ್ಟರೆ ನಂಗೆ ಹೆಚ್ಚು ಗೊತ್ತಿಲ್ಲ ಸರ್"

"ಸರಿ ಅವರನ್ನ ಹೇಗೆ ಕಾಂಟ್ಯಾಕ್ಟ್ ಮಾಡುವುದು"

"ಅವರಲ್ಲಿ ಒಬ್ಬ ರಂಗ ಅನ್ನೋನದು ಫೋನ್ ನಂಬರ್ ಇದೆ ಸರ್ ಕೊಡ್ಲಾ?"

"ಕೊಡು"

"ಅವತ್ತು ಮನೆ ಹಿಂದಕ್ಕೆ ವ್ಯಾನು ತಗೊಂಡು ಹೋಗಿದೆಯಲ್ಲ? ಕಾರಣ ಏನು ಕೇಳಬಹುದ?"

"ಟೈರ್ಗೆ ಪಂಚರ್ ಆಗಿತ್ತು ಸ್ಟೆಪ್ನಿ ಚೇಂಜ್ ಮಾಡಿಕೊಂಡು ಬರೋದಕ್ಕೆ ಟೈಮ್ ಆಯ್ತು. ಹಂಗೇ ಹೊಟ್ಟೆನೂ ಹಸಿದಿತ್ತು ಸಾರ್. ಹಿಂದಿನ ಬಾಗ್ಲಿಂದ ಒಳಗೆ ಹೋಗಿ ಅಡಿಗೆಯವರ ಹತ್ರ ಊಟ ಕೇಳಿ, ಅದನ್ನ ತಿಂದು ವ್ಯಾನ ತಗೊಂಡು ಮನೆ ಮುಂದಕ್ಕೆ ಬಂದೆ"

ಸೂರಜ್ ಕೂಡ ಇದನ್ನೇ ಹೇಳಿದ್ದ. ವಿಕ್ರಮ್ ಮನಸ್ಸಿನಲ್ಲಿ ಇನ್ನೂ ಒಂದು ಸಂಶಯ ಇತು.ೆತ

"ತುಂಬ ಮಳೆ ಬರುತಿತ್ತಲ್ಲ ಮಳೆಯಲ್ಲೇ ಟೈಯರ್ ಬದಲಾಯಿಸಿದೆಯಾ?"

"ಹಿಂದೆ ಹೆಂಚಿಂದು ಪೋರ್ಟಿಕೋ ತರಾ ಇತ್ತಲ್ಲ ಸಾರ್. ಮಳೆ ಅಂತ ಕೂತ್ಕೊಂಡ್ರೆ ಹೊಟ್ಟೆಗೆ ತಣ್ಣೀರು ಬಟ್ಟೆ ಹಾಕ್ಕೋಬೇಕಾಗುತ್ತೆ ಸರ್"

ಹುಸೇನ್ ಸುಳ್ಳು ಹೇಳುತ್ತಿಲ್ಲ ಅನ್ನಿಸಿತು. ಮಾತಿನಲ್ಲಿ ಯಾವುದೇ ಮುಚ್ಚುಮರೆ ಇಲ್ಲ ಅನ್ನಿಸಿತು. ಅವನ ಮಾತು ಸೂರಜ್ ಹೇಳಿಕೆಗೂ ಹೊಂದಾಣಿಕೆಯಿತ್ತು.

"ಟೈರು ನೀನೊಬ್ಬನೇ ಬದಲಾಯಿಸಿದೆಯಾ? ಇಲ್ಲ ಅಡುಗೆಯವರು ಇದ್ದರು ಅಂದೆಯಲ್ಲ? ಅವರು ನಿನಗೆ ಸಹಾಯ ಮಾಡಿದರಾ?"

ಎಲ್ಲಿಯಾದರೂ ತನ್ನ ಮಾತಿನಲ್ಲೇ ಅವನು ಸಿಕ್ಕಿಕ್ಕೊಳ್ಳುತ್ತಾನಾ? ವಿಕ್ರಮ್ ಪ್ರಯತ್ನಿಸಿದರು.

"ಇಲ್ಲ ಸ್ವಾಮಿ ಅವರ್ದು ಹೆಲ್ಪ್ ನಾನು ಕೇಳ್ಲಿಲ್ಲ! ನಾನೇ ಎಲ್ಲ ಮಾಡಿಕೊಂಡೆ?"

"ಹಾಗಾದ್ರೆ ಅವರೇನು ಮಾಡುತ್ತಿದ್ದರು?"

"ಹಿಂದಿನ ಬಾಗ್ಲಿಂದ ಮನೆ ಒಳಕ್ಕೆ ಹೋಗಿದ್ದು ನೋಡಿದೆ. ಆಮೇಲೆ ನಾನು ಹೆಚ್ಗೆ ಗಮನ ಸ್ಟೆಪ್ನಿ ಬದ್ಲಾಲಾಯಿಸೋಕೆ ಕೊಟ್ಟೆ"

"ಮತ್ತೆ ಅವರನ್ನು ಸಹಾಯಕ್ಕೂ ಕರೀಲಿಲ್ಲವಾ?"

ವಿಕ್ರಮ್ ಅನುಮಾನ ವ್ಯಕ್ತಪಡಿಸಿದರು.

"ಇಲ್ಲ ಸ್ವಾಮಿ ನಮ್ ಕೆಲ್ಸ ನಾವು ಮಾಡ್ಕೋಬೇಕು ಅಕಸ್ಮಾತ್ ಅದು ದಾರೀಲಿ ಪಂಕ್ಚರ್ ಆಗಿದ್ದರೆ ನಾನೇ ಮಾಡಿಕೊಳ್ಳುತ್ತಿರಲಿಲ್ಲವೆ? ನಾನವರನ್ನ ಕರೀಲೇ ಇಲ್ಲ"

"ಸರಿಯಪ್ಪ ಅವರಲ್ಲೊಬ್ಬರ ನಂಬರ್ ಇದ್ಯಲ್ಲ ಕೊಡು"

"ಬರ್ಕಳಿ ಸಾಮಿ"

ಹುಸೇನ್ ಕೊಟ್ಟ ಫೋನ್ ನಂಬರ್ ವಿಕ್ರಮ್ ತಮ್ಮ ಮೊಬೈಲ್ನಲ್ಲಿ ದಾಖಲಿಸಿಕೊಂಡರು.

"ಮತ್ತೇನು ಲೋಡಿಲ್ವಾ ಸ್ವಾಮಿ?"

"ಸಾರಿ ಹುಸೇನ್ ನಾನು ಅದಕ್ಕಲ್ಲ ಕರೆದಿದ್ದು. ನಾನು ಪ್ರಫುಲ್ಲ ಎಸ್ಟೇಟ್ ಕೇಸು ಹ್ಯಾಂಡಲ್ ಮಾಡುತ್ತಿದ್ದೇನೆ. ಅದಕ್ಕೇ ನಿನ್ನ ಪ್ರಶ್ನೆ ಮಾಡಿದ್ದು. ನೀನು ಯಾವುದೂ ಸುಳ್ಳು ಹೇಳ್ತಿಲ್ಲ ಅಂತ ಅಂದುಕೊಂಡಿದ್ದೇನೆ"

"ಅಲ್ಲಾ ಕಸಮ್ ಸ್ವಾಮಿ. ನಾನ್ ಅಂತ ಸುಳ್ಳಲ್ಲ ಹೇಳೋದಿಲ್ಲ. ಅಷ್ಟಕ್ಕೂ ಸುಳ್ಳು ಹೇಳಿ ಜೀವನ ಮಾಡಬೇಕಾಗಿಲ್ಲ ಸ್ವಾಮಿ, ದುಡಿದು ತಿನ್ತೀನಿ"

ಹುಸೇನ್ ಸತ್ಯವನ್ನೇ ಹೇಳುತ್ತಿದ್ದಾನೆ ಎನಿಸಿತು.

000

ಬೈಕ್ ಹತ್ತಿ ತಮ್ಮ ಆಫೀಸಿಗೆ ಬಂದ ವಿಕ್ರಮ್, ಹುಸೇನ್ ನೀಡಿದ ನಂಬರಿಗೆ ಫೋನ್ ಮಾಡಿದರು.

"ಹಲೋ ಯಾರ್ ಮಾತಾಡ್ತಾ ಇರೋದು?" ಫೋನಿನಲ್ಲಿ ಒಂದು ಗಂಡಸಿನ ದಪ್ಪ ಧ್ವನಿ ಕೇಳಿಸಿತು.

"ಒಂದು ಕೆಲಸ ಇದೆ. ಎಲ್ಲಿ ಸಿಕ್ತೀರಾ?"

"ಮೊದಲು, ನೀವು ಯಾರು ಅಂತ ಹೇಳಿ"

"ಕೆಲಸ ಮುಖ್ಯನಾ..ಇಲ್ಲಾ ನಾನ್ಯಾರು ಅಂತ ತಿಳ್ಕೊಳೋದು ಮುಖ್ಯಾನಾ?"

"ವಿಕ್ರಮ್ ತಮಾಷೆ ಮಾಡಿದರು.

"ಕೆಲಸಾನೂ ಮುಖ್ಯ ಹಣಾನೂ ಮುಖ್ಯ ಸ್ವಾಮಿ"

ಅತ್ತ ಕಡೆಯ ಗಡುಸು ದನಿ ಹೇಳಿತು.

"ಸರಿ, ಹಾಗಾದ್ರೆ ಎಲ್ಲಿ ಸಿಗ್ತೀರಾ ಮೊದಲು ಹೇಳಿ?

"ನಾನು ಎಲ್ಲಿ ಸಿಕ್ತೀನಿ ಅನ್ನೋದಕ್ಕಿಂತ ನೀವು ಎಲ್ಲಿಗೆ ಬರ್ತೀರಾ ಹೇಳಿ?"

"ಹೇಳಿದ ಕಡೆಗೆ ಬರುತ್ತೀರಾ?"

"ಎಲ್ಲಿಗೆ ಬೇಕಾದರೂ ಬರುತ್ತೀನಿ. ಏನು ಕೆಲಸ ಬೇಕಾದರೂ ಮಾಡ್ತೀನಿ. ಹಣ ಒಂದು ಚೆನ್ನಾಗಿರಬೇಕು ಅಷ್ಟೇ"

ಅವನ ಆ ಮಾತು ಕೇಳುತ್ತಲೇ ವಿಕ್ರಮ್‌ಗೆ ಅವನು ಒಬ್ಬ ರೌಡಿ ಎನ್ನುವುದು ಖಾತ್ರಿಯಾಯಿತು. ಇವನು ನಿಜಕ್ಕೂ ಅಪರಾಧದ ಹಿನ್ನೆಲೆಯವರು ಅನ್ನಿಸಿತು. ಇವನ ಜಾಗವನ್ನು ನಾನು ಹೇಗೆ ತಿಳಿದುಕೊಳ್ಳಲಿ? ಇವನು ಯಾವ ಊರಿನಲ್ಲಿದ್ದಾನೆ? ಅನುಮಾನ ಬರದಂತೆ ಅವನೆಲ್ಲಿದ್ದಾನೆ ಎಂದು ಹೇಗೆ ತಿಳಿದುಕ್ಕೊಳ್ಳಲಿ?

"ಅಂದ್ರೆ ಮಾಮೂಲಾಗಿ ಅಲ್ಲೇ ಬರ್ಲಾ?" ವಿಕ್ರಮ್ ಅನುಮಾನಿಸುತ್ತಲೇ ಕೇಳಿದರು.

"ಅಲ್ಲಿಗೇ ಬನ್ನಿ"

"ಅಲ್ಲ, ನೀನೇನಾದರೂ ಬೇರೆ ಊರಲ್ಲಿ ಇದ್ದೀಯ ಹೇಗೆ?"

"ಇಲ್ಲ..ಇಲ್ಲ..ನಾನು ಬೆಂಗಳೂರಲ್ಲೇ ಇದ್ದೀನಿ"

"ಮತ್ತೆ ಬೇರೆ ಏರಿಯಾದಲ್ಲಿ ಎಲ್ಲಾದರೂ ಕೆಲಸ ಮಾಡುತ್ತಿದ್ದೀಯಾ ಹೇಗೆ"

"ಇಲ್ಲ ಇಲ್ಲ ಇಲ್ಲೇ ಸೇವಕ್ ನಗರದಲ್ಲೇ ಇದ್ದೀನಿ. ಮಾಮೂಲಾಗಿ ಅಂತೋಣಿ ಬಾರ್‌ಗೆ ಬಂದರೆ ಸಾಕು"

"ಒಂದು ಟೈಮ್ ಅಂತ ಹೇಳ್ಬಿಡು ಬಂದ್ಬಿಡ್ತೀನಿ"

"ಸಂಜೆ ಏಳು ಗಂಟೆಯಿಂದ ಹನ್ನೆರಡು ಗಂಟೆಯವರೆಗೂ ಅಲ್ಲೇ ಇರ್ತೀನಿ"

ವಿಕ್ರಮ್ ಫೋನ್ ಡಿಸ್ಕನೆಕ್ಟ್ ಮಾಡಿದರು. ಅಡುಗೆ ಸಹಾಯಕರಾಗಿ ಬಂದಂತ ಇಬ್ಬರು ಅಪರಾಧಿಗಳು ಸೇವಕ್ ನಗರದಲ್ಲಿ ಇದ್ದಾರೆ.

0 0 0

ಬೆಂಗಳೂರು ತಲುಪಿದ ವಿಕ್ರಮ್ ನೇರವಾಗಿ ಇನ್ಸ್ಪೆಕ್ಟರ್ ಸುಧಾಕರರ ಪೋಲೀಸ್ ಸ್ಟೇಷನ್ನಿಗೆ ಬಂದು, ತಮ್ಮ ಪರಿಚಯ ಹೇಳಿಕೊಂಡರು. ಫ್ರಫುಲ್ಲ ಎಸ್ಟೇಟಿನ ಮಂದಾಕಿನಿಯವರ ಕಿಡ್ನ್ಯಾಪ್ ಸೂಕ್ಷ್ಮವಾಗಿ ಹೇಳಿದರು. ಅದಕ್ಕೂ ಸೂರಜ್ ಮೇಲೆ ಗಾರ್ಡನ್ ಗೇಟ್ ಹೋಟೆಲಿನಲ್ಲಿ ಹಲ್ಲೆಯಾಗಿರುವುದಕ್ಕೂ ಸಂಬಂಧವಿರಬಹುದು ಎಂದರು. ಮತ್ತು ಇದೇ ಸಂಬಂಧದಲ್ಲಿ ತಾವು ಬೆಂಗಳೂರಿನ ವಿವೇಕ ನಗರದಲ್ಲಿರುವ ಒಬ್ಬ ಅಪರಾಧಿಯ ಜೊತೆಗೆ ಮಾತನಾಡಿರುವುದನ್ನು ತಿಳಿಸಿ, ಅವನನ್ನು ಇಂಟಾರಾಗೇಶನ್ ಮಾಡಬೇಕು. ಅದಕ್ಕೆ ತಮ್ಮ ಸಹಾಯ ಬೇಕು ಎಂದು ಸುಧಾಕರ್ ಅವರನ್ನ ರಿಕ್ವೆಸ್ಟ್ ಮಾಡಿದರು. ಸುಧಾಕರ್ ಅವರಿಗೂ ಕೇಸಿನಲ್ಲಿ ಕುತೂಹಲ ಮೂಡಿತು.

ಅರ್ಧ ಗಂಟೆಯಲ್ಲಿ ವಿವೇಕ ನಗರದ ರಂಗನನ್ನು ಪೋಲೀಸ್ ಸ್ಟೇಷನ್ನಿಗೆ ಕರೆದುಕೊಂಡು ಬಂದಿದ್ದರು. ರಂಗ ಇಪ್ಪತ್ತೈದರ ಕಟ್ಟುಮಸ್ತಾದ ಆಳು. ಇನ್ನೊಬ್ಬ ಕರಿಯಪ್ಪ ಸಿಕ್ಕಿರಲಿಲ್ಲ. ಅವನನ್ನು ಅಂತೋಣಿ ಬಾರಿನಿಂದ ಪೋಲೀಸ್ ಸಿಬ್ಬಂದಿ ಕರೆದುಕೊಂಡು ಬಂದಿದ್ದರು.

ಸುಧಾಕರ್‌ಗೆ ಈ ಕೇಸಿನಲ್ಲಿ ಆಸಕ್ತಿ ಮೂಡಿತ್ತು. ಬೆಂಗಳೂರಿನಿಂದ ವೀರಾಜಪೇಟೆವರೆಗೆ ಕೇಸು ವಿಸ್ತರಿಸಿಕೊಂಡಿರುವುದು ವಿಸ್ಮಯ ಎನಿಸಿತು.

"ಸಾರ್, ನನ್ನನ್ನ ಯಾಕೆ ಕರ್ಕೊಂಡು ಬಂದಿದ್ದೀರಿ? ನಾನೇನು ಮಾಡಿದ್ದೀನಿ?"

ಅವನು ಗಡಸು ದನಿಯಲ್ಲಿ ಕೇಳಿದ.

"ಅದೆಲ್ಲಾ ಗೊತ್ತಾಗುತ್ತೆ. ನಾವು ಕೇಳೋ ಪ್ರಶ್ನೆಗಳಿಗೆ ಉತ್ತರ ಹೇಳು. ಸುಳ್ಳು ಹೇಳಿದರೆ ನಮ್ಮ ವಿಶಯ ಗೊತ್ತಲ್ಲ? ಈಗ ಹೇಳು ನೀನು ವೀರಾಜಪೇಟೆಯ ಐನ್‌ಮನೆಗೆ ಯಾಕೆ ಹೋಗಿದ್ದೆ? ವಿವೇಕ ನಗರದ ನಿನಗೂ ಐನ್‌ಮನೆಗೂ ಏನು ಸಂಬಂಧ?" ವಿಕ್ರಮ್ ಕೇಳಿದರು.

"ಇವರು ಯಾರು ಸಾರ್? ಹೊಸ ಇನ್ಸ್ಪೆಕ್ಟರಾ..?"

"ಕೇಳಿದ್ದಕ್ಕೆ ಉತ್ತರ ಹೇಳು" ಸುಧಾಕರ್ ಬೆತ್ತ ತಿರುಗಿಸುತ್ತಾ ಕೇಳಿದರು.

"ನಾವಿನ್ನ್ಯಾತಕ್ಕೆ ಹೋಗ್ತಿವಿ ಸಾರ್? ಕೆಲಸಕ್ಕೆ ಹೋಗಿದ್ದೆ ಕೆಲಸ ಮುಗೀತು ವಾಪಸ್ ಬಂದೆ"

"ಏನ್ ಕೆಲಸಕ್ಕೆ ಹೋಗಿದ್ದೆ?"

"ಅಲ್ಲೊಂದು ಮದುವೆ ಇತ್ತು, ಸರ್ ಅಡುಗೆ ಕೆಲಸಕ್ಕೆ ಹೋಗಿದ್ದೆ"

"ಅಪರಾಧಾನೂ ಮಾಡುತ್ತೀಯ! ಅಡುಗೆ ಕೆಲಸಾನೂ ಮಾಡ್ತೀಯಾ! ನಿಜ ಹೇಳು ಏನು ಕೆಲಸಕ್ಕೆ ಹೋಗಿದ್ದೆ?"

"ಹೇಳಿದ್ನಲ್ಲ ಸರ್ ಅಡಿಗೆ ಮಾಡೋಕೆ ಹೋಗಿದ್ದೆ ಅಂತ"

"ನೋಡು ನೀನು ನಿಜ ಹೇಳಿದ್ರೆ ರಿಲೀಸ್ ಮಾಡುತ್ತೀನಿ. ನಮಗೆ ಗೊತ್ತು ನೀನು ಅಡಿಗೆ ಕೆಲಸಕ್ಕೆ ಹೋಗಿಲ್ಲ. ಯಾರೋ ನಿನಗೆ ಹಣಕೊಟ್ಟು ಬೇರೇನೋ ಕೆಲಸ ಮಾಡಿಸಿದ್ದಾರೆ. ನಿಜ ಹೇಳಿದರೆ ಬಚಾವ್ ಆಗ್ತೀಯಾ ಸುಳ್ಳು ಹೇಳಿದರೆ ಥರ್ಡ್ ಡಿಗ್ರಿ ಟ್ರೀಟ್ಮೆಂಟ್ ಕೊಡಲೇಬೇಕಾಗುತ್ತೆ! ಇಂಥವೆಲ್ಲ ನಿಮಗೆ ಹೆಚ್ಚುಕಮ್ಮಿ ಪರಿಚಯ ಇದ್ದೇ ಇರುತ್ತೆ"

ಈಗ ಅವನ ಮುಖದಲ್ಲಿ ತುಸು ಅಂಜಿಕೆ ಕಾಣಿಸುತ್ತದೆ

"ಸಣ್ಣ ಪುಟ್ಟ ಕಳ್ಳತನ ಮಾಡ್ಕೊಂಡಿದ್ದೆ, ಯಾರೋ ಹೆಚ್ಚಿನ ದುಡ್ಡಿನ ಆಸೆ ತೋರಿಸಿದರು ಅದಕ್ಕೆ ಈ ಕೆಲಸಕ್ಕೆ ಹೋದೆ. ಅದ್ನೆಲ್ಲಾ ಹೇಳಿಬಿಟ್ಟರೆ ನಿಜವಾಗಲೂ ನಮ್ಮನ್ನು ಬಿಟ್ಟು ಬಿಡ್ತೀರಾ? ನಿಮ್ಮ ಮಾತು ನಂಬಬಹುದಾ ಸಾರ್?"

"ಸತ್ಯ ಹೇಳಿಬಿಟ್ಟರೆ ಬಿಟ್ಟುಬಿಡುತ್ತೇವೆ"

"ಅಲ್ಲಿಗೆ ಹೋಗಿದ್ದು..." ಮುಂದಿನದು ಹೇಳಲು ರಂಗ ಅನುಮಾನಿಸಿದ.

"ಹೇಳು ಅಷ್ಟಕ್ಕೇ ನಿಲ್ಲಿಸಿಬಿಟ್ಯಲ್ಲಾ..? ನಿಜ ಹೇಳಿದ್ರೆ ಬಿಟ್ಬಿಡ್ತೀನಿ ಅಂತ ಹೇಳಿದ್ನಲ್ಲಾ..?"

"ಕಿಡ್ನಾಪ್ ಮಾಡೋದಕ್ಕೆ ಸಾರ್" ಅಳುಕುತ್ತಾ ಹೇಳಿದ ರಂಗ.

"ಗುಡ್, ನಿಜಾನೇ ಹೇಳ್ತಿದ್ದೀಯಾ! ಹೇಗೆ ಕಿಡ್ನಾಪ್ ಮಾಡಿದ್ರಿ? ಅದನ್ನೂ ಹೇಳ್ಬಿಡು? ಇನ್ನೂ ಒಂದು ಹೆಜ್ಜೆ ಮುಂದೆ ಹೋಗಿ ಇದರ ಹಿಂದೆ ಯಾರಿದ್ದಾರೆ ಅನ್ನೋದನ್ನೂ ಹೇಳಿಬಿಡು. ನಿನಗೆ ಏನೂ ತೊಂದರೆ ಕೊಡೊಲ್ಲ"

ಸುಧಾಕರ್ ಅವನನ್ನು ಹುರಿದುಂಬಿಸಲು ಪ್ರಯತ್ನಿಸಿದರು.

"ಅದೆಲ್ಲಾ ನಮಗೆ ಗೊತ್ತಾಗೊಲ್ಲ ಸಾರ್. ನಾವು ಸಣ್ಣ ಜನ. ನಮಗೆ ಇಂತಾ ಕೆಲಸ ಕೊಡೋರು ದೊಡ್ಡ ಜನ. ಅವರು ನಮಗೆ ಕಾಣಿಸೋದೇ ಇಲ್ಲ. ಕೆಲಸ ಮುಗಿಸ್ತೀವಿ. ದುಡ್ಡು ಕೈಗೆ ಬರುತ್ತೆ. ಇನ್ನುಳಿದದ್ದು ನಮಗೆ ಯಾಕೆ? ಅದರ ಬಗ್ಗೆ ತಲೆ ಕೆಡ್ಸಿಕೊಳ್ಳೋಕೇ ಹೋಗೋದಿಲ್ಲ"

"ಈ ಕೆಲ್ಸ ನಿಮಗೆ ವಹಿಸಿದ್ದು ಯಾರು? ದುಡ್ಡು ಹೇಗೆ ಬಂತು?"

"ಚೋಟೂ..ಕಡೆಯಿಂದ. ದುಡ್ಡು ಕೂಡ ಅವನ ಕಡೆಯಿಂದ ಬಂತು"

"ಯಾರು ಈ ಚೋಟೂ..? ಎಲ್ಲಿ ಸಿಗ್ತಾನೆ?" ಸುಧಾಕರ್ ಕೇಳಿದರು.

"ಅವ್ನು ಆಂತೋಣಿ ಬಾರಿಗೆ ಬರ್ತಿರ್ತಾನೆ"

"ಕಿಡ್ನ್ಯಾಪ್ ಮಾಡೋಕೆ ಮುಂಚೆ ಆ ಹುಡುಗಿಗೆ ಪ್ರಜ್ಞೆ ತಪ್ಪೊ ಇಂಜೆಕ್ಷನ್ ಕೊಟ್ಟವರು ಯಾರು?"

"ಸಾರ್? ಎಲ್ಲಾ ಹೇಳಿದ್ರೆ ನಮ್ಮನ್ನ ಒಳಗೆ ಹಾಕೊಲ್ಲಾಂತ ಪ್ರಾಮಿಸಿ ಮಾಡಿದೀರಿ. ನಿಮ್ಮ ಮಾತು ನಂಬಿ ಹೇಳ್ತಿದ್ದೀನಿ. ಅದನ್ನ ಮಾಡಿದವನು ಕರಿಯಪ್ಪ. ಅವನು ಸ್ವಲ್ಪ ಟೈಮು ಡಾಕ್ಟರ್

ಹತ್ರ ಕೆಲ್ಸ ಮಾಡ್ತಿದ್ದ. ಅವನಿಗೆ ಇಂಜೆಕ್ಷನ್ ಕೊಡೋದು ಗೊತ್ತು. ಆಮೇಲೆ ಆಕೇನ ಈಚೆ ತಂದು ಹಿಂದುಗಡೆ ಸೌದೆ ಒಟ್ಟೋ ರೂಮಲ್ಲಿ ಇಟ್ಕೊಂಡಿದ್ದೋ. ಆಮೇಲೆ ವ್ಯಾನಿಗೆ ಸಾಗಿಸಿದೊ. ಅಷ್ಟಕ್ಕೆ ನಮಗೆ ವಹಿಸಿದ್ದ ಕೆಲಸ ಮುಗಿದಿತ್ತು. ಬೆಳಗಿನ ತನಕ ಅಡಿಗೆಯವರ ತರಾ ಇದ್ದು ಬೆಳಗಾಗುತ್ತಲೇ ಅಲ್ಲಿಂದ ಹೊರಟು ಬಂದೊ"

ಅಂಜುತ್ತಾ, ಅಳುಕುತ್ತಾ ಹೆಚ್ಚು ಹೇಳಿದರೆ ಇನ್ನೇನು ತೊಂದರೆಯಾಗುವುದೋ ಎಂದು ರಂಗ ಹೇಳಿದ.

"ಮತ್ತೆ ಆ ಹುಡುಗಿ?"

"ಅದು ವ್ಯಾನಲ್ಲೇ ಇತ್ತಲ್ಲ?"

"ಆಮೇಲೇನಾಯ್ತು?"

"ಹುಡುಗಿ ಮಿಸ್ಸಾಗಿರೋದು ಎಲ್ಲರಿಗೂ ಗೊತ್ತಾಗಿ ಅವರೆಲ್ಲಾ ಹುಡುಕೋಕೆ ಅಲ್ಲಿದ್ದವರೆಲ್ಲಾ ಹೊರಟರು. ನಾವು ಬೆಳಗಿನ ತನಕ ಅಲ್ಲಿದ್ದು ನಾವು ಮೈನ್‌ರೋಡಿಗೆ ನಡಕೊಂಡು ಬಂದೊ"

"ಅಂದ್ರೆ? ನಿಮಗೆ ಕೆಲ್ಸ ವಹಿಸೋನು ಚೋಟೂ ಮತ್ತು ದುಡ್ಡು ಕೊಡೋನೂ ಚೋಟೂ ಅಲ್ವಾ..?"

"ಹೌದು ಸಾರ್. ಆದ್ರೆ ಅವನ ಹೆಸರು ನಾನು ಹೇಳಿದ್ದೂಂತ ಮಾತ್ರ ಹೇಳಬೇಡಿ. ನಮ್ಮ ಕತೆ ಮುಗಿಸಿಬಿಡ್ತಾನೆ"

"ಆಂಥೋಣಿ ಬಾರಿಗೆ ಅವನಂತಾ ತುಂಬಾ ಜನ ಬರ್ತಾರಾ..?"

"ಅದೆಲ್ಲಾ ಗೊತ್ತಿಲ್ಲ ಸಾರ್. ಬಾರಿಗೆ ಹೋಗ್ತೀವಿ. ಕೆಲಸ ಸಿಗುತ್ತೆ..ನಮಗೆ ಹೆಚ್ಗೆ ಗೊತ್ತಿಲ್ಲ"

"ಇನ್ನೇನಾದ್ರೂ ನೀವು ಕೇಳೋದಿದೆಯಾ?"

ವಿಕ್ರಮ್ ಕಡೆ ತಿರುಗಿ ಕೇಳಿದರು ಸುಧಾಕರ್.

"ಇವನನ್ನ ರಿಲೀಸ್ ಮಾಡಿದರೆ ಅಂಥೋಣಿಗೆ ಹೇಳ್ತಾನೆ! ಅದು ಚೋಟೂಗೂ ಸಿಗುತ್ತೆ! ಆದ್ದರಿಂದ ಇವನನ್ನ ಈಗ್ಲೇ ರಿಲೀಸ್ ಮಾಡ್ಬೇಡಿ" ವಿಕ್ರಮ್ ಯೋಚಿಸುತ್ತಾ ಹೇಳಿದರು.

"ಸಾರ್, ನಿಮ್ಮ ದಮ್ಮಯ್ಯ. ಆಗ್ಲೇ ಏನೂ ತೊಂದ್ರೆ ಕೊಡೊಲ್ಲ ಅಂತ ಹೇಳಿದ್ರಿ! ಪ್ಲೀಸ್ ಬಿಟ್ಬಿಡಿ ಸಾರ್..? ಮುಂದೇನೂ ನಿಮಗೆ ಹೆಲ್ಪ್ ಮಾಡ್ತೀನಿ ಸಾರ್"

ರಂಗ ಹಲ್ಲುಗಿಂಜಿದ.

"ಆಯ್ತು ಕಣೋ ಬಿಡ್ತೀನಿ. ಆದ್ರೆ ಈಗಿಂದೀಗಲೇ ನೀನು ಬೆಂಗ್ಳೂರು ಬಿಟ್ಟು ಬೇರೆ ಎಲ್ಲಾದ್ರೂ ಹೋಗು. ಇನ್ನೈದು ದಿನ ಬೆಂಗ್ಳೂರು ಕಡೇಗೆ ತಲೆ ಇಡಬೇಡ. ಮತ್ತೆ ಆ ಕರಿಯಪ್ಪನಿಗಾಗಲೀ, ಚೋಟೂಗಾಗಲೀ ಇಲ್ಲಾ ಆಂಥೋಣಿಗಾಗ್ಲೀ ಫೋನು ಮಾಡಬಾರದು"

"ಹಂಗೇ ಆಗ್ಲಿಸಾರ್. ರಾಮನಗರದಲ್ಲಿ ನನ್ನ ಅಕ್ಕ ಇದ್ದಾಳೆ ಅಲ್ಲಿಗೋಗ್ತೀನಿ"

"ಎಲ್ಲಾದ್ರೂ ಹೋಗು. ಆದ್ರೆ ಬೆಂಗ್ಳೂರಲ್ಲಿ ಇರಬಾರದು. ಐದು ದಿನದ ವರೆಗೂ ವಾಪಸ್ಸು ಬರಬಾರದು"

"ಸರಿ ಸಾರ್. ನಾನೀಗ ಹೋಗ್ಲಾ..?"

"ಸೀದಾ ರೈಲ್ವೇ ಸ್ಟೇಶನ್ನು ಇಲ್ಲಾ ಬಸ್‌ಸ್ಟ್ಯಾಂಡು. ಇಲ್ಲೇನಾದ್ರೂ ಕಾಣಿಸ್ಕೊಂಡ್ರೆ ಕಿಡ್ನ್ಯಾಪ್ ಕೇಸ್ ಹಾಕಿ ಜೈಲಿಗೆ ಅಟ್ಟಿಬಿಡ್ತೀನಿ"

ಸುಧಾಕರ್ ಇಷ್ಟು ಹೇಳಿದ್ದೇ ಸಾಕು ರಂಗ ಎದ್ದು ಸ್ಟೇಷನ್ನಿಂದಾಚೆ ಆತುರದಲ್ಲಿ ಹೋದ.

000

ವಿಕ್ರಮ್ ಮತ್ತು ಸುಧಾಕರ್ ಹಳೆಯ ಟಿ-ಶರ್ಟ್ ಮತ್ತು ಜೀನ್ಸಿನಲ್ಲಿ ಮಾಮೂಲಿ ಕೆಲಸಗಾರರಂತೆ ಕಾಣುತ್ತಿದ್ದರು. ಬಾರ್ ರಸ್ತೆಯ ತಿರುವಿನಲ್ಲಿ ಸುಧಾಕರ್ ಬೈಕ್ ನಿಲ್ಲಿಸಿದರು. ವಿಕ್ರಮ್ ಕೆಳಗೆ ಇಳಿದರು.

ವಿಕ್ರಮ್ ಬಾರಿನ ಮುಂದೆ ಆನತಿ ದೂರದ ಒಂದು ಪೆಟ್ಟಿಗೆ ಅಂಗಡಿಯಲ್ಲಿ ಟೀ ಕುಡಿಯಲು ನಿಂತರು. ಅವರ ಗಮನವೆಲ್ಲಾ ಬಾರಿನ ಮೇಲಿತ್ತು. ಅಲ್ಲಿ ಏನಾಗಬಹುದು? ಅದನ್ನು ಹೇಗೆ ನಿಭಾಯಿಸಬೇಕು ಎಂದು ಯೋಚಿಸುತ್ತಾ ಅದಕ್ಕೆ ಸಿದ್ಧರಾಗಿ ನಿಂತಿದ್ದರು.

ಎದುರಿನ ಬಾರ್ ಇದ್ದ ಕಟ್ಟಡವನ್ನು ನೋಡಿದರು ಸುಧಾಕರ್. ಅದೊಂದು ತುಂಬಾ ಹಳೆಯ ಎರಡು ಮಹಡಿಯ ಕಟ್ಟಡ. ಸಣ್ಣ ಜಾಗದಲ್ಲೇ ಕಟ್ಟಿದ ಬಿಲ್ಡಿಂಗು. ಮಹಡಿಯಲ್ಲಿ ಬಾರ್ ಇತ್ತು. ಕಬ್ಬಿಣದ ಸುರುಳಿಯ ಮೆಟ್ಟಿಲುಗಳನ್ನು ಹತ್ತಿ ಬಾರ್ ಪ್ರವೇಶಿಸಿದ ಸುಧಾಕರ್ ಒಳ್ಳಗಿನ ದೃಷ್ಯವನ್ನು ಕಣ್ಣೊಳಗೆ ತುಂಬಿಕೊಂಡರು.

ಇಪ್ಪತ್ತಡಿ ಅಗಲ, ಮುವತ್ತಡಿ ಅಗಲವಿತ್ತು ಬಾರು. ಎದುರಿಗೆ ಆರಡಿ ಹತ್ತಡಿಯ ವಿಸ್ತೀರ್ಣದಲ್ಲಿ ಒಂದು ಕಬ್ಬಿಣದ ಮೆಷ್. ಅದರ ಹಿಂದೆ ಬಿಯರ್ ಬಾಟಲುಗಳು, ವಿವಿಧ ಬ್ರ್ಯಾಂಡಿನ ರಮ್ಮು, ವಿಸ್ಕಿ ಮುಂತಾದ ಮದ್ಯಗಳ ಬಾಟಲುಗಳನ್ನು ಜೋಡಿಸಿತ್ತು. ಮೆಶ್ ಹಿಂದೆ ಒಬ್ಬ ದಢೂತಿಯಾದ ಜೀನ್ಸ್ ಮತ್ತು ಟೀ ಷರ್ಟಿನಲ್ಲಿದ್ದ ಐವತ್ತರ ವಯಸ್ಸಿನ ಗಂಡಸು ಕಂಡ. ಆತನೇ ಆಂಥೋಣಿ ಇರಬಹುದು ಎಂದು ಸುಧಾಕರ್ ಊಹಿಸಿದರು. ಹಾಲಿನಲ್ಲಿ ಇಬ್ಬಿಬ್ಬರು ಕೂರುವಂತ ಸಣ್ಣ ಟೇಬಲ್ಲಿನ ಹಿಂದೆ ಎರಡು ಕುರ್ಚಿಗಳನ್ನು ಜೋಡಿಸಲಾಗಿತ್ತು. ಇಬ್ಬರು ಮಾಸಿದ ಬಟ್ಟೆಯ ಪರಿಚಾರಕರು ಗಿರಾಕಿಗಳಿಗೆ ಮದ್ಯ, ಖಾರ ಚಿಪ್ಸ್ ಮುಂತಾದುವನ್ನು ಸರಬರಾಜು ಮಾಡುತ್ತಿದ್ದರು.

ಮೆಶ್ ಮುಂದೆ ನಿಂತು "ಅಂಥೋಣಿ?" ಪ್ರಶ್ನಿಸಿದರು.

"ಹೊಸಬರಾ? ಏನ್ ಹೆಸರು? ಆಂತೋಣಿ ನಾನೇ..? ಏನ್ಕುಡೀತೀರಾ..? ಎಲ್ಲಾ ಐತೆ. ಕಂಟ್ರೀನೂ ಇದೆ.."

ಆಂತೋಣಿಗೆ ತಮ್ಮ ಪರಿಚಯ ಹೇಳಿದ ನಂತರ ಸುಧಾಕರ್ ಅವನ ಕೈಯಲ್ಲಿದ್ದ ಮೊಬೈಲನ್ನು ಕಿತ್ತುಕೊಂಡು ಎಚ್ಚರಿಸಿದರು.

"ನಾನು ಇಲ್ಲಿರೋದನ್ನ ಯಾರಿಗೂ ಹೇಳಬಾರದು ಹುಷಾರ್, ನಾನು ಯಾತಕ್ಕೆ ಬಂದಿದ್ದೀನಿ? ಏನು ಮಾಡ್ತೀನಿ? ಅನ್ನೋದರ ಬಗ್ಗೆ ತುಟಿಪಿಟಿಕ್ ಅನ್ನಬಾರದು ಗೊತ್ತಾಯ್ತಾ ?"

ಸುಧಾಕರ್ ನಡೆಗೆ ಆಂಥೋಣಿ ಹೆದರಿದ್ದ.

ಒಂದು ವೇಳೆ ಮೊಬೈಲ್ ಅವನ ಬಳಿಯೇ ಇದ್ದಿದ್ದರೆ ಅವನು ಚೋಟೂಗೆ ಇನ್ಫರ್ಮೇಷನ್ ಕೊಡುತ್ತಿದ್ದ ಎಂಬ ಅನುಮಾನದಿಂದ ಸುಧಾಕರ್ ಫೋನು ಕಿತ್ತುಕೊಂಡಿದ್ದರು.

ಒಮ್ಮೆ ಸುತ್ತ ಇರುವ ಜನರನ್ನು ಎಚ್ಚರಿಕೆಯಿಂದ ನೋಡಿದರು. ಹತ್ತಿಪ್ಪತ್ತು ಜನರು ಒಳಗಿದ್ದರು. ಸುಧಾಕರ್ ಕೂತಿದ್ದ ಕಡೆಯಿಂದ ಬಾಗಿಲ ಕಡೆಗೆ ನೋಡಬಹುದಿತ್ತು. ಆದರೂ ಅವರೇನು ಕಣ್ಣನ್ನು ಬಾಗಿಲ ಮೇಲೆ ಕೀಲಿಸಿ ಕುಳಿತಿರಲಿಲ್ಲ. ಆಗಾಗಷ್ಟೇ ಬಾಗಿಲ ಕಡೆಗೆ ಕಣ್ಣು

ಹಾಯಿಸುತ್ತಿದ್ದರು.

ಟೇಬಲೊಂದರಲ್ಲಿ ಕುಳಿತು ಸುಧಾಕರ್ ಸಿಗರೇಟು ಹಚ್ಚಿ, ಮೈಯೆಲ್ಲಾ ಕಣ್ಣಾಗಿ ಕಾಯುತ್ತಾ ಕುಳಿತಿದ್ದರು. ಚೋಟೂ ಒಳಗೆ ಬಂದು ಆ ಪೇಪರ್ ಬ್ಯಾಗನ್ನು ಇಡುವ ತನಕ ಕಾದಿದ್ದು ಅವನನ್ನು ಹಿಡಿಯಬಹುದು ಎನ್ನುವ ಯೋಚನೆಯಿತ್ತು.

ಕಬ್ಬಿಣದ ಮೆಶ್ ಹೊಳಗೆ ತನ್ನ ಮಾದಕ ಪೇಯಗಳ ಜೊತೆ ಕುಳಿತಿದ್ದ ಅಂತೋಣಿ ಆಗಾಗ ಸುಧಾಕರ್ ಕಡೆ ನೋಡುತ್ತಿದ್ದ. ಅವರನ್ನು ಈವರೆಗೆ ಅವನು ಕಂಡಿರಲಿಲ್ಲ. ಯಾರಿಗಾಗಿ ಬಂದಿದ್ದಾರೆ? ಏನು ಮಾಡುತ್ತಾರೆ? ಮುಂದೆ ಏನಾಗಬಹುದು ಎನ್ನುವುದು ಅವನಿಗೆ ತಿಳಿದಿರಲಿಲ್ಲ.

ಗಡಿಯಾರದ ಮುಳ್ಳುಗಳು ಮುಂದೆ ಸಾಗುತ್ತಿದ್ದವು. ಆಚೆ ವಿಕ್ರಮ್, ಒಳಗೆ ಸುಧಾಕರ್ ಚೋಟೂಗಾಗಿ ಕಾಯುತ್ತಿದ್ದರು. ರಂಗನ ಹೇಳಿಕೆ ಪ್ರಕಾರ ಆಂಥೋಣಿ ಬಾಗಿಲು ಮುಚ್ಚುವ ಸಮಯಕ್ಕೆ ಚೋಟು ಬರುತ್ತಾನೆ. ಗಡಿಯಾರದ ಮುಳ್ಳು ಹತ್ತೂ ನಲವತ್ತರ ಹತ್ತಿರ ಬಂದಾಗ ಸುಧಾಕರ್ ಬೆನ್ನು ನೆಟ್ಟಗೆ ಮಾಡಿಕೊಂಡು ಬಾಗಿಲ ಕಡೆಗೆ ನೋಡಿದರು. ಬಾರ್ ಪರಿಚಾರಕನೊಬ್ಬ ಹತ್ತಿರ ಬಂದು "ಬಾರ್ ಮುಚ್ಚುತ್ತೆ" ಎಂದ ಗಡುಸಾಗಿ. ಅವನಿಗೆ ಸುಧಾಕರ್ ಯಾರೆಂಬ ಅರಿವಿರಲಿಲ್ಲ!

"ಆಯ್ತು..ಹೊರಟೆ" ಎಂದು ಎದ್ದರು.

ಆಚೆ ವಿಕ್ರಮ್ ನಿಂತಿದ್ದವರು ನಾಲ್ಕು ಹೆಜ್ಜೆ ನಡೆದು ಕಾಲುಗಳನ್ನು ಸಡಿಲ ಮಾಡಿಕೊಂಡು ಬಾರ್ ಮೆಟ್ಟಿಲುಗಳ ಹತ್ತಿರದಲ್ಲಿ ಮೊಬೈಲಿನಲ್ಲಿ ಯಾರಿಗೋ ಕರೆ ಮಾಡುತ್ತಿರುವವರಂತೆ ನಟಿಸುತ್ತ ನಿಂತರು.

ಇದೊಂದು ದೊಡ್ಡ ಗ್ಯಾಂಗ್ ಇರುವಂತಿದೆ ಇವರ ನೆಟ್ವರ್ಕ್ ತುಂಬಾ ದೊಡ್ಡದೇ ಇರಬಹುದು. ಇದು ಎಲ್ಲಿಯವರೆಗೂ ಚಾಚಿಕೊಂಡಿದೆ ಎಂದು ಹೇಳಲು ಬರುವುದಿಲ್ಲ ಎಂದು ಸ್ಟೇಶನ್ನಿನಲ್ಲಿ ಇಬ್ಬರೂ ಮಾತಾಡಿಕೊಂಡಿದ್ದರು.

ವಿಕ್ರಮ್ ಕೈಲಿದ್ದ ಮೊಬೈಲು ಹತ್ತು ಐವತ್ತೆಂಟು ತೋರಿಸಿತು.

'ಜಸ್ಟ್ ಟೂ ಮಿನಿಟ್ಸ್ ಫಾರ್ ಆಕ್ಷನ್'

ಆಚೆ ವಿಕ್ರಮ್ ತಮ್ಮಲ್ಲೇ ಹೇಳಿಕೊಂಡರು.

ಐಯಾಮ್ ರೆಡಿ ಎಂದು ಸುಧಾಕರ್ ಹೇಳಿಕೊಂಡು ಬಾಗಿಲಕಡೆ ನೋಡಿದರು. ಅಲ್ಲಿ ಒಂದು ನೆರಳು ಕಾಣಿಸಿತು.

ಕುಳ್ಳಗಿನ, ಮುಖಕ್ಕೆ ಮಫ್ಲರ್ ಕಟ್ಟಿಕೊಂಡ ಒಬ್ಬ ಧಡೂತಿ ಮನುಷ್ಯ ಬಾಗಿಲು ದಾಟಿ ಒಳಗೆ ಬಂದವನು ಸುಧಾಕರ್ ಕಡೆ ನೋಡಿದ! ಅವನಿಗೆ ಏನನ್ನಿಸಿತೋ ಗೊತ್ತಿಲ್ಲ. ಒಂದು ಕ್ಷಣ ಅತ್ತಿತ್ತ ನೋಡಿ ಮತ್ತೆ ಕೈಯಲ್ಲಿದ್ದ ಕಂದು ಬಣ್ಣದ ಪೇಪರ್ ಬ್ಯಾಗನ್ನು ಎದೆಗವಚಿಕೊಂಡು ವೇಗವಾಗಿ ಹಿಂದೆ ತಿರುಗಿ ಬಂದ ದಾರಿಯಲ್ಲೇ ವಾಪಸ್ ಹೋಗಲು ಹವಣಿಸಿದ.

"ನಿಂತ್ಕೋ..ಇಲ್ದಿದ್ರೆ ಷೂಟ್ ಮಾಡ್ತೀನಿ" ಸುಧಾಕರ್ ಎದ್ದು ಅವನತ್ತ ಓಡಿದರು!

ಮಿಂಚಿನಂತೆ ಬಾರಿನಾಚೆ ಬಂದ ಚೋಟೂ ತನ್ನ ಹಿಂದೆ ಬಂದವನನ್ನೂ ಮೆಟ್ಟಿಲಿನ ಕೆಳಗೆ ನಿಂತಿದ್ದವನನ್ನೂ ನೋಡಿ ಹೆದರಿ, ಗಾಬರಿಯಿಂದ ದಿಕ್ಕೆಟ್ಟವನಂತೆ ಬಾಲ್ಕಾನಿಯಲ್ಲಿ ಓಡಿದ.

ಬಾಲ್ಕನಿಯ ಓಡುತ್ತಾ ಕೊನೆಗೆ ಬಂದಾಗ ಅದು ಕಟ್ಟಡದ ಅಂತ್ಯ ಎಂದು ಗೊತ್ತಾಗುತ್ತಲೇ ಒಮ್ಮೆಲೇ ಕೆಳಕ್ಕೆ ಜಂಪ್ ಮಾಡಿಬಿಟ್ಟ!

"ಕ್ಯಾಚ್ ಹಿಮ್" ಸುಧಾಕರ್ ಕೂಗಿದರು.

ಚೋಟೂ ದೊಪ್ಪನೆ ಕೆಳಗೆ ಬಿದ್ದಿದ್ದ! ನೋವಿನಿಂದ ಚೀರಿದ! ಅವನ ಕಾಲು ಮುರಿದಿತ್ತು!

"ನಿನ್ನ ಆಟ ಮುಗೀತು" ಅವನನ್ನು ನೆಲಕ್ಕೆ ಒತ್ತಿ ಹಿಡಿದಿದ್ದ ವಿಕ್ರಮ್ ಹೇಳಿದರು.

ಆ ದನಿಗೆ ಅವನು ತಲೆ ಎತ್ತಿ ನೋಡಿದ. ವಿಕ್ರಮ್ ಮುಖ ಕಾಣಿಸಿತು! ಪಕ್ಕದಲ್ಲಿ ಗನ್ ಹಿಡಿದಿದ್ದ ಸುಧಾಕರ್! ಗನ್ ನೋಡುತ್ತಲೇ ಅವನ ಕಣ್ಣುಗಳಿಗೆ ಕತ್ತಲು ಕವಿಯಿತು!

ಇದ್ದಕ್ಕಿದ್ದಂತೆ ಅಲ್ಲಿ ನಡೆದ ಘಟನೆಗೆ ಬಾರಿನಲ್ಲಿದ್ದವರು ಗಾಬರಿಯಾಗಿ ಮೆಟ್ಟಿಲುಗಳನ್ನು ಇಳಿದು ಸಿಕ್ಕಿದೆಡೆಗೆ ಓಡಿದರು!

ಆಂತೋಣಿ ಬಾರಿನ ಷಟರ್ ದಡದಡಿಸುತ್ತಾ ಕೆಳಗಿಳಿಯಿತು!

9

ಅಧ್ಯಾಯ:

"ನಾನೆಲ್ಲಿದ್ದೀನಿ?"ಪ್ರಜ್ಞೆ ಬರುತ್ತಲೇ ಚೋಟು ಕೇಳಿದ.

ಹತ್ತಿರದಲ್ಲೇ ಇದ್ದ ಪಿಸಿ ತಕ್ಷಣ ತನ್ನ ಮೊಬೈಲ್ನಿಂದ ಸುಧಾಕರ್‌ಗೆ ಫೋನ್ ಮಾಡಿದ.

"ಸರ್ ಅವನಿಗೆ ಪ್ರಜ್ಞೆ ಬಂದಿದೆ, ತಕ್ಷಣ ಬನ್ನಿ"

ಮತ್ತೆ ಚೋಟೂ ಕಡೆ ತಿರುಗಿ,

"ನೀನೀಗ ಆಸ್ಪತ್ರೇಲಿದ್ದೀಯ ಏನು ಯೋಚನೆ ಮಾಡಬೇಡ" ಎಂದು ಪೊಲೀಸ್ ಕಾನ್‌ಸ್ಟೇಬಲ್ ಹೇಳಿದರು.

"ಅಂದ್ರೆ, ನಾನು ಪೊಲೀಸ್ ಕೈಗೆ ಸಿಕ್ಕಿಹಾಕಿಕೊಂಡು ಬಿಟ್ನಾ? ನನ್ನ ಕಾಲಿಗೆ ಏನಾಗಿದೆ?"

"ಕಾಂಪೌಂಡ್ ಫ್ರ್ಯಾಕ್ಚರ್ ಆಗಿದೆ ಸರ್ಜರಿ ಮಾಡಿ ಬೋನ್ ಸೆಟ್ ಮಾಡಿದ್ದಾರೆ. ನೀನೇನೂ ಯೋಚನೆ ಮಾಡಬೇಡ"

"ಓ ಗಾಡ್ ಏನೋ ಮಾಡೋಕೆ ಹೋಗಿ ಏನೋ ಮಾಡಿದ್ನಲ್ಲ?" ಚೋಟೂ ಪೇಚಾಡಿದ. ಕಣ್ಣುಗಳು ಒದ್ದೆಯಾಗಿದ್ದವು.

ಹತ್ತು ನಿಮಿಷದಲ್ಲಿ ಸುಧಾಕರ್ ಮತ್ತು ವಿಕ್ರಮ್, ಆಸ್ಪತ್ರೆಯ ವಾರ್ಡಿನಲ್ಲಿದ್ದರು.

“ಸರ್, ನಾನು ಏನೂ ತಪ್ಪು ಮಾಡಿಲ್ಲ! ನಂದೇನೂ ತಪ್ಪಿಲ್ಲ ಇದುವರೆಗೂ ಯಾವ ಕ್ರಿಮಿನಲ್ ಆಕ್ಟಿವಿಟೀನೂ ನಾನು ಮಾಡಿಲ್ಲ...ಪ್ಲೀಸ್..ಪ್ಲೀಸ್ ನನ್ನ ಬಿಟ್ಟು ಬಿಡಿ”

ಯೂನಿಫಾರಮ್ಮಿನಲ್ಲಿದ್ದ ಸುಧಾಕರ್ ನೋಡುತ್ತಲೇ ಚೋಟು ಬೇಡಿಕೊಳ್ಳತೊಡಗಿದ.

“ನೀನೆಷ್ಟು ಕ್ರಿಮಿನಲ್ ಆಕ್ಟಿವಿಟೀಸ್ ಮಾಡಿದಿಯಾ ಅನ್ನೋದೆಲ್ಲ ಈ ಪೇಪರ್ ಬ್ಯಾಗಿನಲ್ಲಿದೆ. ನಿನ್ನ ಮೇಲೆ ಕೇಸ್ ಹಾಕಿದರೆ ಕನಿಷ್ಠ ಅಂದರೆ ಒಂದು ಹತ್ತು ವರ್ಷ ಶಿಕ್ಷೆ ಆಗೋ ಅಷ್ಟು ಪುರಾವೆ ಇದೆ. ಇನ್ನೂ ನಾನು ಏನು ಮಾಡಿಲ್ಲ ಅಂದ್ರೆ?”

ಸುಧಾಕರ್ ಚೋಟೂವನ್ನು ಕೆಣಕಿದರು. ಅವನನ್ನು ಬಾಯಿಬಿಡಿಸಬೇಕಾದರೆ ಇಂತಾ ತಂತ್ರ ಅನುಸರಿಸಲೇಬೇಕಿತ್ತು.

“ಸತ್ಯವಾಗ್ಲೂ ಸರ್ ನಾನು ಯಾವ ಕ್ರಿಮಿನಲ್ ಆಕ್ಟಿವಿಟೀಸೂ ಮಾಡಿಲ್ಲ”

"ಮತ್ತೆ? ನಮ್ಮನ್ನು ನೋಡಿ ತಕ್ಷಣ ಯಾಕೆ ಓಡಿ ಹೋದೆ ಬಾಲ್ಕಾನಿಯಿಂದ ಯಾಕೆ ಜಂಪ್ ಮಾಡಿದೆ ? ನೀನು ನಿಜವಾಗ್ಲೂ ಏನು ಮಾಡಿಲ್ಲ ಅನ್ನೋದಾದರೆ ಎಲ್ಲಾ ಡೀಟೇಲ್ ಆಗಿ ಹೇಳ್ಬಿಡು ನಿನ್ನನ್ನ ಅಪ್ರೂವರ್ ಅಂತ ಮಾಡ್ಕೊಂಡು ಶಿಕ್ಷೆ ಕಡಿಮೆ ಮಾಡೋದಕ್ಕೆ ಪ್ರಯತ್ನ ಮಾಡುತ್ತೇವೆ"

ಸುಧಾಕರ್ ಆಶ್ವಾಸನೆ ನೀಡಿದರು.

"ಸರ್, ನಾನು ತುಂಬಾ ಬಡವ. ದಯವಿಟ್ಟು ನನಗೆ ಹೆಲ್ಪ್ ಮಾಡಿ ಶಿಕ್ಷೆ ಆಗದ ಹಾಗೆ ನೋಡಿಕೊಳ್ಳಿ"

ಚೋಟು ಮತ್ತೆ ಬೇಡಿಕೊಂಡ

"ಅದು ನೀನು ಕೊಡೋ ಇನ್ಫರ್ಮೇಶನ್ ಮೇಲೆ ನಿಂತಿದೆ. ನಿನಗೆ ಏನೇನ್ ಗೊತ್ತಿದೆ ಎಲ್ಲ ಹೇಳ್ಬಿಡು"

ಸುಧಾಕರ್ ಆಶ್ವಾಸನೆ ನೀಡಿದರು. ವಿಕ್ರಮ್ ಗಮನವಿಟ್ಟು ಚೋಟೂನ ಮಾತುಗಳನ್ನು ಗ್ರಹಿಸತೊಡಗಿದರು.

"ಸರ್ ನಾನೊಬ್ಬ ಕಂಪ್ಯೂಟರ್ ಇಂಜಿನಿಯರ್"

ಅವನ ಮಾತು ಕೇಳಿ ಸುಧಾಕರ್ ಮತ್ತು ವಿಕ್ರಮ್ ಆಶ್ಚರ್ಯಚಕಿತರಾದರು. ಹೀಗೂ ಉಂಟೆ? ವಿದ್ಯಾವಂತರು, ಇಂಜಿನಿಯರುಗಳು ಅಪರಾಧ ಕೃತ್ಯಗಳಲ್ಲಿ ಭಾಗಿಯಾಗುವ ವಿದ್ಯಮಾನಗಳು ಘಟಿಸುತ್ತಿವೆಯಲ್ಲ? ಸಮಾಜದಲ್ಲಿ ಏನಾಗುತ್ತಿದೆ? ವಿಕ್ರಮ್ ಮತ್ತು ಸುಧಾಕರ್ ಇಬ್ಬರ ಮನಸ್ಸಿನಲ್ಲೂ ಯೋಚನೆಗಳು ಸುಳಿದವು.

"ಇಷ್ಟು ಎಜುಕೇಟೆಡ್ ಆಗಿ ಇಂತಾ ಕೆಲಸಕ್ಕೆ ಯಾಕೆ ಇಳಿದೆ?"

"ಸರ್ ಅದೊಂದು ದೊಡ್ಡ ಕಥೆ. ನನ್ನ ಹೆಸರು ಸುಧೇಶ್ ಅಂತ. ನಾನು ಬೆಂಗಳೂರಲ್ಲಿ ಒಂದು ಐ.ಟಿ ಕಂಪನಿ ಕೆಲಸಕ್ಕೆ ಇಂಟರ್ವ್ಯೂಗೆ ಅಂತ ಬಾಂಬೆಯಿಂದ ಫ್ಲೈಟ್‌ಲ್ಲಿ ಬರ್ತಾ ಇದ್ದೆ. ಆಗ ನನ್ನ ಪಕ್ಕದ ಸೀಟಲ್ಲಿ ಕೂತಿದ್ದ ಒಬ್ಬ ಸೂಟು ಬೂಟು ಹಾಕಿಕೊಂಡ, ಸುಮಾರು ಮೂವತ್ತೈದರ ಗಂಡಸು ನನ್ನ ಬಗ್ಗೆ ಕೇಳಿದ. ನಾನು ಹೀಗೆ ಪರಿಚಯ ಮಾಡಿಕೊಳ್ಳುವುದು ಸಹಜ ಅಂತ ನನ್ನ ಎಲ್ಲ ವಿಶಯ ಹೇಳಿದೆ ಅವನು ನಿನಗೆ ಎಷ್ಟು ಸಂಬಳ ಸಿಗುತ್ತೆ ಅಲ್ಲಿ ಅಂತ ಕೇಳಿದ ನಾನು ಮೂವತ್ತು ಸಾವಿರ ತಿಂಗಳಿಗೆ ಸಿಗುತ್ತೆ ಅಂತ ಹೇಳಿದೆ. ನನ್ನ ಹತ್ರ ಕೆಲಸ ಮಾಡ್ತೀಯಾ ನಿನಗೆ ತಿಂಗಳಿಗೆ ಒಂದು ಲಕ್ಷ ಕೊಡ್ತೀನಿ ಅಂತ ಹೇಳಿದ್ದ. ನನಗೆ ಆಶ್ಚರ್ಯವಾಯಿತು ಒಂದು ಲಕ್ಷ ತಿಂಗಳಿಗೆ! ಎಷ್ಟು ಬೇಗನೆ ನಾನು ದುಡ್ಡು ಮಾಡಬಹುದು ಅನ್ನೋದನ್ನ ಲೆಕ್ಕ ಹಾಕಿದೆ. ನಮ್ಮಪ್ಪ ಬಿಸಿನೆಸ್ಸಲ್ಲಿ ಕೈಸುಟ್ಟುಕೊಂಡು ತುಂಬಾ ಸಾಲ ಮಾಡಿಕೊಂಡಿದ್ದರು. ಬಿಸ್ನೆಸ್ ಮುಂದುವರಿಸಲಾಗದೆ ಸಾಲ ತೀರಿಸೋಕೆ ಹೆಣಗ್ತಾ ಇದ್ದರು. ತಾಯಿಗೆ ಕ್ಯಾನ್ಸರ್ ಆಗಿತ್ತು. ಟ್ರೀಟ್ಮೆಂಟಿಗೆ ದುಡ್ಡಿರಲಿಲ್ಲ. ಇವನ ಕೆಲಸ ಒಪ್ಪಿಕೊಂಡ್ರೆ ನನ್ನ ಎಲ್ಲಾ ಕಷ್ಟಗಳು ತೀರುತ್ತಲ್ಲ ಅಂತ ಯೋಚನೆ ಮಾಡಿ, ಏನು ಕೆಲಸ ಅಂತ ಕೇಳಿದೆ"

ಚೋಟು ಇಷ್ಟು ಹೊತ್ತಿಗೆ ಸುಸ್ತಾಗಿದ್ದ ಮಾತು ತೊದಲುತ್ತಿತ್ತು. ಆಗ ಅಲ್ಲಿಗೆ ಬಂದ ಡಾಕ್ಟರ್ ಹೇಳಿದರು,

"ನೋಡಿ ಪೇಷಂಟ್ ಸುಸ್ತಾಗಿದ್ದಾನೆ. ಅನೆಸ್ತೇಸಿಯಾದ ಎಫೆಕ್ಟ್ ಇನ್ನೂ ಇದೆ. ಸುಸ್ತಾಗಿದ್ದಾನೆ. ನೀವು ಅವನಿಗೆ ಸ್ವಲ್ಪ ರೆಸ್ಟ್ ಕೊಡೋದು ಒಳ್ಳೆಯದು".

"ಅವನಿಗೆ ಏನೇನು ಬೇಕೋ ಎಲ್ಲಾ ಕೊಡಿ. ಸಾಯಂಕಾಲ ಬರ್ತೀನಿ. ಅಲ್ಲಿವರೆಗೂ ಇವನನ್ನು ತುಂಬಾ ಎಚ್ಚರಿಕೆಯಿಂದ ನೋಡಿಕೊಳ್ಳಿ. ಏನಾದರೂ ಅನುಮಾನ ಕಂಡರೆ ತಕ್ಷಣ ಫೋನ್ ಮಾಡಿ"

ಅವರ ಮಾತಿಗೆ ಒಪ್ಪಿ ಸುಧಾಕರ್ ಮತ್ತು ವಿಕ್ರಮ್ ಪಿಸಿಗೆ ಹೇಳಿದರು.

0 0 0 0

ಸಂಜೆ ನಾಲ್ಕು ಗಂಟೆಗೆ ಸುಧಾಕರ್ ಮತ್ತು ವಿಕ್ರಮ್ ಮತ್ತೆ ಚೋಟೂ ಎಂದು ಕರೆಸಿಕೊಳ್ಳುವವನ ಜೊತೆ ಮಾತುಕತೆಗೆ ತೊಡಗಿದರು.

"ಈಗ ಹೇಗಿದ್ದೀಯ?"

"ತುಂಬಾ ನೋವಿದೆ" ನರಳಿದ.

"ಕಾಂಪೌಂಡ್ ಫ್ರಾಕ್ಚರ್ ಅಲ್ವಾ? ನೋವಿರುತ್ತೆ ಡಾಕ್ಟರ್‌ಗೆ ಹೇಳ್ತೀವಿ..ಈಗ ನಿನ್ನ ಕಥೆ ಮುಂದುವರೆಸು"

"ಹೇಳ್ತೀನಿ ಸರ್. ಹೇಳಿದೆ ಬೇರೆ ದಾರಿ ಇಲ್ಲ. ಇದರಿಂದ ನನಗೂ ಬಿಡುಗಡೆ ಬೇಕಾಗಿತ್ತು. ಈಗ ಈರೀತಿ ಆಗಿದ್ದು ಒಳ್ಳೆಯದೇ ಆಯು"ಂತ

"ಸರಿ ಮುಂದುವರಿಸು"

ಈ ಸಲ ವಿಕ್ರಮ್ ಮತ್ತು ಸುಧಾಕರ್ ಜೊತೆಗೆ ಒಬ್ಬ ಪೊಲೀಸ್ ಸಿಬ್ಬಂದಿ ಬಂದಿದ್ದರು ಅವರು ಸುದೇಶ್ ಹೇಳಿದ್ದನ್ನು ರೆಕಾರ್ಡ್ ಮಾಡಿಕೊಳ್ಳಲು ಸಿದ್ಧರಾದರು.

"ಸುದೇಶ್ ಇದು ನಿನ್ನ ಸ್ಟೇಟ್ಮೆಂಟ್ ಎಚ್ಚರಿಕೆಯಿಂದ ಎಲ್ಲಾ ಹೇಳು" ವಿಕ್ರಮ್ ಎಚ್ಚರಿಸಿದರು.

"ಸರ್, ನಾನು ಹಿಂದೆ ಹೇಳಿದ ಹಾಗೆ ನನ್ನ ಹೆಸರು ಸುಧೇಶ್. ಮುಂಬೈ ವಾಸಿ. ವೃತ್ತಿಯಲ್ಲಿ ಕಂಪ್ಯೂಟರ್ ಇಂಜಿನಿಯರ್. ನಾನು ಮುಂಬೈಯಿಂದ ಇಂಟವ್ರ್ಯೂಗೆ ಅಂತ ಬೆಂಗಳೂರಿಗೆ ಬರಬೇಕಾದರೆ ನನಗೆ ಡೇವಿಡ್ ಅನ್ನೋ ಒಬ್ಬನ ಪರಿಚಯ ಫ್ಲೈಟಲ್ಲಿ ಆಯಿತು. ಅವನು ನನಗೆ ತಿಂಗಳಿಗೆ ಒಂದು ಲಕ್ಷ ರೂಪಾಯಿ ಸಂಬಳ ಕೊಡ್ತೀನಿ. ನನ್ನ ಹತ್ರ ಕೆಲಸ ಮಾಡ್ತೀಯಾಂತಾ ಅಂತ ಕೇಳಿದ. ಕಾನೂನಿಗೆ ವಿರುದ್ಧವಾದ ಯಾವ ಕೆಲಸಾನೂ ನಾನು ಮಾಡೋದಿಲ್ಲ ಅಂತ ಹೇಳಿದೆ. ಇಲ್ಲ ಇದು ಬರಿ ಪೋಸ್ಟ್‌ಮ್ಯಾನ್ ತರಾ ಕೆಲಸ ಅಂತ ಹೇಳಿದರು.

ಅಂದರೆ ಒಂದು ಕೋರಿಯರ್ ಸರ್ವಿಸ್‌ನಂತೆ ಕೆಲಸ ಮಾಡಬೇಕಾ ಅಂತ ಕೇಳಿದೆ. ಹಾಗೇ ಅಂತ ಅಂದ. ಆದ್ರೆ ನಿನ್ನ ನಾಲೆಡ್ಜ್ ಇಲ್ಲಿ ನೀನು ಉಪಯೋಗಿಸಬೇಕು. ಒಂದು ಲ್ಯಾಪ್ಟಾಪ್, ಆಡಿಯೋ ಸೆಟ್ ಮತ್ತೆ ಒಂದು ಪ್ರಿಂಟರ್ ಇದ್ದರೆ ಸಾಕು. ಅದಕ್ಕೂ ಹಣ ಕೊಡುತ್ತೇನೆ ನಿನಗೆ. ಪ್ರತಿ ದಿನ ಇಲ್ಲವೇ ಎರಡು ಮೂರು ದಿನಕ್ಕೊಂದು ಸಲ ನಿನಗೆ ಮೈಲು ಬರುತ್ತೆ. ಕೆಲವು ಸಲ್ ಫೋನ್ ಕಾಲೂ ಬರುತ್ತೆ. ಮೈಲಿನಲ್ಲಿ ಕೆಲವು ಸಲ ಫೋಟೋಗಳೂ ಬರುತ್ತವೆ. ಅವನ್ನೆಲ್ಲ ಪ್ರಿಂಟ್ ತಗೊಂಡು ಹೋಗಿ ಒಂದು ಕಡೆ ಇಟ್ಟು ಬರಬೇಕು. ತಿಂಗಳಿಗೆ

ಲಕ್ಷ ರೂಪಾಯಿ ನಿನ್ನ ಅಕೌಂಟಿಗೆ ಸಂಬಳ ಜಮಾ ಆಗುತ್ತೆ ಎಂದು ಹೇಳಿದ. ನನಗೆ ನಿಜಕ್ಕೂ ದೇವರೇ ಅವನನ್ನು ಕಳುಹಿಸಿದ್ದಾನೆ ಅನ್ನಿಸ್ತು. ನನ್ನ ಎಲ್ಲಾ ಕಷ್ಟಗಳು ಬೇಗನೆ ತೀರುವಂತ ಅವಕಾಶ ಸಿಕ್ಕಿತ್ತು. ಅವಕಾಶವನ್ನು ಉಪಯೋಗಿಸಿಕೊಂಡೆ. ನನಗೆ ಒಂದು ಅಪಾರ್ಟ್ಮೆಂಟ್ ಕೊಟ್ಟರು. ಅಲ್ಲಿಂದ ನಾನು ಕೆಲಸ ಮಾಡುತ್ತಿದ್ದೆ. ಪ್ರತಿ ದಿವಸ, ರಾತ್ರಿ ಅಥವಾ ದಿನ ಬಿಟ್ಟು ದಿನ ನನಗೆ ಮೇಲ್ ಬರ್ತಿತ್ತು ಮತ್ತು ಕೆಲವು ಫೋನುಗಳು ಬರ್ತಾ ಇದ್ದವು. ಅವನ್ನೆಲ್ಲ ರಿಸೀವ್ ಮಾಡಿ ಪ್ರಿಂಟ್ ತಗೊಂಡು ಸರಿಯಾಗಿ ಹನ್ನೊಂದು ಗಂಟೆಗೆ ಆ ಪೇಪರ್ ಬ್ಯಾಗ್ ತಗೊಂಡು ಹೋಗಿ ಆಂಥೋಣಿ ಬಾರಲ್ಲಿ ಒಂದು ಟೇಬಲ್ ಮೇಲಿಟ್ಟು ಬರ್ತಾ ಇದೆ. ಇಷ್ಟೇ ಸರ್ ನಾನು ಮಾಡುತ್ತಿದ್ದ ಕೆಲಸ. ಇದು ಕಾನೂನಿಗೆ ವಿರುದ್ಧವಾದುದು ಅಂತ ನಾನು ಅಂದುಕೊಂಡಿರಲಿಲ್ಲ ಏಕೆಂದರೆ ನಾನು ಮಾಡಿರೋದು ಪೋಸ್ಟ್‌ಮ್ಯಾನ್ ಕೆಲಸ ಅಂದ್ಕೊಂಡಿದ್ದೆ"

ಸುದೇಶ್ ಮಾತು ನಿಲ್ಲಿಸಿ, ಸುಧಾಕರ್ ಮತ್ತು ವಿಕ್ರಮ್ ಅವರ ಮುಖ ನೋಡಿದ.

"ಹಾಗಂತ ನೀನು ಅಂದ್ಕೊಂಡಿರೋದು ಇಮೇಲ್ ಅಲ್ಲಿ ಏನೇನಿತ್ತು? ಫೋಟೋಗಳಲ್ಲಿದ್ದ ವ್ಯಕ್ತಿಗಳು ಯಾರು? ಅವರ ಗತಿ ಏನಾಗಿದೆ ಅಂತ ನಿನಗೆ ಗೊತ್ತಾ?"

ವಿಕ್ರಮ್ ಕೇಳಿದರು.

"ಅದರ ಬಗ್ಗೆ ನಾನು ತಲೆಕೆಡಿಸಿಕೊಳ್ಳೋದಿಲ್ಲ ಸರ್. ನನಗೆ ಮುಖ್ಯವಾಗಿ ಹಣ ಬೇಕಾಗಿತ್ತು ನನ್ನ ತಂದೆಯನ್ನ ಸಾಲದಿಂದ ಮುಕ್ತರನ್ನಾಗಿ ಮಾಡಬೇಕಾಗಿತ್ತು,ಅಂತ ನನ್ನ ತಾಯಿಗೆ ಕ್ಯಾನ್ಸರ್ ಟ್ರೀಟ್ಮೆಂಟ್ ಕೊಡಿಸಬೇಕಾಗಿತ್ತು.."

"ಅತಿಯಾಸೆ ಗತಿಗೇಡು ಅಂತ ಕನ್ನಡದಲ್ಲಿ ಗಾದೆ ಇದೆ. ಈಗ ನೋಡು ನಿನ್ನ ಸ್ಥಿತಿ? ಈಗ ನೀನು ವಾಪಸ್ ಬಾಂಬೆಗೆ ಹೋಗಕ್ಕೆ ಆಗಲ್ಲ, ನಿಮ್ಮ ತಾಯಿಗೆ ಟ್ರೀಟ್ಮೆಂಟ್ ಕೊಡಿಸೋಕೂ ಆಗಲ್ಲ. ನಿನಗೆ ಕಾಲ್ ಬರುತ್ತಿದ್ದ ಫೋನ್ ನಂಬರ್‌ಗಳು ಮತ್ತೆ ಇ-ಮೈಲ್ ಬರುತ್ತಿದ್ದ ಇ-ಮೇಲ್ ಅಡ್ರೆಸ್ ಎಲ್ಲಾ ನಮಗೆ ಕೊಡಬೇಕು"

"ಅವೆಲ್ಲ ಲ್ಯಾಪ್ಟಾಪಲ್ಲಿ, ನನ್ನ ಮೊಬೈಲಲ್ಲಿ ಇವೆ ಸರ್, ನಿಮಗೆ ಫೋನ್ ನಂಬರ್‌ಗಳು ಸಿಗೋದಿಲ.ಲ ಯಾಕೆಂದರೆ ಅವರೆಲ್ಲ ವಾಯ್ಸ್ ಓವರ್ ಇಂಟರ್ನೆಟ್ ಪ್ರೊಟೋಕಾಲ್ ಅಂದರೆ ವಿವೋಐಪಿ ಅಂತ ಟೆಕ್ನಿಕಲ್ ಹೆಸರು, ಆದರಿಂದ ಫೋನ್ ಮಾಡ್ತಿದ್ದರು. ಅದರಿಂದ ನಮಗೆ ಎಲ್ಲಿಂದ, ಯಾವ ನಂಬರಿಂದ ಫೋನ್ ಬರುತ್ತಿದೆ ಅನ್ನೋದು ಗೊತ್ತಾಗುವುದಿಲ್ಲ. ಅದು ನಿಮಗೆ ಉಪಯೋಗ ಆಗಲ್ಲ" ಸುದೇಶ್ ವಿವರಿಸಿದ.

"ಅದರ ಬಗ್ಗೆ ನೀನು ತಲೆಕೆಡಿಸ್ಕೋಬೇಡ. ನಮ್ಮ ಸೈಬರ್ ಬ್ರ್ಯಾಂಚಿನಲ್ಲಿ ಸಾಫ್ಟ್ವೇರ್ ಇಂಜಿನಿಯರುಗಳು ಇದ್ದಾರೆ. ಕಾಂಪ್ಲಿಕೇಟೆಡ್ ಸೈಬರ್ ಕ್ರೈಮ್ ಕೂಡ ಡೀಕೋಡ್ ಮಾಡ್ತಾರೆ. ಓ.ಕೆ ನಿನ್ನ ಅಪಾರ್ಟ್ಮೆಂಟ್ ಅಡ್ರೆಸ್ ಕೊಡು"

ಸುದೇಶ್ ನೋವಿನಿಂದ ನರಳುತ್ತಲೇ ತನ್ನ ಅಪಾರ್ಟ್ಮೆಂಟಿನ ಅಡ್ರೆಸ್ ಕೊಟ್ಟ.

ಸುದೇಶ್ ಅಪಾರ್ಟ್ಮೆಂಟ್ ರೈಡ್ ಮಾಡಿ ಅಲ್ಲಿದ್ದ ಲ್ಯಾಪ್ಟಾಪು, ಒಂದು ಮೊಬೈಲು, ನಾಲ್ಕಾರು ಸಿಮ್‌ಗಳು, ಪ್ರಿಂಟರ್, ಕೆಲವು ಡಾಕ್ಯುಮೆಂಟ್ಸ್ ಎಲ್ಲವನ್ನೂ ಸೀಜ್ ಮಾಡಿ, ಅಪಾರ್ಟ್ಮೆಂಟನ್ನು ಸೀಲ್ ಮಾಡಿದ ಮೇಲೆ ಸೈಬರ್ ಬ್ರ್ಯಾಂಚಿಗೆ ಸಿಕ್ಕಿದ ಎಲ್ಲ ವಸ್ತುಗಳನ್ನೂ

ಸೈಬರ್ ಬ್ರ್ಯಾಂಚಿಗೆ ಹಸ್ತಾಂತರಿಸಿ ಅಲ್ಲಿ ಸಿಗಬಹುದಾದ ಮಾಹಿತಿಗೆ ಆಸಕ್ತಿಯಿಂದ ಕಾಯತೊಡಗಿದರು ವಿಕ್ರಮ್ ಮತ್ತು ಸುಧಾಕರ್.

000

ಸೈಬರ್ ಬ್ರ್ಯಾಂಚಿನಿಂದ ಮಾಹಿತಿ ಸಿಗಲು ಕನಿಷ್ಠ ಎರಡು ದಿನಗಳಾದರೂ ಬೇಕು ಎಂದು ಗೊತ್ತಾದ ನಂತರ ವಿಕ್ರಮ್‌ಗೆ ಯೋಚನೆಯಾಯಿತು. ಎರಡು ದಿನ ಬೆಂಗಳೂರಿನಲ್ಲಿ ಕಾಯುವುದರ ಅಗತ್ಯವಿರಲಿಲ್ಲ. ಬೆಂಗಳೂರಿನಲ್ಲಿ ಇನ್ನೇನೂ ಕೆಲಸ ಇಲ್ಲ ಎನ್ನಿಸಿತು ವಾಪಸ್ಸು ಮೈಸೂರಿಗೆ ಹೋಗುವುದೇ ಎಂದು ಯೋಚಿಸುತ್ತಿರುವಾಗ ನೇತ್ರಾ ಫೋನ್ ಮಾಡಿದ್ದಳು.

"ಒಬ್ಬರೇ ಇದ್ದೀರಾ? ಜೊತೆಗೆ ಇನ್ಯಾರಾದರೂ ಇದ್ದಾರಾ?"

"ಒಬ್ಬನೇ ಇದ್ದೀನಿ. ಹೇಳು ಏನು?"

"ಮಂದಾಕಿನಿ ಡಿ.ಎನ್.ಎ ರಿಪೋರ್ಟು ಫೇಕ್ ಇರೋ ಹಾಗಿದೆ ಸಾರ್"

"ಹೇಗೆ ಹೇಳ್ತೀಯ..?"

"ಲ್ಯಾಬಿನ ಬಗ್ಗೆ ಮಹೇಶ್ ಮಾಹಿತಿ ಕಲೆಕ್ಟ್ ಮಾಡಿದ್ದಾರೆ. ಅಲ್ಲಿ ಕೆಲವು ರಿಪೋರ್ಟುಗಳ ಮ್ಯಾನಿಪುಲೇಟ್ ಮಾಡಿದ್ದರೆ ಅನ್ನೋ ಸಂಗತಿ ಗೊತ್ತಾಗಿದೆ"

"ಅವರು ರಿಪೋರ್ಟ್ ಮ್ಯಾನಿಪುಲೇಟ್ ಮಾಡ್ತಾರೆ ಅಂತ ಹೇಗೆ ಗೊತ್ತಾಯ್ತು? ವಿಕ್ರಮ್ ಕೇಳಿದರು.

"ಆ ಲ್ಯಾಬಿನ ಮೇಲೆ ಮೈಸೂರಲ್ಲಿ ಒಂದು ಪೊಲೀಸ್ ಕಂಪ್ಲೈಂಟ್ ಇದೆ. ಜೊತೆಗೆ ಕೋರ್ಟಲ್ಲಿ ಒಂದು ಕೇಸು ಕೂಡ ಇದೆ"

"ತ್ಯಾಂಕ್ಸ್ ಫಾರ್ ಇನ್ಫರ್ಮೇಶನ್"

"ಮತ್ತೆ ನೀವು ಯಾವಾಗ ಬರುತ್ತೀರಿ ಸರ್"

"ಅದನ್ನೇ ಯೋಚನೆ ಮಾಡ್ತಾ ಇದ್ದೆ. ಬಹುಶಃ ಇವತ್ತು ಸಂಜೆ ಅಥವಾ ನಾಳೆ ರಾತ್ರಿ ನಾನು ಮೈಸೂರಿಗೆ ಬರ್ತೀನಿ. ಆಫೀಸಲ್ಲಿ ಎಲ್ಲ ಹೇಗೆ ನಡಿತಾ ಇದೆ"

"ಎಲ್ಲ ಮಾಮೂಲಾಗಿ ನಡಿತಾ ಇದೆ ಸರ್"

"ಎನಿ ಇಂಪಾಟೆರ್ಂಟ್ ಫೋನ್ ಕಾಲ್ಸ್"

"ಪ್ರಫುಲ್ಲಾ ಎಸ್ಟೇಟಿನ ಸೂರಜ್ ಫೋನ್ ಮಾಡಿ, ನೀವು ಎಲ್ಲಿದ್ದೀರಾ ಅಂತ ಕೇಳಿದರು"

"ಓ.ಕೆ ಬೈ"

000

ಅರ್ಧಗಂಟೆಯಲ್ಲಿ ವಿಕ್ರಮ್ ಜಯನಗರದ ಎಂಟನೆ ಬ್ಲಾಕ್‌ನ ಫ್ಯೂಚರಿಸ್ಟ್ ಲ್ಯಾಬೋರೇಟರಿ ಮುಂದೆ ನಿಂತಿದ್ದ. ಒಂದು ನಿಮಿಷ ಬಾಗಿಲಲ್ಲಿ ನಿಂತು ಯೋಚನೆ ಮಾಡಿ ನಂತರ ಒಳಗೆ ಪವೇಶಿಸಿದ.

ರಿಸೆಪ್ಷನ್ ಏರಿಯಾ ತುಂಬಾ ಅಚ್ಚುಕಟ್ಟಾಗಿತ್ತು. ಒಳಗೆ ಪ್ರವೇಶಿದವರಿಗೆ ಅದು ಅತ್ಯಂತ ಸುಧಾರಿತ ಲ್ಯಾಬೋರೇಟರಿ ಎನ್ನುವ ಭಾವನೆ ಬರುವ ಹಾಗಿತ್ತು. ಗೋಡೆಗಳ ಮೇಲೆ ಕೆಲವು ದೊಡ್ಡ ಪೋಸ್ಟರುಗಳಿದ್ದವು. ಲ್ಯಾಬೋರೇಟರಿ ನೀಡುವ ಸೇವೆಗಳ ಬಗೆಗೆ ಆಕರ್ಷಕ ರೀತಿಯಲ್ಲಿ ಪ್ರದರ್ಶಿಸಲಾಗಿತ್ತು. ಅಗಲೇ ನಾಲ್ಕು ಜನರು ತಮ್ಮ ಸರದಿಗಾಗಿ ಕಾಯುತ್ತಿದ್ದರು. ರಿಸೆಪ್ಷನಿಸ್ಟ್

ಮುಂದೆ ಒಬ್ಬರು ನಿಂತಿದ್ದರು. ವಿಕ್ರಮ್ ಸೋಫಾದಲ್ಲಿ ಕುಳಿತು ತಮ್ಮ ಸರದಿಗಾಗಿ ಕಾಯತೊಡಗಿದರು.

"ಒಂದು ಡಿ.ಎನ್.ಎ ಟೆಸ್ಟ್ ಮಾಡಿಸಬೇಕಾಗಿತ್ತು"

ಸರದಿಯಲ್ಲಿ ಬಂದ ವಿಕ್ರಮ್ ಹೇಳಿದರು.

"ಯಾವ ತರ ಟೆಸ್ಟ್?" ವಿಕ್ರಮ್ ನೋಡುತ್ತಾ ಕೇಳಿದಳು ರಿಸೆಪ್ಷನಿಸ್ಟ್.

"ಪೇರೆಂಟಲ್ ಟೆಸ್ಟ್"

"ಇಪ್ಪತ್ತು ಸಾವಿರ ಫೀಸ್ ಆಗುತ್ತೆ ಸರ್. ಎರಡು ದಿವಸ ಟೈಮ್ ಹಿಡಿಯುತ್ತೆ ಸ್ಯಾಂಪಲ್ಸ್ ತಂದಿದ್ದೀರಾ?"

"ಇಲ್ಲ, ವಿಚಾರಿಸಿಕೊಂಡು ಹೋಗೋದಕ್ಕೆ ಬಂದಿದ್ದೇನೆ..ಸ್ವಲ್ಪ ಡೆಲಿಕೇಟ್ ವಿಶಯ..ತುಂಬಾ ಕಾನ್ಫಿಡೆನ್ಷಿಯಲ್"

ಎಂದು ಹೇಳಿ ವಿಕ್ರಮ್ ಬೇಕಂತಲೇ ದನಿ ತಗ್ಗಿಸಿ, ಮಾತು ಎಳೆದರು.

"ಅಂತಾ ವಿಶಯಕ್ಕೆ ಮ್ಯಾನೇಜರ್ ಹತ್ರ ಮಾತಾಡಬೇಕು"

ರಿಸೆಪ್ಷನಿಸ್ಟ್ ದನಿ ತಗ್ಗಿಸಿ ಹೇಳಿದರು.

"ಅವರೆಲ್ಲಿ ಸಿಗ್ತಾರೆ?"

"ಇಲ್ಲೇ ಇದ್ದಾರೆ" ಎಂದು ಇಂಟರ್ಕಾಮಿನಲ್ಲಿ ಯಾರೊಂದಿಗೂ ಮೆಲುದನಿಯಲ್ಲಿ ಮಾತಾಡಿದರು.

"ಸರ್ ತಾವು ಕುಳಿತಿರಿ ಮ್ಯಾನೇಜರ್ ಹತ್ರ ಕಳಿಸ್ತೀನಿ"

"ಥ್ಯಾಂಕ್ಸ್" ಎಂದು ಹೇಳಿ ವಿಕ್ರಮ್ ವಾಪಸ್ ಹೋಗಿ ಸೋಫಾದಲ್ಲಿ ಕುಳಿತು

ಮೂರು ನಿಮಿಷಗಳ ನಂತರ ಒಬ್ಬರು ಲ್ಯಾಬ್ ಸ್ಟ್ಯಾಫ್ ಬಂದು ರಿಸೆಪ್ಷನಿಸ್ಟ್ ಮುಂದೆ ನಿಂತರು. ಆಕೆ ವಿಕ್ರಮ್ ಕಡೆಗೆ ಕೈ ತೋರಿಸಿದಳು.

"ಸರ್ ಬನ್ನಿ " ಆತ ನೇರವಾಗಿ ವಿಕ್ರಮ್ ಹತ್ತಿರ ಬಂದು ಹೇಳಿದ.

ವಿಕ್ರಮ್ ಅವನ ಜೊತೆ ನಡೆದರು.

ರಿಸೆಪ್ಷನ್ ಏರಿಯಾದ ಬಲಪಾರ್ಶ್ವದಲ್ಲಿ, ಮೂರನೆಯ ಕೊಠಡಿಗೆ ವಿಕ್ರಮರನ್ನು ಕರೆದುಕೊಂಡು ಹೋದ ವ್ಯಕ್ತಿ, "ಒಳಗೆ ಹೋಗಿ" ಎಂದ.

ಅತ್ಯಾಧುನಿಕ ರೀತಿಯಲ್ಲಿ ಸಜ್ಜಾಗಿದ್ದ ಹದಿನೈದಡಿ ಚೌಕಾಕಾರದ ರೂಮಿನಲ್ಲಿ ಹಿರಿಯರೊಬ್ಬರು ಕುಳಿತಿದ್ದರು. ಕೊರಳಿನಲ್ಲಿ ಟೈಯಿತ್ತು, ಅವರ ಚೇರಿನ ಹಿಂಭಾಗಕ್ಕೆ ಅವರ ಕೋಟು ಹೊದಿಸಿತ್ತು.

"ಹೇಳಿ ಏನಾಗಬೇಕಾಗಿತ್ತು?"

"ಒಂದು ಪೇರೆಂಟಲ್ ಡಿ.ಎನ್.ಎ ಟೆಸ್ಟ್ ಆಗಬೇಕಾಗಿತ್ತು ಆದರೆ ಸ್ವಲ್ಪ ಡೆಲಿಕೇಟ್ ಮ್ಯಾಟರ್"

"ತಾವು ಎಲ್ಲಿಯವರು? ಕಾನ್ಫಿಡೆನ್ಷಿಯಲ್ ಮ್ಯಾಟರ್ ಇದು. ನಿಮ್ಮಿಂದ ಮತ್ತೆಲ್ಲೂ ಆಚೆ ಹೋಗೋದಿಲ್ಲ ಅನ್ನೋ ಒಂದು ಮುಚ್ಚಳಿಕೆ ನಾನು ನೀವು ಬರೆದು ಕೊಡಬೇಕಾಗುತ್ತೆ"

"ಆಗಬಹುದು ಸರ್"

"ಮತ್ತೆ ನಮಗೆ ಗೊತ್ತಿರೋ ಒಬ್ಬರ ರೆಫರೆನ್ಸ್ ಕೂಡ ಬೇಕಾಗುತ್ತೆ"

"ಸರ್, ನಾನು ಮೈಸೂರಿನವನು. ಅಲ್ಲಿಯ ಯಾರಾದರೂ ರೆಸ್ಪಾನ್ಸಿಬಲ್ ಪರ್ಸನ್ ರೆಫರೆನ್ಸ್ ಕೊಡಬಹುದೆ?"

"ಆಗಬಹುದು ಆದರೆ ಅವರು ನಮಗೆ ಗೊತ್ತಿರಬೇಕು. ನಾವು ಅವರ ಹತ್ರ ಮಾತಾಡ್ತೀವಿ. ಅವರು ಒಪ್ಪಿದರೆ ಮುಂದಿನದು.."

"ಆಯ್ತು ಸರ್ ಅಂತ ವ್ಯಕ್ತಿಗಳ ನಾಲ್ಕೈದು ಜನರ ಹೆಸರು ನಾನು ಹೇಳ್ತೀನಿ. ಅವರಲ್ಲಿ ಯಾರಾದರೂ ಒಬ್ಬರು ಆಗಬಹುದು ಅಂದರೆ ಅವರ ಕಡೆಯಿಂದ ನಿಮಗೆ ಫೋನ್ ಮಾಡಿಸ್ತೀನಿ"

"ಆಗಬಹುದು. ಸ್ಯಾಂಪಲ್ ತಂದಿದ್ದೀರಾ?"

"ಇಲ್ಲ ಇದೆಲ್ಲ ವಿಚಾರಿಸಿ ಆಮೇಲೆ ಸ್ಯಾಂಪಲ್ ತರೋಣ ಅಂತ ಬಂದಿದೀನಿ"

"ಓಕೆ ಇದೆಲ್ಲ ಮುಖ್ಯ. ಈ ಫಾರ್ಮಾಲಿಟೀಸ್ ಮುಗಿಸಿಕೊಂಡು ಸ್ಯಾಂಪಲ್ ತಗೊಂಡು ಬನ್ನಿ"

"ಫೀಸ್ ಎಷ್ಟಾಗಬಹುದು ಸರ್? ಅದಕ್ಕೆ ರಶೀತಿ ಕೊಡೋಕಾಗುತ್ತಾ?"

"ಫೀಸು ಎರಡು ಲಕ್ಷ ಆಗುತ್ತೆ, ಕ್ಯಾಷ್ ಪೇಮೆಂಟ್. ಆದರೆ ರಶೀದಿ ಕೊಡೋಲ್ಲ"

"ಫೀಸು ತುಂಬಾ ಜಾಸ್ತಿ ಆಯ್ತಲ್ಲ?"

"ಇದರಲ್ಲಿ ಇನ್ನೂ ಎರಡ್ಮೂರು ಜನರಿಗೆ ಶೇರಾಗುತ್ತೆ. ಜೊತೆಗೆ ಈ ಅಡ್ಜಸ್ಟೆಡ್ ರಿಪೋರ್ಟಿಂದ ನಿಮಗೆಷ್ಟೋ ಲಾಭ ಇರುತ್ತಲ್ಲ? ಅದನ್ನ ನಾವು ಕೇಳೋದೇ ಇಲ್ಲ"

"ಫೀಸು ಸ್ವಲ್ಪ ಅಡ್ಜಸ್ಟ್ಮೆಂಟ್ ಮಾಡಬೇಕಾಗುತ್ತೆ ಸರ್"

"ಓ.ಕೆ ಅದು ನೋಡೋಣ. ಎರಡೂ ಸ್ಯಾಂಪಲ್ಸ್ ತಗೊಂಡು ಬನ್ನಿ ಸಪರೇಟ್ ಆಗಿ ಐಡೆಂಟಿಫಿಕೇಶನ್ನು ಇರಬೇಕು. ಯಾವ ಡಿ.ಎನ್.ಎ ಯಾವುದಕ್ಕೆ ಮ್ಯಾಚ್ ಮಾಡಬೇಕು ಅನ್ನೋದನ್ನ ಸ್ಪಷ್ಟವಾಗಿ ಹೇಳಬೇಕಾಗುತ್ತೆ"

"ಅದನ್ನೆಲ್ಲ ನಾನು ನೋಡ್ಕೋತೀನಿ ಸರ್"

"ಓ.ಕೆ ನಾನು ಹೇಳಿದ್ದಲ್ಲ ಮುಗಿಸಿಕೊಂಡು ಆದಷ್ಟು ಬೇಗ ಬನ್ನಿ. ಯಾವುದೇ ಕಾನೂನಿನ ಬಲೆಯಲ್ಲಿ ಸಿಕ್ಕಿ ಹಾಕಿಕೊಳ್ಳದ ಹಾಗೆ ನೋಡಿಕೊಳ್ಳಿ. ಮತ್ತೆ ಎಲ್ಲಾ ಜವಾಬ್ದಾರಿನೂ ನಿಮ್ಮದು. ನಮ್ಮ ಲ್ಯಾಬಿನ ಹೆಸರು ಯಾವುದೇ ಕಾರಣಕ್ಕೂ ಯಾರಿಗೂ ತಿಳಿಸಬಾರದು ಇದು ನಮ್ಮಿಬ್ಬರ ನಡುವೆ ಒಂದು ಒಪ್ಪಂದ ಇದ್ದಾಗೆ. ಪರಸ್ಪರ ವಿಶ್ವಾಸ ಇರಬೇಕು, ದ್ರೋಹ ಮಾಡಬಾರದು.

"ಇಲ್ಲ ಹಾಗೇನೂ ಆಗೋದಿಲ್ಲ ಆ ರೀತಿ ನಾನು ನೋಡಿಕೊಳ್ಳುತ್ತೇನೆ"

"ಅಂದಹಾಗೆ ನಿಮ್ಮ ಹೆಸರು ಏನು ಅಂತ ಹೇಳಿದ್ರಿ?"

"ಚಾಮಯ್ಯ, ಸಿಮೆಂಟು ಮತ್ತು ಸ್ಟೀಲ್ ಡೀಲರ್"

"ಓ.ಕೆ ಚಾಮಯ್ಯ ನಾವಿಲ್ಲಿ ಮಾತಾಡಿದ್ದು ಕಾನ್ಫಿಡೆನ್ಷಿಯಲ್ ಆಗಿರಬೇಕು"

"ಅದನ್ನು ಹೇಳಬೇಕಾ ಸರ್?"

ಲ್ಯಾಬಿನಿಂದ ಈಚೆ ಬರುವಾಗ ವಿಕ್ರಮ್ ಯೋಚಿಸಿದರು. ಪ್ರಫುಲ್ಲ ಎಸ್ಟೇಟಿನ ಮಂದಾಕಿನಿ ಶರೀರದ ಡಿ.ಎನ್.ಎ ಇವರು ಖಂಡಿತವಾಗಿ ಮ್ಯಾನಿಪುಲೇಟ್ ಮಾಡಿದ್ದಾರೆ ಎನ್ನುವುದು ಖಾತ್ರಿಯಾಯಿತು.

ಅಂದರೆ ಸೂರಜ್ ಫ್ಯಾಮಿಲಿ ಹೇಳುವ ಹಾಗೆ ಮಂದಾಕಿನಿ ಕಿಡ್ನಾಪ್ ಆಗಿದೆ. ವಿರಾಜಪೇಟೆಯ ರಸ್ತೆ ಬದಿಯಲ್ಲಿ ಸಿಕ್ಕಿದ ಬಾಡಿ ಮಂದಾಕಿನಿಯದು ಅಲ್ಲವೇ ಅಲ್ಲ! ಲ್ಯಾಬಿನಲ್ಲಿ ಡಿ.ಎನ್.ಎ ರಿಪೋರ್ಟನ್ನು ತಿರುಚಿ ಅದು ಮಂದಾಕಿನಿಯದು ಎನಿಸುವಂತೆ ಮಾಡಿಬಿಟ್ಟಿದ್ದಾರೆ!. ಆ ಕೆಲಸವನ್ನು ಮಾಡಿದವರು ಯಾರು? ಅವರು ಯಾರು ಎಂದು ತಿಳಿದರೆ ಈ ಕೇಸಿಲ್ಲಿ ಇನ್ನೂ ಒಂದು ಹೆಜ್ಜೆ ಮುಂದೆ ಹೋದಂತೆ! ಈ ಕೆಲಸ ಯಾರು ಮಾಡಿರಬಹುದು? ಕರುಂಬಯ್ಯ ಡಿ.ಎನ್.ಎ ಟೆಸ್ಟ್ ಮಾಡಿಸೋಕೆ ಒಮ್ಮೆಲೆ ಒಪ್ಪಿದ್ದಾರೆ! ಅಂದರೆ ಈ ಕೆಲಸ ಅವರು ಮಾಡಿರಬಹುದೆ? ಯಾರ ಮೂಲಕವಾದರೂ ಅದನ್ನು ಲ್ಯಾಬಿಗೆ ಕಳಿಸಿ ರಿಪೋರ್ಟ್ ತರಿಸಿಕೊಂಡಿರಬಹುದು! ಇಲ್ಲ ಸ್ವತಹ ಕರುಂಬಯ್ಯ ಕೆಲಸ ಮಾಡಿರಬಹುದು! ಆದರೆ ಈ ಕೆಲಸ ಮಾಡುತ್ತಾರೆ ಆದರೆ ಅವರ ಉದ್ದೇಶ ಏನಿರಬಹುದು? ಈ ಕೆಲಸ ಅವರು ಮಾಡಲು ಸಾಧ್ಯವೇ ಇಲ್ಲ! ಹಾಗೇನಾದರೂ ನಡೆಯಬೇಕಿದ್ದರೂ ಅದಕ್ಕೊಂದು ಬಲವಾದ ಉದ್ದೇಶವಿರಬೇಕು! ಅಂತಾ ಮೋಟಿವೇಶನ್ ಯಾವುದು? ಹಣ ಇರಬಹುದೆ? ಮಂದಾಕಿನಿ ಸತ್ತಳು ಎಂದು ತೋರಿಸುವುದರಿಂದ ಕರುಂಬಯ್ಯರಿಗೆ ಏನು ಲಾಭ? ಅದೂ ಪೋಲೀಸ್ ಇಲಾಖೆಯಲ್ಲಿರುವವರು ಇಂತಾ ಕೆಲಸ ಮಾಡಲಾರರು! ಇದು ಸಾಧ್ಯವಿಲ್ಲ! ಬೇರೆ ಏನೋ ಇದೆ ಬೇರೆ ಯಾರೋ ಇದ್ದಾರೆ! ಹೌದು, ಹೌದು ಮಂದಾಕಿನಿ ಕಿಡ್ನ್ಯಾಪ್ ಮಾಡಿದವರು ಕರಿಯ ಮತ್ತು ರಂಗ. ಇವರು ಮಂದಾಕಿನಿ ಪ್ರಜ್ಞೆ ತಪ್ಪಿಸಿ ಅವಳನ್ನು ಆಚೆ ಸಾಗಿಸಿದ್ದಾರೆ. ಆನಂತರ ಅವರು ಮನೆಯಿಂದ ಹೊರಗೆ ಬಂದಿದ್ದಾರೆ. ಆದರೆ ಅವರು ಮಾರನೆಯ ದಿನ ಬೆಂಗಳೂರಿಗೆ ಪ್ರಯಾಣಿಸಿದ್ದಾರೆ. ಅದನ್ನು ರಂಗ ಕೂಡ ಹೇಳಿದ. ಸುಧಾಕರ್ ಸಹಾಯದಿಂದ ರಂಗನನ್ನು ಸ್ಟೇಷನ್ನಿಗೆ ಕರೆದುಕೊಂಡು ಬಂದು ಅವನಿಂದ ಸಾಕಷ್ಟು ಮಾಹಿತಿಯನ್ನು ಹೊರಗೆ ಹಾಕಿಸಿದ್ದೇನೆ. ಆದರೆ ಇನ್ನೂ ಅನೇಕ ರಹಸ್ಯಗಳು ಅವನಿಗೆ ಗೊತ್ತಿರುವ ಸಾಧ್ಯತೆ ಇದೆ ಈಗವನು ಬೆಂಗಳೂರಿಂದ ಹೊರಗೆ ಹೋಗಿದ್ದಾನೆ. ಅವನೇ ಹೇಳಿದ ರೀತಿಯಲ್ಲಿ ರಾಮನಗರದಲ್ಲಿ ಅಕ್ಕನ ಮನೆಗೆ ಹೋಗಿದ್ದಾನೆ ಎಂದು ಹೇಳಿದ್ದನ್ನು ನೆನಪು ಮಾಡಿಕೊಂಡರು ವಿಕ್ರಮ್. ನಮ್ಮ ಕೈಗೆ ಇನ್ನೊಬ್ಬ ಅಪರಾಧಿ ಕರಿಯಪ್ಪ ಸಿಕ್ಕಿರಲಿಲ್ಲ !

ಕರಿಯಪ್ಪ ಸಿಕ್ಕಿದ್ದರೆ ಇನ್ನೂ ಹೆಚ್ಚಿನ ಮಾಹಿತಿ ಪಡೆಯಬಹುದಲ್ಲವೇ? ಹೌದು, ಒಂದು ಹಂತದಲ್ಲಿ ಈಗ ಕೇಸು ನಿಂತಿದೆ. ಇದು ಮುಂದುವರಿಯಬೇಕಾದರೆ ಇನ್ನೂ ಒಂದು ಎಳೆ ಬೇಕಾಗಿದೆ. ಅದರ ತುದಿಯನ್ನು ಹಿಡಿಯಬೇಕಾಗಿದೆ. ಆ ದಾರದ ತುದಿ ಬಹುಶಃ ಕರಿಯ ಇರಬಹುದು! ಹೌದು ಈಗ ಕರಿಯ ಒಂದು ವೈಟಲ್ ಲಿಂಕ್! ಅವನನ್ನು ಭೇಟಿ ಆಗುವುದರ ಮೂಲಕ ಹೆಚ್ಚಿನ ವಿಶಯ ತಿಳಿದುಕೊಳ್ಳಲು ಸಾಧ್ಯವಿದೆ. ಈಗ ಮುಂದಿನ ಗುರಿ ಕರಿಯ. ಅವನು ಸಿಗುವ ಜಾಗ? ಅದು ಅಂತೋಣಿ ಬಾರ್. ಈ ಸಲ ಸುಧಾಕರ್ ಸಹಾಯ ಕೇಳಲಾಗದು. ಇದನ್ನು ನಾನೊಬ್ಬನೇ ಮಾಡುವುದು ಒಳ್ಳೆಯದು. ರಂಗ ಕೊಟ್ಟಿದ್ದ ಕರಿಯನ ಫೋನ್ ನಂಬರ್ ಮೊಬೈಲ್ನಲ್ಲಿ ದಾಖಲಾಗಿದೆ. ಆದರೆ ಕರಿಯನಿಗೆ ಯಾವ ಮುನ್ಸೂಚನೆಯೂ

ಇಲ್ಲದೆ ಮಾತಿಗೆಳೆಯಬೇಕು. ತಾನು ಯಾರು ಎಂದು ಗೊತ್ತಾದರೆ ಕರಿಯ ಸರಿಯಾದ ಮಾಹಿತಿ ಕೊಡುವುದಿಲ್ಲ.

0 0 0

ರಾತ್ರಿ ಎಂಟು ಗಂಟೆಯ ಸಮಯ. ಮಾಸಿದ ಟಿ-ಶರ್ಟ್ ಮತ್ತು ಜೀನ್ಸ್ ತೊಟ್ಟಿದ್ದ ವಿಕ್ರಮ್ ತಮ್ಮ ವೇಶವನ್ನು ಸಾಕಷ್ಟು ಬದಲಿಸಿಕೊಂಡಿದ್ದರು. ಮೀಸೆ ಅಂಟಿಸಿಕೊಂಡು, ಒಂದು ಸನ್‌ಕ್ಯಾಪು ಹಾಕಿ, ಅಂತೋಣಿ ಬಾರನ್ನು ಪ್ರವೇಶಿಸಿದರು. ಆಂತೋನಿ ಮತ್ತು ಬಾರಿನಲ್ಲಿ ಇರುವವರಿಗೆ ತಮ್ಮ ಪರಿಚಯ ಇರುವುದಿಲ್ಲ ಎಂದುಕೊಂಡಿದ್ದರು ವಿಕ್ರಮ್. ಈ ಹಿಂದೆ ಅಂತೋಣಿ ಬಾರಿಗೆ ಬಂದಾಗ ಸುಧಾಕರ್ ಒಬ್ಬರೇ ಬಾರಿನ ಒಳಗೆ ಹೋಗಿದ್ದರು. ತಾನು ಹೊರಗೆ ಕಾಯುತ್ತಿದ್ದೆ. ಆನಂತರ ಚೋಟು ಬಂದಿದ್ದ. ಅಂದರೆ ಬಾರಿನಲ್ಲಿರುವವರಿಗೆ ತನ್ನ ಪರಿಚಯ ಸ್ಪಷ್ಟವಾಗಿ ಇಲ್ಲ ಎಂಬ ನಂಬಿಕೆಯಿಂದ ವಿಕ್ರಮ್ ಬಾರಿನೊಳಗೆ ಸೇರಿದ್ದರು. ಖಾಲಿಯಾಗಿದ್ದ ಒಂದು ಟೇಬಲ್ ಹುಡುಕಿ ಕುಳಿತರು. ಕ್ಲಬ್ ಪರಿಚಾರಕನಿಗೆ 'ಬಿಯರ್' ಎಂದು ಹೇಳಿದರು. ಆತ ಮುಂದೆ ಹೋಗುವಾಗ ಏನೋ ಮರೆತಂತೆ 'ಒಂದು ನಿಮಿಷ' ಎಂದು ಅವನನ್ನು ಮತ್ತೆ ಕರೆದರು.

"ಹೇಳಿ" ಎಂದ ಅವನು.

"ಇಲ್ಲಿ ಕರಿಯ ಯಾರು?" ಎಂದು ಕೇಳಿದರೆ ವಿಕ್ರಮ್.

ಆತ ಮೂರು ಟೇಬಲ್ಲಿನ ಆಚೆ ಕೂತಿದ್ದ ನಾಲ್ಕು ಜನರ ಗುಂಪೊಂದನ್ನು ತೋರಿಸಿದ.

"ನೋಡಿ ಆಲ್ಲಿ ಕೂತಿದಾನೆ" ಎಂದ.

ವಿಕ್ರಮ್ ಎದ್ದು ಆ ನಾಲ್ಕು ಜನರಿದ್ದ ಟೇಬಲ್ ಹತ್ತಿರ ಹೋದರು.

"ಕರಿಯ?" ಎಂದು ಕರೆದು ಆ ನಾಲ್ಕು ಜನರತ್ತ ನೋಡಿದರು.

ಅವರಲ್ಲಿ ಮೂವರು ಬಹುಶಃ ಯಾವುದು ಪೈಂಟಿಂಗ್ ಕೆಲಸ ಮಾಡುತ್ತಿದ್ದರು ಎನಿಸುವಂತೆ ಅಲ್ಲಲ್ಲಿ ಬಣ್ಣ ಬಿದ್ದಿದ್ದ ಬಟ್ಟೆಗಳನ್ನು ತೊಟ್ಟುಕೊಂಡಿದ್ದರು. ಒಬ್ಬನ ಬಟ್ಟೆಗಳಲ್ಲಿ ಪೈಂಟ್ ಕಲೆ ಇರಲಿಲ್ಲ .

"ಏನಾಗಬೇಕಾಗಿತ್ತು?"

ಪೈಂಟ್ ಕಲೆ ಇಲ್ಲದ ಬಟ್ಟೆಯ ಗಂಡಸು ಕೇಳಿದ.

ಸುಮಾರು ನಲವತ್ತರ ವಯಸ್ಸಿನ ಕರಿಯ ಹೆಸರಿನ ಹಾಗೆ ಕಪ್ಪಾಗಿರಲಿಲ್ಲ ಎಣ್ಣೆಗೆಂಪು ಬಣ್ಣದ ಅವನು ತಲೆ ತುಂಬಾ ದಟ್ಟ ಕೂದಲು, ಶೇವ್ ಮಾಡದ ಮುಖ, ಕಣ್ಣುಗಳು ಕೆಂಪಡರಿ ಹೊಳೆಯುತ್ತಿದ್ದರು. ಬಾಯಲ್ಲಿ ಸಿಗರೇಟು ಉರಿಯುತ್ತಿತ್ತು. ನೋಡಲು ಸೊಣಕಲನಂತೆ ಕಂಡ ಕರಿಯ.

"ಒಂದು ಕೆಲಸ ಇತ್ತು"

"ಏನ್ ಕೆಲಸ?"

"ಆಲ್ಲಿ ಕೂತ್ಕೊಂಡು ಮಾತಾಡೋಣ" ಎಂದರು ವಿಕ್ರಮ್.

ಅವನು ತನ್ನ ಗ್ಲಾಸು ಹಿಡಿದು ಎದ್ದುನಿಂತ. ವಿಕ್ರಮ್ ಕೂತಿದ್ದ ಟೇಬಲ್ಲಿಗೆ ಇಬ್ಬರೂ ಬಂದರು.

"ಕುತ್ಕೋ.." ಎಂದರು

"ಗ್ಲಾಸ್ ಖಾಲಿಯಾಗಿದೆ..ಏನ್ ತಗೋತಿಯಾ?" ಎಂದರು ವಿಕ್ರಮ್.

"ರಮ್ಮು" ಎಂದ ಕರಿಯ

ವಿಕ್ರಮ್ ಪರಿಚಾರಕನನ್ನು ಕರೆದು "ಇವರಿಗೆ ಒಂದು ಲಾರ್ಜು ರಮ್ ತಗೊಂಡ್ ಬಾ" ಎಂದರು

ಲಾರ್ಜ್ ಎಂದಿದ್ದಕ್ಕೆ ಕರಿಯನ ಮುಖ ಅರಳಿತ್ತು.

"ಹೇಳಣ್ಣ ಏನು ಕೆಲಸ ಮಾಡಬೇಕು?" ಕರಿಯನ ದನಿ ಮೃದುವಾಗಿತ್ತು!

"ಹೇಳ್ತೀನಿ, ನಿಧಾನಕ್ಕೆ ಹೇಳ್ತೀನಿ ತಿನ್ನಕ್ಕೆ ಏನಾದರೂ ಬೇಕಾ?"

"ಕೊಡಿಸಿದ್ರೆ ತಿನ್ನಲ್ಲ ಅನ್ನೊಲ್ಲ. ಇಲ್ಲಿ ತಿನ್ನೋಕೆ ಆಮ್ಲೆಟ್ ಬಿಟ್ರೆನ್ನೇನೂ ಸಿಕ್ಕಲ್ಲ. ಒಂದು ಆಮ್ಲೆಟ್ ಹೇಳಿ" ಅನಾಯಾಸವಾಗಿ ತನಗೆ ಸಿಗುತ್ತಿದ್ದ ಡ್ರಿಂಕ್ಸ್ ಮತ್ತು ಆಮ್ಲೆಟ್‌ನಿಂದ ಖುಷಿಯಾಗಿದ್ದ ಕರಿಯ.

"ಇಲ್ಲೇ ಮಾತಾಡ್ಬಹುದಾ?"

"ಹೇಳಿ, ಪರ್ವಾಗಿಲ್ಲ. ಎಲ್ಲಾ ನಮ್ಮಂತೋರೇ ಇರೋದು"

"ಒಂದು ಕೆಲ್ಸ ಒಪೆÇ್ಕಂಡಿದ್ದೀನಿ. ಅದನ್ನ ನನ್ನ ಒಬ್ಬನ ಕೈಲಿ ಮಾಡೋಕೆ ಆಗೊಲ್ಲ. ನನ್ನ ಜೊತೆಗೆ ಒಬ್ರು ಬೇಕು. ಬರ್ತೀಯ?"

"ಏನು ಕೆಲ್ಸ? ಎಷ್ಟು ದುಡ್ಡು?"

"ಕೊಡಗಲ್ಲಿ"

"ಎಲ್ಲಾದ್ರೂ ಆಗ್ಲಿ. ಅಲ್ಲಿಗೆ ಕರ್ಕೊಂಡು ಹೋಗೋದು ವಾಪಸ್ಸು ಕಳಿಸೋ ಜವಾಬ್ದಾರಿ ನಿಂದೇ!"

"ಅದ್ನ ನೋಡ್ಕಾತೀನಿ"

ಕರಿಯನ ರಮ್ಮು ಮತ್ತು ಆಮ್ಲೆಟ್ಟು ಬಂದಿತ್ತು.

"ಸರಿ ಮತ್ತೆ ದುಡ್ಡು ಎಷ್ಟೇಳ್ಬಿಡು"

"ಹತ್ಸಾವ್ರ?"

"ಆಗಕಿಲ್ಲ"

"ಇಪ್ಪತ್ತು?"

"ಅಗಬೌದು"

"ಒಂದು ಕಿಡ್ನ್ಯಾಪ್ ಕೇಸು"

"ಓ..ಎತ್ತಾಕೊಂಡು ಬರಾದಾ..?"

"ನಿಂಗೆ ಅನುಭವ ಇದೆಯಾ?"

"ಕೊಡಗಲ್ಲಿ ಒಂದು ಇಂತಾ ಕೇಸೇ ಬಂದಿತ್ತು"

"ಈಗ್ಲೂ ಅಲ್ಲೇ.."

"ಅದೇ ಮನೇಲಾ..?"

"ಹು..ಅದೇ ಮನೇಲಿ. ಆದ್ರೆ ಈ ಸಲ ಹುಡುಗ. ಅದೇ ತರಾ ಕಿಡ್ನ್ಯಾಪು"

"ಇಂಜೆಕ್ಷನ್ ಚುಚ್ಚು, ಪ್ರಜ್ಞೆ ತಪ್ಪಿಸಿ, ಹಿಂದ್ಗಡೆ ಮನೇಲಿ ಇಟ್ಟಿದ್ದು, ಜನ ಅತ್ತಿತ್ತ ಹೋದ್ಮಾಕೆ ಬಾಡಿ ಸಾಗಿಸಾದು"

"ಕರೆಕ್ಟ್! ಅದೇ ಥರಾ ಎಲ್ಲಾ.."

"ಮತ್ತೆ ಅಲ್ಲಿಗೆ ವ್ಯಾನು ಬರುತ್ತಾ..?"

"ಬರುತ್ತೆ. ವ್ಯಾನಲ್ಲಿ ಬಾಡಿ ಹೋಗೊವಾಗ ನಾವು ಅದ್ರಲ್ಲಿ ಸೇರ್ಕೋಬೇಕು"

"ಆಯ್ತಾಯ್ತು..ಅವನೇ ಡ್ರೈವರ್ರಾ..?"

"ಹೂ..ಅವನೇ.."

"ಅವತ್ತಿನ ಹಾಗೇ ವ್ಯಾನು ಅವನ ಮನೆ ಹತ್ರ ನಿಲ್ಲುತ್ತೆ. ವ್ಯಾನು ಹೋಗುತ್ತೆ. ರಾತ್ರಿ ಸಮಯಕ್ಕೆ ವ್ಯಾನು ಇರೋ ಕಡೆಗೆ ಇನ್ನೊಂದು ಕಾರು ಬರುತ್ತೆ. ಅದಕ್ಕೆ ಬಾಡಿ ಬದಲಾಯಿಸಬೇಕು. ಯಾವುದೂ ಯಾರಿಗೂ ಗೊತ್ತಾಗಬಾರದು. ಎಲ್ಲೂ ಇದರ ಬಗ್ಗೆ ಬಾಯಿ ಬಿಡಬಾರದು"

"ಆಯ್ತಾಯ್ತು..ಅದ್ಕೇ ಅಲ್ವಾ ಇಷ್ಟು ದಿನಾನೂ ಯಾರ್ಕೈಗೂ ಸಿಕ್ಕೊಳ್ಳದೆ ಇರೋದು?"

ಕರಿಯ ರಮ್ಮು ಮುಗಿಸಿದ್ದ. ಆಮ್ಲೆಟ್ ತಿಂದು ಕೈ ನೆಕ್ಕಿಕ್ಕೊಳ್ಳುತ್ತಿದ್ದ. ವಿಕ್ರಮ್ ಮತ್ತೊಂದು ರೌಂಡು ರಮ್ಮು, ಮತ್ತೊಂದು ಆಮ್ಲೆಟ್ಟಿಗೆ ಆರ್ಡರ್ ಮಾಡಿದ.

ಕರಿಯನಿಗೆ ಏನೋ ಅನುಮಾನ ಬಂದಂಗಿತ್ತು!

"ಅದ್ಸರಿ ಇದೆಲ್ಲಾ ಇದ್ರುರ್ಗೂ ಪೋಲೀಸಿಗೆ ಅನುಮಾನ ಬಂದಿಲ್ವಾ..? ಯಾರೂ ನಂತಾಕೆ ಬಂದಿಲ್ಲ..ಅದಂಗೆ ಒಂದನುಮಾನ?"

"ಏನು?"

"ಕಳೆದ್ಸಲ ರಂಗ ನನ್ನ ಜೊತೇಗಿದ್ದ. ಈಗವನು ಕಾಣಿಸ್ತಿಲ್ಲ! ಜೊತೀಗೆ ಚೋಟೂ ಕೂಡ ಪೋಲೀಸ್ ಕೈಗೆ ಸಿಕ್ಕೊಂಡನಂತೆ! ನೀನೇನಾದ್ರೂ ಪೋಲೀಸ್ ಕಡೆಯವನಾ..?"

"ಹಂಗಿದ್ರೆ ಈ ವಿಷ್ಯ ನಿನ್ನ ಹತ್ರ ಮಾತಾಡ್ತಿದ್ನಾ..?"

"ಹೌದು. ಹಳೇ ಕೇಸ್ ವಿಶಯ ಎಲ್ಲಾ ನಿಂಗೆ ಹೆಂಗೆ ಗೊತ್ತಾಯ್ತು?"

ಕರಿಯನ ಪ್ರಶ್ನೆಗೆ ಏನು ಉತ್ತರಿಸುವುದು ಎಂದು ವಿಕ್ರಮ್ ಕ್ಷಣ ಯೋಚಿಸಿದರು.

"ಏ ಆ ಕಾರ್ ಡ್ರೈವರ್ರು ಯಾರು ಅಂದ್ಕೊಂಡಿದ್ದೀಯ..?"

"ನೀನೇಯಾ..?"

ಕರಿಯನ ಅನುಮಾನ ಇನ್ನೂ ಪರಿಹಾರವಾಗಿರಲಿಲ್ಲ.

"ಹೂ..ನಿನ್ನ ನಂಬರ್ ಕೊಡು. ಮತ್ತೆ ಫೋನ್ ಮಾಡ್ತೀನಿ. ಈಗೊಂದಿಷ್ಟು ಕೆಲಸ ಐತೆ. ಬಿಲ್ ಕೊಟ್ಟೋಗ್ತೀನಿ. ನೀನು ಆರಾಮವಾಗಿ ಮನೀಗೆ ಹೋಗು..ನಾನು ಹೇಳೋ ತನಕ ಯಾವ್ಕೆಲ್ಸಾನೂ ಒಪ್ಪಿಕೋಬೇಡ"

ವಿಕ್ರಮ್ ಕಿಟಕಿಯ ಬಳಿ ಯಾರೋ ನಿಂತಿರುವುದು ಕಂಡಿತು. ಆ ಆಕೃತಿ ಬಹಳ ಹೊತ್ತಿನಿಂದಲೂ ಇತ್ತು. ತಮ್ಮತ್ತಲೇ ನೋಡುತ್ತಿರುವುದನ್ನು ಗಮನಿಸಿದ್ದರು! ಅದು ಯಾರಿರಬಹುದು? ಚೋಟೂ? ಆತ ಅಸ್ಪತ್ರೆಯಲ್ಲಿದ್ದಾನೆ! ರಂಗ? ರಾಮನಗರದಲ್ಲಿ! ಇನ್ಯಾರಿರಬಹುದು? ಎದ್ದು ಆತುರದಿಂದ ಅಲ್ಲಿಂದ ಹೊರಟರು!

ಕರಿಯ ಅನುಮಾದಿಂದ ವಿಕ್ರಮರತ್ತ ನೋಡುತ್ತಿದ್ದ.

0 0 ०

ವಿಕ್ರಮ್ ಬಾರಿನ ಲೆಕ್ಕ ಚುಕ್ತಾ ಮಾಡಿ ಆಚೆ ಬರುವಾಗ ಆ ಅಕೃತಿ ಮಹಡಿಯ ಮೆಟ್ಟಿಲುಗಳ ಬಳಿ ಇತ್ತು! ಆತುರದಿಂದ ಮೆಟ್ಟಿಲುಗಳನ್ನು ಇಳಿಯುತ್ತಿತ್ತು! ವಿಕ್ರಮ್ ವೇಗವಾಗಿ ಆ ಗಂಡಸು ಆಕೃತಿಯ ಹಿಂದೆ ಬಿದ್ದರು. ವಿಕ್ರಮ್ ಮೆಟ್ಟಿಲ ಬಳಿ ಬರುವ ವೇಳೆಗೆ ಆತ ಮೆಟ್ಟಿಲ ಕೊನೆಯಲ್ಲಿದ್ದ! ಕೊನೆಯ ಮೂರು ಮೆಟ್ಟಿಲನ್ನು ಜಂಪ್ ಮಾಡಿ ವಿಕ್ರಮ್ ಆತನ ಬಳಿ ಧಾವಿಸಿದರು. ಆತ ಮುಖ ಮುಚ್ಚುವಂತೆ ಗಾಲ್ಫ್ ಕ್ಯಾಪ್ ಧರಿಸಿದ್ದ, ಕೂಲಿಂಗ್ ಗ್ಲಾಸ್ ಹಾಕಿಕೊಂಡಿದ್ದ! ವಿಕ್ರಮ್ ತನ್ನ ಹಿಂದೆ ಬಂದಿರುವುದನ್ನು ಗಮನಿಸಿದ್ದ ಆತ ಇನ್ನಷ್ಟು ವೇಗವಾಗಿ ನಡೆಯತೊಡಗಿದ! ವಿಕ್ರಮ್ ಓಡುತ್ತಾ ಅವನನ್ನು ಸಮೀಪಿಸಿ ಭುಜವನ್ನು ಹಿಡಿದರು.

ಆತ ಹಿಂದೆ ತಿರುಗಿದ.

"ಸೂರಜ್? ನೀನಿಲ್ಲಿ..?"

ವಿಕ್ರಮ್ ಉದ್ಗರಿಸಿದರು.

"ನಾನೇ ಸರ್!" ಸೂರಜ್ ನಕ್ಕು ನುಡಿದ.

"ನನ್ನನ್ನ ಯಾಕೆ ಫಾಲೋ ಮಾಡ್ತಿದ್ದೀಯ?" ವಿಕ್ರಮ್ ಅಚ್ಚರಿಯಿಂದ ಕೇಳಿದರು.

"ಅಲ್ನೋಡಿ.." ಸೂರಜ್ ಬಾರಿನ ಕಡೆ ಕೈತೋರಿಸಿದ.

ಕರಿಯ ಬಾಲ್ಕನಿಯಲ್ಲಿ ನಿಂತು ವಿಕ್ರಮ್ ಮತ್ತು ಸೂರಜ್ ಕಡೆ ನೋಡುತ್ತಿದ್ದ!

"ಅವನಿಗೆ ಅನುಮಾನ ಬಂದಿದೆ..ಬನ್ನಿ ಬೇಗ ಇಲ್ಲಿಂದ ಹೋಗೋಣ"

"ಯೋಚನೆ ಬೇಡ. ಅವನಿಗೆ ಅನುಮಾನ ಬಂದಿದೆ ಅಷ್ಟೆ! ಅವನು ಬೇರೇನೂ ಮಾಡೊಲ್ಲ.."

"ಇಲ್ಲಿಂದ ಬೇಗ ಹೋಗೋಣ ಸಾರ್! ನಾನು ಫೋನ್ ಮಾಡ್ತೀನಿ.."

ಸೂರಜ್ ವೇಗವಾಗಿ ನಡೆದು ರಸ್ತೆಯ ಆಚೆ ಬದಿಯಲ್ಲಿದ್ದ ತನ್ನ ಬೈಕ್ ಹತ್ತಿ ಹೊರಟು ಹೋದ.

ರಸ್ತೆಯ ಇನ್ನೊಂದು ತುದಿಯಲ್ಲಿ ರಂಗ ಬಾರಿನತ್ತ ಬರುತ್ತಿರುವುದು ವಿಕ್ರಮ್ ನೋಡಿದರು. ಇನ್ನು ಕೆಲಸ ಕೆಡುತ್ತದೆ ಎಂದು ತಾವು ಕೂಡ ವೇಗವಾಗಿ ತಮ್ಮ ಬೈಕಿನತ್ತ ಧಾವಿಸಿ, ರಂಗ ತಮ್ಮನ್ನು ಗುರುತಿಸುವುದಕ್ಕೆ ಮುಂಚೆ ಅಲ್ಲಿಂದ ಮರೆಯಾದರು!

ರಾಮನಗರದಲ್ಲಿ ಒಂದು ವಾರದವರೆಗೂ ಇರುತ್ತೇನೆಂದಿದ್ದ ರಂಗ ವಾಪಸ್ಸಾದನೇಕೆ? ಮತ್ತೆ ಏನಾದ್ರೂ ಅವನಿಗೆ ಸೂಚನೆಗಳು ಬಂದಿರಬಹುದೆ? ಚೋಟೂ ಆಸ್ಪತ್ರೆಯಲ್ಲಿದ್ದರೂ ಇವರಿಗೆ ಕೆಲಸ ವಹಿಸುತ್ತಿದ್ದಾನೆಯೆ? ಸೂರಜ್ ತನ್ನನ್ನು ಏಕೆ ಹಿಂಬಾಲಿಸುತ್ತಿದ್ದಾನೆ? ಹಲವು ಪ್ರಶ್ನೆಗಳು ವಿಕ್ರಮ್ ತಲೆಯಲ್ಲಿ ಸುಳಿದಾಡತೊಡಗಿದವು!

10

ಅಧ್ಯಾಯ:

ವಿಕ್ರಮ್ ಮೆಸೇಜು ನೋಡಿದರು.

'ಮೀಟ್ ಇಮೀಡಿಯಟ್ಲಿ' ಎಂದಿತ್ತು ಮೆಸೇಜು. ಕಳಿಸದವರು, ಎಸ್ಸೈ ಸುಧಾಕರ್!

ಏನಿರಬಹುದು?

'ವಿಲ್ ಬಿ ದೀರ್ ಇನ್ ಹಾಫ್ ಎನ್ ಹವರ್'

ಮರು ಮೆಸೇಜು ಮಾಡಿದರು ವಿಕ್ರಮ್. ಕರಾರುವಾಕ್ಕಾಗಿ ಅರ್ಧ ಗಂಟೆಯಲ್ಲಿ ಸುಧಾಕರ್ ಮುಂದೆ ನಿಂತಿದ್ದರು.

"ಬೆಂಗಳೂರಿನ ಟ್ರಾಫಿಕ್ ಮೀರಿ ಸಮಯ ಪಾಲನೆ ಮಾಡಿದ್ದೀರಲ್ಲಾ?" ಎಂದು ನಕ್ಕರು ಸುಧಾಕರ್".

"ಏನ್ ವಿಶಯ ಸಾರ್?"

"ಸೈಬರ್ ಬ್ರ್ಯಾಂಚಿದ ರಿಪೋರ್ಟ್ ಬಂದಿದೆ!"

"ಗ್ರೇಟ್"

"ಚೋಟು ಯಾನೆ ಸುದೇಶ್ ಹೇಳಿದ್ದು ನಿಜ. ಅವನಿಗೆ ಬರ್ತಿದ್ದ ಎಲ್ಲಾ ಕಾಲ್‌ಗಳೂ ಒಂದು ಪ್ರೈವೇಟ್ ನೆಟ್ವಕಿರ್ಂದ ಬರ್ತಿತ್ತು!"

"ಯಾವ ಊರಿಂದ?"

"ಮುಂಬೈ! ಭೂಗತ ಜಗತ್ತಿಗೆ, ಕ್ರಿಮಿನಲ್ ಆಕ್ಟಿವಿಟೀಸಿಗೆ ಪ್ರಸಿದ್ಧವಾದ ಜಾಗ"

"ಈಗ ಬೆಂಗಳೂರೇನು ಕಡಿಮೆಯಿಲ್ಲವಲ್ಲ?" ವಿಕ್ರಮ್ ಹೇಳಿ ನಕ್ಕರು.

"ಸೋ..ಡೇವಿಡ್ ಮುಂಬೈಯವನು! ಅಥವಾ ಮುಂಬೈಯಿಂದ ಆಪರೇಟ್ ಮಾಡ್ತಿದ್ದಾನೆ"

"ಅವನಿಗೆ ಸರ್ವಿಸ್ ಕೊಡ್ತಿರೋ ಪ್ರೈವೇಟ್ ನೆಟ್ವರ್ಕ್ ಕಂಪನಿ?"

"ಎಬಿಎನ್ ನೆಟ್ವರ್ಕ್ ಕಂಪನಿ. ಮುಂಬೈನ ಧಾರಾವಿಯಲ್ಲಿ ಅದರ ರಿಜಿಸ್ಟರ್ ಆಫೀಸ್"

"ಇದು ವೈಟಲ್ ಇನ್ಫರ್ಮೇಷನ್. ನಾನು ಮುಂಬೈಗೆ ಹೋಗ್ತೀನಿ. ಅಲ್ಲೇ ಈ ಕೇಸು ಸಾಲ್ವಾಗೋದು! ನೀವು ಬರುವುದಕ್ಕೆ ಸಾಧ್ಯವೇ?"

ವಿಕ್ರಮ್ ಕೇಳಿದರು.

"ನಾನು ಈ ವಿಶಯ ನನ್ನ ಮೇಲಿನ ಆಫೀಸರಿಗೆ ಹೇಳಿ ಡಿಪಾರ್ಟ್ಮೆಮೆಂಟಿಂದ ಪರ್ಮಿಷನ್ ತಗೊಂಡು ಬರ್ಬೇಕಾಗುತ್ತೆ. ನಾನು ಅಥವಾ ನಮ್ಮ ಕಡೆ ಯಾರಾದ್ರೂ ಮುಂಬೈಗೆ ಬರುತ್ತೀವಿ. ಆದರೆ ಅದಕ್ಕೆ ಟೈಮ್ ಹಿಡಿಯುತ್ತೆ"

ಸುಧಾಕರ್ ಹೇಳಿದರು.

"ಎಬಿಎನ್ ಕಂಪನಿದು ಧಾರಾವಿ ಅಡ್ರೆಸ್ ಕೊಡಿ" ವಿಕ್ರಮ್ ರಿಕ್ವೆಸ್ಟ್ ಮಾಡಿದರು.

"ಈಗಲೇ ನೀವು ಮುಂಬೈ ಹೋಗುತ್ತೀರೇನು?" ಸುಧಾಕರ್ ಕೇಳಿದರು.

"ಹೌದು ನನ್ನ ಕ್ಲೈಂಟ್ ಕೊಟ್ಟಿರೋ ಕೇಸನ್ನ ನಾನು ಸಾಲ್ವ್ ಮಾಡಬೇಕಲ್ಲ?"

"ಓಕೆ ನೀವು ಪ್ರೋಸೀಡ್ ಮಾಡಿ. ಅಕಸ್ಮಾತ್ ನಿಮಗೆ ಮುಂಬೈಯಲ್ಲಿ ಏನಾದರೂ ಪೊಲೀಸ್ ಹೆಲ್ಪ್ ಬೇಕು ಅಂದರೆ ನನ್ನ ಕಾಂಟಾಕ್ಟ್ ಮಾಡಿ ನಾನು ಅಲ್ಲಿಯ ಪೋಲಿಸ್ ಅಧಿಕಾರಿಗಳ ಜೊತೆ ಮಾತಾಡಿ ನಿಮಗೆ ಸಾಧ್ಯವಾದಷ್ಟು ಹೆಲ್ಪ್ ಮಾಡ್ತೀನಿ"

ಸುಧಾಕರ್ ಭರವಸೆ ನೀಡಿದರು.

"ಥ್ಯಾಂಕ್ಸ್ ಇನ್ಸ್ಪೆಕ್ಟರ್ ಯುವರ್ ಹೆಲ್ಪ್ ಈಸ್ ಗ್ರೇಟ್"

"ನೋಡಿ ನಾವಿಬ್ಬರೂ ಕಾನೂನಿನ ಪಾಲಕರು. ಸಮಾಜದಲ್ಲಿ ಯಾರಿಗೇ ತೊಂದರೆಯಾದರೂ ಅದಕ್ಕೆ ಕಾರಣ ಆದವರನ್ನ ಹಿಡಿದು ಕಾನೂನಿನ ವಶಕ್ಕೆ ಕೊಡೋ ಕೆಲಸ ಮಾಡ್ತಿದ್ದೀವಿ. ಇದರಲ್ಲಿ ನಾವು ಪರಸ್ಪರ ಸಹಾಯ ಮಾಡಲೇಬೇಕಾಗುತ್ತದೆ. ನೀವು ಸ್ವತಂತ್ರವಾಗಿದ್ದೀರಿ. ಆದರೆ ನಾನು ನಮ್ಮ ಇಲಾಖೆಯ ಚೌಕಟ್ಟಿನಲ್ಲಿ ಕೆಲಸ ಮಾಡಬೇಕಾಗುತ್ತದೆ ನೀವು ನಿಮ್ಮ ದಾರಿ ಹಿಡೀರಿ. ಸಾಧ್ಯವಾದರೆ ನಾನು ಬಂದು ನಿಮ್ಮ ಜೊತೆ ಕೈ ಜೋಡಿಸುತ್ತೇನೆ ನಮ್ಮಿಬ್ಬರ ದಾರಿ ಒಂದೇ, ಇಲ್ಲಿ ಯಾರು ಮುಂದೆ ಹೋಗ್ತಾರೆ? ಯಾರು ಹಿಂದಿನಿಂದ ಬರ್ತಾರೆ ಅದು ಮುಖ್ಯ ಅಲ್ಲ. ಗುರಿ ಮಾತ್ರ ಒಂದೇ"

"ಥ್ಯಾಂಕ್ಸ್ ಇನ್ಸ್ಪೆಕ್ಟರ್, ನೀವು ಬಹಳ ಚೆನ್ನಾಗಿ ಪರಿಸ್ಥಿತಿಯನ್ನು ಅನಲೈಸ್ ಮಾಡಿದ್ದೀರಿ. ಐಯಾಮ್ ಟೇಕಿಂಗ್ ಲೀವ್ ನೌವ್"

"ಹಾ...ಹೋಗೋದಕ್ಕೆ ಮುಂಚೆ ಈ ಅಡ್ರೆಸ್ ತೊಗೊಳ್ಳಿ" ಎಂದು ಎಬಿಎನ್ ನೆಟ್ವರ್ಕ್ ಕಂಪನಿಯ ವಿಳಾಸ ನೀಡಿದರು.

0 0 0

ನಾಲ್ಕು ಮೂವತ್ತಕ್ಕೆ ಬೆಂಗಳೂರಿನಿಂದ ಮುಂಬೈಗೆ ಹೋಗುವ ಏರೇಷಿಯಾ ವಿಮಾನ ಏರುವ ಮುಂಚೆ ಯಾರೋ ಏರ್ಪೋರ್ಟಿನಲ್ಲಿ ತನ್ನನ್ನು ಗಮನಿಸಿದ ಅನುಭವ ವಿಕ್ರಮ್‌ಗೆ ಆಯಿತು! ಯಾರಿರಬಹುದು? ತನ್ನ ಪ್ಲಾನು ಯಾರಿಗೂ ಗೊತ್ತಿಲ್ಲ! ಗೊತ್ತಿದ್ದವರು ಒಬ್ಬರೇ..ಅವರು ಪಿಎಸೈ ಸುಧಾಕರ್! ಅವರೇಕೆ ತನ್ನನ್ನು ಹಿಂಭಾಲ್ಲಿಸುತ್ತಾರೆ? ಇನ್ಯಾರಿರಬಹುದು? ಚೋಟೂ ಆಸ್ಪತ್ರೆಯಲ್ಲಿ ಪೋಲೀಸ್ ನಿಯಂತ್ರಣದಲ್ಲಿದ್ದಾನೆ! ಇನ್ಯಾರಿರಬಹುದು? ತಾನು ಚೆಕ್ ಇನ್ ಆಗುವುದನ್ನೂ ಯಾರೋ ಗಮನವಿಟ್ಟು ನೋಡುತ್ತಿದ್ದುದು ಅನುಭವ! ಇಲ್ಲ, ಅದು ತನ್ನ ಭ್ರಮ ಅಷ್ಟೆ! ತಾನು ಮುಂಬೈಗೆ ಹೊರಟಿರುವ ವಿಶಯ ಯಾರಿಗೂ ಗೊತ್ತೇ ಇಲ್ಲ! ಇನ್ನು ತನ್ನನ್ನು ಫಾಲೋ ಮಾಡುವ ಸಾಧ್ಯತೆಯೇ ಇಲ್ಲ! ಅಥವಾ ಬೇರೆ ಯಾರೋ ಇನ್ಯಾರನ್ನೋ ಫಾಲೋ ಮಾಡುತ್ತಿದ್ದರೂ ಇರಬಹುದು.

ಸುಧಾಕರ್ ಎಚ್ಚರಿಕೆಯಿಂದ ಮುಂಬೈ ವಿಮಾನ ನಿಲ್ದಾಣದಲ್ಲಿ ಇಳಿದಾಗ ಸಂಜೆ ಆರು ಗಂಟೆ ಮೂವತ್ತು ನಿಮಿಷಗಳನ್ನು ವಾಚು ತೋರಿಸುತ್ತಿತ್ತು. ತನ್ನನ್ನು ಫಾಲೋ ಮಾಡುತ್ತಿದ್ದ ವ್ಯಕ್ತಿ ಕೊನೆಗೂ ಬೆಂಗಳೂರಿನಲ್ಲೇ ಕಳಚಿಕೊಂಡ ಎಂದುಕೊಂಡಿದ್ದರು! ಆದರೆ ಹಾಗಾಗಿರಲಿಲ್ಲ. ಯಾರೋ ಒಬ್ಬ ಅವರನ್ನು ನೆರಳಿನಂತೆ ಅದರೆ ಅವರ ಗಮನಕ್ಕೆ ಬರದಂತೆ ಹಿಂಬಾಲಿಸುತ್ತಿದ್ದ!

ಮುಂಬೈಯ ಗಜಿಬಿಜಿ ನೋಡಿದಾಗ, ಬೆಂಗಳೂರು ಈಗೇನೂ ಕಡಿಮೆಯಿಲ್ಲ. ಮುಂಬೈಗೆ ಸರಿಸಮಕ್ಕೇ ಬರುತ್ತಿದೆ ಎನಿಸಿತು.

ವಿಮಾನ ನಿಲ್ದಾಣದಿಂದ ಟ್ಯಾಕ್ಸಿ ಹಿಡಿದು ಧಾರವಿಯ ಎಲಿಗೆಂಟ್ ಹೋಟೆಲನ್ನು ತಲುಪಿದರು. ಬರುವ ಮುಂಚೆಯೇ ತಮ್ಮ ಮೊಬೈಲು ಉಪಯೋಗಿಸಿ, ಹೋಟೆಲಿನಲ್ಲಿ ರೂಮು ಬುಕ್ ಮಾಡಿದ್ದರು.

ತಾವು ತಂದಿದ್ದ ಒಂದೇ ಒಂದು ಬ್ರೀಫ್ ಕೇಸನ್ನು ರೂಮಿನಲ್ಲಿ ಇಟ್ಟು ಹೊರಗೆ ಬಂದು ಓಲಾ ಟ್ಯಾಕ್ಸಿ ಹಿಡಿದರು.

ಪ್ರತಿಯೊಂದು ಹೊಸ ತಂತ್ರಜ್ಞಾನ ಸಮಾಜದ ಮೇಲೆ ಎಷ್ಟೊಂದು ಪ್ರಭಾವ ಬೀರಿ ಜೀವನ ಶೈಲಿಯನ್ನೇ ಬದಲಿಸುತ್ತಿದೆ ಎಂದು ಅಚ್ಚರಿಪಟ್ಟರು. ಓಲಾ, ಊಬರುಗಳು ಮತ್ತು ಗೂಗಲ್ಲಿನ ಮ್ಯಾಪು ಬಂದ ಮೇಲೆ ಟ್ಯಾಕ್ಸಿಯ ಪ್ರಯಾಣ ಸುಲಭವಾಗಿದೆ. ಬರಿ ವಿಳಾಸ ಇದ್ದರೆ ಸಾಕು ಎಲ್ಲಿಗೆ ಬೇಕಾದರೂ ಸುಲಭವಾಗಿ ಹೋಗಬಹುದು, ನೇರವಾಗಿ ನಮ್ಮನ್ನು ಅಲ್ಲಿಗೇ ಕರೆದುಕೊಂಡು ಹೋಗಿ ಬಿಡುತ್ತಾರೆ ಎಂಬ ಯೋಚನೆಯಲ್ಲಿ ತೊಡಗಿದ್ದರು. ಈ ಸಮಯದಲ್ಲಿ ಎಬಿಎನ್ ಕಂಪನಿಗೆ ಹೋದರೆ ಅವರು ಖಂಡಿತವಾಗಿಯೂ ಮುಚ್ಚಿರುತ್ತಾರೆ ಜೊತೆಗೆ ತಾನು ಅಪಾಯಿಂಟ್ಮೆಂಟ್ ತೆಗೆದುಕೊಂಡಿಲ್ಲ. ಅನುಮತಿ ಇಲ್ಲದೆ ಒಳಗೆ ಹೋಗುವುದು ಅಪರಾಧ. ಈ ವಿಶಯವಾಗಿ ತಾನು ಏನಾದರೂ ಮಾಡಲೇಬೇಕಾಗಿದೆ ವಿಕ್ರಮ್ ತಮಗೆ ತಾವೇ ಹೇಳಿಕೊಂಡರು.

'ನಿಮಗೆ ಮುಂಬೈ ಪೊಲೀಸರ ಸಹಾಯ ಬೇಕಾದರೆ ನಾನು ಅವರ ಜೊತೆ ಮಾತನಾಡುತ್ತೇನೆ' ಎಂದಿದ್ದರು ಸುಧಾಕರ್. ತಾನೀಗ ಸುಧಾಕರ್ ಜೊತೆ ಮಾತನಾಡಿ, ಅವರು ಅವರ ಉನ್ನತ ಅಧಿಕಾರಿಗಳ ಜೊತೆ ಮಾತನಾಡಿ ಅನುಮತಿ ಕೊಡಿಸಬೇಕಾದರೆ ಬಹಳ ಸಮಯ ಹಿಡಿಯುತ್ತದೆ. ಇನ್ನು ನನಗೆ ಉಳಿದಿರುವ ಆಯ್ಕೆಯೆಂದರೆ ಎಬಿಎನ್ ಕಂಪನಿಯವರೊಂದಿಗೆ ಮಾತಾಡಲು ತಾವೇ ಹೋಗಿ ರಿಕ್ವೆಸ್ಟ್ ಮಾಡಬಹುದು. ಅದು ಸಾಧ್ಯವಾಗಬಹುದು. ಆದರೆ ತಾವು ಒಬ್ಬ ಪ್ರೈವೇಟ್ ಇನ್ವೆಸ್ಟಿಗೇಟರ್. ತಮಗೆ ಬೇಕಾದುದನ್ನು ಅವರ ಬಾಯಿ ಬಿಡಿಸಲು ಯಾವುದೇ ಅಧಿಕಾರವೂ ತನಗಿಲ್ಲ. ಹೀಗಿರುವಾಗ ತನಗೆ ಅನುಮತಿ ಸಿಗುವುದು ಕಷ್ಟ, ಕಷ್ಟವೇನು? ಸಿಕ್ಕುವುದೇ ಇಲ್ಲ. ಈ ಪರಿಸ್ಥಿತಿಯನ್ನು ನಾನು ಹೇಗೆ ನಿಭಾಯಿಸಬಹುದು?

ತನ್ನ ಕೆಲಸ ಎಬಿಎನ್ ಕಂಪನಿಯಲ್ಲಿ ಯಾರು ಇರುತ್ತಾರೆ ಎನ್ನುವುದರ ಮೇಲೆ ನಿರ್ಧಾರವಾಗುತ್ತದೆ. ನಾನು ಅವರ ಮನ ಒಲಿಸಲು ಮಾಡಲು ಪ್ರಯತ್ನಿಸಬಹುದು. ತನಗೆ ಕರ್ನಾಟಕ ಸರ್ಕಾರದ ಕಾನೂನು ಇಲಾಖೆಯಿಂದ ಸಿಕ್ಕಿರುವ ಅನುಮತಿಯನ್ನು

ತೋರಿಸಬಹುದು, ಆದರೆ ಎಷ್ಟರಮಟ್ಟಿಗೆ ಅದು ಕೆಲಸ ಮಾಡಬಹುದು ಎನ್ನುವ ಅನುಮಾನ ಅವರಲ್ಲಿತ್ತು.

ಈಗ ಅದೆಲ್ಲವನ್ನು ಯೋಚಿಸುವ ಅವಶ್ಯಕತೆಯಿಲ್ಲ. ಅಲ್ಲಿಗೆ ಹೋದ ಮೇಲೆ ಅಲ್ಲಿನ ಪರಿಸ್ಥಿತಿಯನ್ನು ನೋಡಿ ಮುಂದೇನು ಮಾಡಬಹುದು ಅದನ್ನು ಮಾಡೋಣ. ಈ ನಿರ್ಧಾರಕ್ಕೆ ಬಂದ ವಿಕ್ರಮ್‌ಗೆ ಸಮಾಧಾನವಾಯಿತು. ಕಾರಿನ ಕಿಟಕಿಯಾಚೆ ನೋಡುತ್ತಾ. ಆಚೆ ಕಾಣಿಸುತ್ತಿದ್ದುದು ತಾವು ಹಿಂದೆ ನೋಡಿದ್ದಕ್ಕೂ ಈಗ್ಗೂ ಎಷ್ಟು ಬದಲಾಗಿದೆ ಎಂದು ಪರೀಕ್ಷಿಸಿದರು. ಮಿಲಿಟರಿಯಲ್ಲಿದ್ದಾಗ, ಭಾರತದ ಬಹುತೇಕ ಎಲ್ಲ ನಗರಗಳಲ್ಲೂ ಕೆಲವು ಕಾಲ ಸೇವೆಯನ್ನು ಸಲ್ಲಿಸಿದ್ದು ನೆನಪು ಮಾಡಿಕೊಂಡರು. ಮುಂಬೈ ಅವರಿಗೆ ಹೊಸದೇನೂ ಆಗಿರಲಿಲ್ಲ. ಧಾರಾವಿಯಲ್ಲಿ ಕೂಡಾ ಕೆಲವು ಕಾಲ ಇದ್ದುದು ನೆನಪಾಯಿತು.

ಟ್ಯಾಕ್ಸಿ ನಿಂತಿದ್ದಕ್ಕೆ ತಾವು ಬರಬೇಕಾಗಿದ್ದ ಸ್ಥಳ ಬಂದಿದೆ ಎನ್ನುವುದು ಗೊತ್ತಾಯಿತು ಟ್ಯಾಕ್ಸಿಯವನಿಗೆ ಹಣ ಕೊಟ್ಟು, ಕೆಳಗಿಳಿದು ಎದುರಿನ ಕಟ್ಟಡವನ್ನು ನೋಡಿದರು. ಅದು ಮೂರಂತಸ್ತಿನ ಕಟ್ಟಡ. ಎಬಿಎನ್ ನೆಟ್ವರ್ಕ್ ಇದ್ದಿದ್ದು ಎರಡನೇ ಮಹಡಿಯಲ್ಲಿ. ಆ ಕಟ್ಟಡದ ಪ್ರವೇಶ ಯಾವ ಕಡೆ ಇದೆ ಎಂದು ಒಮ್ಮೆ ಕಣ್ಣು ಹಾಯಿಸಿದರು. ಕೆಳಗಿನ ಅಂತಸ್ತಿನಲ್ಲಿ ಇದ್ದ ಎಲ್ಲವೂ ವ್ಯಾಪಾರಿ ಸಂಸ್ಥೆಗಳ. ಅವೆಲ್ಲ ಬಹುತೇಕ ಆಫೀಸುಗಳಂತೆ ಕಾಣಿಸಿದವು. ಅವುಗಳೆಲ್ಲವೂ ಬಹುತೇಕ ಮುಚ್ಚಿದ್ದವು.

ಎಬಿಎನ್ ಕಂಪೆನಿ ಕೂಡಾ ಮುಚ್ಚಿರುವ ಸಾಧ್ಯತೆಗಳೆ ಹೆಚ್ಚು ಅನಿಸಿತು.

ತಾವು ನಿಂತಿದ್ದ ಜಾಗದ ಎದುರಿಗೆ ಕಟ್ಟಡಕ್ಕೆ ಪ್ರವೇಶದ್ವಾರ ಕಾಣಿಸಿತು. ವಿಕ್ರಮ್ ಪ್ರವೇಶದ್ವಾರದ ಕಡೆಗೆ ನಡೆದರು.

ಮಹಡಿಗೆ ಲಿಫ್ಟ್ ಇತ್ತಾದರೂ ಒಳಗೆ ಸಿಸಿ ಟಿವಿ ಕ್ಯಾಮರಾ ಇರುವ ಅನುಮಾನ ಬಂತು. ಹಾಗಾಗಿ ಲಿಫ್ಟ್ ಉಪಯೋಗಿಸಿದೆ ಮೆಟ್ಟಿಲುಗಳನ್ನು ಹತ್ತಿ ಎರಡನೆಯ ಮಹಡಿಗೆ ಬಂದರು. ಮೆಟ್ಟಿಲುಗಳು ಕಟ್ಟಡದ ಮಧ್ಯಭಾಗದಲ್ಲಿದ್ದು ಎರಡು ಕಡೆಗೆ ಆಫೀಸುಗಳು ಚಾಚಿಕೊಂಡಿದ್ದವು. ಎದುರಿಗೆ ಯಾವ ಆಫೀಸಿಗೆ ಯಾವಕಡೆ ಹೋಗಬೇಕು ಎನ್ನುವ ಬಾಣದ ಗುರುತುಗಳಿದ್ದವು. ಬಲಗಡೆಗೆ ಎಬಿಎನ್ ಕಂಪನಿ ಇದೆ ಎನ್ನುವ ಗುರುತು ಕಾಣಿಸಿತು. ವಿಕ್ರಮ್ ಆ ದಿಕ್ಕಿನಲ್ಲಿ ನಡೆದರು. ಎರಡು ಬೇರೆ ಆಫೀಸುಗಳನ್ನು ದಾಟಿದ ನಂತರ ಎಬಿಎನ್ ಕಂಪನಿಯ ಬಾಗಿಲು ಕಾಣಿಸಿತು. ಗಾಜಿನ ಬಾಗಿಲಿಂದಾಚೆ ಒಬ್ಬನೇ ಒಬ್ಬ ಉದ್ಯೋಗಿ ಕುಳಿತಿದ್ದ. ತಲೆಗೆ ಹೆಡ್ ಫೋನ್ ಸಿಕ್ಕಿಸಿಕೊಂಡು ಯಾರೊಂದಿಗೋ ಮಾತನಾಡುತ್ತಿದ್ದ. ವಿಕ್ರಮ್ ಗಾಜಿನ ಬಾಗಿಲ ಮುಂದೆ ನಿಂತು ಬೆರಳಿನಿಂದ ನಾಲ್ಕೈದು ಸಲ ಮೆಲ್ಲನೆ ಟ್ಯಾಪ್ ಮಾಡಿದರು.

ಯಾರೊಂದಿಗೋ ಮಾತಿನಲ್ಲಿ ತೊಡಗಿದ್ದ ಆತ ಇವರ ಕಡೆ ತಿರಿಗೆ ನೋಡಿದ. ಅವನು ಯುವಕ ಸುಮಾರು ಇಪ್ಪತ್ತೈದು ವಯಸ್ಸಿನ, ಜೀನ್ಸ್ ಮತ್ತು ಟಿ-ಷರ್ಟಿನಲ್ಲಿದ್ದ ಯುವಕ. ಏನು? ಎನ್ನುವಂತೆ ಕೈಯಲ್ಲಿ ಸನ್ನೆ ಮಾಡಿದ. ನಾನು ಮಾತನಾಡಬೇಕು ಎಂದು ಕೈಸನ್ನೆಯಲ್ಲೇ ತಿಳಿಸಿದರು ವಿಕ್ರಮ್. ಆತ ಎರಡು ನಿಮಿಷ ನಿಲ್ಲಿ ಎನ್ನುವಂತೆ ಕೈಸನ್ನೆ ಮಾಡಿದ. ವಿಕ್ರಮ್ ಅವನಿಗಾಗಿ ಕಾಯುತ್ತ ನಿಂತರು. ಅವನು ಹೇಳಿದಂತೆ ಸುಮಾರು ಎರಡು ನಿಮಿಷಗಳ ನಂತರ ಬಾಗಿಲ ಬಳಿ ಬಂದು ಬಾಗಿಲನ್ನು ತೆರೆದು ಕೇಳಿದ,

"ಏನು ಬೇಕಾಗಿತ್ತು"

"ನನಗೆ ಒಂದು ಫೋನ್ ಕನೆಕ್ಷನ್ ಬೇಕಾಗಿತ್ತು" ಎಂದರು.

"ನೀವು ಬೆಳಿಗ್ಗೆ ಬರಬೇಕು" ಎಂದ ಆತ.

"ಸ್ವಲ್ಪ ಅಜೆರ್ಂಟ್ ಇದೆ..ಈಗಲೇ ಕನೆಕ್ಷನ್ ಬೇಕಾಗಿತ್ತು" ಎಂದರು.

"ನಮ್ಮ ವೆಬ್ಸೈಟ್ ಇದೆ. ನೀವು ಆನ್ಲೈನಲ್ಲಿ ಕನೆಕ್ಷನ್ನಿಗೆ ರಿಕ್ವೆಸ್ಟ್ ಮಾಡಬಹುದು" ಎಂದ ಆತ.

"ಇಲ್ಲ ನನಗೆ ಕಂಪ್ಯೂಟರ್ ಆಪರೇಟ್ ಮಾಡೋಕೆ ಬರೋದಿಲ್ಲ ಅದಕ್ಕೆ ನಾನು ನಾನೇ ಸ್ವತಃ ಬಂದಿದ್ದೀನಿ"

ವಿಕ್ರಮ್ ಮಾತು ಮುಂದುವರಿಸಿದರು.

"ಐಯಾಮ್ ಸಾರಿ. ನಾನು ಕಾಲ್ ಸೆಂಟರ್ ಉದ್ಯೋಗಿ. ನಾನು ಹನ್ನೊಂದು ಗಂಟೆ ತನಕ ಮಾತ್ರ ಇಲ್ಲಿರ್ತೀನಿ. ಆಮೇಲೆ ಇಲ್ಲಿ ಯಾರೂ ಇರೋದಿಲ್ಲ. ನಿಮಗೆ ಏನಾದರೂ ಸಹಾಯ ಬೇಕಾದರೆ ನೀವು ಬೆಳಗ್ಗೆ ಬರಬೇಕು. ಸಾರಿ ನಾನು ನಿಮಗೆ ಹೆಲ್ಪ್ ಮಾಡಲಾರೆ" ಎಂದ.

ವಿಕ್ರಮ್ ಅಲ್ಲೇ ನಿಂತು ಒಳಗಿನ ವ್ಯವಸ್ಥೆಯನ್ನು ಅರ್ಥಮಾಡಿಕೊಳ್ಳಲು ಪ್ರಯತ್ನಿಸಿದರು.

"ಅಂದರೆ ನೀವು ನನ್ನ ಕೋರಿಕೆಯನ್ನು ಈಡೇರಿಸಲಾಗುವುದಿಲ್ಲವೆ?" ಎಂದು ಮತ್ತೊಮ್ಮೆ ಕೇಳಿದರು ವಿಕ್ರಮ್.

"ನಾನಾಗಲೇ ಹೇಳಿದೆ ನಿಮಗೆ. ನಾನು ಬರೀ ಕಾಲ್ ಸೆಂಟರಿಗೆ ಸಂಬಂಧಿಸಿದವರು ಅಂತ. ನೀವು ನನ್ನ ಮಾತು ಕೇಳ್ತಾಯಿಲ್ಲ. ಪ್ಲೀಸ್ ಹೋಗಿ ನನಗೆ ಕಾಲ್ ಬರ್ತಾ ಇರುತ್ತವೆ, ನಾನು ಅದನ್ನ ಅಟೆಂಡ್ ಮಾಡಲೇಬೇಕು"

"ಓಕೆ ಹಾಗಾದ್ರೆ ನಾನು ನಾಳೇನೆ ಬರ್ತೀನಿ" ಎಂದು ವಿಕ್ರಮ್ ಮತ್ತೊಮ್ಮೆ ಒಳಗೆ ಕಂಡಿದ್ದನ್ನೆಲ್ಲ ಮನಸ್ಸಿನಲ್ಲಿ ರೆಕಾರ್ಡ್ ಮಾಡಿಕೊಳ್ಳಲು ಪ್ರಯತ್ನಿಸಿದರು.

ತಾನು ಕಾಲ್ ಸೆಂಟರ್‌ನವನು ಎಂದು ಹೇಳಿಕೊಂಡು ಉದ್ಯೋಗಿ ಇದ್ದದ್ದು ಸುಮಾರು ಇಪ್ಪತ್ತಡಿ ಉದ್ದ, ಇಪ್ಪತ್ತಡಿ ಅಗಲದ ರೂಮಿನಲ್ಲಿ. ಅದರಾಚೆಗೆ ಒಂದು ವಿಶಾಲವಾದ ಜಾಗವಿತ್ತು. ಅಲ್ಲೇ ಮಧ್ಯಭಾಗದಲ್ಲಿ ಮತ್ತೊಂದು ಗಾಜಿನ ಚೇಂಬರಿತ್ತು. ಅಲ್ಲಿ ಒಂದು ದೊಡ್ಡ ಕಂಪ್ಯೂಟರ್ ಕಾಣಿಸಿತು. ಅದರ ಸುತ್ತ ಚೌಕಾಕಾರದಲ್ಲಿ ಎಡ ಬಲಗಳಲ್ಲಿ ಎಂಟು ಕಂಪ್ಯೂಟರ್‌ಗಳು ಮತ್ತು ಅವುಗಳ ಸ್ಕ್ರೀನುಗಳು ಕಾಣಿಸಿದವು. ಗ್ಲಾಸ್ ಚೇಂಬರಿನಲ್ಲಿ ಕಂಡದ್ದು ಸರ್ವರ್ ಎಂದು ಮತ್ತು ಆ ಎಂಟು ಕಂಪ್ಯೂಟರುಗಳು ಉದ್ಯೋಗಿಗಳು ಕೆಲಸ ಮಾಡಲು ಎನ್ನುವುದು ಅವರಿಗೆ ಅರ್ಥವಾಯಿತು.

ಈಚೆ ಒಂದು ಮೂಲೆಯಲ್ಲಿ ಮೂರ್ನಾಲ್ಕು ಫೈಲಿಂಗ್ ಕ್ಯಾಬಿನೆಟ್‌ಗಳು ಇದ್ದವು.

ಗ್ಲಾಸ್ ಚೇಂಬರ್ ಹೊರಗೆ, ಕಾಲ್ ಸೆಂಟರ್ ಉದ್ಯೋಗಿಯ ಪಕ್ಕದಲ್ಲಿ ಮೂರು ಟೇಬಲ್‌ಗಳಿದ್ದುವು. ಬಹುಶಃ ಕ್ಲರಿಕಲ್ ಸ್ಟಾಫ್ ಇಲ್ಲಿ ಕೂರುತ್ತಾರೆ. ಈ ಕಾಲ್ ಸೆಂಟರ್ ಉದ್ಯೋಗಿ ಹನ್ನೊಂದರವರೆಗೆ ಇರುತ್ತಾನೆ. ಬೆಳಗಿನ ಸಮಯದಲ್ಲಿ ಬಹುಶಃ ಒಂದು ಶಿಫ್ಟಿನಲ್ಲಿ ಕಂಪ್ಯೂಟರ್ ಪ್ರೋಗ್ರಾಮರುಗಳು ಇರುತ್ತಾರೆ ಎಂದು ವಿಕ್ರಮ್ ಲೆಕ್ಕಚಾರ ಹಾಕಿದರು.

ಹೇಳಿದರೂ ಇನ್ನೂ ಅಲ್ಲೇ ನಿಂತಿದ್ದ ವಿಕ್ರಮ್ ನೋಡಿ ಒಳಗೆ ಕುಳಿತಿದ್ದವ ಹೋಗಿ ಎನ್ನುವಂತೆ ಸನ್ನೆ ಮಾಡಿದ. ಹೆಬ್ಬೆಟ್ಟನ್ನು ಮೇಲೆ ತೋರಿಸಿದ ವಿಕ್ರಮ್ ತಾವೀಗ ಹೊರಡುವುದಾಗಿ ತಿಳಿಸಿ, ಅಲ್ಲಿಂದ ಹೊರಟರು.

ಈಚೆ ಬಂದವರೇ ತಮ್ಮ ಕೈಯಲ್ಲಿನ ಗಡಿಯಾರ ನೋಡಿಕೊಂಡರು. ಸಮಯ ಒಂಬತ್ತಾಗಿತ್ತು. ರಾತ್ರಿಯ ಊಟದ ಸಮಯ ಎನ್ನುವುದನ್ನು ದೇಹದ ಹಸಿವು ಸೂಚಿಸಿತು.

ಮುಂದಿನ ಕಾರ್ಯಸೂಚಿಯನ್ನು ವಿಕ್ರಮ್ ಆಗಲೇ ರೂಪಿಸಿದ್ದರು.

ರಸ್ತೆಗೆ ಬಂದವರೇ ಊಟಮಾಡಲು ಹೋಟೆಲನ್ನು ಹುಡುಕಿದರು. ಸ್ವಲ್ಪದೂರದಲ್ಲಿ ಹೋಟೆಲು ಕಂಡು, ಅದರ ಕಡೆಗೆ ನಡೆದರು.

ಊಟ ಮಾಡುತ್ತಿರುವಾಗ ಅವರು ತಮ್ಮ ಮೊಬೈಲ್ನಲ್ಲಿ ಸುಧಾಕರ್‌ಗೆ ಫೋನ್ ಮಾಡಿದರು.

"ಹಲೋ ಸರ್, ವಿಕ್ರಮ್. ಇದು ಮಾತಾಡಲು ಸರಿಯಾದ ಸಮಯವೆ?"

ತುಂಬ ಸೌಜನ್ಯದಿಂದ ಸುಧಾಕರ್ ಅವರನ್ನು ವಿಕಮ್ ಕೇಳಿದರು.

"ವಿಕ್ರಮ್ ಎಲ್ಲಿಂದ ಮಾತಾಡ್ತಿದ್ದೀರಿ?"

"ಮುಂಬೈಯಿಂದ"

"ಯು ಆರ್ ವೇರಿ ಫಾಸ್ಟ್ ವಿಕ್ರಮ್. ನಾನು ನಾಳೆ ಸಂಜೆ ಮುಂಬೈಗೆ ಬರ್ತಿದ್ದೇನೆ. ಹೇಳಿ, ಈಗ ಏನು ಫೋನ್ ಮಾಡಿದ್ದು?"

"ಸರ್ ಧಾರಾವಿಯ ಎಬಿಎನ್ ನೆಟ್ವರ್ಕ್ ಆಫೀಸಲ್ಲಿ ಕೆಲವರನ್ನ ನಾನು ಇಂಟರಾಗೇಟ್ ಮಾಡಬೇಕು ಅದಕ್ಕೆ ನನಗೆ ಒಂದು ಅನುಮತಿ ಕೊಡಿಸಬೇಕು।"

"ಓಕೆ ಐ ವಿಲ್ ಆರೆಂಜ್ ಫಾರ್ ದಟ್"

"ನೀವದನ್ನು ಮೈಲಲ್ಲಿ ಕಳಿಸಿದರೆ ಸಾಕು ಸರ್"

"ಡಾಕ್ಯೂಮೆಂಟ್ ನಾನು ಸ್ಕ್ಯಾನ್ ಮಾಡಿಸಿ ನಿಮಗೆ ಮೇಲ್ ಮಾಡುತ್ತೇನೆ"

"ದಟ್ ವಿಲ್ ಬಿ ಎ ಗ್ರೇಟ್ ಹೆಲ್ಪ್ ಸರ್"

"ಎನಿ ಪ್ರೋಗ್ರೆಸ್?"

"ಈಗ ಆಫೀಸಿಗೆ ಹೋಗಿದ್ದೆ. ಅಲ್ಲಿ ಒಬ್ಬನೇ ಒಬ್ಬ ಉದ್ಯೋಗಿ ಇದ್ದ. ಅವನು ಬೆಳಗ್ಗೆ ಬರೋಕೆ ನನಗೆ ಹೇಳಿದ ಅಲ್ಲಿಂದ ವಾಪಸ್ ಬಂದೆ. ನಾಳೆ ಬೆಳಿಗ್ಗೆ ಮತ್ತೆ ಹೋಗ್ತೇನೆ"

"ಮತ್ತೆ ಏನಾದರೂ ಈ ಕೇಸಲ್ಲಿ ಬ್ರೇಕ್ರಿಂಗ್ ನ್ಯೂಸ್ ಇದ್ದರೆ ನನಗೆ ತಿಳಿಸಿ" ಎಂದರು ಸುಧಾಕರ್.

"ಖಂಡಿತವಾಗಿ ತಿಳಿಸುತ್ತೇನೆ ಸರ್" ಎಂದರು ವಿಕ್ರಮ್.

ತಾವು ಮಾತಾಡಿದ್ದನ್ನು ಸುತ್ತಮುತ್ತ ಯಾರಾದರೂ ಕೇಳಿಸಿಕೊಂಡಿರಬಹುದು ಎಂದು ಅನುಮಾನದಿಂದ ನೋಡುತ್ತಲೇ ಇದ್ದರು ವಿಕ್ರಮ್. ಆ ರೀತಿಯ ಅನುಮಾನ ಬರುವಂತಹ ಯಾವುದೇ ವ್ಯಕ್ತಿಗಳಾಗಲಿ ಅಥವಾ ಸೂಚನೆಗಳಲ್ಲಿ ಅವರಿಗೆ ಕಾಣಿಸಲಿಲ್ಲ. ಆದರೆ ಆಚೆ ಒಬ್ಬ ವ್ಯಕ್ತಿ ವಿಕ್ರಮ್ ಊಟ ಮಾಡಲು ಒಳಗೆ ಹೋಗಿದ್ದನ್ನು ನೋಡಿದ್ದು ಅವರ ಗಮನಕ್ಕೆ ಬಂದಿರಲಿಲ್ಲ.

ವಿಕ್ರಮ್ ಊಟ ಮುಗಿಸಿದಾಗ ಒಂಬತ್ತೂವರೆಯಾಗಿತ್ತು ಎಬಿಎನ್ ಕಂಪನಿಯ ಉದ್ಯೋಗಿ ಹನ್ನೊಂದು ಗಂಟೆಗೆ ಬಾಗಿಲು ಮುಚ್ಚಿ ಹೋಗುತ್ತಾನೆ. ಆಮೇಲಷ್ಟೇ ತಮ್ಮ ಕೆಲಸ. ಮುಂದಿನ ಕೆಲಸ ಸ್ವಲ್ಪ ಅಪಾಯದ ಎನ್ನುವುದರ ಅರಿವು ವಿಕ್ರಮ್‌ಗೆ ಇತ್ತು.

ಹೋಟೆಲಿನಲ್ಲಿ ಜನರು ಖಾಲಿಯಾಗುತ್ತಿದ್ದರು. ಹೋಟೆಲ್ ಸಿಬ್ಬಂದಿ ಎಲ್ಲಾ ಕೆಲಸಗಳನ್ನು ಬೇಗಬೇಗನೆ ಮುಗಿಸುತ್ತಿದ್ದರು ಅಂದರೆ ಬಹುಶಃ ಹತ್ತು ಗಂಟೆಗೆ ಹೋಟೆಲ್ ಮುಚ್ಚುತ್ತದೆ ಎನ್ನುವುದನ್ನು ಯೋಚಿದರು ವಿಕ್ರಮ್. ಹೋಟೆಲಿನವರಿಂದ ಹೇಳಿಸಿಕೊಳ್ಳುವ ಮೊದಲು ನಾವು ಅಲ್ಲಿಂದ ಹೋಗುವುದು ಒಳಿತು ಎಂದು ಎದ್ದು ಆಚೆ ನಡೆದರು.

ಇನ್ನೂ ಒಂದು ಗಂಟೆಯನ್ನು ಹೇಗೆ ಕಳೆಯುವುದು ಎಂಬ ಯೋಚನೆಯಾಗಿತ್ತು. ವಾಪಸ್ಸು ಹೋಟೆಲಿಗೆ ಹೋಗಿ ಬರಲು ಸಾಕಷ್ಟು ಸಮಯ ಇರಲಿಲ್ಲ ಇನ್ನು ಒಂದು ಗಂಟೆ ಪಡೆಯಲು ಏನು ಮಾಡಬೇಕು ಎನ್ನುವುದು ಸಮಸ್ಯೆಯಾಯಿತು.

ಬೆಂಗಳೂರು ಸಹ ಈಗ ಮುಂಬೈಯಂತೆ ಆಗಿದೆ. ಬೆಂಗಳೂರಿನಲ್ಲೂ ಸಹ ಈಗ ರಸ್ತೆಯಲ್ಲಿ ಎಲ್ಲಿಯಾದರೂ ಸ್ವಲ್ಪ ಹೊತ್ತು ಸುಮ್ಮನೆ ನಿಲ್ಲಲು ಸಹ ಆಗದು! ಅಷ್ಟೊಂದು ಜನಸಂದಣಿ! ಅಷ್ಟೊಂದು ಜನಜೀವನದ ವೇಗ! ಈ ವೇಗ ಎಲ್ಲೆಲ್ಲಿಯೂ ಇದೆ. ಎಲ್ಲಾ ನಗರಗಳಲ್ಲೂ ಇದೆ. ಈ ವೇಗಕ್ಕೆ ಕೊನೆ ಎಲ್ಲಿದೆ? ಈ ವೇಗ ಎಲ್ಲಿಗೆ ಹೋಗಿ ನಿಲ್ಲುತ್ತದೆ? ತಮ್ಮ ಯೋಚನೆಗೆ ನಕ್ಕರು.

ಆ ಬಿಲ್ಡಿಂಗ್ ಕೆಳಗಿನ ಮಹಡಿಯ ಎಲ್ಲ ಅಂಗಡಿ-ಮುಂಗಟ್ಟುಗಳು, ಆಫೀಸುಗಳು ಸಹ ಮುಚ್ಚಿದ್ದವು. ಇನ್ನು ಎರಡನೆ ಮಹಡಿಯ ಎಬಿಎನ್ ನೆಟ್ವರ್ಕ್ ಕೂಡ ಮುಚ್ಚಿರುವ ಸಾಧ್ಯತೆ ಇದೆ. ಮುಖ್ಯವಾಗಿ ಅವರು ಎದುರಿಸಬೇಕಾಗಿದ್ದು ಮೊದಲಿಗೆ ಬಿಲ್ಡಿಂಗ್ ಸೆಕ್ಯೂರಿಟಿ ಗಾರ್ಡ್. ಅವನನ್ನು ದಾಟಿ ಮುಂದೆ ಹೋದರೆ ಎಬಿಎನ್ ನೆಟ್ವರ್ಕ್ ಕಂಪನಿ ಸಿಗುತ್ತದೆ. ಆದರೆ ಅದರ ಬಾಗಿಲು ಹಾಕಿರುತ್ತದೆ. ಬಾಗಿಲಿಗೆ ಅಳವಡಿಸಿರುವ ಲಾಕ್ ಓಪನ್ ಮಾಡಬೇಕು. ಒಳಗೆ ಪ್ರವೇಶಿಸಿದೊಡನೆಯೇ ಸೆಕ್ಯೂರಿಟಿ ಅಲಾರಮ್, ಸಿಸಿ ಟಿವಿ ಕ್ಯಾಮರಾ ಎದುರಾಗುತ್ತವೆ! ಅದರಲ್ಲಿ ತಾವು ಬಂದಿರುವುದು ದಾಖಲಾಗದಂತೆ ಕೆಲಸ ಮುಗಿಸಬೇಕು. ಅದಕ್ಕೆ ಪ್ಲಾನು ಸಿದ್ಧ ಮಾಡಿಕ್ಕೊಳ್ಳಬೇಕು ಎಂದು ಯೋಚಿಸಿದರು. ಆ ಸಮಸ್ಯೆಗಳಿಗೆ ವಿಕ್ರಮ್‌ಗೆ ಒಂದು ಉಪಾಯ ಗೋಚರಿಸಿತು. ತಡಮಾಡದೆ ಹತ್ತಿರದ ಒಂದು ರೆಡಿಮೇಡ್ ಗಾರ್ಮೆಂಟ್ ಅಂಗಡಿಗೆ ಹೋದರು. ಅಲ್ಲಿ ಹಸಿರು ಬಣ್ಣದ ಪ್ಯಾಂಟು ಮತ್ತು ಶರ್ಟನ್ನು ಕೊಂಡುಕೊಂಡರು. ಇನ್ನೊಂದು ಅಂಗಡಿಯಲ್ಲಿ ಒಂದು ಕಟಿಂಗ್ ಪ್ಲೈಯರ್ ಮತ್ತು ಒಂದು ಇಲೆಕ್ಟ್ರಿಸಿಟಿ ಟೆಸ್ಟರ್ ಕೊಂಡುಕೊಂಡರು. ನಂತರ ಹತ್ತಿರ ಒಂದು ಲಾಡ್ಜ್ ಹುಡುಕಿದರು. ಅದು ಅಂತಹ ಮೇಲ್ದರ್ಜೆಯ ಲಾಡ್ಜ್ ಆಗಿರಲಿಲ್ಲ. ಆದರೂ ಪರವಾಗಿಲ್ಲ ಎಂದು ರೂಮು ಪಡೆದರು. ರೂಮಿಗೆ ಹೋದವರೇ ಹಸಿರು ಬಣ್ಣದ ಶರ್ಟ್ ಮತ್ತು ಪ್ಯಾಂಟನ್ನು ತೊಟ್ಟುಕೊಂಡು, ತಮ್ಮ ಮಾಮೂಲು ಬಟ್ಟೆಗಳನ್ನು ಜೋಪಾನವಾಗಿ ಮಡಿಚಿ ಒಂದು ಕಡೆ ಇಟ್ಟು ರೂಮಿನಿಂದ ಆಚೆ ಬಂದರು. ಅವರನ್ನು ನೋಡಿದರೆ ಮುಂಬೈ ಇಲೆಕ್ಟ್ರಿಸಿಟಿಯ ಲೈನ್ ಮ್ಯಾನ್ ಎನ್ನುವಂತೆ ಕಾಣಿಸುತ್ತಿದ್ದರು.

ನೇರ ಎಬಿಎನ್ ಕಂಪನಿ ಇರುವ ಕಟ್ಟಡಕ್ಕೆ ಬಂದರು. ಪ್ರವೇಶದಲ್ಲಿ ರಾತ್ರಿ ಪಾಳಿಯ ಒಬ್ಬ ಸೆಕ್ಯುರಿಟಿ ಗಾರ್ಡ್ ನಿಂತಿದ್ದ.

ಮುಂಬೈ ಎಲೆಕ್ಟ್ರಿಸಿಟಿ ಕೆಲಸಗಾರರಂತೆ ಕಾಣಿಸುತ್ತಿದ್ದ ವಿಕ್ರಮರನ್ನು ಆತ ನೋಡಿದ.

"ಏನ್ ಕಂಪ್ಲೇಂಟೂ ಇರಲಿಲ್ಲವಲ್ಲ?"

ಎಂದು ಮರಾಠಿಯಲ್ಲಿ ವಿಕ್ರಮರನ್ನು ಕೇಳಿದ ಸೆಕ್ಯೂರಿಟಿ ಗಾರ್ಡ್.

"ಎಬಿಎನ್ ಕಂಪೆನೀದು, ಬೆಳಗ್ಗೆನೇ ಕಂಪ್ಲೇಂಟ್ ಬಂದಿತ್ತು, ಒಂದ್ಸಲ ಸರಿ ಮಾಡಿ ಹೋಗಿದ್ದೀವಿ. ಮತ್ತೆ ಫೋನ್ ಮಾಡಿದಾರೆ! ಇನ್ನೂ ಸರಿಯಾಗಿಲ್ವಂತೆ ಹೋಗಿ ನೋಡಬೇಕು"

ಎಂದು ಮರಾಠಿಯಲ್ಲಿ ಸೆಕ್ಯೂರಿಟಿ ಗಾರ್ಡ್‌ಗೆ ಹೇಳಿದರು ವಿಕ್ರಮ್.

"ಆಫೀಸು ಮುಚ್ಚಿದೆ. ಹೇಗೆ ಚೆಕ್ ಮಾಡ್ತೀಯಾ?"

ಮರುಪ್ರಶ್ನೆ ಹಾಕಿದ ಸೆಕ್ಯೂರಿಟಿಯವನು.

"ನಾನೇನು ಒಳಗೆ ಹೋಗೋದಿಲ.್ಲ ಈಚೆ ಮೈನ್ ಸ್ವಿಚ್ ಬೋರ್ಡ್‌ಲ್ಲಿ ಕೆಲಸ"

ಎಂದು ಹೇಳುತ್ತಾ ಅವನ ಉತ್ತರಕ್ಕೆ ಕಾಯದೆ ಮಹಡಿಯ ಮೆಟ್ಟಿಲುಗಳನ್ನು ಹತ್ತಿದರು. ಎರಡನೇ ಮಹಡಿಯ ಎಲ್ಲಾ ಆಫೀಸುಗಳು ಮುಚ್ಚಿದ್ದವು. ಎಬಿಎನ್ ಕಂಪನಿಯ ಬಾಗಿಲ ಮುಂದೆ ಒಂದು ಲೈಟ್ ಬೆಳಗುತ್ತಿತ್ತು. ವಿಕ್ರಮ್ ಪವರ್ ಸಪ್ಲೈ ಬೋರ್ಡನ್ನು ಹುಡುಕಿದರು. ತೀರಾ ಬಲಪಾರ್ಶ್ವದಲ್ಲಿ ಪವರ್ ಬೋರ್ಡ್ ಕಾಣಿಸಿತು. ಪವರ್ ಬೋರ್ಡ್ ಎದುರಿನಲ್ಲಿ ಎದುರಿನಲ್ಲಿ ನಿಂತು ಶಟರ್ ತೆಗೆದು ಒಳಗೆ ನೋಡಿದರು. ಎರಡನೇ ಮಹಡಿಯ ಎಲ್ಲಾ ಆಫೀಸುಗಳ ಮೀಟರ್‌ಗಳು, ಪವರ್ ಸಪ್ಲೈ ಸ್ವಿಚ್ಚುಗಳು ಅಲ್ಲಿದ್ದವು. ಆದರೆ ಯಾವುದಕ್ಕೂ ಐಡೆಂಟಿಫಿಕೇಶನ್ ಇರಲಿಲ್ಲ. ಅವುಗಳಲ್ಲಿ ಎಬಿಎನ್ ಕಂಪನಿಯ ಸ್ವಿಚ್ ಯಾವುದು ಎಂದು ಗೊತ್ತಾಗಲಿಲ್ಲ. ಇದರಲ್ಲಿ ಯಾವುದು ಎಬಿಎನ್ ಕಂಪನಿಯದು ಎಂದು ಗುರುತಿಸಲು ವಿಕ್ರಮ್ ತಮ್ಮ ಲಾಜಿಕ್ ಉಪಯೋಗಿಸಿದರು. ಅಲ್ಲಿ ಮೈನ್ ಸ್ವಿಚ್ಚು ಮತ್ತು ಮೀಟರುಗಳ ಮೂರು ಸಾಲುಗಳಿದ್ದವು. ಒಂದೊಂದು ಸಾಲಿನಲ್ಲಿ ನಾಲ್ಕು ಮೈನ್ ಸ್ವಿಚ್ಚು ಮತ್ತು ನಾಲ್ಕು ಮೀಟರುಗಳಿದ್ದವು. ಅಂದರೆ ಅಲ್ಲಿ ಒಟ್ಟು ಹನ್ನೆರಡು ಆಫೀಸುಗಳಿದ್ದವು. ಆ ಸ್ವಿಚ್‌ಗಳನ್ನು ಯಾವ ಕ್ರಮದಲ್ಲಿ ಅಳವಡಿಸಿರಬಹುದು ಎಂದು ಯೋಚಿಸಿದರು. ತುಂಬ ಮೇಲಿನದು ಎಡಭಾಗದ ಆಫೀಸುಗಳದ್ದು, ತೀರ ಕೆಳ ಭಾಗದ ಬಲಭಾಗದ ಕೊನೆಯ ನಾಲ್ಕು ಆಫೀಸುಗಳದ್ದು, ಇನ್ನು ಮಧ್ಯದಲ್ಲಿರುವ ನಾಲ್ಕು ಕಟ್ಟಡದ ಮಧ್ಯಭಾಗದಲ್ಲಿರುವ ಆಫೀಸುಗಳದ್ದು ಎಂದು ಲೆಕ್ಕ ಹಾಕಿದರು. ಮಧ್ಯಭಾಗದಲ್ಲಿರುವ ನಾಲ್ಕು ಸ್ವಿಚ್ಚುಗಳಲ್ಲಿ ಎರಡನೆಯ ಸ್ವಿಚ್ಚು ಎಬಿಎನ್ ಕಂಪನಿಯದು ಎನ್ನುವ ಅಂದಾಜಿಗೆ ಬಂದರು. ಮಧ್ಯಭಾಗದ ಎರಡನೆಯ ಸ್ವಿಚ್ಚನ್ನು ಆಫ್ ಮಾಡಿ ನೋಡಿದರು. ಎಬಿಎನ್ ನೆಟ್ವರ್ಕಿನ ಮುಂದಿದ್ದ ಲೈಟು ಆರಿತು. ತಮ್ಮ ಲಾಜಿಕ್ ಸರಿಯಾಗಿದೆ ಎನಿಸಿತು. ಒಮ್ಮೆ ಮೈನ್ ಪವರ್ ಸಪ್ಲೈ ಕಟ್ ಮಾಡಿದರೆ ಬಹುತೇಕ ಎಲ್ಲಾ ಅಲಾರಮ್ಮುಗಳೂ ಮತ್ತು ಸಾಮಾನ್ಯವಾದ ಲೈಟ್‌ಗಳು, ಅವುಗಳಿಗೆ ಇರುವ ವಿದ್ಯುತ್ ಸಂಪರ್ಕ ಕಡಿದು ಹೋಗುತ್ತದೆ ಎನ್ನುವುದು ಅವರ ಲೆಕ್ಕಾಚಾರವಾಗಿತ್ತು. ಆದರೆ ಕಂಪ್ಯೂಟರ್ ಸರ್ವರ್ ಮತ್ತಿತರ ಕಂಪ್ಯೂಟರುಗಳಿಗೆ ಬ್ಯಾಕ್ ಅಪ್ ವಿದ್ಯುತ್ ಸಂಪರ್ಕ ಇರುವುದರಿಂದ ಕಂಪೆನಿಯ ಕಂಪ್ಯೂಟರ್ ವ್ಯವಸ್ಥೆಗೆ ಏನೂ

ತೊಂದರೆಯಾಗುವುದಿಲ್ಲ ಎನ್ನುವುದು ಅವರಿಗೆ ಗೊತ್ತಿತ್ತು.

ಎಬಿಎನ್ ನೆಟ್ವರ್ಕಿನ ಬಾಗಿಲ ಮುಂದಿದ್ದ ಷಟರನ್ನು ತಮ್ಮ ಬಳಿಯಿದ್ದ ಬೀಗದಕ್ಕೆ ಗೊಂಚಲಿನಿಂದ ತೆಗೆಯಲು ಪ್ರಯತ್ನಿಸಿದರು. ಎರಡು ನಿಮಿಷದಲ್ಲಿ ಅವರ ಪ್ರಯತ್ನ ಸಫಲವಾಯಿತು. ಹೆಚ್ಚು ಶಬ್ದ ಮಾಡದಂತೆ ಷಟರನ್ನು ಮೇಲೆ ಸರಿಸಿದರು. ಅದು ಶಬ್ದವಾದರೂ ಅದು ಕೆಳಗೆ ಪ್ರವೇಶ ದ್ವಾರದಲ್ಲಿರುವ ಸೆಕ್ಯೂರಿಟಿ ಗಾರ್ಡ್‌ಗೆ ಕಳಿಸಲಾರದು ಎಂದುಕೊಂಡರು.

ಷಟರ್ ತೆಗೆಯುತ್ತಲೇ ಅವರಿಗೆ ಒಳಗಿನ ಗಾಜಿನ ಬಾಗಿಲು ಕಾಣಿಸಿತು. ಅದರ ಮೂಲಕ ಒಳಗೆ ನೋಡಿದಾಗ ಅಲ್ಲಿ ಸರ್ವರ್ ಇದ್ದಂತಹ ಚೇಂಬರಿನಲ್ಲಿ ಪವರ್ ಸಪ್ಲೈ ಇನ್ನೂ ಇತ್ತು. ಅದಕ್ಕೆ ಕಾರಣ ಸರ್ವರಿಗೆ ಯುಪಿಎಸ್ ಅಳವಡಿಸಿರುವುದು. ಗಾಜಿನ ಬಾಗಿಲನ್ನು ಆವರಿಸಿದ್ದ ಮತ್ತೊಂದು ಬೀಗವನ್ನು ತೆಗೆದು, ಬಾಗಿಲು ಮುಂದೆ ತಳ್ಳಿ ಒಳಗೆ ಪ್ರವೇಶಿಸಿದರು. ಅವರ ಲೆಕ್ಕಾಚಾರ ಸರಿಯಾಗಿತ್ತು. ಸೆಕ್ಯೂರಿಟಿ ಅಲಾರಮ್ ನಿಶ್ಯಬ್ದವಾಗಿತ್ತು. ಅಂದರೆ ಮೈನ್ ಪವರ್ ಸಪ್ಲೈಗೆ ಅದನ್ನು ಜೋಡಿಸಿದ್ದರು. ಈಗ ಪವರ್ ಸಪ್ಲೈ ಕಟ್ ಆಗಿರುವುದರಿಂದ ಅಲಾರಮ್ ಕೆಲಸ ಮಾಡಿಲ್ಲ. ಇಲ್ಲಿಯವರೆಗೂ ಎಲ್ಲವೂ ಸರಿಯಾಗಿದೆ. ಇನ್ನು ಮುಂದಿನದೆ ಕಠಿಣವಾದ ಕೆಲಸ ಎಂದುಕ್ಕೊಳ್ಳುತ್ತಾ, ವಿಕ್ರಮ್ ಸೀದಾ ಫೈಲಿಂಗ್ ಕ್ಯಾಬಿನೆಟಿನತ್ತ ನಡೆದರು.

ಫೈಲ್ ಕ್ಯಾಬಿನೆಟ್ಟಿನ ಮೊದಲನೇ ಕ್ಯಾಬಿನೆಟ್ ಈಚೆ ಎಳೆದರು. ಅದು ಸರಾಗವಾಗಿ ಆಚೆ ಬಂದಿತು. ಅಲ್ಲಿ ಜೋಡಿಸಿದ್ದ ಫೈಲುಗಳನ್ನು ಒಂದೊಂದಾಗಿ ಕೈಗೆತ್ತಿಕೊಂಡು ಆತುರಾತುರವಾಗಿ ಪರಿಶೀಲಿಸಿದರು. ಅವೆಲ್ಲವು ಬಹುತೇಕ ಹಣಕಾಸಿಗೆ ಸಂಬಂಧಿಸಿದಂತೆ ಕಂಡಿವು. ಅವೆಲ್ಲವನ್ನು ವಾಪಸ್ಸು ಇಟ್ಟು ಎರಡನೆಯ ಕ್ಯಾಬಿನೆಟ್ ಡ್ರಾವನ್ನು ಈಚೆಗೆ ಹೇಳಿದರು. ಅಲ್ಲಿದ್ದ ಫೈಲುಗಳು ಕ್ಲೈಂಟುಗಳಿಗೆ ಸಂಬಂಧಿಸಿದಂತೆ ಇತ್ತು! ಅವರಿಗೆ ಮುಖ್ಯವಾಗಿ ಬೇಕಾಗಿದ್ದದ್ದು ಕ್ಲೈಂಟ್‌ಗಳ ಹೆಸರು ಮತ್ತವರ ವಿಳಾಸಗಳು. ಅಂತ ಫೈಲ್ ಯಾವುದು ಎಂದು ಹುಡುಕಾಡಿದರು. ಆ ಕ್ಯಾಬಿನೆಟ್‌ನ ಮಧ್ಯಭಾಗದ ಒಂದು ಫೈಲಿನ ಮೇಲೆ ಕ್ಲೈಂಟ್ ಡೀಟೇಲ್ಸ್ ಎಂದು ಲೇಬಲ್ ಹಾಕಿತ್ತು. ಆ ಫೈಲನ್ನು ಕೈಗೆತ್ತಿಕೊಂಡು ತಮ್ಮ ಕೈಯಲ್ಲಿದ್ದ ಟಾರ್ಚಿನ ಬೆಳಕಿನಲ್ಲಿ ನೋಡಿದರು. ಕ್ಲೈಂಟುಗಳ ಹೆಸರುಗಳನ್ನು ಆಕಾರಾದಿಯಾಗಿ ಜೋಡಿಸಲಾಗಿದ್ದ ಶೀಟುಗಳು ಕಂಡವು. ಅವರಿಗೆ ಬೇಕಾಗಿದ್ದುದು ಡೇವಿಡ್ ಎಂಬ ಹೆಸರಿನ ವಿವರ. ಡೇವಿಡ್ ಈ ಕಂಪೆನಿಯ ನೆಟ್ವರ್ಕ್ ಉಪಯೋಗಿಸಿಕೊಂಡು ತನ್ನ ಫೋನ್ ನಂಬರ್ ಎಲ್ಲಿಯೂ ಗೋಚರಿಸದಂತೆ ಚೋಟೂಗೆ ಫೋನ್ ಮಾಡುತ್ತಿದ್ದ. ಆ ಮೂಲಕವೇ ಅಟ್ಯಾಚ್ಮೆಂಟ್ಮಗಳನ್ನು ಕಳಿಸುತ್ತಿದ್ದ.

ಒಳಗಿನ ಸೆಕೆಗೆ ವಿಕ್ರಮ್ ಬೆವರುತ್ತಿದ್ದರು. ಮುಂಬೈ ಸಮುದ್ರದ ತೀರದಲ್ಲಿ ಇರುವುದರಿಂದ ತಾಪಮಾನ ಸದಾ ಹೆಚ್ಚಾಗಿಯೇ ಇರುತ್ತದೆ. ಪವರ್ ಸಪ್ಲೈ ಬೇರೆ ತೆಗೆದಿದ್ದರಿಂದ ಏರ್ ಕಂಡೀಶನರ್ ಕೂಡ ಕೆಲಸ ಮಾಡುತ್ತಿರಲಿಲ್ಲ. ಇಂಥಾ ಪರಿಸ್ಥಿತಿಯಲ್ಲಿ ವಿಕ್ರಮ್ ಅತ್ಯಂತ ಅಪಾಯಕಾರಿ ಕೆಲಸದಲ್ಲಿ ತೊಡಗಿದ್ದರು. ಯಾವುದೇ ಖಾಸಗಿ ಸ್ವತ್ತಿಗೆ ಅಕ್ರಮವಾಗಿ ಪ್ರವೇಶಿಸುವುದು ಅಪರಾಧ. ಅದಕ್ಕಾಗಿ ಶಿಕ್ಷೆ ಕೂಡ ಆಗಬಹುದು. ಅಪಾಯದ ನಡುವೆಯೇ ಅವರು ಅತಿಕ್ರಮವಾಗಿ ಎಬಿಎನ್ ನೆಟ್ವರ್ಕ್ ಕಂಪನಿಯ ಆಫೀಸನ್ನು ಪ್ರವೇಶಿಸಿ

ಹುಡುಕಾಡುತ್ತಿದ್ದರು. ಇಡೀ ಫೈಲಿನ ಎಲ್ಲಾ ಪುಟಗಳನ್ನು ತಿರುಗಿಸಿದರೂ ಅವರಿಗೆ ಎಲ್ಲಿಯೂ ಡೇವಿಡ್ ಹೆಸರು ಕಾಣಿಸಲೇ ಇಲ್ಲ. ಹಾಗಾದರೆ ಸೈಬರ್ ಬ್ರಾಂಚ್ ಕೊಟ್ಟಿರುವ ಮಾಹಿತಿ ತಪ್ಪಿರಬಹುದೇ? ಈ ಕಂಪನಿಯ ಸೇವೆಯನ್ನು ಡೇವಿಡ್ ಪಡೆಯುತ್ತಿಲ್ಲ ಎಂದಾದರೆ ಅವನು ಚೋಟೂಗೆ ಹೇಗೆ ಮಾಹಿತಿ ರವಾನಿಸುತ್ತಿದ್ದ? ಈಗ ಅವನ ಜಾಡು ಹಿಡಿಯುವುದು ಹೇಗೆ? ಈ ಯೋಚನೆಯಲ್ಲಿಯೇ ವಿಕ್ರಮ್ ಇಡೀ ಕ್ಯಾಬಿನೆಟ್ಟನ್ನು ಜಾಲಾಡಿದರು! ಸಮಯ ಸರಿಯುತ್ತಿತ್ತು. ಆಚೆ, ದೂರದಲ್ಲಿ ಹೆಜ್ಜೆಗಳ ಶಬ್ದ ಕೇಳಿಸಿತು. ಯಾರೋ ಮೆಟ್ಟಿಲುಗಳನ್ನು ಹತ್ತಿ ಬರುತ್ತಿದ್ದರು. ಈ ಸಮಯದಲ್ಲಿ ಅಲ್ಲಿಗೆ ಸೆಕ್ಯೂರಿಟಿ ಗಾರ್ಡ್ ಬಿಟ್ಟು ಬೇರೆ ಯಾರೂ ಬರುವ ಸಾಧ್ಯತೆ ಇರಲಿಲ್ಲ. ವಿಕ್ರಮ್ ಸಮಯವನ್ನು ವ್ಯರ್ಥ ಮಾಡುವಂತಿರಲಿಲ್ಲ. ಸೆಕ್ಯೂರಿಟಿ ಗಾರ್ಡ್ ಬರುವ ಮುಂಚೆ ತಾವು ಆಫೀಸಿನ ಹೊರಗೆ ಇರಬೇಕು. ಈಗ ಅವರಿಗೆ ಉಳಿದಿದ್ದ ಒಂದೇ ದಾರಿಯೆಂದರೆ ಫೈಲನ್ನೇ ಎತ್ತಿಕೊಂಡು ಹೋಗಬೇಕಿತ್ತು. ಬಹುಶಃ ಅವಸರದಲ್ಲಿ ಡೇವಿಡ್ ಹೆಸರು ತಮ್ಮ ಕಣ್ಣಿಗೆ ಕಾಣಿಸದಿರುವ ಸಾಧ್ಯತೆಯಿದೆ. ಅದನ್ನು ನಿಧಾನಕ್ಕೆ ನೋಡಬೇಕು. ಫೈಲನ್ನು ಇಲ್ಲಿಂದ ಆಚೆ ಅನುಮತಿ ಇಲ್ಲದೆ ತೆಗೆದುಕೊಂಡು ಹೋಗುವುದು ಕೂಡ ಅಪರಾಧವೇ. ಬಹುಶಃ ಬೆಳಿಗ್ಗೆ ಆಫೀಸಿನವರು ಈ ಫೈಲ್ ಇಲ್ಲದಿರುವುದನ್ನು ಗುರುತಿಸಿದರೆ ಮಿಸ್ಸಿಂಗ್ ಕಂಪ್ಲೈಂಟ್ ಲಾಡ್ಜ್ ಮಾಡುತ್ತಾರೆ. ಪೋಲೀಸರು ಇನ್ವೆಸ್ಟಿಗೇಶನ್ ಮಾಡಿ, ತಮ್ಮ ವರೆಗೂ ಬಂದರೆ ಕಳ್ಳತನದ ಅಪರಾಧದಲ್ಲಿ ಜೈಲು ಸೇರಬೇಕಾಗುತ್ತದೆ. ಇನ್ನೂ ಏನೋ ಒಂದು ಲಿಂಕ್ ತಪ್ಪಿ ಹೋಗುತ್ತಿದೆ ಎನಿಸಿತು. ಆ ಲಿಂಕ್ ಯಾವುದು? ಅದನ್ನು ತಮಗೆ ಯಾರು ಕೊಡುತ್ತಾರೆ? ಯೋಚನೆಯಲ್ಲಿಯೇ ವಿಕ್ರಮ್ ಫೈಲನ್ನು ತಮ್ಮ ಷರ್ಟಿನ ಒಳಗೆ ಸೇರಿಸಿಕೊಂಡು ಈಚೆ ಬಂದು ಬಾಗಿಲನ್ನು ಹಾಕಿ ಮತ್ತೆ ಬಂದು ಅವರು ಷಟರನ್ನು ಎಳೆದು ಪವರ್ ಬೋರ್ಡಿನ ಬಳಿ ಸಾಗಿದರು.

ಸೆಕ್ಯೂರಿಟಿ ಗಾರ್ಡ್ ಬರುವ ಸಮಯಕ್ಕೆ ಅವರು ಸ್ವಿಚ್ ಬೋರ್ಡಿನ ಬಳಿ ನಿಂತಿದ್ದರು.

"ನಿನ್ನ ಕೆಲಸ ಮುಗಿಯಲಿಲ್ವಾ" ಸೆಕ್ಯೂರಿಟಿಯವನು ಕೇಳಿದ.

"ಈಗ ಮುಗೀತು. ತುಂಬಾ ತಾಪತ್ರಯ ಇತ್ತು. ನೋಡು, ಈಗ ಪವರ್ ಬಂತು"

ಎನ್ನುತ್ತಾ ಮೈನ್ ಸ್ವಿಚ್ ಆನ್ ಮಾಡಿದರು. ಎಬಿಎನ್ ನೆಟ್ವರ್ಕಿನ ಮುಂದಿದ್ದ ಲೈಟ್ ಬಲ್ಬು ಹತ್ತಿಕೊಂಡಿತು.

"ನನ್ನ ಕೆಲಸ ಮುಗೀತು ನಿಂದೆಷ್ಟೊತ್ತಿಗೆ ಮುಗಿಯುತ್ತೆ?" ಸೆಕ್ಯೂರಿಟಿ ಗಾರ್ಡ್ ಕೇಳಿದರು ವಿಕ್ರಮ್.

"ಬೆಳಿಗ್ಗೆ ಆರು ಗಂಟೆಗೆ ಮುಗಿಯುತ್ತೆ" ಎಂದು ಹೇಳಿದ ಆತ.

"ಬೆಳಿಗ್ಗೆ ಈ ಆಫೀಸು ಎಷ್ಟೊತ್ತಿಗೆ ತೆಗೆಯುತ್ತಾರೆ?"

"ಒಂಬತ್ತು ಗಂಟೆಗೆ"

"ಆಗ ನೀನು ಡ್ಯೂಟೀಲಿ ಇರಲ್ಲ ಅಲ್ವಾ?"

"ಇಲ್ಲ ಫಸ್ಟ್ ಶಿಫ್ಟ್‌ನ ಇನ್ನೊಬ್ಬ ಇರ್ತಾನೆ?"

"ಸರಿ ನನ್ನ ಕೆಲಸ ಮುಗೀತು ನಾನು ಹೊರಟೆ"

ವಿಕ್ರಮ್ ಬಿಲ್ಡಿಂಗ್ ನಿಂದ ಈಚೆ ಬಂದರು. ತಾವು ಬಟ್ಟೆ ಬದಲಿಸಿದ ಲಾಡ್ಜ್ ಬಳಿಗೆ ತೆರಳಿ, ಹಸಿರು ಬಣ್ಣದ ಬಟ್ಟೆ ಕಳಚಿ, ತಮ್ಮ ಮಾಮೂಲಿ ಬಟ್ಟೆಯೊಂದಿಗೆ ಹೋಟೆಲಿನಿಂದ ಈಚೆ ಬಂದರು.

ಇವತ್ತಿನ ಕೆಲಸ ಫಲಪ್ರದವಾಗಲಿಲ್ಲ ಎನ್ನಿಸಿತು. ತಾವು ಮೊದಲು ಬಂದಾಗಿನ ಹೊಟೇಲಿಗೆ ಹೊರಟರು.

ಡೇವಿಡ್ ಹೆಸರು ಎಬಿಎನ್ ನೆಟ್ವರ್ಕಿನ ಕ್ಲೈಂಟ್ ಲಿಸ್ಟಿನಲ್ಲಿ ಯಾಕೆ ಇರಲಿಲ್ಲ? ಸೈಬರ್ ಬ್ರಾಂಚಿನವರು ತಪ್ಪು ಮಾಡಿರಬಹುದು. ಇಲ್ಲವೇ ಡೇವಿಡ್ ಬೇರೆ ಹೆಸರಿನಲ್ಲಿ ನೆಟ್ವರ್ಕ್ ಸಂಪರ್ಕ ತೆಗೆದುಕೊಂಡು ಇರಲು ಸಾಧ್ಯವೇ? ಈ ಯೋಚನೆಗೆ ವಿಕ್ರಮ್ ಪುಳಕಿತರಾದರು. ಅರೆ ಈ ಯೋಚನೆ ತಮಗೆ ಈವರೆಗೆ ಯಾಕೆ ಬರಲಿಲ್ಲ? ಡೇವಿಡ್ ಬೇರೆ ಹೆಸರಿನಲ್ಲಿ ನೆಟ್ವರ್ಕ್ ಸಂಪರ್ಕ ತೆಗೆದುಕೊಂಡಿದ್ದರೆ ಆ ಹೆಸರು ಯಾವುದು? ಆ ಹೆಸರಿಗೂ ಡೇವಿಡ್‌ಗೋ ಹೇಗೆ ಸಂಪರ್ಕ ಕಲ್ಪಿಸುವುದು? ವಿಕ್ರಮ್ ಮಲಗಿದರೂ ಅವರ ಯೋಚನೆಗಳು ನಿಂತಿರಲಿಲ್ಲ!

ಅಪರಾಧಿಗಳು ಯಾರೂ ತಮ್ಮ ಮೂಲ ಹೆಸರಿನಲ್ಲಿ ಅಪರಾಧ ಮಾಡುವುದಿಲ್ಲ. ಹತ್ತಾರು ಹೆಸರುಗಳನ್ನಿಟ್ಟುಕ್ಕೊಳ್ಳುವುದು ಸಾಮಾನ್ಯ. ಹೀಗೆ ಹತ್ತಾರು ಹೆಸರುಗಳಿಂದ ಅಪರಾಧಗಳಲ್ಲಿ ತೊಡಗುತ್ತಾರೆ. ಡೇವಿಡ್ ಕೂಡ ಇಂತಹ ಹಲವು ಹೆಸರುಗಳಲ್ಲಿ ವ್ಯವಹರಿಸಿರುತ್ತಾನೆ. ಅಂಥವರು ಸಂದರ್ಭಗಳಿಗೆ ತಕ್ಕಂತೆ, ಬೇಕಾಗುವ ನಕಲಿ ದಾಖಲೆಗಳನ್ನು ಉಪಯೋಗಿಸುತ್ತಾರೆ. ಅಂತ ನಕಲಿ ದಾಖಲೆಗಳನ್ನು ಸೃಷ್ಟಿಸುವ ಚಾಕಚಕ್ಯತೆ ಅವರಿಗೆ ಕರಗತವಾಗಿರುತ್ತದೆ. ಡೇವಿಡ್ ಮೂಲ ಹೆಸರು ಏನೋ ಗೊತ್ತಿಲ್ಲ. ಬೆಂಗಳೂರಿನಲ್ಲಿ ಅವನು ಡೇವಿಡ್. ಮುಂಬೈಯಲ್ಲಿ ಇನ್ಯಾವುದೋ ಹೆಸರಿರುವ ಸಾಧ್ಯತೆ ಇದೆ. ಅವನ ಕಾರ್ಯವ್ಯಾಪ್ತಿ ಮುಂಬೈ ಮತ್ತು ಬೆಂಗಳೂರಿನ ಹೊರಗೂ ಇದ್ದರೆ ಅಲ್ಲಿ ಇನ್ನೂ ಬೇರೆ ಹೆಸರನ್ನು ಇಟ್ಟುಕೊಂಡಿರುವ ಸಾಧ್ಯತೆ ಇದೆ. ಈ ಎಲ್ಲ ಹೆಸರುಗಳೂ ಒಬ್ಬನದೇ ಎಂದು ನಿರ್ಧರಿಸಲು ಒಂದು ಲಿಂಕ್ ಇರಬೇಕು. ಅಂತಾ ಲಿಂಕ್ ಸಿಕ್ಕರೆ ಎಲ್ಲ ಹೆಸರುಗಳನ್ನೂ ಲಿಂಕ್ ಮಾಡಬಹುದು ಎಂದು ವಿಕ್ರಮ್ ಯೋಚಿಸಿದರು.

ರಾತ್ರಿ ಸಮಯ ಒಂದಾಗಿತ್ತು. ಸಾಮಾನ್ಯ ಮನುಷ್ಯರು ಮಲಗಿ ಗಾಢ ನಿದ್ರೆಯಲ್ಲಿರಬೇಕಾದ ಸಮಯ. ಆದರೆ ವಿಕ್ರಮ್ ಬಳಿ ನಿದ್ರೆ ಸುಳಿದಿರಲಿಲ್ಲ. ಮತ್ತೆಮತ್ತೆ ಸಂಶಯಗಳು, ಪ್ರಶ್ನೆಗಳು ಎದುರಾಗುತ್ತಿದ್ದವು. ಅವುಗಳನ್ನು ತಮ್ಮ ತರ್ಕದ ಒರೆಗೆ ಹಚ್ಚುತ್ತಿದ್ದರು. ಟೇಬಲ್ಲಿನ ಮುಂದೆ ಕೂತು ತಾವು ಎಬಿಎನ್ ನೆಟ್ವರ್ಕಿನಿಂದ ತಂದಿದ್ದ ಫೈಲನ್ನು ಹರಡಿದರು. ಟೇಬಲ್ ಲ್ಯಾಂಪಿನ ಬೆಳಕಲ್ಲಿ ಆ ಫೈಲಿನ ಮೇಲೆ ಗಮನ ಕೇಂದ್ರೀಕರಿಸಿದರು. ಕ್ಲೈಂಟ್ ಡೀಟೇಲ್ಸ್ ಎಂಬ ಲೇಬಲ್ಲಿನ ಫೈಲಿನಲ್ಲಿ ಎಬಿಎಎನ್ ಕಂಪನಿಯ ಸೇವೆಯನ್ನು ಪಡೆದವರ ವಿವರಗಳು ಇದ್ದವು. ಕ್ಲೈಂಟ್‌ಗಳ ಹೆಸರು, ವಿಳಾಸ, ಅವರು ತಮ್ಮ ಗುರುತಿಗಾಗಿ ನೀಡಿದ ದಾಖಲೆಗಳ ಪ್ರತಿ ಮತ್ತು ಒಂದು ಪಾಸ್ಪೋರ್ಟ್ ಸೈಜಿನ ಫೋಟೋ-ಇವೆಲ್ಲವೂ ಆ ಫೈಲಿನಲ್ಲಿ ಇದ್ದವು. ಪ್ರತಿಯೊಬ್ಬ ಕ್ಲೈಂಟ್‌ಗಾಗಿ ಒಂದೊಂದು ಪುಟ ಮೀಸಲಾಗಿತ್ತು. ಆ ಹೆಸರುಗಳನ್ನು É ಅಕಾರಾದಿಯಾಗಿ ಜೋಡಿಸಲಾಗಿತ್ತು. ಡೇವಿಡ್ ಎನ್ನುವ ಹೆಸರನ್ನು ವಿಕ್ರಮ್ ಹುಡುಕಿದರು; ಸಿಗಲಿಲ್ಲ! ತಾವು ಆತುರದಲ್ಲಿ ನೋಡಿರಬೇಕು ಅದಕ್ಕೆ ಸಿಕ್ಕಿಲ್ಲ ಎಂದು

ಮತ್ತೊಮ್ಮೆ ಎಚ್ಚರಿಕೆಯಿಂದ, ನಿಧಾನವಾಗಿ ನೋಡಿದರು. ಅವರಿಗೆ ನಿರಾಸೆ ಕಾದಿತ್ತು! ಇಡೀ ಫೈಲಿನಲ್ಲಿ ಡೇವಿಡ್ ಎನ್ನುವ ಹೆಸರು ಎಲ್ಲೂ ಕಾಣಿಸಲಿಲ್ಲ!

ಹೀಗಾಗಲು ಸಾಧ್ಯವೇ ಇಲ್ಲ! ಸೈಬರ್ ಬ್ರ್ಯಾಂಚಿನ ಮಾಹಿತಿ ತಪ್ಪಾಗಿರಲು ಸಾಧ್ಯವೇ ಇಲ್ಲ! ಅಲ್ಲಿನ ಪರಿಣಿತರು ನೀಡಿರುವ ಮಾಹಿತಿ. ಆ ಮಾಹಿತಿಯನ್ನು ತಿಳಿಯಲು ಅವರು ಗಂಟೆಗಟ್ಟಲೆ ಸಮಯ ಶ್ರಮಿಸಿರುತ್ತಾರೆ. ಇದೇ ನೆಟ್ವರ್ಕಿನಿಂದ ಡೇವಿಡ್ ಮತ್ತು ಅವನಂತ ಇತರೆ ಅಪರಾಧಿಗಳು ಫೋನುಗಳನ್ನು ಮಾಡಿದ್ದಾರೆ. ಇ-ಮೈಲುಗಳನ್ನೂ, ಫೋಟೋಗಳನ್ನು ಆಟ್ಯಾಚ್ ಮಾಡಿ ಚೋಟೂ ಯಾನೆ ಸುಧೇಶನಿಗೆ ಕಳಿಸಿದ್ದಾರೆ. ಇದೇ ರೀತಿ ಇನ್ನೂ ಅನೇಕ ಊರುಗಳಲ್ಲಿ ಸುಧೇಶನಂತವರ ಮೂಲಕ ಅಪರಾಧಗಳನ್ನು ಮಾಡಿಸುತ್ತಿದ್ದಾರೆ. ಹಾಗಿದ್ದರೆ ಡೇವಿಡ್ ಹೆಸರು ಈ ಫೈಲಿನಲ್ಲಿ ಏಕೆ ಸಿಗುತ್ತಿಲ್ಲ? ಅಥವಾ ಇನ್ನೂ ಒಂದು ಫೈಲು ಇರಬಹುದೆ?

ವಿಕ್ರಮ್‌ಗೆ ತಾನು ಇನ್ನೂ ಏನನ್ನೋ ಬಿಟ್ಟಿದ್ದೇನೆ ಎನ್ನಿಸಿತು. ಇದುವರೆಗೂ 'ಡೇವಿಡ್' ಹೆಸರಿಗಾಗಿ ಹುಡುಕಿದೆ. ಆ ಪ್ರಯತ್ನದಲ್ಲಿ ಕ್ಲೈಂಟುಗಳ ಫೋಟೋಗಳನ್ನು ಗಮನಿಸಿಲ್ಲ. ಡೇವಿಡ್ ಬೇರೆ ಹೆಸರಿನಲ್ಲಿ ನೆಟ್ವರ್ಕ್ ಸಂಪರ್ಕ ಪಡೆದಿದ್ದರೆ, ಅವನ ಫೋಟೋ ಬೇರೊಂದು ಹೆಸರಿನಲ್ಲಿ ಇರಬೇಕು. ಹೇಗೂ ತನ್ನ ಬಳಿ ಸುಧಾಕರ್ ಬರೆಸಿದ ಅರ್ಟಿಸ್ಟ್ ರಚಿಸಿದ ಡೇವಿಡ್ ಚಿತ್ರ ಇದೆ. ಅದನ್ನು ಮೊಬೈಲಿನಲ್ಲಿ ಸೇವ್ ಮಾಡಿಕೊಂಡಿದ್ದೇನೆ. ಈಗ ಹೆಸರನ್ನು ಬಿಟ್ಟು ಫೋಟೋಗಳನ್ನೇ ನೋಡಬೇಕು ಎನ್ನಿಸಿ ಎಚ್ಚರಿಕೆಯಿಂದ ಒಂದೊಂದಾಗಿ ಫೋಟೋಗಳನ್ನು ಪರೀಕ್ಷಿಸತೊಡಗಿದರು. ಫೋಟೋಗಳನ್ನು ಕೂಲಂಕುಶವಾಗಿ ನೋಡಿ ಅವುಗಳಲ್ಲಿ ಯಾವುದಾದರೂ ಸುಧಾಕರ್ ಬ್ರಾಂಚ್‌ನಲ್ಲಿ ಆರ್ಟಿಸ್ಟ್ ಬಿಡಿಸಿದ ಡೇವಿಡ್ ಚಿತ್ರಕ್ಕೂ ಇಲ್ಲಿರುವ ಯಾವುದಾದರೂ ಫೋಟೋಗೂ ಸಾಮ್ಯತೆ ಇರಬಹುದೇ ಎಂದು ಹುಡುಕಿದರು. ಸುಮಾರು ಇಪ್ಪತ್ತು ಫೋಟೋಗಳ ನಂತರ ಕಂಡಿತು! ಅವರಿಗೆ ಬೇಕಾಗಿದ್ದ ಫೋಟೋ! ಅದು ಮೊಬೈಲಿನಲ್ಲಿದ್ದ ಡೇವಿಡ್ ಚಿತ್ರದಂತೆಯೇ ಇತ್ತು!

ಕಣ್ಣುಗಳು ಆ ಫೋಟೋದಲ್ಲಿ ಕೇಂದ್ರೀಕೃತವಾಯಿತು!! ಮೈಯಲ್ಲಿ ವಿದ್ಯುತ್ ಸಂಚಾರವಾದಂತಾಯಿತು! ಮಹತ್ವದ ಎಳೆ ಸಿಕ್ಕಿತು ಎನ್ನಿಸಿತು! ಕುತೂಹಲ ಕೆರಳಿತು. ಇನ್ನೊಮ್ಮೆ ಎಚ್ಚರಿಕೆಯಿಂದ ಆ ಫೋಟೋ ನೋಡಿ ಮತ್ತೆ ತಮ್ಮ ಮೊಬೈಲಿನಲ್ಲಿದ್ದ ಡೇವಿಡ್ ಚಿತ್ರ ನೋಡಿದರು. ಎರಡು ಚಿತ್ರಗಳಿಗೂ ಶೇಕಡಾ ಎಂಬತ್ತು ಭಾಗ ಹೋಲಿಕೆ ಇತ್ತು. ಫೋಟೋದಲ್ಲಿ ದಪ್ಪನೆಯ ಸೈಡ್ ಲಾಕ್ ಇದ್ದರೆ, ಅರ್ಟಿಸ್ಟ್ ರಚಿಸಿದ ಚಿತ್ರದಲ್ಲಿ ಸೈಡ್ ಲಾಕ್ ಇರಲಿಲ್ಲ! ಸಂಶಯವೇ ಉಳಿಯಲಿಲ್ಲ! ಅದು ಡೇವಿಡ್‌ದೇ ಫೋಟೋ!! ಆದರೆ ಆ ಫೋಟೋದಲ್ಲಿರುವವನು ದಿಲೀಪ್ ಎಂದು ದಾಖಲಾಗಿತ್ತು. ಆದರೆ ಬೆಂಗಳೂರಿನಲ್ಲಿ ಡೇವಿಡ್ ಎಂದಿದ್ದ ವ್ಯಕ್ತಿ ಮುಂಬೈಯಲ್ಲಿ ಎಬಿಎನ್ ನೆಟ್ವರ್ಕ್ನಲ್ಲಿ ದಿಲೀಪ್ ಆಗಿದ್ದ. ವಿಳಾಸ ನೋಡಿದರೆ ನಂಬರ್ 83, ಹೆವೆನ್ಲಿ ಎನ್‌ಕ್ಲೇವ್, ಮಾತುಂಗ, ಮುಂಬೈ ಎಂದಿತ್ತು. ಅವನ ಕಾಂಟ್ಯಾಕ್ಟ್ ಫೋನ್ ನಂಬರ್ ಕೂಡ ಇತ್ತು! ಬಹುಶಃ ಇದೊಂದೇ ಅವನ ಮೊಬೈಲು ನಂಬರ್ ಇರಲಾರದು. ಇಂತಾ ಹತ್ತಾರು ನಂಬರುಗಳು ಅಪರಾಧಿಗಳ ಬಳಿ ಇರುತ್ತವೆ! ಈ ಡೇವಿಡ್ ಅದೆಷ್ಟು ಅಪರಾಧಗಳನ್ನು ಮಾಡಿರಬಹುದೋ?

ಈ ವಿಳಾಸಕ್ಕೆ ಹೋದರೆ ಡೇವಿಡ್ ಅಲಿಯಾಸ್ ದಿಲೀಪ್ ಸಿಗಬಹುದೇ? ಅಥವಾ ಆ ವಿಳಾಸವೂ ನಕಲಿಯೇ ಇರಬಹುದು! ಸರ್ಕಾರದ ನಿಯಮಾವಳಿಗಳ ಪ್ರಕಾರ ನೆಟ್ವರ್ಕ್ ಸಂಪರ್ಕ ನೀಡುವವರು ವಿಳಾಸವನ್ನು ಪರಿಶೀಲಿಸುವ ನಿಯಮವಿದೆ. ಅಂದರೆ, ಅದು ನಕಲಿ ವಿಳಾಸವಾಗಿರಲಾರದು. ಅಕಸ್ಮಾತ್ ಅದು ನಕಲಿಯಾದರೆ ಮತ್ತೆ ಅವನನ್ನು ಎಲ್ಲಿ ಹುಡುಕುವುದು? ಈ ದಿಲೀಪ್ ಅನ್ನುವ ವ್ಯಕ್ತಿಗೂ ವಿರಾಜಪೇಟೆಯ ಐನ್ಮನೆಯಲ್ಲಿ ಕಾಣೆಯಾದ ಮಂದಾಕಿನಿಗೂ, ಗಾರ್ಡನ್ ಗೇಟ್ ಹೋಟೆಲಿನಲ್ಲಿ ಸೂರಜ್ ಮೇಲೆ ಹಲ್ಲೆ ಮಾಡಿದ್ದ ಡೇವಿಡ್‌ಗೂ ಸಂಬಂಧಗಳು ಇರಬಹುದೇ? ಇಬ್ಬರೂ ವ್ಯಕ್ತಿಗಳು ಒಬ್ಬರೇನೇ? ಅಲ್ಲಿಯ ಡೇವಿಡ್ ಇಲ್ಲಿ ದಿಲೀಪ್!!

ವಿಕ್ರಮ್ ಯೋಚನೆಗಳು ನಾಲ್ಕಾರು ದಿಕ್ಕಿನಲ್ಲಿ ಹರಿದವು. ತಮ್ಮ ಮೊಬೈಲ್‌ನಿಂದ ಗಣಪತಿಯವರಿಗೆ ಫೋನ್ ಮಾಡಿದರು. ಫೋನ್ ರಿಂಗಾದರೂ ಗಣಪತಿಯವರು ರಿಸೀವ್ ಮಾಡಲಿಲ್ಲ! ಇಂತಾ ಅಪರ ರಾತ್ರಿಯಲ್ಲಿ ತಾನು ಫೋನ್ ಮಾಡುತ್ತಿರುವುದು ತಪ್ಪು. ಈ ಸಮಯದಲ್ಲಿ ಎಲ್ಲ ಗಾಢ ನಿದ್ರೆಯಲ್ಲಿರುತ್ತಾರೆ! ಆದರೆ ಇದು ಅತ್ಯಂತ ಮಹತ್ವದ ಘಟ್ಟ! ಇನ್ನೊಮ್ಮೆ, ಮತ್ತೊಮ್ಮೆ ವಿಕ್ರಮ್ ಫೋನ್ ಮಾಡಿದರು. ನಾಲ್ಕೈದು ರಿಂಗಿನ ನಂತರ ಗಣಪತಿ ಫೋನ್ ರಿಸೀವ್ ಮಾಡಿದರು.

"ಸಾರಿ, ಇದು ಫೋನ್ ಮಾಡೋ ಟೈಮ್ ಅಲ್ಲ. ಆದರೆ ಒಂದು ಇಂಪಾರ್ಟೆಂಟ್ ವಿಶಯ ಮಾತಾಡಬೇಕು. ಮಹತ್ವದ ಘಟ್ಟದಲ್ಲಿ ನನ್ನ ತನಿಖೆ ನಡೆಯುತ್ತಿದೆ ಅದಕ್ಕೆ ಫೋನ್ ಮಾಡಿದೆ. ಈ ಕೇಸಿನಲ್ಲಿ ಒಂದು ಮುಖ್ಯವಾದದ್ದು ಅನ್ನಿಸೋವಂತ ಒಂದು ಲಿಂಕ್ ಸಿಕ್ತಾ ಇಲ್ಲ. ಅದು ಸಿಕ್ಕಿಬಿಟ್ಟರೆ ರಹಸ್ಯಗಳೆಲ್ಲ ಬಯಲಾಗಿ ಬಿಡುತ್ತವೆ. ಅದಕ್ಕೇ ನಾನು ಇಷ್ಟೊತ್ನಲ್ಲಿ ಫೋನ್ ಮಾಡಿದ್ದು"

"ನಮ್ಮ ಮಂದಾ ಸಿಗ್ತಾಳೇಂದ್ರೆ ನೀವು ಎಷ್ಟು ಹೊತ್ತಿನಲ್ಲಿ ಬೇಕಾದರೂ ಫೋನ್ ಮಾಡಬಹುದು, ಏನು ಬೇಕಾದ್ರೂ ಕೇಳಬಹುದು..ಹೇಳಿ ಏನು ಬೇಕು?" ಗಣಪತಿಯವರ ಮಾತಿನಲ್ಲಿ ಮಂದಾಕಿನಿಯ ಬಗೆಗೆ ಅವರೆಷ್ಟು ವಾತ್ಸಲ್ಯ ಹೊಂದಿದ್ದಾರೆ ಎಂದು ಹೇಳಬಹುದಿತ್ತು.

"ದಿಲೀಪ್ ಅನ್ನೋ ಹೆಸರನ್ನು ಕೇಳಿದರೆ ನಿಮ್ಮ ಮನಸ್ಸಿನಲ್ಲಿ ಯಾವುದಾದರೂ ವ್ಯಕ್ತಿ ಕಣ್ಣು ಮುಂದೆ ಬರುತ್ತಾರಾ?"

ವಿಕ್ರಮ್ ಕೇಳಿದರು.

"ಏನು ಹೆಸರು? ದಿಲೀಪ್? ಹಾ...ಹಾ..ಒಂದು ನಿಮಿಷ! ಒಂದು ನಿಮಿಷ! ಈ ಹೆಸರನ್ನು ಬಹಳ ಹಿಂದೆ ಕೇಳಿದ್ದೇನೆ"

ಗಣಪತಿಯವರು ಯೋಚನೆ ಮಾಡಿದರು. ಆ ಹೆಸರು ಅವರ ಮನಸ್ಸಿನ ಮೂಲೆಯಲ್ಲಿ ಎಲ್ಲೋ ಅಲೆಯಂತೆ ತೇಲುತ್ತಾ ನೆನಪಿನ ಮುನ್ನೆಲೆಗೆ ಬಂತು.

"ಈ ಹೆಸರು ನಿಮಗೆ ಎಲ್ಲಿ ಸಿಕ್ಕಿತು?"

ಆಶ್ಚರ್ಯಪಡುತ್ತಾ ಉಸುರಿದರು ಗಣಪತಿ.

"ಈ ಹೆಸರು ಸಿಕ್ಕಿದ್ದು ಮುಂಬೈಯಲ್ಲಿ"

"ಮುಂಬೈ? ದಿಲೀಪ್? ಈಗ ನೆನಪಾಗ್ತಾ ಇದೆ!"

"ನೆನಪಾಗ್ತಾ ಇರೋದನ್ನೆಲ್ಲಾ ಹೇಳಿ"

ವಿಕ್ರಮ್ ಎಚ್ಚರಿಕೆಯಿಂದ ಗಣಪತಿಯವರ ಮಾತಿಗೆ ಕಿವಿತೆರೆದರು. ಅವರ ಮಾತು ಕೇಳುತ್ತಾ ಪಕ್ಕದ ಟೇಬಲ್ಲಿನ ಒಂದು ಪಾರ್ಶ್ವವನ್ನು ಕೈಯಾಡಿಸುತ್ತಿದ್ದರು. ಮೇಜಿನ ಕೆಳಗೆ ಏನೋ ಒಂದು ಸಣ್ಣ ವಸ್ತು ಅವರ ಕೈಗೆ ಸಿಕ್ಕಿತು. ಅದು ಏನಿರಬಹುದೆಂದು ಸ್ಪರ್ಷಿಸಿದರು. ಅದು ಗುಂಡಗೆ ಸಣ್ಣ ಡಬ್ಬಿಯಂತೆ ಭಾಸವಾಯಿತು.

ಮಂಚದ ಮೇಲೆ ಮಲಗಿದ್ದವರು ಎದ್ದು ಬಾಗಿ ಅದೇನೆಂದು ನೋಡಿದರು. ಅದೊಂದು ಇಲೆಕ್ಟ್ರಾನಿಕ್ ಉಪಕರಣ! ನೋಡುತ್ತಲೇ ಅದು ಯಾವುದೆಂದು ಗೊತ್ತಾಗಿಬಿಟ್ಟಿತು! ಅದೊಂದು ಮೈಕ್ರೋ ರಿಸೀವರ್! ತಮ್ಮ ಮಾತುಗಳನ್ನು ಕೇಳಿಸಿಕ್ಕೊಳ್ಳಲೆಂದೇ ಯಾರೋ ಅದನ್ನು ಅಳವಡಿಸಿದ್ದಾರೆ! ಆದರೆ ಅವರು ಯಾರು? ಡೇವಿಡ್? ಅವನು ತನ್ನನ್ನು ಟ್ರ್ಯಾಕ್ ಮಾಡುತ್ತಿರುವನೆ? ಆದರೆ ತಾನಿಲ್ಲಿಗೆ ಬರುವ ಬಗೆಗೆ ಅವನಿಗೆ ಮಾಹಿತಿ ನೀಡಿದವರು ಯಾರು? ಈ ಮೈಕ್ರೋ ರಿಸೀವರಿನ ರೇಂಜ್ ಎಷ್ಟು? ಎಲ್ಲಿಯವರೆಗೆ ಅದು ತನ್ನ ಮಾತುಗಳನ್ನು ಟ್ರ್ಯಾನ್ಸ್ಮಿಟ್ ಮಾಡಿರಬಹುದು? ಗಣಪತಿಯವರು ಮಾತಾಡುತ್ತಲೇ ಇದ್ದರು. ವಿಕ್ರಮ್ ಮನಸ್ಸು ಎರಡು ವಿಶಯಗಳ ಬಗೆಗೆ ಯೋಚಿಸತೊಡಗಿತು! ಒಂದು ಮೈಕ್ರೋ ರಿಸೀವರ್ ಅಳವಡಿಸಿದವರು ಯಾರೆಂಬ ಬಗೆಗೆ! ಇನ್ನೊಂದು ಗಣಪತಿಯವರು ಮಾತುಗಳನ್ನು ಕೇಳಿಸಿಕ್ಕೊಳ್ಳುತ್ತಾ ಮನಸ್ಸಿನಲ್ಲಿ ಚಿತ್ರಿಸಿಕ್ಕೊಳ್ಳುತ್ತಿದ್ದರು! ಡೇವಿಡ್ ಅಲಿಯಾಸ್ ದಿಲೀಪ್ ಮೈ ನೆಕ್ಸ್ಟ್ ಟಾರ್ಗೆಟ್! ಅವನನ್ನು ಹೇಗೆ ಎದುರಿಸಲಿ? ಎಲ್ಲಿ ಎದುರಿಸಲಿ? ಅವನ ಮನೆಗೆ ಹೋಗುವುದೆ? ನಂ.83, ಎಲಿಗೆಂಟ್ ಎನ್‌ಕ್ಲೇವ್, ಮಾತುಂಗ!

ಈಗ ಈ ಮೈಕ್ರೋರಿಸೀವರ್ ಯಾರು ಅಳವಡಿಸಿದ್ದಾರೆ? ಇದರ ಹಿಂದಿರುವವರು ಯಾರು? ಡೇವಿಡ್ ಅಲಿಯಾಸ್ ದಿಲೀಪ್? ಅಂದರೆ ಅವನಿಗೆ ತನ್ನ ವಿಶಯ ತಿಳಿದಿದೆಯೆ? ಬೆಂಗಳೂರಿನಲ್ಲಿ ಚೋಟು ಅರೆಸ್ಟ್ ಮಾಡಿರುವುದು ಗೊತ್ತೆ? ಯಾರು ಮಾಹಿತಿ ನೀಡಿರಬಹುದು? ಆಂಥೋಣಿ? ರಂಗ? ಕರಿಯ? ಅಥವಾ ಸ್ವತಃ ಚೋಟೂ..ತಾನು ಪೋಲೀಸರ ನಿಯಂತ್ರಣದಲ್ಲಿದ್ದರೂ ಡೇವಿಡ್‌ಗೆ ಮೆಸೇಜು ಮಾಡಿರಬಹುದೆ? ಕರಿಯ ಮತ್ತು ರಂಗಾ ತೀರಾ ಕೆಳಹಂತದ ಅಪರಾಧಿಗಳು! ಅವರಿಗೆ ಡೇವಿಡ್ ಸಂಪರ್ಕ ಇರುವುದು ಅನುಮಾನ! ಡೇವಿಡ್ ನೇರ ಸಂಪರ್ಕ ಇರಬಹುದಾದವರು ಇಬ್ಬರು: ಒಬ್ಬ ಚೋಟೂ, ಇನ್ನೊಬ್ಬ ಅಂಥೋಣಿ!

ಎಬಿಎನ್ ಕಂಪನಿಯವರು ಬೆಳಿಗ್ಗೆ ಆಫೀಸಿಗೆ ಬಂದು ನೋಡಿದಾಗ ಕಂಪನಿಯ ಬಾಗಿಲು ಲಾಕ್ ಆಗಿಲ್ಲ ಎನ್ನುವುದು ಗೊತ್ತಾಗುತ್ತದೆ. ಬಹುಶಃ ಹಿಂದಿನ ದಿನ ಸರಿಯಾಗಿ ಲಾಕ್ ಮಾಡಿಲ್ಲ ಎಂದು ತಿಳಿಯುತ್ತಾರೆ. ಹೇಗೂ ಲಾಕೇನೂ ತಾನು ಒಡೆದಿಲ್ಲ. ಆಫೀಸಿನವರಿಗೆ ಫೈಲ್ ಕಾಣೆಯಾಗಿರುವುದು ತಿಳಿಯಬೇಕಾದರೆ ಕೆಲವು ದಿನಗಳು ಆಗಬಹುದು. ಈಗ ಅವರಿಗೆ ತೊಂದರೆಯಾಗುತ್ತದೆ ಎಂದು ನಾನು ಫೈಲನ್ನು ಅವರಿಗೆ ತಲುಪಿಸಿದರೆ ಏನೋ ಅಚಾತುರ್ಯ ನಡೆದಿದೆ ಎನ್ನುವುದು ಗೊತ್ತಾಗುತ್ತದೆ. ಈಗ ತಾನು ಮಾಡಿರುವುದು ಅಪಾಯದ ಕೆಲಸ. ಈ ಫೈಲಿನಲ್ಲಿ ಇರುವುದೆಲ್ಲವೂ ಅವರ ಕಂಪ್ಯೂಟರಿನಲ್ಲಿ ದಾಖಲಾಗಿರುವ

ವಿಶಯಗಳೇ. ಅವರಿಗೆ ಬೇಕೆಂದರೆ ಮತ್ತೊಂದು ಪ್ರಿಂಟ್ ತೆಗೆದುಕೊಳ್ಳುತ್ತಾರೆ. ಈ ಫೈಲು ಮಿಸ್ ಆಗಿರುವುದರಿಂದ ಅವರಿಗೆ ಯಾವುದೇ ತೊಂದರೆ ಆಗುವುದಿಲ್ಲ. ಈ ರೀತಿಯ ಯೋಚನೆ ಬಂದಮೇಲೆ ವಿಕ್ರಮ್ ನಿಶ್ಚಿಂತರಾದರು.

ನಂಬರ್ ಎಂಬತ್ತೂರು, ಹೆವನ್ಲೀ ಎನ್‌ಕ್ಲೇವ್, ಮಾತುಂಗ ಮುಂಬೈ-ವಿಳಾಸದ ಮುಂದೆ ವಿಕ್ರಮ್ ನಿಂತಿದರು. ಅದೊಂದು ಎಂಟು ಮಹಡಿಯ ಅಪಾರ್ಟ್ಮೆಂಟ್ ನೋಡಲು ಅಷ್ಟೇನೂ ಚೆನ್ನಾಗಿ ಕಾಣಿಸುತ್ತಿರಲಿಲ್ಲ. ಬಹುಶಃ ಮಧ್ಯಮವರ್ಗದ ಇಲ್ಲವೇ ಕೆಳ ಮಧ್ಯಮ ವರ್ಗದ ಜನರು ಜೀವಿಸುತ್ತಿದ್ದ ಅಪಾರ್ಟ್ಮೆಂಟ್. ಎಂಟು ಅಂತಸ್ತುಗಳಲ್ಲಿ ಡೇವಿಡ್ ಅಲಿಯಾಸ್ ಡಿಲೀಪ್ ಎಷ್ಟನೇ ಮಹಡಿಯಲ್ಲಿರಬಹುದು? ಅವನ ಅಪಾರ್ಟ್ಮೆಂಟಿನ ನಂಬರು ಯಾವುದಿರಬಹುದು? ನೆಟ್ವರ್ಕ್ ಕಂಪನಿಗೆ ವಿಳಾಸ ನೀಡುವಾಗ ಅವನು ತನ್ನ ಬಿಲ್ಡಿಂಗಿನ ನಂಬರ್ ಕೊಟ್ಟಿದ್ದಾನೆಯೇ ವಿನಹ ಅಪಾರ್ಟ್ಮೆಂಟಿನ ನಂಬರ್ ಕೊಟ್ಟಿಲ್ಲ. ಇದು ತನ್ನನ್ನು ಯಾರಾದರೂ ಟ್ರೇಸ್ ಮಾಡಲು ಬಂದರೆ ಅನುಕೂಲವಾಗುತ್ತದೆ ಎಂಬ ದೃಷ್ಟಿಯಿಂದ ಇರಬಹುದು.

ಅಪಾರ್ಟ್ಮೆಂಟ್ ಹತ್ತಿರವಾಗುತ್ತಲೇ ಬಹಳ ವರ್ಷಗಳಿಂದ ಆ ಕಟ್ಟಡಕ್ಕೆ ಸುಣ್ಣ-ಬಣ್ಣ ಮಾಡಿಲ್ಲ ಎನ್ನುವಂತೆ ತೋರಿತು. ವಿಕ್ರಮ್ ಮುಂದುವರಿದು ಅಪಾರ್ಟ್ಮೆಂಟಿನ ಗೇಟಿನ ಬಳಿಗೆ ಬಂದರು. ಒಬ್ಬ ಸೆಕ್ಯುರಿಟಿಯವನು ಕಂಡ.

"ಯಾರನ್ನು ನೋಡಬೇಕು?" ಎಂದು ಸೆಕ್ಯೂರಿಟಿಯವ ಕೇಳಿದ.

ಯಾವ ಹೆಸರು ಹೇಳಲಿ? ಡೇವಿಡ್ ಎಂದೇ ಇಲ್ಲ ದಿಲೀಪ್ ಎಂದೇ? ಕ್ಷಣ ಯೋಚಿಸಿದರು. ನೆಟ್ವರ್ಕ್ ಕಂಪನಿಯಲ್ಲಿ ದಿಲೀಪ್ ಎಂಬ ಹೆಸರು ಇರುವುದರಿಂದ ಬಹುಶಃ ಇಲ್ಲಿ ಕೂಡ ಅವನು ಅದೇ ಹೆಸರಿನಲ್ಲಿ ಅಪಾರ್ಟ್ಮೆಂಟ್ ತೆಗೆದುಕೊಂಡಿರಬಹುದು ಎನಿಸಿತು.

"ದಿಲೀಪ್" ಎಂದರು.

"ಅವರು ಮನೆಯಲಿ ಇಲ್ಲ" ಎಂದವನು ಹೇಳಿದ.

"ಯಾವಾಗ ಬರ್ತಾರೆ? ಎಲ್ಲಿಗೆ ಹೋಗಿದ್ದಾರೆ?" ವಿಕ್ರಮ್ ಮರು ಪ್ರಶ್ನೆ ಕೇಳಿದರು.

"ಅವರು ಯಾವಾಗ ಬರ್ತಾರೆ? ಯಾವಾಗ ಹೋಗ್ತಾರೆ ಅದಕ್ಕೇನೂ ಟೈಮ್ ಇಲ್ಲ ಸಾರ್"

"ಅವರು ನನಗೆ ಬರೋಕೆ ಹೇಳಿದ್ದರು" ಅವನು ತನ್ನ ಮಾತನ್ನು ನಂಬುವನೆ? ಅನುಮಾನವಿತ್ತು ವಿಕ್ರಮ್‌ಗೆ.

"ಹಾಗಿದ್ದರೆ ಒಳಗೆ ಹೋಗಿ ನೋಡಿ" ಎಂದ.

ಅಷ್ಟು ಅವಕಾಶ ಸಿಕ್ಕಿದ್ದು ಸಾಕು ಎಂದು ವಿಕ್ರಮ್ ಒಳಗೆ ನಡೆದರು. ಮೂವತ್ತು ಅಡಿ ದೂರ ನಡೆಯುತ್ತಲೇ ಬಿಲ್ಡಿಂಗಿನ ಪ್ರವೇಶದ್ವಾರ ಕಾಣಿಸಿತು.

ಒಳಗೆ ಮಕ್ಕಳ ಗದ್ದಲವಿತ್ತು. ಹತ್ತಾರು ಮಕ್ಕಳು ಅಲ್ಲಿ ಆಟವಾಡುತ್ತಿದ್ದರು. ಹುಡುಗರು ಆಗಂತುಕನನ್ನು ಪ್ರಶ್ನಾರ್ಥಕವಾಗಿ ನೋಡಿದರು.

ನೋಡೋಣ ಈ ಹುಡುಗರಿಗೆ ತಿಳಿದಿದ್ದರೂ ತಿಳಿದಿರಬಹುದು ಎಂದು "ದಿಲೀಪ್ ಸಾಬ್ ಕಹಾ ಕೌನ್ಸಾ ಅಪಾರ್ಟ್‌ಮೆಂಟ್ ಮೆ ರಹ್ತಾ ಹೈ?" ಎಂದು ಕೇಳಿದರು.

ಅವರ ಮಾತಿಗೆ ಹುಡುಗರು ತುಸು ಹೆದರಿದಂತೆ ಕಂಡಿತ್ತು.

ಅಲ್ಲಿಗೆ ಹೋಗುತ್ತಿದ್ದ ಒಬ್ಬ ಐವತ್ತರ ವಯಸ್ಸಿನ ಗಂಡಸು ವಿಕ್ರಮನನ್ನು ನೋಡಿ ಕೇಳಿದರು.

"ಆಪ್ ಕಿಸ್ಕೊ ಡೋಂಡ್ ರಹಿ ಹೋ"

ಆ ಹುಡುಗರಿಗೆ ಹೇಳಿದ್ದನ್ನೇ ವಿಕ್ರಮ್ ಅವರಿಗೂ ಹೇಳಿದರು.

"ಎಯ್ತ್ ಫ್ಲೋರ್ ಫೋರ್ತ್ ಹೌಸ್ ಟು ದಿ ಲೆಫ್ಟ್"

ಎಂದು ಹೇಳಿ ಆತ ತುಂಬಾ ಅನುಮಾನದಿಂದ ವಿಕ್ರಮರನ್ನು ನೋಡಿದ.

ದಿಲೀಪ್‌ನ ಚಟುವಟಿಕೆಗಳ ಬಗೆಗೆ ಈತನಿಗೆ ಅನುಮಾನ ಇರಬಹುದೇ ಎಂದು ವಿಕ್ರಮ್‌ಗೆ ಅನ್ನಿಸಿತು. ವಿಕ್ರಮ್ ಮೊಬೈಲ್ ರಿಂಗ್ ಮಾಡಿತು. ಕಾಲ್, ಇನ್ಸ್ಪೆಕ್ಟರ್ ಸುಧಾಕರ್ ಅವರದ್ದು.

ನನಗೆ ದಿಲೀಪನ ಅಪಾರ್ಟ್ಮೆಂಟ್ ವಿವರ ತಿಳಿಸಿದ ಗಂಡಸು ಅಲ್ಲಿ ನಿಂತಿರುವಂತೆಯೇ ವಿಕ್ರಮ್ ಮೊಬೈಲಿನಲ್ಲಿ ಫೋನ್ ರಿಸೀವ್ ಮಾಡಿ ಮಾತನಾಡುತ್ತ ಲಿಫ್ಟಿನ ಕಡೆಗೆ ಧಾವಿಸಿದರು.

"ಹಲೋ ಸರ್ ಹೌ ಆರ್ ಯು?" ವಿಕ್ರಮ್ ಕೇಳಿದರು.

"ಐ ಯಾಮ್ ಫೈನ್ ವಿಕ್ರಮ್. ನಾನು ಮುಂಬೈಗೆ ಬರ್ತಿದ್ದೀನಿ. ನಿಮ್ಮ ಜೊತೆ ಮಾತಾಡಬೇಕು ಎಲ್ಲಿ ಸಿಗ್ತೀರಿ?" ಎಂದು ಕೇಳಿದರು.

ವಿಕ್ರಮ್ ತಾವು ಇರುವ ಹೋಟೆಲಿನ ಹೆಸರು ಹೇಳಿದರು.

"ನೀವು ಎಲ್ಲಿ ಇರುತ್ತೀರಿ ಸರ್? ನಿಮಗೆ ಅನುಕೂಲವಾದರೆ ಹೋಟೆಲಿಗೆ ಬನ್ನಿ, ಇಲ್ಲವಾದಲ್ಲಿ ನಾನೇ ನೀವು ಇರೋ ಜಾಗಕ್ಕೆ ಬರ್ತೀನಿ" ಎಂದು ಹೇಳಿದರು.

"ಅದು ತುಂಬಾ ಒಳ್ಳೆಯದು. ಸಂಜೆ ನಾಲ್ಕು ಗಂಟೆಯಲ್ಲಿ ನಾನು ಏರ್ಪೋರ್ಟಿನಲ್ಲಿ ಇರುತ್ತೇನೆ ನೀವು ಭೇಟಿ ಮಾಡಲು ಸಾಧ್ಯವೇ?"

"ಓಕೆ ಸರ್ ನಾನು ಏರ್ಪೋರ್ಟಿನಲ್ಲಿ ನಿಮ್ಮನ್ನು ಭೇಟಿ ಮಾಡುತ್ತೇನೆ"

ವಿಕ್ರಮ್ ಲಿಫ್ಟಿನಲ್ಲಿ ಎಂಟನೆಯ ಮಹಡಿಗೆ ತಲುಪಿದರು. ನಾಲ್ಕನೆಯ ಮನೆಯ ಬಾಗಿಲ ಮುಂದೆ ನಿಂತಾಗ ಅದು ಮುಚ್ಚಿರುವುದು ಕಾಣಿಸಿತು. ಸೆಕ್ಯೂರಿಟಿಯವನು ಹೇಳಿದಂತೆ ದಿಲೀಪ್ ಮನೆಯಲ್ಲಿ ಇಲ್ಲವೆನಿಸಿತು. ಅದು ನಿಜವೋ ಇಲ್ಲ ಸುಳ್ಳು? ಬಹುಶಃ ಸೆಕ್ಯೂರಿಟಿಯವನಿಗೂ ಅದೇ ರೀತಿಯಲ್ಲ ಹೇಳಲು ದಿಲೀಪ್ ಹೇಳಿರಬಹುದು ಎನಿಸಿತು.

ಅವರು ಹಾದು ಬಂದ ಎಲ್ಲ ಮನೆಗಳ ಬಾಗಿಲ ಮುಂದೆಯೂ ಹೂವಿನ ಕುಂಡಗಳು, ಬಾಗಿಲ ಮೇಲೆ ತೋರಣ ಮುಂತಾದವು ಕಂಡಿದ್ದವು. ಆದರೆ ದಿಲೀಪ್‌ನ ಬಾಗಿಲ ಮುಂದೆ ಇಂತಹ ಯಾವ ಲಕ್ಷಣಗಳೂ ಇರಲಿಲ್ಲ. ಅಂದರೆ ಇದು ಸಂಸಾರಸ್ತರು ಇರುವ ಅಪಾರ್ಟ್ಮೆಂಟ್ ಅಲ್ಲ! ಬಹುಶಃ ದಿಲೀಪ್ ಒಬ್ಬನೇ ವಾಸಿಸುತ್ತಿದ್ದಾನೆ. ಅವನಿಗೆ ಸಂಸಾರ ಇಲ್ಲ ಎನ್ನುವುದು ಮನೆಯ ಬಾಗಿಲಿನ ಮೇಲಿದ್ದ ಧೂಳು, ಹಾಳು ಸುರಿಯುವಂತೆ ಕಾಣಿಸುತ್ತಿದ್ದ ಅಪಾರ್ಟ್ಮೆಂಟಿನ ಲಕ್ಷಣಗಳು ಸ್ಪಷ್ಟಪಡಿಸಿದುವು.

ಸುಧಾಕರ್ ಮುಂಬೈಗೆ ಬರುತ್ತಿರುವುದರಿಂದ ಅವರ ಸಹಾಯ ಪಡೆದು ದಿಲೀಪನನ್ನು ಪ್ರಶ್ನಿಸುವುದು ಸೂಕ್ತ. ಏಕಾಏಕಿ ಒಬ್ಬನೇ ಹೋಗಿ ಅವನನ್ನು ಎದುರಿಸುವುದಕ್ಕಿಂತ ಪೊಲೀಸ್ ರಕ್ಷಣೆಯೊಂದಿಗೆ ಹೋದರೆ ಹೆಚ್ಚು ಸೂಕ್ತ ಎನಿಸಿತು. ಆದರೆ ದಿಲೀಪ್ ಮನೆಯಲ್ಲಿ ಇದ್ದಾನೊ ಅಥವಾ ಇಲ್ಲವೋ ಎಂದು ತಿಳಿಯುವುದು ಹೇಗೆ? ಈ ಪ್ರಶ್ನೆ ಅವರ ಮುಂದೆ ದೊಡ್ಡದಾಗಿತ್ತು. ಸೆಕ್ಯೂರಿಟಿ ಗಾರ್ಡ್ ಹೇಳಿದ ಮಾತುಗಳು ಬಹುಶಃ ದಿಲೀಪ ಹೇಳಿಕೊಟ್ಟಿರುವ ಮಾತುಗಳೇ ಇರಬಹುದು. ಅದಕ್ಕೆ ಅವನು ಸೆಕ್ಯೂರಿಟಿ ಅವರಿಗೆ ಆಗಾಗ್ಗೆ ಹಣ ನೀಡಿರುತ್ತಾನೆ. ಅದೇ ಮಾರ್ಗವನ್ನು ತಾವೂ ಅನುಸರಿಸಬಹುದು ಎನಿಸಿತು.

ಮತ್ತೆ ಲಿಫ್ಟ್ ನಲ್ಲಿ ಕೆಳಗೆ ಬಂದು ಗೇಟಿನತ್ತ ನಡೆದರು. ಸೆಕ್ಯೂರಿಟಿಯವನ ಮುಂದೆ ನಿಂತರು.

"ನೀನು ಹೇಳಿದ್ದು ಸರಿ. ಅವರು ಮನೆಯಲ್ಲಿ ಇಲ್ಲ ಅವರು ಬಂದಾಗ ನನಗೆ ಒಂದು ಫೋನ್ ಮಾಡ್ತೀಯಾ?" ಎಂದು ಕೈಯಲ್ಲಿ ಐನೂರರ ನೋಟು ಹಿಡಿದು ಕೇಳಿದರು.

ಹಣ ನೋಡುತ್ತಲೇ ಅವನ ಮುಖದಲ್ಲಿ ಕಿರುನಗೆ ಕಾಣಿಸಿತು.

"ಒಂದು ಮಿಸ್ ಕಾಲ್ ಕೊಡ್ತೀನಿ ಆದ್ರೆ ಅದು ದಿಲೀಪ್ ಸಾಹೇಬರಿಗೆ ಗೊತ್ತಾಗಬಾರದು"

ಎಂದು ಪಿಸುದನಿಯಲ್ಲಿ ಹೇಳಿದ ಸೆಕ್ಯೂರಿಟಿಯವ.

"ಸರಿ ನಿನ್ನ ಫೋನ್ ನಂಬರ್ ಕೊಡು" ಎಂದರು ವಿಕ್ರಮ್.

ನೋಟನ್ನು ವಿಕ್ರಮ್ ಕೈಯಿಂದ ಬೇಗನೆ ಕಸಿದುಕೊಂಡು ತನ್ನ ಜೇಬಿಗೆ ಸೇರಿಸುತ್ತಾ ಆತ ತನ್ನ ಮೊಬೈಲ್ ನಂಬರ್ ನೀಡಿದ.

ವಿಕ್ರಮ್ ಗೇಟಿನಿಂದಾಚೆ ಬಂದು ತಾವು ಮಾಡಿದ್ದು ಸರಿಯೇ ಎಂದು ಯೋಚಿಸಿದರು. ಹೌದು, ತಾವು ಮಾಡಿದ್ದು ಎಲ್ಲ ರೀತಿಯಿಂದಲೂ ಸರಿ. ಇದುವರೆಗಿನ ಎಲ್ಲ ಕೃತ್ಯಗಳು ದಿಲೀಪನ ಕಡೆಗೆ ಕೈ ತೋರಿಸುತ್ತೇವೆ. ಗಣಪತಿಯವರು ಹೇಳಿದ ಒಂದು ಮಾತು ಈ ಎಲ್ಲಾ ಸಮಸ್ಯೆಗಳಿಗೂ ಒಂದು ಅತಿ ಮುಖ್ಯವಾದದ್ದು ಎನ್ನಿಸಿತು.

ಅಲ್ಲಿಂದ ಅವರು ಧಾರಿವಿಯತ್ತ ಟ್ಯಾಕ್ಸಿ ಹಿಡಿದರು.

11

ಅಧ್ಯಾಯ:

"ಏನು ಪ್ರೋಗ್ರೆಸ್ ವಿಕ್ರಮ್?"

ಏರ್ಪೋರ್ಟಿನ ಎಲ್ಲಾ ಫಾರ್ಮಾಲಿಟೀಸ್ ಮುಗಿದು ಈಚೆ ಬಂದು ವಿಕ್ರಮ್ ಕೈಕುಲುಕಿ ಕೇಳಿದರು ಸುಧಾಕರ್.

"ಈ ಕೇಸಿನ ಸೂತ್ರದಾರಿ ಈಗ ಸಿಕ್ಕಿದ್ದಾನೆ. ಇನ್ನು ಮುಂದಿನದು ಕ್ಲೈಮ್ಯಾಕ್ಸ್. ಎಚ್ಚರಿಕೆಯಿಂದ ಇದನ್ನು ಪ್ಲಾನ್ ಮಾಡಬೇಕು ಸರ್" ಎಂದು ಹೇಳಿದರು ವಿಕ್ರಮ್.

"ಇಲ್ಲಿ ಅದನ್ನೆಲ್ಲ ಮಾತನಾಡೋದು ಬೇಡ. ಬನ್ನಿ ಎಲ್ಲಾದರೂ ಒಂದು ಸುರಕ್ಷಿತವಾದ ಜಾಗಕ್ಕೆ ಹೋಗೋಣ" ಎಂದರು ಸುಧಾಕರ.

ತಾವು ಮುಂಬೈಗೆ ಬಂದಾಗಿನಿಂದ ಇದುವರೆಗೂ ಆಗಿರುವ ಎಲ್ಲ ವಿಶಯಗಳನ್ನು ವಿಕ್ರಮ್ ತಿಳಿಸಿದರು.

"ವಿಕ್ರಮ್ ಇದಂತೂ ನನಗೆ ಆಶ್ಚರ್ಯದ ಮೇಲೆ ಆಶ್ಚರ್ಯ ತಂದ ಸಂಗತಿ. ಈ ಕೇಸಲ್ಲಿ ಬೇಕಾಗಿರುವ ಈ ವ್ಯಕ್ತಿ ಮುಂಬೈಯಲ್ಲಿ ಯಾವ ಅಪರಾಧವನ್ನೂ ಮಾಡಿಲ್ಲ. ಇಲ್ಲಿನ ಪೊಲೀಸರ ಬಳಿ ಅವನ ಒಂದೇ ಒಂದು ಅಪರಾಧವೂ ದಾಖಲಾಗಿಲ್ಲ. ಹಿ ಇಸ್ ಕ್ಲೀನ್! ನಾನು ಮುಂಬೈ ಪೋಲೀಸ್ ರೆಕಾರ್ಡ್ಸ್ ಚೆಕ್ ಮಾಡಿಸಿದ್ದೀನಿ. ನಿಜಕ್ಕೂ ಆತ ಅತಿ ಬುದ್ಧಿವಂತ ಅಥವಾ ಅದೃಷ್ಟವಂತ! ಇದು ನಿಜಕ್ಕೂ ಅದ್ಭುತ ಅಲ್ಲವೇ? ಇಂಥ ವ್ಯಕ್ತಿ, ಎಲ್ಲಾ ಅಪರಾಧಗಳನ್ನು ಬೆಂಗಳೂರು ಮತ್ತು ಅದರ ಸುತ್ತಮುತ್ತ, ಒಟ್ಟಾರೆ ಕರ್ನಾಟಕದಲ್ಲಿ ನಡೆಸುತ್ತಿರುವುದು ವಿಚಿತ್ರವಾಗಿ ಕಾಣಿಸುತ್ತಿದೆ"

ಸುಧಾಕರ್ ಆಶ್ಚರ್ಯದಿಂದ ಹೇಳಿದರು.

"ಸರ್, ಅದಕ್ಕೂ ಏನೋ ಒಂದು ಬಲವಾದ ಕಾರಣ ಇರಬೇಕು. ಬಹುಶಃ ಮುಂಬೈಯಲ್ಲಿದ್ದು ಕರ್ನಾಟಕದಲ್ಲಿ ಎಲ್ಲಾ ಅಪರಾಧಗಳನ್ನು ನಡೆಸುತ್ತಿರುವುದು ಅವನಿಗೆ ಒಂದು ರೀತಿಯಲ್ಲಿ ಅನುಕೂಲ. ಅಲ್ಲಿ ಅಪರಾಧಗಳನ್ನು ಮಾಡಿ ಇಲ್ಲಿಗೆ ಬಂದು ಕುಳಿತರೆ ತಾನು ಅಲ್ಲಿನ ಕಾನೂನಿನಲ್ಲಿ ಸಿಕ್ಕಿಕೊಳ್ಳುವುದು ಎನ್ನುವುದು ಅವರ ನಂಬಿಕೆ. ಅವನ ನಂಬಿಕೆಯನ್ನು ಸುಳ್ಳು ಮಾಡುವ ಸಮಯ ಈಗ ಬಂದಿದೆ. ಈಗ ನಮ್ಮ ಮುಂದೆ ಬೇಕಾದಷ್ಟು

ಸಾಕ್ಷ್ಯಗಳಿವೆ, ಪುರಾವೆಗಳಿವೆ ಇವುಗಳ ಆಧಾರದ ಮೇಲೆ ನಾವು ಆಕ್ಷನ್ ಪ್ಲಾನ್ ಮಾಡಬೇಕು. ಇದು ಸರಿಯಾದ ಸಮಯ. ಇನ್ನು ನಿಮ್ಮ ತನಿಖೆಗೆ ಮೀರಿದ ಇನ್ನೊಂದು ಅಪರಾಧವಿದೆ. ಅದು ವಿರಾಜಪೇಟೆಯ ಪೊಲೀಸ್ ಠಾಣೆಯಲ್ಲಿ ದಾಖಲಾಗಿದೆ. ನನ್ನ ಅಂದಾಜಿನ ಪ್ರಕಾರ ಇದುವರೆಗಿನ ಎಲ್ಲಾ ಅಪರಾಧಗಳೂ ಇವನಿಂದಲೇ ಆಗಿವೆ! ಅದನ್ನು ನಾಲ್ಕಾರು ಕೋನಗಳಿಂದ ನೋಡಿದ್ದೇನೆ. ನನ್ನ ಲೆಕ್ಕಾಚಾರ ಕರಾರುವಾಕ್ಕಾಗಿದೆ ಎಂಬ ಭರವಸೆಯಿದೆ. ನನ್ನ ಪ್ಲಾನ್ ಮತ್ತು ಪೋಲೀಸ್ ಇಲಾಖೆಯ ಸಹಾಯ ದೊರೆತಲ್ಲಿ ಈ ಕೇಸಿಗೆ ಒಂದು ಇತಿಶ್ರೀ ಹಾಡಬಹುದು"

ಇಷ್ಟು ಹೇಳಿ ವಿಕ್ರಮ್ ಬೆಂಗಳೂರಿನ ಪಿಎಸ್ಸೈ ಸುಧಾಕರ ಅವರ ಮುಖ ನೋಡಿದರು.

"ನೀವು ಹೇಳಿದ್ದೆಲ್ಲ ಕೇಳಿದರೆ ಎಲ್ಲಾ ಸರಿಯಾಗಿದೆ ಎಂದು ನನಗೆ ಕೂಡ ಅನಿಸುತ್ತಿದೆ. ಯಾವ ಮಟ್ಟದ ಸಹಾಯ ಬೇಕಾಗುತ್ತದೆ ನೋಡೋಣ"

ಎಂದರು ಸುಧಾಕರ್.

"ಅದಕ್ಕೂ ಮುಂಚೆ ಇನ್ನೊಂದು ವಿಶಯ ನಿಮಗೆ ನಾನು ತಿಳಿಸಬೇಕಾಗಿತ್ತು. ನನ್ನ ಹೋಟೆಲ್ ರೂಮಿನಲ್ಲಿ ಯಾರೋ ಮೈಕ್ರೋರಿಸೀವರ್ ಅಳವಡಿಸಿದ್ದಾರೆ. ಅದರ ಬಗ್ಗೆ ನಾನು ವಿಶ್ಲೇಷಣೆ ಮಾಡಲು ಸಾಧ್ಯವಾಗಿಲ್ಲ. ಅದು ಡೇವಿಡ್ ಆಲಿಯಾಸ್ ದಿಲೀಪ್ ಬಗೆಗೆ ಇರಬಹುದು ಅಥವಾ ಚೋಟು ಅಲಿಯಾಸ್ ಅಥವಾ ಸುಧೇಶ್ ಅಥವಾ ಅಂತೋಣಿ ಇವರಲ್ಲಿ ಯಾರು ಇರಬಹುದು ಎನ್ನುವುದರ ಬಗೆಗೆ ಖಚಿತವಾದ ಅಭಿಪ್ರಾಯಕ್ಕೆ ಬರಲು ನನಗೆ ಸಾಧ್ಯವಾಗಿಲ್ಲ. ಈ ಬಗೆಗೆ ನಿಮಗೆ ಏನನ್ನಿಸುತ್ತದೆ" ಎಂದು ವಿಕ್ರಮ್ ಕೇಳಿದರು.

ಈ ಮಾತಿಗೆ ಸುಧಾಕರ್ ಮುಖದಲ್ಲಿ ಒಂದು ಕಿರುನಗೆ ಕಾಣಿಸಿತು. ಅದನ್ನು ನೋಡಿದ ವಿಕ್ರಮ್‌ಗೆ ಇವರೇ ಮೈಕ್ರೋ ರಿಸೀವರ್ ಅಳವಡಿಸುವ ಕೆಲಸದ ಹಿಂದೆ ಇರಬಹುದೇ ಎನ್ನುವ ಅನುಮಾನ ಮೂಡಿತು.

“ಬಿಡಿ, ಅದನ್ನು ಆಮೇಲೆ ನೋಡಿಕೊಳ್ಳೋಣ ಬಹುಶಃ ಅದು ಅಂತ ಮುಖ್ಯವಾದ ವಿಶಯ ಅಲ್ಲ ಎನಿಸುತ್ತದೆ. ಯಾರೋ ಹಿಂದಿನವರು ಬಿಟ್ಟು ಹೋದಂತಹ ಉಪಕರಣ ಅದಿರಬಹುದು. ಹೋಟೆಲಿನವರ ಬಳಿ ಮಾತನಾಡಿ ನೋಡೋಣ. ಈಗ ಟೈಮ್ ಫಾರ್ ಆಕ್ಷನ್ ಪ್ಲಾನ್” ಎಂದರು ಸುಧಾಕರ್.

0 0 0

ರಾತ್ರಿ ಹನ್ನೊಂದು ಗಂಟೆಯ ಸಮಯ. ಓರ್ವ ಸಾಮಾನ್ಯ ಉಡುಪಿನಲ್ಲಿದ್ದ ಪೊಲೀಸ್ ದಿಲೀಪನ ಅಪಾರ್ಟ್‌ಮೆಂಟಿನ ಬಾಗಿಲು ಬಡಿದು ನೋಡಿದ. ಯಾರೋ ಓಗೊಡಲಿಲ್ಲ. ಅಂದರೆ ಅಪಾರ್ಟ್‌ಮೆಂಟ್ ಖಾಲಿ ಅನ್ನುವುದು ಗೊತ್ತಾಗಿತ್ತು. ಆತ ತನ್ನ ಬಳಿ ಇದ್ದ ವಾಕಿ-ಟಾಕಿಯಿಂದ ಅಪಾರ್ಟ್‌ಮೆಂಟ್ ಖಾಲಿಯಾಗಿದೆ ಎಂದು ಹೇಳಿ ವಾಕಿ-ಟಾಕಿ ಆಫ್ ಮಾಡಿದ. ಹದಿನೈದು ನಿಮಿಷಗಳಲ್ಲಿ ಮತ್ತೆ ಮೂವರು ಸಾಮಾನ್ಯ ಉಡುಪಿನಲ್ಲಿದ್ದ ಪೊಲೀಸರು, ಸುಧಾಕರ್ ಮತ್ತು ವಿಕ್ರಮ್ ಅಪಾರ್ಟ್‌ಮೆಂಟ್ ಬಾಗಿಲಿಗೆ ಬಂದು ನಿಂತರು.

ಅಲ್ಲಿಗೆ ಬರುವುದಕ್ಕೆ ಮುಂಚೆ ಅಪಾರ್ಟ್‌ಮೆಂಟಿನ ಸೆಕ್ಯೂರಿಟಿ ಗಾರ್ಡಿಗೆ ಸುಧಾಕರ್ ತಮ್ಮ ಹುದ್ದೆ ಮತ್ತು ತಾವು ಮಾಡಲಿರುವ ಕೆಲಸವನ್ನು ಹೇಳಿದ್ದರು.

"ಅಕಸ್ಮಾತ್ ಇಲ್ಲಿಗೆ ದಿಲೀಪ್ ಬಂದರೆ ನಮ್ಮ ಬಗ್ಗೆ ಅವರಿಗೆ ಹೇಳಬಾರದು. ಅವನಿಗೆ ಅನುಮಾನ ಬರುವಂತಹ ಯಾವುದೇ ಶಬ್ದವನ್ನು ನೀನು ಉಪಯೋಗಿಸಬಾರದು. ಹಾಗೆ ಮಾಡಿದರೆ ನಿನ್ನ ಮೇಲೆ ಕಾನೂನಿನ ಪ್ರಕಾರ ಕ್ರಮ ಕೈಗೊಳ್ಳುತ್ತೇವೆ" ಎಂದು ಹೆದರಿಸಿದ್ದರು.

ಇಬ್ಬರು ಪೊಲೀಸರು ಎಡ ಮತ್ತು ಬಲ ಭಾಗದ ಅಪಾರ್ಟ್ಮೆಂಟುಗಳ ಬಾಗಿಲು ತಟ್ಟಿ ಮನೆಯಲ್ಲಿದ್ದವರಿಗೆ ಅಲ್ಲಿ ನಡೆಯಲಿರುವ ಕಾನೂನು ಕ್ರಮವನ್ನು ವಿವರಿಸಿ "ನೀವುಗಳು ಯಾರೂ ಏನೇ ಶಬ್ದವಾದರೂ ಮನೆಯಿಂದ ಆಚೆ ಬರಬಾರದು" ಎಂದು ಹೇಳಿದರು.

ಇಷ್ಟೆಲ್ಲಾ ಪೂರ್ವಸಿದ್ಧತೆಯಾದ ನಂತರ ದಿಲೀಪನ ಅಪಾರ್ಟ್ಮೆಂಟಿನ ಬಾಗಿಲನ್ನು ತೆರೆದು ಸುಧಾಕರ್ ಮತ್ತು ವಿಕ್ರಮ್ ಜೊತೆಗೊಬ್ಬ ಪೊಲೀಸ್ ಒಳಗೆ ಸೇರಿದರು. ಉಳಿದ ಮೂರು ಜನ ಪೊಲೀಸರು ಅಲ್ಲಲ್ಲಿ ಚದುರಿ ನಿಂತು ಯಾವುದೇ ಕ್ಷಣದಲ್ಲಿ ಕರೆ ಬಂದ ಕೂಡಲೇ ಆಕ್ರಮಣ ಮಾಡಲು ಸಿದ್ಧರಾಗಿದ್ದರು. ಸುಧಾಕರ್ ಬಳಿ ಡಿಪಾರ್ಟ್ಮೆಂಟಿನ ರಿವಾಲ್ವರ್ ಇತ್ತು. ವಿಕ್ರಮ್ ಬಳಿ ಆತ್ಮರಕ್ಷಣೆಗಾಗಿ ಅನುಮತಿ ಪಡೆದಿದ್ದ ಪಿಸ್ತೂಲ್ ಇತ್ತು.

ಅಪಾರ್ಟ್ಮೆಂಟಿನ ಒಳಗೆ ಅವರಿಗೆ ಅಚ್ಚರಿ ಕಾದಿತ್ತು!!

ಹೊರಗಿನ ಕೋಣೆ ಖಾಲಿಖಾಲಿ! ಒಂದೇ ಒಂದು ವಸ್ತು ಸಹ ಇರಲಿಲ್ಲ. ಇನ್ನೂ ಒಳಗೆ ಪ್ರವೇಶಿಸಿದಾಗ ಡ್ರಾಯಿಂಗ್ ರೂಮ್ ಕಂಡಿತು. ಆ ರೂಮಿನ ಬಲಭಾಗದಲ್ಲಿ ಡೈನಿಂಗ್ ಟೇಬಲ್ಲಿನ ಮೇಲೆ ನಾಲ್ಕು ಲ್ಯಾಪ್ಟಾಪ್‌ಗಳು ಅವಕ್ಕೆ ಜೋಡಿಸಿದ ಹೆಡ್‌ಫೋನುಗಳು ಕಾಣಿಸಿದವು.

ಮೇಜಿನ ಡ್ರಾಯರ್ ತೆಗೆದು ನೋಡಿದರೆ ಅಲ್ಲಿ ಹತ್ತಾರು ಪಾಸ್ಪೋರ್ಟುಗಳು, ಬೇರೆಬೇರೆ ದೇಶಗಳ ವೀಸಾಗಳು ಇದ್ದವು. ಅವೆಲ್ಲವೂ ನಕಲಿ ಎಂದು ಬೇರೆ ಸಾಕ್ಷಿ ಬೇಕಾಗಿರಲಿಲ್ಲ. ಡೇವಿಡ್ ಎಂಬ ಹೆಸರಿನಿಂದ ಬೆಂಗಳೂರಿನಲ್ಲಿ ಬಾಡಿಗೆ ಅಪರಾಧಿಗಳಿಂದ ಕಾನೂನು ಬಾಹಿರ ಕೃತ್ಯಗಳನ್ನು ಎಸಗುತ್ತಿದ್ದರು. ಅದು ಈಗಾಗಲೇ ಸೂರಜ್ ಮತ್ತು ಇಳಾ ನೀಡಿದ ಹೇಳಿಕೆಗಳ ಪ್ರಕಾರ ಖಚಿತವಾಗಿತ್ತು. ಸೂರಜ್ ಮೇಲೆ ಡೇವಿಡ್ ನಡೆಸಿದ ಹಲ್ಲೆ ಕಾನೂನು ಬಾಹಿರ ಕೆಲಸಕ್ಕೆ ಪ್ರತ್ಯಕ್ಷ ಸಾಕ್ಷಿಯಾಗಿತ್ತು.

ಇನ್ನು, ಒಳಗಿನ ಒಂದು ಕೋಣೆಯಲ್ಲಿ ಬಹುಶಃ ದಿಲೀಪ್ ಅದನ್ನು ಬೆಡ್ರೂಮ್ ಆಗಿ ಉಪಯೋಗಿಸುತ್ತಿದ್ದ. ಅಲ್ಲಿ ಅವನ ಬಟ್ಟೆಬರೆಗಳು, ಅವನು ಪ್ರಯಾಣಿಸುವಾಗ ಬೇಕಾಗಿದ್ದ ಅಂತಹ ಸೂಟ್ ಕೇಸುಗಳು ಬ್ರೀಫ್ ಕೇಸ್ ಮುಂತಾದವೂ ಇದ್ದವು.

ದಿಲೀಪ್ ಅಲ್ಲಿ ವಾಸಿಸುತ್ತಿದ್ದಾನೆ ಎನ್ನುವ ಎಲ್ಲ ಕುರುಹುಗಳೂ ಇದ್ದವು. ಅವನು ಯಾವಾಗ ವಾಪಸ್ಸು ಅಪಾರ್ಟ್ಮೆಂಟ್‌ಗೆ ಬರುತ್ತಾನೆ ಎನ್ನುವುದು ಗೊತ್ತಿರಲಿಲ್ಲ. ಸೆಕ್ಯೂರಿಟಿಯವನು ಕೂಡ ಏನನ್ನು ಹೇಳಲಾರದವನಾಗಿದ್ದ. ಉಳಿದಿದ್ದ ದಾರಿ ಎಂದರೆ ಅವನಿಗಾಗಿ ಕಾಯುವುದು!

"ವಾಟ್ ಡು ಯು ಥಿಂಕ್?"

ಸುಧಾಕರ್ ವಿಕ್ರಮರನ್ನು ಕೇಳಿದರು.

"ನಾವು ಅವನಿಗೆ ಕಾಯಲೇಬೇಕು. ಅವನು ಎಲ್ಲಿರಬಹುದು ಎನ್ನುವ ಬಗ್ಗೆ ನಮಗೇನೂ ಗೊತ್ತಿಲ್ಲ. ಅವನ ಚಟುವಟಿಕೆಯ ವ್ಯಾಪ್ತಿಯನ್ನು ಗುರುತಿಸಬೇಕೆಂದರೆ ನಮಗೆ ನಾಲ್ಕಾರು ದಿನ ಹಿಡಿಯಬಹುದು. ಸದ್ಯಕ್ಕೆ ಅವನಿಗಾಗಿ ಕಾಯೋದು ಬಿಟ್ಟು ನಮಗೆ ಬೇರೆ ಮಾರ್ಗ ಇಲ್ಲ.

ಒಂದುವೇಳೆ ಅವನು ಬರದೆ ಇದ್ದರೆ ಮುಂದಿನದು ಯೋಚಿಸೋಣ" ಎಂದರು ವಿಕ್ರಮ್.

ಇಡೀ ಮನೆಯನ್ನು ತಲಾಶ್ ಮಾಡಿದ ಅವರಿಗೆ ಕಂಪ್ಯೂಟರ್‌ಗಳು, ಪ್ರಿಂಟರ್‌ಗಳು ಮತ್ತು ಪಾಸ್ಪೋರ್ಟ್, ವೀಸಾ ಇವುಗಳನ್ನು ಬಿಟ್ಟರೆ ಅಪರಾಧವನ್ನು ಸಾಬೀತು ಮಾಡುವ ಯಾವುದೇ ಸಾಕ್ಷಗಳು ಸಿಗಲಿಲ್ಲ. ಅಲ್ಲಿ ವಾಸ ಮಾಡುತ್ತಿರುವವನು ಒಬ್ಬ ಸಾಮಾನ್ಯ ಟೆಕ್ಕಿ ಎನಿಸಿತು ಸುಧಾಕರ್‌ಗೆ. ಇಂಥವನನ್ನು ವಿಕ್ರಮ್ ಹೇಳಿಕೆಯ ಮೇಲೆ ಆಕ್ಷನ್ ತೆಗೆದುಕೊಳ್ಳುತ್ತಿದ್ದೇನಲ್ಲ? ಇದು ಸರಿಯೇ ಎಂಬ ಅನುಮಾನ ಸುಧಾಕರ್ಗೆ ಆಯಿತು. ಆದರೆ ವಿಕ್ರಮ್ ವಿಶ್ವಾಸ ಬಲವಾಗಿತ್ತು. ವಿಕ್ರಮ್ ಮಾತನ್ನು ನಂಬಬಹುದು ಎನ್ನಿಸಿತು. ಮಿಲಿಟರಿಯಲ್ಲಿ ಕ್ಯಾಪ್ಟನ್ ಆಗಿದ್ದವರು, ಹಲವು ದೇಶಗಳಲ್ಲಿ ಸೀಕ್ರೆಟ್ ಏಜೆಂಟ್ ಆಗಿ ಕೆಲಸ ಮಾಡಿದವರು, ಯುದ್ಧದಲ್ಲಿ ಭಾಗಿಯಾಗಿದ್ದರು, ಭಯೋತ್ಪಾದಕರ ವಿರುದ್ಧ ಹೋರಾಡಿದವರು- ಇಂತವರ ಮೇಲೆ ನಂಬಿಕೆ ವಿಶ್ವಾಸ ಸಹಜವಾಗಿ ಮೂಡುತ್ತದೆ. ಹಾಗಾಗಿ ವಿಕ್ರಮ್ ಅವರ ಇನ್ವೆಸ್ಟಿಗೇಶನ್ ಸರಿಯಾಗಿದೆ, ಅದನ್ನು ನಂಬಲೇಬೇಕು ಎಂದು ತಮ್ಮಲ್ಲೇ ವಿಚಾರ ಮಾಡಿದರು ಸುಧಾಕರ್.

ಸಮಯ ಜಾರುತ್ತಿತ್ತು. ಬಹುತೇಕ ಅಪಾರ್ಟ್ಮೆಂಟಿನ ಮನೆಗಳಲ್ಲಿ ದೀಪಗಳು ಒಂದೊಂದಾಗಿ ಆರುತ್ತಿದ್ದವು. ಆಚೆ ರಸ್ತೆಯಲ್ಲಿ ಕೂಡ ವಾಹನಗಳ ಸಂಚಾರ ಕಡಿಮೆಯಾಗಿತ್ತು. ಡೇವಿಡ್ ಬರುತ್ತಾನೋ ಇಲ್ಲವೋ ಎಂಬುದರ ಬಗ್ಗೆ ಯಾವುದೇ ಮಾಹಿತಿಯೂ ಇರಲಿಲ್ಲ, ಭರವಸೆಯೂ ಇರಲಿಲ್ಲ. ಇನ್ನು ಎಷ್ಟು ಕಾಲ ಕಾಯಬೇಕಾಗುತ್ತದೆ ಎನ್ನುವ ಅಂದಾಜು ಕೂಡ ಅವರಿಗೆ ಇರಲಿಲ್ಲ. ಸುತ್ತಮುತ್ತಲಿನ ಶಬ್ದಗಳು ಕಮ್ಮಿಯಾಗುತ್ತಾ ಬಂದಿದ್ದವು.

ಇದ್ದಕ್ಕಿದ್ದಂತೆ ವಿಕ್ರಮ್ ಲಿಫ್ಟ್ ಏರಿ ಮೇಲೆ ಬರುತ್ತಿರುವುದರ ಶಬ್ದವನ್ನು ಆಲಿಸಿದರು.

"ಇನ್ಸ್ಪೆಕ್ಟರ್ ನನ್ನ ಊಹೆ ಸರಿಯಾಗಿದ್ದರೆ...ಡೇವಿಡ್ ಅಲಿಯಾಸ್ ದಿಲೀಪ್ ಬರುತ್ತಿದ್ದಾನೆ" ವಿಕ್ರಮ್ ಉಸುರಿದರು.

"ಎವ್ವೆರಿ ಒನ್ ಅಲರ್ಟ್!" ಪಿಸು ನುಡಿದರು ಸುಧಾಕರ್.

ಆಚೆ ಕಾರಿಡಾರಿನಲ್ಲಿ ಬೂಟುಗಾಲುಗಳ ಶಬ್ದ ಕೇಳಿಸಿತು. ಎಲ್ಲರೂ ಮೈಯೆಲ್ಲ ಕಣ್ಣಾಗಿ ಬಾಗಿಲಿನ ಕಡೆ ನೋಡುತ್ತಾ ಕುಳಿತರು.

ಆಚೆ ಬಂದವನು ಬಾಗಿಲಿನ ಬೀಗವನ್ನು ತೆಗೆದು ಒಳಗೆ ಬಂದು ಲೈಟ್ ಸ್ವಿಚ್ ಅನ್ನು ಒತ್ತಿದನು.

ಎದುರಿನಲ್ಲಿ ತನ್ನತ್ತ ರಿವಾಲ್ವರ್ ಗುರಿಯಿಟ್ಟು ನಿಂತಿದ್ದ ಸುಧಾಕರ್ ಅವರನ್ನು ನೋಡಿ ದಿಲೀಪ್ ಬೆಚ್ಚಿದ. ಅವನ ಮುಖದಲ್ಲಿ ಗಾಬರಿ ಕಂಡಿತು!

"ಹ್ಯಾಂಡ್ಸಪ್ ಯು ಆರ್ ಅಂಡರ್ ಅರೆಸ್ಟ್"

ಸುಧಾಕರ್ ಗಂಭೀರವಾಗಿ ಹೇಳಿದರು.

"ನಾನೇನು ಅಪರಾಧ ಮಾಡಿದ್ದೇನೆ?"

ದಿಲೀಪ್ ಸಾವರಿಸಿಕೊಂಡು ಕೇಳಿದ.

"ಬೆಂಗಳೂರು..ಅಲ್ಲಿನ..ಗಾರ್ಡನ್ ಗೇಟ್ ಹೋಟೆಲ್ ಜ್ಞಾಪಿಸಿಕೋ..ಸೂರಜ್ ಎನ್ನುವ ಯುವಕನ ಮೇಲೆ ನೀನು ಮಾರಣಾಂತಿಕವಾಗಿ ಹೊಡೆದಿದ್ದೀಯ. ಅವನನ್ನು ಕೊಲೆ ಮಾಡುವ

ಉದ್ದೇಶದಿಂದ ಆಕ್ರಮಣ ಮಾಡಿದ್ದೀಯಾ ಆ ಸಂಬಂಧದಲ್ಲಿ ನಿನ್ನನ್ನು ಅರೆಸ್ಟ್ ಮಾಡುತ್ತಿದ್ದೇವೆ"

"ಅದು ಮಾಡಿದ್ದು ಡೇವಿಡ್, ನಾನಲ್ಲ. ಆ ದಿನ ನಾನು ಮುಂಬೈಯಲ್ಲೇ ಇದ್ದೆ. ನನ್ನ ಅಪಾರ್ಟ್ಮೆಂಟ್ನಲ್ಲಿ ಇಡೀ ದಿನ ನಾನು ಇದ್ದೆ ಇದಕ್ಕೆ ಬೇಕಾದ ದಾಖಲೆಗಳು ನನ್ನ ಬಳಿ ಇವೆ. ನಾನು ಡೇವಿಡ್ ಅಲ್ಲ! ನನ್ನ ಹೆಸರು ದಿಲೀಪ್ ನೀವು ತಪ್ಪಾಗಿ ಇಲ್ಲಿಗೆ ಬಂದಿದ್ದೀರಿ"

ಸತ್ಯದ ತಲೆಯ ಮೇಲೆ ಸುಳ್ಳಿನ ಪ್ರಹಾರ ಮಾಡಿದ ದಿಲೀಪ್!

"ನೀನು ಬೆಂಗಳೂರಿನಲ್ಲಿ ಡೇವಿಡ್, ಮುಂಬೈಯಲ್ಲಿ ದಿಲೀಪ್! ನಿನ್ನ ಎಲ್ಲ ಕೃತ್ಯಗಳಿಗೂ ನಮ್ಮ ಬಳಿ ಸಾಕ್ಷಿಗಳಿವೆ. ಪ್ಲೀಸ್ ಅರೆಸ್ಟ್ ಹಿಮ್"

ಪೊಲೀಸ್ ಕಾನ್‌ಸ್ಟೇಬಲ್ ಬೇಡಿಗಳನ್ನು ಹಿಡಿದು ದಿಲೀಪನ ಮುಂದೆ ಬರುವಾಗ ದಿಲೀಪ್ ಮಿಂಚಿನಂತೆ ಬಾಗಿಲ ಕಡೆ ತಿರುಗಿ ಆಚೆ ಓಡಿದ! ಸುಧಾಕರ್, ವಿಕ್ರಮ್ ಮತ್ತು ಪೊಲೀಸ್ ಕಾನ್‌ಸ್ಟೇಬಲ್ ಅವನ ಬೆನ್ನು ಹತ್ತಿದರು. ಅವನು ಆಚೆ ಕಾರಿಡಾರಿನಲ್ಲಿ ಓಡುತ್ತಿದ್ದಾಗ ಅಲ್ಲೇ ಕಾವಲು ನಿಂತಿದ್ದ ಪೊಲೀಸ್ ಕಾನ್‌ಸ್ಟೇಬಲ್‌ಗಳು ಅವನನ್ನು ತಡೆದು ನಿಲ್ಲಿಸಲು ಪ್ರಯತ್ನಿಸಿದರು. ಅವರನ್ನು ತಳ್ಳಿ, ಕೆಳಗೆ ಬೀಳಿಸಿ ಲಿಫ್ಟ್‌ನತ್ತ ಓಡಿದ ದಿಲೀಪ! ವಿಕ್ರಮ್, ಸುಧಾಕರ್ ಲಿಫ್ಟ್ ಬಳಿ ಬರುವಷ್ಟರಲ್ಲಿ ಲಿಫ್ಟ್ ಡೋರ್ ಮುಚ್ಚಿಕೊಂಡಿತ್ತು !

ಸುಧಾಕರ್, ವಿಕ್ರಮ್ ಮತ್ತು ಪೊಲೀಸ್ ಕಾನ್‌ಸ್ಟೇಬಲ್ಲುಗಳು, ಎಲ್ಲರೂ ಮೆಟ್ಟಿಲುಗಳತ್ತ ಓಡಿ ಇಳಿಯತೊಡಗಿದರು. ದಿಲೀಪ್ ಕೈತಪ್ಪಿಸಿಕೊಂಡಿದ್ದ! ಎಂಟು ಮಹಡಿಯ ಮೆಟ್ಟಿಲುಗಳನ್ನು ಇಳಿದು ಅವನನ್ನು ಹಿಡಿಯುವುದು ಅಸಾಧ್ಯ ಎನಿಸಿತು. ಲಿಫ್ಟ್ ಇಳಿಯುವ ವೇಗವನ್ನು ತಾವು ಮ್ಯಾಚ್ ಮಾಡಿಕ್ಕೊಳ್ಳಲು ಸಾಧ್ಯವಿಲ್ಲ! ಅವನು ಸಿಕ್ಕರೆ ಅದು ಪುಣ್ಯವೇ ಸರಿ ಎನಿಸಿತು. ವಿಕ್ರಮ್ ಎಲ್ಲರಿಗಿಂತಲೂ ವೇಗವಾಗಿ ಕೆಳಗಿಳಿಯುತ್ತಿದ್ದರು. ಎರಡು ಮೂರು ಮೆಟ್ಟಿಲುಗಳನ್ನು ಒಂದೇ ಸಲ ಹಾರುತ್ತಿದ್ದರು. ಅದು ಅಪಾಯ! ಆಯತಪ್ಪಿದರೆ ಬಿದ್ದು ಕೈಕಾಲು, ತಲೆಗೆ ಏಟು ಬೀಳುವುದು ಖಚಿತವಾಗಿದ್ದರೂ ಅದನ್ನು ಲೆಕ್ಕಿಸದೆ ಕೆಳಗಿಳಿಯುತ್ತಿದ್ದರು.

ವಿಕ್ರಮ್ ಪ್ರತಿ ಮಹಡಿ ಇಳಿದಾಗಲೂ ಲಿಫ್ಟ್ ಸ್ವಿಚ್ಚನ್ನು ಒತ್ತಿ ನಿಲ್ಲಿಸಲು ಪ್ರಯತ್ನಿಸಿ ಮತ್ತೆ ಮೆಟ್ಟಿಲತ್ತ ಓಡುತ್ತಿದ್ದರು. ಅವರ ಹಿಂದೆ ಸುಧಾಕರ್, ಸುಧಾಕರ್ ಹಿಂದೆ ಪಿ.ಸಿಗಳು. ಆ ಶಬ್ದಕ್ಕೆ ಅಪಾರ್ಟ್ಮೆಂಟಿನ ಜನರೆಲ್ಲ ಎದ್ದಿದ್ದರು. ಅಪಾರ್ಟ್ಮೆಂಟಿನಲ್ಲಿ ಲೈಟುಗಳು ಬೆಳಗುತ್ತಿದ್ದವು.

ದಿಲೀಪ್ ತಮ್ಮ ಕೈತಪ್ಪುವುದು ಗ್ಯಾರಂಟಿ ಎಂದು ಆಶಾಭಾವನೆ ಕಳೆದುಕೊಂಡಿದ್ದರು ವಿಕ್ರಮ್. ಮೈ ಪೂರಾ ಬೆವತಿತ್ತು ಹಣೆಯ ಮೇಲಿಂದ ಬೆವರು ನೀರಿನಂತೆ ಸುರಿಯುತ್ತಿದೆ ಎನಿಸುತ್ತಿತ್ತು. ಅಂತೂ ಎಂಟೂ ಮೆಟ್ಟಿಲನ್ನು ಇಳಿದು ಕೆಳಗೆ ಬಂದಾಗ ಅಚ್ಚರಿ ಕಾದಿತ್ತು!

ದಿಲೀಪ್ ನೋವಿನಿಂದ ಮುಖ ಕಿವುಚುತ್ತಿದ್ದ. ಅವನ ಕೈಗಳೆರಡೂ ಹಿಂದೆ ಇದ್ದವು. ಯಾರೋ ಅವನ ಹಿಂದೆ ನಿಂತು ಅವನ ಕೈಗಳನ್ನು ಬಲವಾಗಿ ಹಿಡಿದಿದ್ದರು!

ವಿಕ್ರಮ್ ಹಿಂದೆಯೇ ಸುಧಾಕರ್ ಬಂದಿದ್ದರು. ಉಸಿರುಗರೆಯುತ್ತಾ ಗುರಿ ಹಿಡಿದ ಗನ್ನಿನೊಂದಿಗೆ ದಿಲೀಪನತ್ತ ಬಂದರು ಸುಧಾಕರ್!

ವಿಚಿತ್ರವಾದ ಘಟನೆ ನಡೆದಿತ್ತು. ಯಾರೋ ಆಗಂತುಕ ದಿಲೀಪನನ್ನು ಮಿಸುಕಾಡದಂತೆ ಹಿಡಿದು ನಿಲ್ಲಿಸಿದ್ದ! ದಿಲೀಪ್ ಕಿರಿಚಾಡುತ್ತಿದ್ದ.

"ನಿನಗೇನು ಬೇಕು? ನೀನು ಕೇಳಿದ್ದು ಕೊಡ್ತೀನಿ ನನ್ನ ಬಿಟ್ಟು ಬಿಡು ಪ್ಲೀಸ್" ಹಿಂದಿಯಲ್ಲಿ ಕಿರಿಚುತ್ತಿದ್ದ!

ಅವರೆಲ್ಲ ದಿಲೀಪ್ ಬಳಿ ಬರುವಾಗ ದಿಲೀಪನ ಹಿಂದೆ ನಿಂತಿದ್ದ ವ್ಯಕ್ತಿ ತನ್ನ ಮುಖ ತೋರಿಸಿದ.

"ಅರೆ..ಸೂರಜ್..?"

ಅಚ್ಚರಿಯಿಂದ ಉದ್ಗರಿಸಿದರು ವಿಕ್ರಮ್!

ಇಂತಹದೊಂದು ಪರಿಸ್ಥಿತಿಯನ್ನು ಊಹಿಸಿದ್ದ ಸೂರಜ್ ಬೆಂಗಳೂರಿನಿಂದಲೂ ವಿಕ್ರಮರನ್ನು ಫಾಲೋ ಮಾಡಿಕೊಂಡು ಬಂದಿದ್ದ! ವಿಕ್ರಮ್ ಹೋಟೆಲ್ ರೂಮಿನಲ್ಲಿ ಮೈಕ್ರೋ ರಿಸೀವರ್ ಅಳವಡಿಸಿದ್ದ! ಅವರನ್ನು ಎಬಿಎನ್ ಕಂಪೆನಿಯವರೆಗೂ ಫಾಲೋ ಮಾಡಿದ್ದ. ಅವರ ಎಲ್ಲ ಚಲನೆಗಳನ್ನೂ ನೆರಳಿನಂತೆ ಹಿಂಬಾಲಿಸಿದ್ದ! ವಿಕ್ರಮ್, ಸುಧಾಕರ್ ಅವರ ಆಕ್ಷನ್ ಪ್ಲಾನ್ ಅಂದಾಜು ಮಾಡಿ, ಏನಾದರೂ ಅಚಾತುರ್ಯವಾದರೆ ಸಹಾಯಕ್ಕೆ ನಿಂತಿದ್ದ! ನೆಲ ಅಂತಸ್ತಿನಲ್ಲಿ, ಲಿಫ್ಟಿನ ಬಳಿ ಕಾದಿದ್ದು ದಿಲೀಪನನ್ನು ಹಿಡಿದು ನಿಲ್ಲಿಸಿದ್ದ!!

12

ಅಧ್ಯಾಯ:

ಕೇರಳದ ಕಣ್ಣೂರು ಬಳಿಯಲ್ಲಿನ ತೂವಕುನ್ನು ಎನ್ನುವ ಗ್ರಾಮದಲ್ಲಿನ 'ಫರ್ಗಾಟನ್ ಏಂಜಲ್ಸ್' ಅನಾಥಾಶ್ರಮಕ್ಕೆ ಅನುರಾಧ ಮತ್ತು ಗಣಪತಿ ಆತುರದಿಂದ ಬಂದಿದ್ದರು. ಅನಾಥಾಶ್ರಮದಲ್ಲಿ ವೀರಾಜಪೇಟೆಯ ಎಸ್ಸೈ ಕರುಂಬಯ್ಯರನ್ನು ನೋಡಿ ಆಶ್ಚರ್ಯಚಕಿತರಾಗಿದ್ದರು. ಅವರಷ್ಟೇ ಅಚ್ಚರಿ ಗಣಪತಿ ದಂಪತಿಗಳನ್ನು ಕಂಡಾಗ ಕರುಂಬಯ್ಯನವರಿಗೂ ಆಗಿತ್ತು!

ಅವರೆಲ್ಲ ಅಲ್ಲಿಗೆ ಬರಲು ವಿಕ್ರಮ್ ಕಾರಣರಾಗಿದ್ದರು! 'ತಕ್ಷಣ ಮನೆಯವರನ್ನೂ ಕರೆದುಕೊಂಡು ಕೇರಳದ ಕಣ್ಣೂರು ಬಳಿಯ ತೂವಕುನ್ನು ಗ್ರಾಮದ 'ಫರ್ಗಾಟನ್ ಏಂಜಲ್ಸ್' ಅನಾಥಾಶ್ರಮಕ್ಕೆ ಬರಬೇಕು' ಎಂದು ಗಣಪತಿಯವರಿಗೆ ಫೋನು ಮಾಡಿದ್ದರು ವಿಕ್ರಮ್. ಏನು ವಿಶಯ? ಯಾವ ಕಾರಣಕ್ಕೆ ಅವರು ಮಂಗಳೂರಿಗೆ ಬರಬೇಕು ಎನ್ನುವುದರ ಬಗೆಗೆ ಯಾವುದೇ ಸ್ಪಷ್ಟತೆಯನ್ನು ನೀಡಿರಲಿಲ್ಲ. ಅದು 'ಮಂದಾಕಿನಿಯ ಬಗೆಗೆ' ಎಂದು ಶಾಕ್ ನೀಡಿದ್ದರು! ಅನಿರೀಕ್ಷಿತವಾದ, ಆಶ್ಚರ್ಯಕರವಾದ ಅವರ ಮಾತು ಕೇಳುತ್ತಲೇ ದಂಪತಿಗಳ ಎದೆ ಬಡಿತ ಹೆಚ್ಚಾಗಿತ್ತು!

"ಏನದು ಸ್ಪಷ್ಟವಾಗಿ ಹೇಳಿ" ಎಂದು ಆತಂಕ ವ್ಯಕ್ತಪಡಿಸಿದಾಗ, 'ಈವರೆಗೆ ನಡೆದಿರುವ ಎಲ್ಲಾ ಅಪರಾಧಗಳನ್ನು, ಎಲ್ಲ ಸಮಸ್ಯೆಗಳನ್ನು, ಎಲ್ಲಾ ಗೋಜಲುಗಳನ್ನು ಬಿಡಿಸಿದ್ದೇನೆ!' ಎಂದು ವಿಕ್ರಮ್ ತಿಳಿಸಿದ್ದರು.

ಏನಾಗಿರಬಹುದು? ತಮಗೆ ವಿಕ್ರಮ್ ಏನನ್ನು ತೋರಿಸಬಹುದು? ಬಹುಶಃ ಮಂದಾಕಿನಿ ಸಿಕ್ಕಿರಬಹುದೆ? ತಮ್ಮನ್ನು ಬ್ಲಾಕ್‌ಮೇಲ್ ಮಾಡುತ್ತಿದ್ದ ಡೇವಿಡ್ ಸಿಕ್ಕಿರಬಹುದೆ! ಗಣಪತಿಯವರ ಮನಸ್ಸಿನಲ್ಲಿ ಅನುರಣಿಸಿದ ಯೋಚನೆಗಳು!

ವಿಕ್ರಮ್ ತನ್ನನ್ನು ಬರಲು ಹೇಳಿರುವುದರ ಹಿಂದೆ ಏನಿರಬಹುದೆಂದು ಕರುಂಬಯ್ಯ ಯೋಚಿಸಿದ್ದರು. ಅದು ಪ್ರಫುಲ್ಲ ಎಸ್ಟೇಟಿನ ಹುಡುಗಿ ಮಂದಾಕಿನಿ ಕಾಣೆಯಾಗಿರುವ ಕೇಸಿನ ಸಲುವಾಗಿ ಎಂದು ಊಹೆ ಮಾಡಿದ್ದರು. ಅದಲ್ಲದೆ ತಮಗೂ ವಿಕ್ರಮ್‌ಗೂ ಯಾವುದೇ ಸಂಬಂಧವೂ ಇಲ್ಲ! ಏಕೆಂದರೆ ಗಣಪತಿಯವರು ವಿಕ್ರಮರಿಗೆ ಕೇಸನ್ನು ಕೊಟ್ಟಿದ್ದರು. ತನ್ನ

ವಿರುದ್ಧವಾಗಿ ವಿಕ್ರಮ್ ಈ ಕೆಲಸ ಮಾಡಿರುವುದು ಅವರಿಗೆ ಅರಿವಿತ್ತು. ಜೊತೆಗೆ ತಮ್ಮ ಠಾಣೆಗೂ ವಿಕ್ರಮ್ ಬಂದು ಮಂದಾಕಿನಿಯ ಕೇಸಿನ ಫೈಲು ನೋಡಿದ್ದು ನೆನಪಿನಲ್ಲಿತ್ತು. ನಿಜಕ್ಕೂ ಮಂದಾಕಿನಿಯ ಕೊಲೆಗಾರನನ್ನು ವಿಕ್ರಮ್ ಕಂಡುಹಿಡಿದಿರಬಹುದೆ? ತನಗೂ ಮುಂಚೆ ಈ ಕೇಸನ್ನು ಸಾಲ್ವ್ ಮಾಡಿಬಿಟ್ಟನೆ? ಮಂದಾಕಿನಿಯ ಕೊಲೆಗಾರ ಯಾರಿರಬಹುದು? ನನಗೇಕೆ ಈ ಕೇಸನ್ನು ಸಾಲ್ವ್ ಮಾಡಲು ಸಾಧ್ಯವಾಗಲಿಲ್ಲ? ಕ್ಯಾಪ್ಟನ್ ವಿಕ್ರಮ್ ಯಾವ ಮಾರ್ಗ ಅನುಸರಿಸಬಹುದು? ಇಂಥ ಯೋಚನೆಗಳನ್ನು ತಲೆಯಲ್ಲಿ ತುಂಬಿಕೊಂಡು ಕರುಂಬಯ್ಯ ಮಂಗಳೂರಿಗೆ ಬಂದಿದ್ದರು.

ಅಂತೂ ಭಗಂಡೇಶ್ವರ ಕಣ್ಣುಬಿಟ್ಟ! ಇಗ್ಗುತಪ್ಪನಿಗೆ ಸಲ್ಲಿಸಿದ ಪೂಜೆ, ಕಟ್ಟಿದ ಹರಕೆ ಫಲಕೊಟ್ಟಿದೆ! ಸಾರ್ಥಕವಾಯಿತು! ಖಂಡಿತವಾಗಿಯೂ ಮಂದಾಕಿನಿ ಸಿಕ್ಕಿದ್ದಾಳೆ! ವಿಕ್ರಮ್ ನೋಡುತ್ತಲೇ ತನಗೆ ನಂಬಿಕೆ ಬಂದಿತ್ತು! ಈತ ನಿಜಕ್ಕೂ ಚತುರ, ಚಾಣಕ್ಯ ಎಂಬ ನಂಬಿಕೆ ಮೂಡಿತ್ತು. ಮಂದಾಕಿನಿಯನ್ನು ಖಂಡಿತವಾಗಿಯೂ ಹುಡುಕಿ ಕೊಡುತ್ತಾನೆ ಎಂಬ ನಂಬಿಕೆ ಇತ್ತು! ಅದು ಹುಸಿಯಾಗಲಿಲ್ಲ! ಖಂಡಿತವಾಗಿಯೂ ಮಂದಾ ಸಿಕ್ಕಿರುತ್ತಾಳೆ! ಆದರೆ ಈ ಹುಡುಗ ಸೂರಜ್ ಯಾಕೆ ಬರಲಿಲ್ಲ? ಅವನಿಗೂ ಬರುವಂತೆ ವಿಕ್ರಮ್ ಹೇಳಿಲ್ಲವೆ? ಅನುರಾಧಾ ಯೋಚನೆ ಬೇರೆ ರೀತಿಯಲ್ಲಿತ್ತು. ತಾನು ಎಲ್ಲಿರುವೆ ಎನ್ನುವುದರ ಬಗೆಗೆ ಸೂರಜ್ ಹೇಳಿರಲಿಲ್ಲ. ಅವನು ಮೈಸೂರಲ್ಲಿ ಇರುವನೋ ಇಲ್ಲಾ ಬೆಂಗಳೂರಲ್ಲಿ ಪ್ರಾಜೆಕ್ಟ್ ಸಲುವಾಗಿ ಹೋಗಿರುವನೋ? ಏನೂ ತಿಳಿಸಿರಲಿಲ್ಲ. ಆದರೆ ಪ್ರಾಜೆಕ್ಟ್‌ಗಾಗಿ ಅಲ್ಲಿ-ಇಲ್ಲಿ ಓಡಾಡುತ್ತಿದ್ದೇನೆ ಎಂದಷ್ಟೇ ಹೇಳಿದ್ದ.

ಆಶ್ರಮದ ತುರ್ತು ಸೇವಾ ಘಟಕದ ಒಂದು ರೂಮಿಗೆ ಅವರೆಲ್ಲರನ್ನು ಕರೆ ಕರೆದುಕೊಂಡು ಬಂದರು ಆಶ್ರಮದ ಮುಖ್ಯಸ್ಥೆ ಫಿಲೋಮಿನಾ.

ಅಲ್ಲಿದ್ದ ಒಂದು ಮಂಚದ ಮೇಲೆ ಜಗತ್ತಿನ ಪರಿವೆ ಇಲ್ಲದೆ ಮಂದಾಕಿನಿ ಮಲಗಿದ್ದಳು. ಮುಖ ಶಾಂತವಾಗಿತ್ತು. ಆದರೆ ಸೊರಗಿತ್ತು. ಕುತ್ತಿಗೆವರೆಗೆ ಹೊದಿಸಿದ್ದ ರಗ್ಗಿನಡಿಯಿರುವ ಶರೀರ ಇನ್ನೂ ಸೊರಗಿರಬಹುದು ಎನ್ನುವ ಅನುಮಾನ ಈ ಮುಂಚೆ ಮಂದಾಕಿನಿಯನ್ನು ನೋಡಿದವರಿಗೆ ಗೊತ್ತಾಗುತ್ತಿತ್ತು. ಮಂದಾಕಿನಿಯ ಬಲಗೈಯಲ್ಲಿ ಗ್ಲುಕೋಸ್ ಬಾಟಲಿಯ ಪೈಪಿನ ತುದಿ ಇತ್ತು. ಮಂದಾಕಿನಿ ತೀವ್ರವಾದ ಅನಾರೋಗ್ಯದಿಂದ ಪ್ರಜ್ಞಾಹೀನ ಸ್ಥಿತಿಯಲ್ಲಿ ಇರುವಂತೆ ಕಾಣುತ್ತಿದ್ದಳು.

ಮಂಚದ ಮೇಲೆ ಮಲಗಿರುವುದು ಮಂದಾಕಿನಿ ಎಂದು ಅರಿವಾಗುತ್ತಲೇ ಅನುರಾಧ ಮಂಚದ ಬಳಿಗೆ ಓಡೋಡಿ ಬಂದರು.

"ಮಂದಾ..ಮಂದಾ..ಕಂದಾ ಏನಾಯ್ತು ನಿನಗೆ?" ಮಂದಾಕಿನಿಯ ಮುಖವನ್ನು ಕೈಗಳಿಂದ ತಡವುತ್ತಾ ಅವಳ ಸ್ಥಿತಿಗೆ ಮಮ್ಮಲ ಮರುಗಿದರು.

"ಮಂದಾ..ಮಂದಾ..ಮಾತಾಡು ಕಂದಾ..ಏನಾಯ್ತಮ್ಮ? ಏನಾಯ್ತು ನಿನಗೆ" ಉಕ್ಕಿಬಂದ ದುಃಖವನ್ನು ಹತ್ತಿಕ್ಕಲಾರದೆ ಬಿಕ್ಕಳಿಸಿ ಅತ್ತರು! ದುಃಖ ಕಟ್ಟೆಯೊಡೆದು ಬಂದಿತ್ತು!

"ಏನಾಗಿದೆ ನನ್ನ ಮಗುವಿಗೆ? ಅವಳೇಕೆ ಮಾತಾಡುತ್ತಿಲ್ಲ? ಹೇಳಿ ಪ್ಲೀಸ್ ಯಾರಾದರೂ ಹೇಳಿ?" ಅನುರಾಧ ಅಲ್ಲಿದ್ದ ಎಲ್ಲರನ್ನೂ ಮನಕರಗುವಂತೆ ಬೇಡಿದರು.

"ಈ ಹುಡುಗಿ ಕೋಮಾದಲ್ಲಿ ಇದ್ದಾಳೆ. ಆ ಸ್ಥಿತಿಯಲ್ಲೇ ಇವಳನ್ನು ಆಶ್ರಮಕ್ಕೆ ತಂದು ಸೇರಿಸಿದ್ದರು ಊರಿನ ಜನರು. ಇವಳ ಹೆಸರು ಮಂದಾಕಿನಿ ಎನ್ನುವುದು ಈಗಷ್ಟೇ ನಮಗೆ ಗೊತ್ತಾಗಿದ್ದು"

ಆಶ್ರಮದ ಫಿಲೋಮಿನ ಹೇಳಿದರು.

"ಇವಳನ್ನು ಈ ಸ್ಥಿತಿಗೆ ತಂದ ಪಾಪಿ ಯಾರು?

ಗಣಪತಿ ಕುದಿಯುತ್ತಾ ಕೇಳಿದರು.

"ಬೇರೆ ಯಾರು ಅಲ್ಲ ಸ್ವತಃ ಅವಳ ಅಣ್ಣ?"

ಆಗತಾನೇ ಅಲ್ಲಿಗೆ ಬರುತ್ತ ಸೂರಜ್ ಹೇಳಿದ.

"ಅವಳ ಅಣ್ಣ?"

ಆಶ್ಚರ್ಯದಿಂದ ಕಣ್ಣರಳಿಸಿ ಗಣಪತಿ ಮತ್ತು ಅನುರಾಧ ಸೂರಜ್ ಕಡೆ ನೋಡಿದರು.

"ಹೌದು, ಅವಳ ಅಣ್ಣ" ಸೂರಜ್ ಜೊತೆಯಲ್ಲಿ ಬಂದ ವಿಕ್ರಮ್ ಹೇಳಿದರು.

"ಅವಳಿಗೆ ಅಣ್ಣ? ಯಾರದು? ಅದು ಸರಿ ನೀನೆಲ್ಲಿದ್ದೆ? ಇಲ್ಲಿಗೆ ಯಾವಾಗ ಬಂದೆ? ಮಂದಾಕಿನಿ ಇಲ್ಲಿರುವುದು ನಿನಗೆ ಗೊತ್ತಿತ್ತಾ?"

"ಇದೆಲ್ಲಾ ನಾನು ಹೇಳ್ತೀನಿ ನೀವೆಲ್ಲ ಸ್ವಲ್ಪ ರಿಲ್ಯಾಕ್ಸ್ ಆಗಿ. ಚೆಂಗಪ್ಪನವರು ನನಗೆ ಕೇಸ್ ವಹಿಸಿದಾಗಿನಿಂದ ಸೂರಜ್ ನನ್ನನ್ನು ನೆರಳಿನಂತೆ ಹಿಂಭಾಲಿಸಿದ್ದ. ಎಷ್ಟು ಚಾಣಾಕ್ಷತನದಲ್ಲಿ ಫಾಲೋ ಮಾಡಿದ್ದಾನೆ ಅಂದ್ರೆ ನನ್ನಂತ ಡಿಟೆಕ್ಟೀವ್ ಕೂಡ ಅನುಮಾನಪಡಬಾರದು ಹಾಗೆ ಮಾಡಿದಾನೆ. ಅದು ಒಳ್ಳೇದೇ ಆಯ್ತು. ಕೊನೆ ನಿಮಿಷದಲ್ಲಿ ದಿಲೀಪನ್ನ ಹಿಡಿಯೋಕೆ ತುಂಬಾ ಸಹಾಯ ಆಯ್ತು. ಬನ್ನಿ ಈಗ ಮಂದಾಕಿನಿಯ ನೋಡಿದ್ದಾಯಿತು ಬನ್ನಿ ನಾನೆಲ್ಲಾ ವಿವರವಾಗಿ ಹೇಳ್ತೀನಿ" ವಿಕ್ರಮ್ ಎಲ್ಲರನ್ನೂ ಕುರಿತು ಹೇಳಿದರು.

"ಸೂರಜ್? ಇಂತಾ ಹುಚ್ಚು ಅಪಾಯಕ್ಕೆ ಯಾಕೆ ಕೈಹಾಕಿದೆ? ನಿನಗೇನಾದ್ರೂ ಆಗಿದ್ರೆ ಪ್ರಫುಲ್ಲ ಎಸ್ಟೇಟ್ ಅನಾಥವಾಗಿಬಿಡ್ತಿತ್ತಲ್ಲ?" ಅನುರಾಧ ಕನಲಿದರು.

"ಸರ್, ಏನು ಮಾತಾಡಬೇಕೋ ಅದ್ನೆಲ್ಲಾ ಇಲ್ಲೇ ಮಾತಾಡಿ ಬಹುಶಃ ನಿಮ್ಮ ಮಾತಿನ ಪರಿಣಾಮ ಈ ಹುಡುಗಿ ಮೇಲೆ ಸ್ವಲ್ಪನಾದ್ರೂ ಆಗಬಹುದು" ಎಂದರು ಫಿಲೋಮಿನ.

"ಓಕೆ ಈಗ ಕೇಳಿ: ಮಂದಾಕಿನಿ ವಿಶಯದಲ್ಲಿ ನಡೆದಿರುವ ಎಲ್ಲವನ್ನೂ ಹೇಳುತ್ತೇನೆ. ಸೂರಜ್ ಅವರ ದೊಡ್ಡಪ್ಪ ಚಂಗಪ್ಪ? ಹೌದು ತಾನೆ?"

ವಿಕ್ರಮ್ ಕೇಳಿದರು.

"ಅದು ನಿಜ. ಆದ್ರೆ ಅವರು ಇಪ್ಪತ್ತೈದು ವರ್ಷಗಳ ಹಿಂದೆ ತಮ್ಮ ಪಾಲಿನ ಆಸ್ತಿಯನ್ನು ತಮ್ಮನಿಗೆ ಮಾರಿ ಬೆಂಗಳೂರು ಸೇರಿದ್ದರು"

ಗಣಪತಿ ಹೇಳಿದರು.

"ಗುಡ್, ಅದು ನಿಮ್ಮೆಲ್ಲರಿಗೂ ಗೊತ್ತಿದೆ. ಅವರಿಗೆ ಒಬ್ಬಳು ಸಿನಿಮಾ ನಟಿ ಗಂಟುಬಿದ್ದಿದ್ದಳು. ಅವಳನ್ನು ಹೀರೋಯಿನ್ ಮಾಡಲು ಚೆಂಗಪ್ಪ ಮೂರು ಸಿನಿಮಾ ಮಾಡಿ ಕೈಸುಟ್ಟುಕೊಂಡರು. ತೀವ್ರವಾದ ಮಾನಸಿಕ ಖಿನ್ನತೆ ಆವರಿಸಿದ ಆ ನಟಿ ಆತ್ಮಹತ್ಯೆ ಮಾಡಿಕೊಂಡಳು! ಪೋಲೀಸಿನವರಿಗೆ ಚೆಂಗಪ್ಪನವರ ಮೇಲೆ ಅನುಮಾನವಿತ್ತು. ನಟಿಯ

ತಾಯಿ, ತನ್ನ ಮಗಳ ಸಾವಿಗೆ ಚೆಂಗಪ್ಪನವರು ಕಾರಣ ಎಂದು ಕೇಸ್ ಹಾಕಿದ್ದಳು. ಆ ಕೇಸಿನಿಂದ ಹೊರಬರಲು ಚೆಂಗಪ್ಪನವರು ಸಾಕಷ್ಟು ಹಣ ಕಳೆದುಕೊಂಡರು! ಅವರಿಗೆ ಕುದುರೆ ಜೂಜು ಹುಚ್ಚು ಇತ್ತು. ಐದಾರು ವರ್ಷಗಳಲ್ಲೇ ಕೈಬರಿದು ಮಾಡಿಕೊಂಡಿದ್ದರು!

ಆಗ ಬೆಂಗಳೂರಿನಲ್ಲಿ ನೆಲಸಿದ್ದ ಚೆಂಗಪ್ಪನವರ ಕುಟುಂಬದಲ್ಲಿದ್ದವರು ಚಂಗಪ್ಪನವರ ಪತ್ನಿ ದೇಚಮ್ಮ, ಹಿರಿಯ ಮಗ ದಿಲೀಪ್ ಮತ್ತು ಕಿರಿಯ ಮಗಳು ಕಾವೇರಿ. ಕಾವೇರಿ ಚೆನ್ನಾಗಿ ಓದುತ್ತಿದ್ದಳು. ಡಿಗ್ರಿ ಮುಗಿಸಿಕೊಂಡು ಕೆಲಸ ಕೆಲಸವನ್ನು ಅರಸುತ್ತಿದ್ದಳು. ಆ ಸಮಯದಲ್ಲಿ ದಿಲೀಪ್ ವಿದ್ಯೆ ಹತ್ತದೆ ಕೆಟ್ಟ ಸಹವಾಸದಲ್ಲಿ ಎಲ್ಲ ರೀತಿಯ ಹವ್ಯಾಸಗಳನ್ನೂ ರೂಢಿಸಿಕೊಂಡು, ತಂದೆ-ತಾಯಿಯ ಮಾತನ್ನೂ ಕೇಳದಷ್ಟು ದುಷ್ಟನಾಗಿಬಿಟ್ಟಿದ್ದ. ಕುಟುಂಬದ ಆಸ್ತಿಯಾಗಿ ಉಳಿದಿದ್ದ ಒಂದೇ ಒಂದು ವಸಂತನಗರದ ಬಿಲ್ಡಿಂಗನ್ನು ಚೆಂಗಪ್ಪನವರ ಇಚ್ಛೆಗೆ ವಿರುದ್ಧವಾಗಿ ದಿಲೀಪ್ ಮಾರಿದ್ದ. ಈ ಕಾರಣಕ್ಕಾಗಿ ದಿಲೀಪ ಮತ್ತು ಚೆಂಗಪ್ಪನವರ ನಡುವೆ ವಾಗ್ವಾದ ನಡೆಯುತ್ತಲೇ ಇತ್ತು. ನಡುವೆ ಚಂಗಪ್ಪ ನವರ ಆರೋಗ್ಯ ಹದಗೆಟ್ಟಿತ್ತು. ವಿಪರೀತ ಕುಡಿಯುವ ಚಟ ಅಂಟಿಸಿಕೊಂಡಿದ್ದ ಚಂಗಪ್ಪ ಒಂದು ರಾತ್ರಿ ಮಲಗಿದ್ದ ಸ್ಥಿತಿಯಲ್ಲೇ ಹಾರ್ಟ್ ಅಟ್ಯಾಕ್‌ನಿಂದ ಸತ್ತಿದ್ದರು.

ದಿಲೀಪ್ ಮನೆಯಲ್ಲಿದ್ದವರನ್ನೆಲ್ಲ ಹಣಕ್ಕಾಗಿ ಪೀಡಿಸುತ್ತಿದ್ದ. ಅವನ ಸಹವಾಸ ಸರಿ ಇರಲಿಲ್ಲ. ಒಂದೆರಡು ಸಣ್ಣಪುಟ್ಟ ಅಪರಾಧ ಕೃತ್ಯಗಳಲ್ಲಿ ಭಾಗಿಯಾಗಿದ್ದ. ಇದೇ ಸಮಯದಲ್ಲಿ ಕಾವೇರಿಗೆ ನ್ಯೂಜಿಲೆಂಡಿನಲ್ಲಿ ಒಂದು ಉದ್ಯೋಗ ಸಿಕ್ಕಿತು. ಆಕೆ ನ್ಯೂಜಿಲ್ಯಾಂಡ್‌ಗೆ ಹೋದಳು. ಅಲ್ಲಿಗೆ ಹೋದ ಒಂದೇ ವರ್ಷದಲ್ಲಿ ತಾಯಿಯನ್ನು ಅಲ್ಲಿಗೇ ಕರೆಸಿಕೊಂಡು ಬಿಟ್ಟಳು. ಮಗನ ಹಿಂಸೆ ತಾಳಲಾರದೆ ದೇಚಮ್ಮ ಮಗಳ ಮಾತಿಗೆ ಇಲ್ಲವೆನ್ನದೆ ನ್ಯೂಜಿಲೆಂಡಿಗೆ ಹೋದರೆ. ಇಲ್ಲಿ ದಿಲೀಪನದೇ ಸಾಮ್ರಾಜ್ಯ ವಾಯಿತು. ಹೇಳುವವರು ಕೇಳುವವರು ಯಾರೂ ಇರಲಿಲ್ಲ! ತನ್ನ ಎಲ್ಲಾ ಹವ್ಯಾಸಗಳಿಗೆ ಹಣ ಬೇಕಾಗಿತ್ತು! ಅದಕ್ಕಾಗಿ ಮೊದಲಿಗೆ ತಂದೆ, ನಂತರ ತಾಯಿಯನ್ನು ಪೀಡಿಸುತ್ತಿದ್ದ. ತಾಯಿಯ ಎಲ್ಲ ಒಡವೆಗಳನ್ನೂ ಗಿರಿವಿ ಇಟ್ಟು ಮುಗಿಸಿದ್ದ. ಹಣದ ಮೂಲಗಳು ಬತ್ತಿಹೋಗಿದ್ದು, ಅದನ್ನು ಗಳಿಸುವ ಮಾರ್ಗದ ಬಗ್ಗೆ ಯೋಚಿಸಿ ಕೊನೆಗೆ ತನ್ನ ಪೂರ್ವಾಪರವನ್ನು ತಿಳಿದುಕೊಂಡ. ತಮ್ಮ ಬೆಲೆಬಾಳುವ ಆಸ್ತಿಯನ್ನು ಅತಿ ಕಡಿಮೆ ಬೆಲೆಗೆ ಚಿಕ್ಕಪ್ಪನಿಗೆ ಮಾರಿ ಬಿಟ್ಟಿದ್ದಾರೆ ತನ್ನಪ್ಪ ಎನ್ನುವುದು ನೆನಪಾಯಿತು. ಈಗ ಆಸ್ತಿಯನ್ನು ಮತ್ತೆ ಪಡೆಯುವ ಬಗೆ ಹೇಗೆ ಎಂದು ಯೋಚನೆ ಮಾಡಲು ಶುರುಮಾಡಿದ. ಆದರೆ ಆಸ್ತಿಯನ್ನು ವಾಪಸ್ಸು ಪಡೆದರೂ ಅದನ್ನು ರೂಢಿಸಲು ಸಿದ್ಧರಾಗಿರಲಿಲ್ಲ. ಆದರೆ ಹಣ ಬೇಕಾಗಿತ್ತು. ಪ್ರಫುಲ್ಲ ಎಸ್ಟೇಟಿನಲ್ಲಿ ಈಗ ಇರುವವರು ಅನುರಾಧ ಗಣಪತಿ ಮಂದಾಕಿನಿ ಮತ್ತು ಸೂರಜ್ ಎನ್ನುವುದು ತಿಳಿದುಕೊಂಡ. ಸೂರಜ್ ಮತ್ತು ಮಂದಾಕಿನಿಯ ಪೋಷಕರಾಗಿದ್ದು, ಎಸ್ಟೇಟಿನ ಎಲ್ಲಾ ವ್ಯವಹಾರಗಳನ್ನು ನೋಡಿಕೊಳ್ಳುತ್ತಿದ್ದ ಗಣಪತಿಯವರಿಗೆ ಬೇನಾಮಿ ಫೋನಿನ ಡೇವಿಡ್ ಎನ್ನುವ ಹೆಸರಿನಿಂದ ಹಣಕ್ಕೆ ಬೆದರಿಸಲು ತೊಡಗಿದ. ಹಣ ಕೊಡದಿದ್ದರೆ ಸೂರಜ್ ಮತ್ತು ಮಂದಾಕಿನಿಯನ್ನು ಮುಗಿಸಿ ಬಿಡುವುದಾಗಿ ಬೆದರಿಕೆ ಹಾಕಿದ್ದ.

ವಂಶದ ಕುಡಿಗಳಾದ ಮಂದಾಕಿನಿ ಮತ್ತು ಸೂರಜ್‌ರನ್ನು ಉಳಿಸಿಕ್ಕೊಳ್ಳಲು ನಾಲ್ಕು ಕಂತುಗಳಲ್ಲಿ ಐದೈದು ಲಕ್ಷ ಕೊಡುವುದಾಗಿ ಗಣಪತಿ ಒಪ್ಪಲೇಬೇಕಾಗಿತ್ತು. ಆದರೆ ಅದು ವರ್ಷಕ್ಕೆ ನಾಲ್ಕು ಬಾರಿ ಮಾತ್ರ ಎಂದು ಮಿತಿಗೊಳಿಸಿಕೊಂಡಿದ್ದರು. ಅದನ್ನು ಮೀರಿ ಡೇವಿಡ್ ಆಲಿಯಾಸ್ ದಿಲೀಪನಿಗೆ ಹಣ ಬೇಕಾಗಿತ್ತು. ಅದಕ್ಕೆ ಅವನು ಕಂಡುಕೊಂಡ ಮಾರ್ಗ ಎಂದರೆ ವಿದೇಶಗಳಲ್ಲಿ ಕೆಲಸ ಕೊಡಿಸುವುದಾಗಿ ಅಮಾಯಕ ಹೆಣ್ಣು ಮಕ್ಕಳನ್ನು ಏಮಾರಿಸಿ ಅವರಿಂದ ಹಣ ಸುಲಿದು ಅವರನ್ನು ದುಬೈ ಮುಂತಾದ ದೇಶಗಳ ವೈಶ್ಯಾವಾಟಿಕೆಗಳಿಗೆ ಕಳಿಸುತ್ತಿದ್ದ. ಅದಕ್ಕಾಗಿ ಒಂದು ಜಾಲವನ್ನು ಸೃಷ್ಟಿ ಮಾಡಿಕೊಂಡಿದ್ದ.

ಮಂದಾಕಿನಿಯ ಮದುವೆ ವಿಶಯ ಗೊತ್ತಾಗುತ್ತಲೇ ಅವನು ಮತ್ತೊಂದು ದೊಡ್ಡ ಸಾಹಸಕ್ಕೆ ಕೈಹಾಕಿದ. ಅದೆಂದರೆ ಒಮ್ಮೆಲೆ ಐವತ್ತು ಲಕ್ಷ ಹಣಕ್ಕೆ ಗಣಪತಿಯವರ ಮುಂದೆ ಬೇಡಿಕೆ ಇಟ್ಟ. ಅದನ್ನು ಕೊಡದಿದ್ದರೆ ಮಂದಾಕಿನಿಯ ಜೀವಕ್ಕೆ ಬೆದರಿಕೆ ಎಂದು ಹೇಳಿದ. ಇವನ ಬೆದರಿಕೆಯಿಂದ ಸಾಕಷ್ಟು ಕುಗ್ಗಿಹೋಗಿದ್ದ ಗಣಪತಿ ಅವನ ಬೇಡಿಕೆ ಇನ್ನೂ ಪೂರೈಸಲಿಲ್ಲ. ರೊಚ್ಚಿಗೆದ್ದ ದಿಲೀಪ್ ಮಂದಾಕಿನಿಯನ್ನು ಕಿಡ್ನ್ಯಾಪ್ ಮಾಡಿಸಿದ. ಹಣದ ಮೂಲಕ ಕೆಲವರನ್ನು ಕಿಡ್ನ್ಯಾಪ್ ಕೆಲಸಕ್ಕೆ ಉಪಯೋಗಿಸಿಕೊಂಡಿದ್ದ"

ಸುಧೀರ್ಘವಾಗಿ ಮಾತಾಡಿದ ವಿಕ್ರಮ್ ಸ್ವಲ್ಪ ಮಾತು ನಿಲ್ಲಿಸಿದರು.

"ಮಂದಾಕಿನಿಯ ಮದುವೆಯ ವಿಶಯ ದಿಲೀಪನಿಗೆ ಹೇಗೆ ಗೊತ್ತಾಯಿತು?"

ಅನುರಾಧರಿಗೆ ಅನುಮಾನ ಬಂತು. ದಿಲೀಪ ಇದ್ದುದು ಮುಂಬೈ. ಆಗಾಗ್ಗೆ ಬೆಂಗಳೂರಿಗೆ ಬಂದು ಹೋಗುತ್ತಿದ್ದ ಎಂದರೂ ಮಂದಾಕಿನಿ ಮದುವೆ ವಿಶಯ ಅವನಿಗೆ ಹೇಳಿದವರು ಯಾರು?

"ಇಲ್ಲಿ ತಮ್ಮ ಅಪ್ಪ ಮಾರಿದ ಆಸ್ತಿ ವಿಶಯ ತಿಳಿದುಕ್ಕೊಳ್ಳಲು ಒಮ್ಮೆ ವೀರಾಜಪೇಟೆಗೆ ಬಂದಿದ್ದ! ಅಲ್ಲಿ ಅವನಿಗೆ ಹೇಗೋ ಒಬ್ಬ ವ್ಯಕ್ತಿಯ ಪರಿಚಯವಾಗಿತ್ತು. ಆತ ಚೆಂಗಪ್ಪನವರಿಂದ ಸಹಾಯ ಪಡೆದಿದ್ದವನು. ಅವನು ದಿಲೀಪನ ಹಿನ್ನೆಲೆ ತಿಳಿಯುತ್ತಲೇ ಅವನ ಸಹಾಯಕ್ಕೆ ನಿಂತ. ಇಲ್ಲಿನ ಎಲ್ಲಾ ವಿಶಯ ಅವನಿಂದ ದಿಲೀಪ ಪಡೆಯುತ್ತಿದ್ದ"

"ಯಾರು ಅವನು?"

ಗಣಪತಿ ಅಚ್ಚರಿಯಿಂದ ಕೇಳಿದರು.

"ಹೇಳ್ತೀನಿ..ಅದು ಕೊನೆಯಲ್ಲಿ" ವಿಕ್ರಮ್ ಕುತೂಹಲ ಉಳಿಸಿಕೊಂಡರು.

"ಅವತ್ತು ಅಷ್ಟೊಂದು ಮಳೆ ಬರುತ್ತಿತ್ತು! ಐನ್ಮನೆಯಿಂದ ಮಂದಾಕಿನಿಯ ಕಿಡ್ನಾಪ್ ಹೇಗೆ ಮಾಡಿದ್ದಾರೆ?"

ಕರುಂಬಯ್ಯ ಮತ್ತು ಗಣಪತಿ ಒಟ್ಟಿಗೆ ಕೇಳಿದರು.

"ಮೈಸೂರಿನಿಂದ ಸೂರಜ್ ಅಡಿಗೆಯವರ ಜೊತೆ ವ್ಯಾನಿನಲ್ಲಿ ಮನೆಗೆ ಬರುವಾಗ ಅಡಿಗೆಯವರ ವೇಷದಲ್ಲಿ ಕರಿಯಪ್ಪ ಮತ್ತು ರಂಗ ಎಂಬ ಇಬ್ಬರು ಕ್ರಿಮಿನಲ್ಲುಗಳು ಬಂದಿದ್ದರು. ವ್ಯಾನಿನ ಡ್ರೈವರ್ ಹುಸೇನ್ ಜೊತೆ ಅವರು ಸಲುಗೆ ಬೆಳೆಸಿದರು.

ಅಂತ ಮಳೆಯಲ್ಲಿ ಮನೆಯ ಹತ್ತಿರ ಬಂದಾಗ ಗಾಡಿ ರಿವರ್ಸ್ ಮಾಡಿಕೋ ಹೋಗೋವಾಗ ಅನುಕೂಲವಾಗುತ್ತೆ ಎಂದು ಹುಸೇನನ್ನು ಕರಿಯ ಮತ್ತು ರಂಗ

ಪುಸಲಾಯಿಸಿದರು. ಅದರಂತೆ ವ್ಯಾನನ್ನು ಮನೆಯ ಹಿಂಭಾಗದ ಪೋರ್ಟಿಕೋಗೆ ಹುಸೇನ್ ಡ್ರೈವ್ ಮಾಡಿಕೊಂಡು ಬಂದ. ಆ ಸಮಯದಲ್ಲೇ ಕರಿಯ ಕೆಳಗಿಳಿದು ಗಾಡಿಯ ಹಿಂದಿನ ಚಕ್ರದ ಗಾಳಿಯನ್ನು ತೆಗೆದುಬಿಟ್ಟಿದ್ದ! ಮಳೆ ರಭಸಕ್ಕೆ ಪೋರ್ಟಿಕೋದ ಹೆಂಚಿನ ಮೇಲೆ ಮಳೆಯ ಹನಿಗಳು ಪಟಪಟನೆ ಶಬ್ದ ಮಾಡುತ್ತಾ ಬೀಳುತ್ತಿದ್ದವು. ಗಾಳಿ ಕೂಡ ಜೋರಾಗಿ ಬೀಸುತ್ತಿತ್ತು. ಹಿಂದಿನ ಚಕ್ರ ಪಂಕ್ಚರ್ ಆಗಿದೆ ಎಂದು ಹುಸೇನ್ ವ್ಯಾನಿನ ಸ್ಟೆಪ್ನಿ ಬದಲಾಯಿಸಲು ಪ್ರಯತ್ನಿಸುತ್ತಿದ್ದಾಗ ಕರಿಯ ಮತ್ತು ರಂಗ ಮನೆಯ ಒಳಗೆ ಹೋಗಿ ಮಂದಾಕಿನಿಯ ರೂಮನ್ನು ಸೇರಿ, ಆಕೆಯ ಬಾಯಿಗೆ ಬಟ್ಟೆ ತುರುಕಿ, ಪ್ರಜ್ಞೆ ತಪ್ಪುವಂತೆ ಇಂಜೆಕ್ಷನ್ ಚುಚ್ಚಿ ಆಕೆಯನ್ನು ಐನ್ಮನೆಯ ಹಿಂದಿನ ಸೌದೆಯ ಸ್ಟೋರ್ ರೂಮಿಗೆ ತಂದರು. ಸ್ಟೆಪ್ನಿ ಬದಲಾಯಿಸಿದ ಹುಸೇನ್ ಗಾಡಿಯನ್ನು ಅಲ್ಲೇ ನಿಲ್ಲಿಸಿದ್ದ. ಎಲ್ಲ ಸಾಮಾನನ್ನು ಕೆಳಗಿಳಿಸಿ ಐನ್ಮನೆಯ ಹಿಂಭಾಗದ ಬಾಗಿಲಿನಿಂದ ಒಳಗೆ ಸಾಗಿಸಿದರು. ಆನಂತರ ಊಟ ಮಾಡಲು ಒಳಗೆ ಹೋದ ಹುಸೇನ್. ಆ ಸಮಯದಲ್ಲಿ ಕರಿಯ ಮತ್ತು ರಂಗ ಮಂದಾಕಿನಿಯನ್ನು ವ್ಯಾನಿನೊಳಗೆ ಸಾಗಿಸಿದ್ದಾರೆ. ಊಟಮಾಡಿದ ಹುಸೇನ್ ಮಳೆಯಲ್ಲಿ ವ್ಯಾನ್ ಡ್ರೈವ್ ಮಾಡಿಕೊಂಡು ವಾಪಸ್ಸು ಹೋಗಿದ್ದಾನೆ.

ವ್ಯಾನಿನಲ್ಲಿ ಹಿಂಭಾಗದಲ್ಲಿ ಮಂದಾಕಿನಿ ಇರುವುದು ಹುಸೇನ್‌ಗೆ ಗೊತ್ತೇ ಇರಲಿಲ್ಲ. ಪ್ರಜ್ಞಾಹೀನ ಸ್ಥಿತಿಯಲ್ಲಿದ್ದ ಮಂದಾಕಿನಿಯನ್ನು ಹುಸೇನ್ ವ್ಯಾನಿನಲ್ಲಿ ತನ್ನ ಮನೆಗೆ ಡ್ರೈವ್ ಮಾಡಿಕೊಂಡು ಬಂದಿದ್ದಾನೆ. ಆ ರಾತ್ರಿ ಸುಮಾರು ಒಂದು ಗಂಟೆ ಸಮಯದಲ್ಲಿ ಒಂದು ಇನ್ನೋವಾ ಕಾರು ಹುಸೇನ್ ಮನೆಯ ಮುಂದೆ ಬಂದಿತ್ತು! ಆ ಕಾರಿನಲ್ಲಿ ದಿಲೀಪ್ ಇದ್ದ. ಅವನ ಜೊತೆ ಒಂದಿಬ್ಬರು ಸಹಾಯಕರು ಇದ್ದರು. ಅವರ ಸಹಾಯದಿಂದ ವ್ಯಾನಿನಲ್ಲಿದ್ದ ಮಂದಾಕಿನಿಯನ್ನು ಇನ್ನೋವಾ ಕಾರಿಗೆ ಸಾಗಿಸಿದ್ದಾರೆ. ಆನಂತರ ಕಾರನ್ನು ಮಂಗಳೂರಿನತ್ತ ಡ್ರೈವ್ ಮಾಡಿಕೊಂಡು ಬಂದಿದ್ದಾರೆ. ಮಂದಾಕಿನಿ ಕಣ್ಣೂರು ಸೇರುವ ಸಮಯದಲ್ಲಿ ಎಚ್ಚರಗೊಳ್ಳಬಹುದು ಎಂದು ದಿಲೀಪ್ ಮತ್ತೊಂದು ಅರಿವಳಿಕೆ ಇಂಜೆಕ್ಷನ್ ಥಿಯೋಪೆಂಟಾಲ್ ಕೊಟ್ಟಿದ್ದಾನೆ. ಬಹುಶಃ ಕಣ್ಣೂರಿನಿಂದ ಸಮುದ್ರದಲ್ಲಿ ಕಳ್ಳಮಾರ್ಗದ ಮೂಲಕ ಇನ್ನೆಲ್ಲಿಗೋ ಮಂದಾಕಿನಿಯನ್ನು ಸಾಗಿಸುವ ಪ್ಲಾನು ಮಾಡಿದ್ದಿರಬಹುದು.

ಆದರೆ ಹಾಗಾಗಿರಲಿಲ್ಲ. ಮಂದಾಕಿನಿಗೆ ಮತ್ತೆ ಎಚ್ಚರವಾಗಲೇ ಇಲ್ಲ! ಕೋಮಾಗೆ ಜಾರಿದ್ದಳು. ಯಾವ ಪ್ರಮಾಣದಲ್ಲಿ ಥಿಯೋಪೆಂಟಾಲ್ ಅರಿವಳಿಕೆ ಇಂಜೆಕ್ಷನ್ ಕೊಟ್ಟಿದ್ದನೋ? ಅದನ್ನೆಲ್ಲಾ ಇಂಟರಾಗೇಶನ್ ಮಾಡಿ ತಿಳಿದುಕ್ಕೊಳ್ಳಬೇಕು. ಅವನಿಗೂ ಆಕೆಯ ಸ್ಥಿತಿ ನೋಡಿ ಗಾಬರಿಯಾಗಿದೆ! ಕಣ್ಣೂರಿನ ಪಯ್ಯಬಾಲಮ್ ಬೀಚಿನ ತೀರದಲ್ಲಿ ಒಂದು ಕಡೆ ಮಂದಾಕಿನಿಯ ಮಲಗಿಸಿ ಅಲ್ಲಿಂದ ಬೆಂಗಳೂರಿಗೆ ವಾಪಸ್ಸಾಗಿದ್ದಾನೆ! ತನ್ನ ಪ್ಲಾನ್ ಕೆಟ್ಟು ಹೋಗಿದ್ದಕ್ಕಾಗಿ ಸ್ವಲ್ಪ ಗಲಿಬಿಲಿಗೊಂಡಿದ್ದ ದಿಲೀಪ್ ಬ್ಲಾಕ್ ಮೇಲ್ ಮಾಡುವ ಪ್ರಯತ್ನ ಸಧ್ಯಕ್ಕೆ ಕೈಬಿಟ್ಟಿದ್ದ!

ಇದೇ ಸಮಯದಲ್ಲಿ ಬೆಂಗಳೂರಿನಲ್ಲಿ ಅವನು ಒಂದು ನಕಲಿ ರೆಕ್ರೂಟ್ಮೆಂಟ್ ಜಾಲದಲ್ಲಿ ಇಳಾ ಮತ್ತು ಸೂರಜ್ ಸಿಕ್ಕಿದ್ದಾರೆ. ಮಂದಾಕಿನಿ ಕಾಣೆಯಾದಾಗ ಸೂರಜ್ ಸಾಕಷ್ಟು ಪತ್ತೇದಾರಿಕೆ ಕೆಲಸ ಮಾಡಿದ್ದಾನೆ. ಆ ಪ್ರಯತ್ನದಲ್ಲಿ ಡೇವಿಡ್ ಸುಳಿವು ಸಿಕ್ಕಿ ಅವನು

ಬೆಂಗಳೂರಿನ ಗಾರ್ಡನ್ ಗೇಟ್ ಹೋಟೆಲಿನಲ್ಲಿ ಡೇವಿಡ್‌ನನ್ನು ಮುಖಾಮುಖಿಯಾಗಿದ್ದಾನೆ. ತನ್ನ ನಿಜಸ್ಥಿತಿ ಗೊತ್ತಾಗುವ ಸಮಯ ಬಂದಿದೆ ಎಂದು ಹೆದರಿದ ಡೇವಿಡ್ ಅಲಿಯಾಸ್ ದಿಲೀಪ್, ಸೂರಜ್ ಮೇಲೆ ಹಲ್ಲೆ ಮಾಡಿ ಅಲ್ಲಿಂದ ಮುಂಬೈಗೆ ಪರಾರಿಯಾಗಿದ್ದಾನೆ"

"ಮತ್ತೆ ರಸ್ತೆ ಬದಿಯಲ್ಲಿ ಸಿಕ್ಕ ಕೊಲೆಯಾಗಿರುವ ಶರೀರ ಅದರಲ್ಲಿದ್ದ ಮಂದಾಕಿನಿಯ ಒಡವೆಗಳು?"

ಕರುಂಬಯ್ಯ ಅನುಮಾನಿಸುತ್ತಾ ಕೇಳಿದರು.

"ಅದಕ್ಕೆ ಉತ್ತರ ಇದೆ! ಅದೇ ದೇವರಾಜು. ಚೆಂಗಪ್ಪನವರಿಂದ ಒಂದು ಕಾಲದಲ್ಲಿ ಉಪಕೃತನಾಗಿದ್ದ. ದಿಲೀಪನಿಗೆ ಇಲ್ಲಿನ ಎಲ್ಲಾ ಸುದ್ದಿ ತಿಳಿಸುತ್ತಿದ್ದ"

"ಅಂದರೆ ದೇವರಾಜು ರಸ್ತೆ ಬದಿ ಸಿಕ್ಕ ಶರೀರ ಮಂದಾಕಿನಿಯದು ಎನ್ನಿಸುವುದಕ್ಕೆ ಯಾರದ್ದೋ ಕೊಲೆ ಮಾಡಿದ್ದಾನೆ?"

"ಇಲ್ಲ. ಆದರೆ ರಸ್ತೆ ಬದಿ ಸಿಕ್ಕ ಶರೀರದಲ್ಲಿ ಮಂದಾಕಿನಿಯ ಒಡವೆಗಳನ್ನು ಜಾಣತನದಿಂದ ಅಲ್ಲಿ ಸೇರಿಸಿದ್ದಾನೆ!"

"ಆದರೆ ಡಿ.ಎನ್.ಎ ರಿಪೋರ್ಟು ಅದು ಮಂದಾಕಿನಿಯ ಶರೀರ ಎಂದು ಹೇಳಿತಲ್ಲ?"

ಅನುಮಾನಿಸಿದರು ಕರುಂಬಯ್ಯ.

"ಅದೂ ದೇವರಾಜು ಕೈಚಳಕ. ದೇವರಾಜು ಲ್ಯಾಬಿನಲ್ಲಿ ರಿಪೋರ್ಟು ಬದಲಿಸಿ ಅದನ್ನು ಮಂದಾಕಿನಿಯದು ಎಂದು ಕಾಣುವಂತೆ ಮಾಡಿದ್ದಾನೆ. ಅವನು ಬಹಳ ಹಿಂದಿಂದಲೂ ಡೇವಿಡ್ ಬಂಟನಾಗಿ ಕೆಲಸ ಮಾಡಿದ್ದಾನೆ. ಪ್ರಫುಲ್ಲ ಎಸ್ಟೇಟಿನಲ್ಲಿ ನಡೆಯುವ ಪ್ರತಿಯೊಂದನ್ನೂ ಡೇವಿಡ್ ಆಲಿಯಾಸ್ ದಿಲೀಪ್‌ಗೆ ಒದಗಿಸುತ್ತಿದ್ದವನು ದೇವರಾಜು"

"ಅಂದರೆ ದೇವರಾಜುಗೆ ದಿಲೀಪ್‌ನ ಸಂಪರ್ಕ ಇದೆ ಎಂದಾಯಿತು"

"ಬರೀ ಸಂಪರ್ಕ ಇರುವುದಷ್ಟೇ ಅಲ್ಲ. ದಿಲೀಪನ ಎಡಗೈಯಂತೆ ದೇವರಾಜು ಕೆಲಸ ಮಾಡಿದ್ದಾನೆ"

"ಮತ್ತೆ ಅವನನ್ನು ಹಾಗೆ ಬಿಟ್ಬಿಡ್ತೀರಾ?"

"ಅವನಾಗಲೇ ಪೊಲೀಸ್ ಕಸ್ಟಡಿಯಲ್ಲಿ ಇದ್ದಾನೆ!"

"ದಿಲೀಪ್ ಆತ್ಮಹತ್ಯೆ ಮಾಡಿಕೊಂಡ ಎನ್ನುವ ಸುದ್ದಿ ಬಂದಿತ್ತಲ್ಲ?"

ಗಣಪತಿಯವರಿಗೆ ಸಂಶಯದ ಮೇಲೆ ಸಂಶಯಗಳು!

"ಅದು ಬೇಕಂತಲೇ ದಿಲೀಪ್ ಹಬ್ಬಿಸಿದ್ದ ಸುದ್ದಿ. ಯಾವುದೇ ಕಾರಣದಿಂದಲೂ ತನ್ನ ನಿಜವಾದ ಹೆಸರು ಬರಬಾರದು ಎಂದು ನಿರ್ಧರಿಸಿಯೇ ಡೇವಿಡ್ ಅನ್ನುವ ಹೆಸರು ಧಾರಣೆ ಮಾಡಿಕೊಂಡಿದ್ದ. ಬೆಂಗಳೂರಿನಲ್ಲಿ ಡೇವಿಡ್ ಆಗಿ ಕಾನೂನುಬಾಹಿರ ಚಟುವಟಿಕೆ ನಡೆಸುತ್ತಾ ಮುಂಬೈಯಲ್ಲಿ ದಿಲೀಪ್ ಹೆಸರಲ್ಲಿ ವಾಸಮಾಡುತ್ತಿದ್ದ. ಈ ಉಭಯ ಹೆಸರುಗಳಿಂದ ದಿಲೀಪ್ ಹೆಸರು ಯಾವ ಕಾರಣಕ್ಕೂ ಅಪರಾಧಗಳಲ್ಲೂ ಬರುವುದಿಲ್ಲ! ದಿಲೀಪ್ ಕಾನೂನು ಬಲೆಯಲ್ಲಿ ಎಂದೂ ಸಿಕ್ಕಿ ಕೊಳ್ಳುವುದಿಲ್ಲ ಎನ್ನುವುದೇ ಅವನ ನಂಬಿಕೆಯಾಗಿತ್ತು"

ಗಣಪತಿ ಧೀರ್ಘವಾದ ನಿಟ್ಟುಸಿರಿಟ್ಟರು.

"ನಿಮ್ಮ ಅಮೂಲ್ಯ ಸಂಪತ್ತು ಮಂದಾಕಿನಿಯವರನ್ನ ಹುಡುಕಿ ಕೊಟ್ಟಿದ್ದೀನಿ" ಕೇಸ್ ಸಾಲ್ವ್ ಮಾಡಿದ ತೃಪ್ತಿಯಿಂದ ಹೇಳಿದರು ಗಣಪತಿ.

"ಆದರೆ..ಇಂತಾ ಸ್ಥಿತಿಯಲ್ಲಿ..?"

ಅನುರಾಧ ಗದ್ಗದಿಸಿದರು.

"ಮೈ ಗಾಡ್..ಐ ಕೆನಾಟ್ ಬಿಲೀವ್ ದಿಸ್"

ಇದ್ದಕ್ಕಿದ್ದಂತೆ ಮಂದಾಕಿನಿಯ ಬಳಿ ಇದ್ದ ಫಿಲೋಮಿನಾ ಉದ್ಗರಿಸಿದರು.

"ಏನಾಯಿತು..?" ಸೂರಜ್ ಕೇಳಿದ.

"ಇಲ್ಲಿ ನೋಡಿ..ಈ ಅದ್ಭುತ..ಇಟ್ ಈಸ್ ಎ ಮಿರಾಕಲ್!"

ಮಂದಾಕಿನಿಯ ಮುಖದ ಸ್ನಾಯುಗಳು ಸಡಿಲಗೊಂಡಿದ್ದವು. ತುಟಿಗಳು ಅದುರಿದವು.

"ಇದು ಅತ್ಯಂತ ಪ್ರೋತ್ಸಾಹದಾಯಕ.."

"ಮಂದಾ..? ಮಂದಾ..?" ಅನುರಾಧ ಮಂದಾಕಿನಿಯ ಕಿವಿಯ ಬಳಿ ಉಸುರಿದರು.

"ಮಂದಕ್ಕಾ..ಮಂದಕ್ಕಾ..?" ಸೂರಜ್ ಮೃದುವಾಗಿ ಕರೆದ.

ಮತ್ತಷ್ಟು ಮುಖದ ಸ್ನಾಯುಗಳ ಚಲನೆ ಕಾಣಿಸಿತು.

"ಈಕೆ ಬೇಗನೆ ರಿಕವರ್ ಆಗುವ ಲಕ್ಷಣಗಳಿವೆ. ತಕ್ಷಣವೇ ನಿಷ್ಣಾತ ತಜ್ಞರ ಟ್ರೀಟ್ಮೆಂಟ್ ಕೊಡಿಸಬೇಕು. ಎಷ್ಟು ಬೇಗನೆ ಸಾಧ್ಯವೋ ಅಷ್ಟೂ ಒಳ್ಳೆಯದಾಗುತ್ತದೆ"

ಫಿಲೋಮಿನಾ ಆತುರಪಡಿಸಿದರು.

"ಹೌದು. ಈಗ ಅದನ್ನ ನಾನು ಮಾಡ್ತೀನಿ. ಮಂದಕ್ಕ ಮತ್ತೆ ಮೊದಲಿನ ಹಾಗೆ ಆಗೋದಕ್ಕೆ ಯಾವ ದೇಶಕ್ಕೆ ಬೇಕಾದರೂ ಹೋಗುತ್ತೇನೆ! ಆಕೆಗೆ ಶ್ರೇಷ್ಠ ಚಿಕಿತ್ಸೆ ಕೊಡಿಸುತ್ತೇನೆ"

ಸೂರಜ್ ಕಣ್ಣುಗಳಲ್ಲಿ ನೀರು ಒಸರುತ್ತಿತ್ತು.

"ಈಕೆ ಟ್ರೀಟ್ಮೆಂಟಿಗೆ ಅದೆಷ್ಟು ಖರ್ಚಾದರೂ ಪರವಾಗಿಲ್ಲ! ಮಂದಾ ಮೊದಲಿನಂತಾದರೆ ಸಾಕು. ಬೇಕಾದರೆ ಅಮೇರಿಕಾ, ಜರ್ಮನಿ ಎಲ್ಲಿಯಾದರೂ ಸರಿ. ಆಕೆ ಮೊದಲಿನ ಹಾಗೆ ಆಗ್ಬೇಕು"

ಗಣಪತಿ ಉತ್ಸಾಹದಿಂದ ಹೇಳಿದರು.

"ಮಂದಾ ಮದುವೆ ಗ್ರ್ಯಾಂಡಾಗಿ ಮಾಡಬೇಕು. ಆಕೆಯ ಮಕ್ಕಳನ್ನ ಎತ್ತಿ ಮುದ್ದಾಡಬೇಕು"

ಅನುರಾಧ ಕನಸು ಕಂಡರು!

"ಈ ದಿಲೀಪ ಬಂದು ಕೇಳಿದ್ದರೆ ಅವನ ಜೀವನಕ್ಕೆ ಏನಾದ್ರೂ ಅನುಕೂಲ ಮಾಡಿಕೊಡಬಹುದಿತ್ತು. ಎಸ್ಟೇಟಿನಲ್ಲಿ ಒಂದಿಷ್ಟು ಅವನಿಗೆ ಕೊಡಬಹುದಿತ್ತು. ಇಲ್ಲಾ ಅವನು ನಮ್ಮೊಂದಿಗೇ ಇರಬಹುದಿತ್ತು. ಪಾಪಿ, ಇಂತಾ ಹೀನ ಕೆಲಸಕ್ಕೆ ಕೈ ಹಾಕಿ ನನ್ನ ಮಗಳ ಜೀವನಾನೇ ನರಕ ಮಾಡಿದಾನೆ! ಅವನಿಗೆ ಕರುಣೆ ತೋರಿಸಬಾರದು"

ಗಣಪತಿ ಕನಿಕರಿಸುತ್ತಾ ಹೇಳಿದರು.

"ಅವನು ಆಜೀವಪರ್ಯಂತ ಜೈಲಿನಲ್ಲಿ ಕೊಳೆಯಬೇಕು..ಅದೇ ಅವನಿಗೆ ತಕ್ಕ ಶಿಕ್ಷೆ!"

(ಮುಗಿಯಿತು)